ನಾಲ್ಕು ಪುರುಷಾರ್ಥಗಳು

ಸಂತೋಷ, ಯಶಸ್ಸು ಹಾಗೂ ಅರ್ಥಪೂರ್ಣ ಜೀವನದ ಪಥ

ಹೆಕ್ಟರ್ ಗಾರ್ಸಿಯಾ ಮತ್ತು
ಫ್ರಾನ್ಸಿಸ್ಕ್ ಮಿರಾಯೆಸ್

ಕನ್ನಡಕ್ಕೆ : ಡಾ. ನಾಗೇಂದ್ರ ಎಸ್. ಎಲ್.

ಮುನ್ನುಡಿ : ಶ್ರೀಯುತ ಶಶಿ ತರೂರ್

ನಾಲ್ಕು ಪುರುಷಾರ್ಥಗಳು

ಸಂತೋಷ, ಯಶಸ್ಸು ಹಾಗೂ ಅರ್ಥಪೂರ್ಣ ಜೀವನದ ಪಥ

ಲೇಖಕರು : ಹೆಕ್ಟರ್ ಗಾರ್ಸಿಯಾ ಮತ್ತು ಫ್ರಾನ್ಸಿಸ್ಕ್ ಮಿರಾಯೆಸ್

ಅನುವಾದಕರು : ಡಾ॥ ನಾಗೇಂದ್ರ ಎಸ್. ಎಲ್.

ISBN: 978-81-999004-7-9

Frist Edition: Feb 2026

Publisher: WOW publishings Pvt. Ltd., Pune

Printer: Trinity Academy For Corporate Training Ltd, Pune, India

No. of pages-158

Price: ₹ 195/-

Naalku Purusharthagalu

Santosha, Yashassu haagu Arthapoorna Jeevanada Patha

by Héctor García (Author), Francesc Miralles (Author)

Originally published in Spain as Namasté: La vía india a la felicidad, la realizacion y el éxito by Ediciones Urano, Barcelona, in 2022

Translation rights arranged by Sandra Bruna Agencia Literaria, SL

ಪರಿವಿಡಿ

I

ಸಂತೋಷದ ಒಂದು ಸಂಸ್ಕೃತಿ

ಭಾರತ: ಮಾನವತೆಯ ಆಧ್ಯಾತ್ಮಿಕ ಚಿಲುಮೆ

II

ಆನಂದದ ತತ್ವಶಾಸ್ತ್ರ

ವೈಯುಕ್ತಿಕ ಸಾರ್ಥಕತೆ ಹೊಂದಲು ಭಾರತೀಯ ಮಾರ್ಗಗಳು

III

ಆನಂದದ ಅಭ್ಯಾಸ

ಅವಶ್ಯಕ ಯೋಗಕ್ಷೇಮಕ್ಕೆ ಭಾರತದಿಂದ ದೊರೆತಿರುವ ಪ್ರಾಯೋಗಿಕ ಜ್ಞಾನ

ಮುನ್ನುಡಿ

ಜಗತ್ತಿನಾದ್ಯಂತ ಹೆಚ್ಚು ಮಾರಾಟವಾಗುತ್ತಿರುವ, 'ಪ್ರತಿಯೊಬ್ಬರ ಜೀವನದ ಉದ್ದೇಶ' ಎಂದು ಸರಳವಾಗಿ ಅನುವಾದ ಮಾಡುಬಹುದಾದ ಜಪಾನೀ ಪರಿಕಲ್ಪನೆಯ 'ಇಕಿಗಾಯ್' ಪುಸ್ತಕದ ಲೇಖಕರ ಲೇಖನಿಯಿಂದ ಮೂಡಿಬಂದಿರುವ ಈ ಪುಸ್ತಕವು, ಹಿಂದೂ ಜೀವನ ಶೈಲಿಗೆ ಇದೇ ರೀತಿಯ ದೃಷ್ಟಿಕೋನವನ್ನು ನೀಡುತ್ತದೆ. ಪುಸ್ತಕವನ್ನು ಓದುತ್ತಾ ಹೋದಂತೆ, ಪ್ರತಿಯೊಬ್ಬರೂ ಕಲಿತು ಅಳವಡಿಸಿಕೊಳ್ಳಬಹುದಾದ ಭಾರತೀಯರ ಹತ್ತು ಸಂತೋಷದ ನಿಯಮಗಳನ್ನು ಗುರುತಿಸುವ ನಿಟ್ಟಿನಲ್ಲಿ ಹಿಂದೂ ಸಂಸ್ಕೃತಿ ಮತ್ತು ಆಧ್ಯಾತ್ಮಿಕತೆಯ ಶ್ರೀಮಂತಿ-ಕೆಯನ್ನೂ, ಯೋಗ, ಪ್ರಾಣಾಯಾಮ ಮತ್ತು ಧ್ಯಾನದಂತಹ ಅನೇಕ ಹಿಂದೂ ಪದ್ಧತಿಗಳನ್ನೂ ತಿಳಿಸಿಕೊಡುತ್ತದೆ.

ಹಿಂದೂ ಅಗಿರುವುದರ ಅರ್ಥವೇನು? ನನ್ನ ಹಿಂದೂ ಧರ್ಮ ಒಂದು ಜೀವಂತ ನಂಬಿಕೆ; ಅದು ಅನುಭವ ಮತ್ತು ಪಾಲನೆಯ ಹಿಂದೂ ಧರ್ಮ, ಅವಲೋಕನ ಮತ್ತು ಸಂಭಾಷಣೆಯ ಹಿಂದೂ, ಇದು ಆಳವಾದ ಧಾರ್ಮಿಕ ಅಧ್ಯಯನದಲ್ಲಿ ತೊಡಗಿಕೊಳ್ಳುವುದಲ್ಲ, ಇವು ಪರಸ್ಪರ ಪ್ರತ್ಯೇಕವಾಗಿರದಿದ್ದರೂ ಖಂಡಿತವಾಗಿ ಬೆಸೆದುಕೊಂಡಿವೆ. ನಾನು ಕೆಲವೇ ಕೆಲವು ಮಂತ್ರಗಳು ಮತ್ತು ಶ್ಲೋಕಗಳನ್ನು ಕಲಿತುಕೊಂಡವನು, ಆದರೆ ಸಂಸ್ಕೃತ ಭಾಷೆಯ ಅರಿವಿಲ್ಲದೇ ಬೆಳೆದವನು. ಹಿಂದೂ ಪವಿತ್ರ ಗ್ರಂಥಗಳು ಮತ್ತು ತತ್ವಶಾಸ್ತ್ರಗಳ ಬಗೆಗಿನ ನನ್ನ ಅರಿವು ಸಂಪೂರ್ಣವಾಗಿ ಅವುಗಳ ಇಂಗ್ಲೀಷ್ ಅನುವಾದಗಳನ್ನು ಓದಿದ್ದರಿಂದ ಬಂದಿದ್ದು. (ನಾನು ಒಂದು ದೇವಸ್ಥಾನಕ್ಕೆ ಹೋದಾಗ ಇಂಗ್ಲೀಷ್, ಸಂಸ್ಕೃತ ಮತ್ತು ನನ್ನ ಮಾತೃಭಾಷೆ ಮಲಯಾಳಂ ಇವೆಲ್ಲವನ್ನೂ ಸೇರಿಸಿ ವಿಚಿತ್ರವಾಗಿ ಪ್ರಾರ್ಥನೆ ಮಾಡುತ್ತಿದ್ದೆ. ಏಕೆಂದರೆ, ಸರ್ವಾಂತರ್ಯಾಮಿಯಾದ ಭಗವಂತನು ಸ್ವಾಭಾವಿಕವಾಗಿಯೇ ಬಹುಭಾಷೆಗಳನ್ನು ಬಲ್ಲವನಾಗಿರುತ್ತಾನೆ ಎಂದು ಸಹಜವಾಗಿ ನನಗೆ ಮನವರಿಕೆಯಾಗಿತ್ತು).

ಹಿಂದೂ ಧರ್ಮದ ಬಗ್ಗೆ ವಿವರಿಸುವಾಗ ಸಹಜವಾಗಿ ನಮಗೆ ಎದುರಾಗುವ ಮೊದಲ ಸವಾಲೆಂದರೆ ಅದರ ವ್ಯಾಖ್ಯಾನ. ಹಿಂದೂ ಎನ್ನುವ ಹೆಸರೇ ಅದು ನೈತಿಕ ನೆಲೆಗಟ್ಟಿನ ನಂಬಿಕೆಗಳಿಗಿಂತ ತುಸು ಕಡಿಮೆ ಅಥವಾ ತುಸು ಹೆಚ್ಚು ಎನ್ನುವುದನ್ನು ಸೂಚಿಸುತ್ತದೆ. ಬಹಳಷ್ಟು ಭಾಷೆಗಳಲ್ಲಿ ಅದರಲ್ಲೂ ವಿಶೇಷವಾಗಿ ಫ್ರೆಂಚ್ ಮತ್ತು ಪರ್ಶಿಯನ್ ಭಾಷೆಗಳಲ್ಲಿ

ಭಾರತೀಯ ಎನ್ನುವ ಶಬ್ದದ ಅರ್ಥ ಹಿಂದೂ ಎಂದಾಗುತ್ತದೆ. ಮೂಲತಃ ಸಿಂಧೂ ನದಿಯ ಅಥವಾ ಇಂಡಸ್ ನದಿಯ ಆಚೆಯಲ್ಲಿ ಇರುವ ಜನರು ಎನ್ನುವುದು ಹಿಂದೂ ಪದದ ಸರಳ ಅರ್ಥ. ಆದರೆ, ಸಿಂಧೂ ನದಿಯು ಈಗ ಮುಸಲ್ಮಾನರ ಪಾಕಿಸ್ತಾನದಲ್ಲಿದೆ, ಜೊತೆಗೆ ಈ ವಿಷಯವನ್ನು ಮತ್ತಷ್ಟು ಜಟಿಲಗೊಳಿಸುವಂತೆ, ಭಾರತೀಯರ ಸ್ವಯಂ ವ್ಯಾಖ್ಯಾನಕ್ಕೆ ಹಿಂದೂ ಎನ್ನುವ ಪದವನ್ನು ವಿದೇಶೀಯರು ನೀಡುವವರೆಗೆ ಆ ಪದವು ಯಾವುದೇ ಭಾರತೀಯ ಭಾಷೆಗಳಲ್ಲೂ ಉಲ್ಲೇಖವಾಗಿರಲಿಲ್ಲ. ಇನ್ನೊಂದು ರೀತಿಯಲ್ಲಿ ಹೇಳುವುದಾದರೆ, ಹಿಂದೂಗಳು ತಮ್ಮ ಯಾವುದೇ ಸ್ವಂತ ಭಾಷೆಗಳಲ್ಲಿ ಆವಿಷ್ಕಾರ ಮಾಡಿರದ ಈ ಒಂದು ಹಣೆಪಟ್ಟಿಯನ್ನು ಹಚ್ಚಿಕೊಂಡಿದ್ದಾರೆ, ಇತರರು ಅವರನ್ನು ಒಂದು ಪದದಿಂದ ಉಲ್ಲೇಖಿಸಲು ಪ್ರಾರಂಭಿಸಿದಾಗ ಅದನ್ನು ಸಂತೋಷದಿಂದ ಅಳವಡಿಸಿಕೊಂಡು, ತಮ್ಮನ್ನು ಅದೇ ಹೆಸರಿನಿಂದ ಕರೆದುಕೊಂಡಿದ್ದಾರೆ. (ಆದರೆ ಬಹುತೇಕ ಹಿಂದೂಗಳು ಸಹಜವಾಗಿ ಸಂಪೂರ್ಣ ವಿಭಿನ್ನ ಪದವಾದ 'ಸನಾತನ ಧರ್ಮ' ಅಥವಾ 'ಅಚಲ ನಂಬಿಕೆ' ಎನ್ನುವುದಕ್ಕೆ ಪ್ರಾಶಸ್ತ್ಯ ನೀಡುತ್ತಾರೆ).

ಆದ್ದರಿಂದ, ಹಿಂದೂಧರ್ಮ ಎನ್ನುವುದು ವಿದೇಶಿಯರು ನೋಡಿದ ಭಾರತದ ಸ್ವದೇಶೀ ಧರ್ಮಕ್ಕೆ ಮೊದಲು ಅನ್ವಯಿಸಿದ ಹೆಸರು. ಇದು ಅದ್ವೈತದಿಂದ ಹಿಡಿದು ನಾಸ್ತಿಕತೆಯವರೆಗೆ, ಪುನರ್ಜನ್ಮದ ವಿಶ್ವಾಸದಿಂದ ಹಿಡಿದು ಜಾತಿ ವ್ಯವಸ್ಥೆಯ ಮೇಲೆ ನಂಬಿಕೆಯವರೆಗೆ ಅನೇಕ ಸಿದ್ಧಾಂತಗಳು ಮತ್ತು ಆಚರಣೆಗಳ ವ್ಯಾಪಕ ಶ್ರೇಣಿಯ ಸಂಗ್ರಹವನ್ನು ಒಳಗೊಂಡಿದೆ. ಆದರೆ, ಹಿಂದೂಗಳಿಗೆ ಇವುಗಳಲ್ಲಿ ಯಾವುದೇ ಕಡ್ಡಾಯ ನಿಯಮಗಳಿಲ್ಲ; ಒಂದೇ ಒಂದೂ ಇಲ್ಲ, ನಮ್ಮಲ್ಲಿ ಕಡ್ಡಾಯವಾದ ಮತ ತತ್ವಗಳಿಲ್ಲ.

ಅದರಿಂದಾಗಿಯೇ ನನಗೆ ಗೊತ್ತಿರುವ ಇತರ ಧರ್ಮಗಳ ನಂಬಿಕೆಗಳಿಗಿಂತ ಹಿಂದೂ ಧರ್ಮದ ತತ್ವಗಳು ನನಗೆ ಹೆಚ್ಚು ಆರಾಮದಾಯಕವೆನ್ನಿಸುತ್ತದೆ. ಬಹಳ ಹಿಂದಿನಿಂದಲೂ ಕೇವಲ ರಾಜಕೀಯವಾಗಿ ಅಥವಾ ಅರ್ಥಶಾಸ್ತ್ರದ ತತ್ವಗಳಿಗೆ ಸಂಬಂಧಿಸಿದಂತೆ ಮಾತ್ರವಲ್ಲದೆ, ಜೀವನದ ಬಗೆಗಿನ ಮನೋಭಾವನೆಯಲ್ಲಿಯೂ ಕೂಡ ನಾನು ಉದಾರವಾದಿ ಎಂದು ಭಾವಿಸಿದ್ದೇನೆ. ಜನರನ್ನು ಅವರಿದ್ದಂತೆ ಸ್ವೀಕರಿಸುವುದು, ಅವರು ಆಯ್ದುಕೊಂಡಂತೆ ಇರಲು ಮತ್ತು ಅದರಂತೆ ಆಗಲು ಬಿಡುವುದು, ಇತರರಿಗೆ ಹಾನಿಯಾಗದೇ ಇರುವ ತನಕ ಅವರು ಏನು ಇಷ್ಟಪಡುತ್ತಾರೋ ಅದನ್ನು ಮಾಡಲು ಪ್ರೋತ್ಸಾಹಿಸುವುದು ಇವು ನನ್ನ ಸಹಜ ಗುಣವಾಗಿದೆ. ಹಿಂದೂ ಧರ್ಮವು ಕೂಡ ಇವುಗಳನ್ನೇ ಕಲಿಸುತ್ತದೆ. ಮಹಾನ್ ಬೋಧಕ ಸ್ವಾಮಿ ವಿವೇಕಾನಂದರು 1893 ರಲ್ಲಿ ಶಿಕಾಗೋದಲ್ಲಿ ನಡೆದ ವಿಶ್ವ ಧರ್ಮ ಸಮ್ಮೇಳನವನ್ನು ಉದ್ದೇಶಿಸಿ ಮಾತನಾಡುವಾಗ, "ನಾವು ಬರಿಯ ಸರ್ವಧರ್ಮ ಸಹಿಷ್ಣುತೆಯಲ್ಲಿ ಮಾತ್ರ ನಂಬಿಕೆ ಇಟ್ಟುಕೊಂಡವರಲ್ಲ, ಜೊತೆಗೆ ಎಲ್ಲಾ ಧರ್ಮಗಳೂ ಸತ್ಯವೆಂದು ಒಪ್ಪಿಕೊಳ್ಳುತ್ತೇವೆ" ಎಂದು ಹೇಳಿದ್ದರು. ಅವರು ಸಹಿಷ್ಣುತೆ ಮಾತ್ರವಲ್ಲದೆ ಸ್ವೀಕಾರವನ್ನೂ ಸಹ ಸೂಚಿಸುವ ನಂಬಿಕೆಯ ಪರವಾಗಿ ಮಾತನಾಡಿದ್ದರು.

ಸಹಿಷ್ಣುತೆ ಎಂದರೆ ಮೂಲತಃ ಪೋಷಕನಂತಹ ಸದ್ಗುಣ; ಸಹಿಷ್ಣು ವ್ಯಕ್ತಿಯು ತನ್ನಲ್ಲಿ ಸತ್ಯವಿದೆ ಎಂದು ಭಾವಿಸುತ್ತಲೇ ಇತರರಿಗೆ ಅವರು ತಪ್ಪಾಗಿರುವ ಹಕ್ಕನ್ನು ಉದಾರವಾಗಿ ನೀಡಲು ಸಿದ್ಧನಿರುತ್ತಾನೆ. ಆದರೆ ಸ್ವೀಕಾರದ ತಳಹದಿಯ ಮೇಲೆ ನಿಂತಿರುವ ಒಬ್ಬ ಹಿಂದೂ, ಎಲ್ಲಾ ನಂಬಿಕೆಗಳಲ್ಲೂ ಸತ್ಯವನ್ನು ಕಾಣುತ್ತಾನೆ; ಬೇರೆಯವರು ತನ್ನ ಸತ್ಯವನ್ನು ಒಪ್ಪಿಕೊಳ್ಳಬೇಕೆಂಬ ಒತ್ತಾಯದೊಂದಿಗೆ ಬೇರೆಯವರ ಸತ್ಯವನ್ನು ಸ್ವೀಕರಿಸುತ್ತಾನೆ. ವಿವಿಧ ಸ್ಥಳಗಳಲ್ಲಿ ಹುಟ್ಟುವ ಅನೇಕ ನದಿಗಳು ವಿಭಿನ್ನ ಪರ್ವತಗಳು ಮತ್ತು ಕಣಿವೆಗಳ ಮೂಲಕ,

ಕೆಲವು ನೇರವಾಗಿ ಮತ್ತೂ ಕೆಲವು ವಕ್ರವಾಗಿ, ಹರಿದು ಎಲ್ಲವೂ ಒಂದೇ ಸಮುದ್ರದಲ್ಲಿ ಸೇರಿ ಹೋಗುವಂತೆ ಎಲ್ಲಾ ರೀತಿಯ ಪೂಜಾ ವಿಧಾನಗಳೂ ಒಬ್ಬನೇ ಭಗವಂತನನ್ನು ತಲುಪುತ್ತವೆ ಎಂದು ಸಾರುವ 'ಶಿವ ಮಹಿಮಾ ಸ್ತೋತ್ರ' ಎಂಬ ಪ್ರಾಚೀನ ಸ್ತೋತ್ರವನ್ನು ವಿವೇಕಾನಂದರು ಆಗಾಗ್ಗೆ ಉಲ್ಲೇಖಿಸುತ್ತಿದ್ದರು.

ನಾನು ಹಿಂದೂವಾಗಿ ಬೆಳೆದಿದ್ದರಿಂದ, ನನ್ನ ಮನೋಧರ್ಮಕ್ಕೆ ಕಠಿಣವಾದ ಮತ್ತು ತಿರಸ್ಕರಿಸುವಂತಹ ನಂಬಿಕೆಗಳು ನನಗೆ ಕಾಣಿಸಲೇ ಇಲ್ಲ. ಧರ್ಮದ ವಿಷಯದಲ್ಲಿ ಕೂಡಾ ಯಾವ ನಂಬಿಕೆಯಲ್ಲಿ ಬೆಳೆದಿದ್ದೇನೆಯೋ ಆ ನಂಬಿಕೆಯು ನನ್ನ ಉದಾರ ಪ್ರವೃತ್ತಿಗಳನ್ನು ಬಲಪಡಿಸಿರುವುದನ್ನು ಸಹ ನಾನು ಕಂಡುಕೊಂಡಿದ್ದೇನೆ. ಯುಗಯುಗಾಂತರಗಳ ಶಾಶ್ವತ ಜ್ಞಾನ ಮತ್ತು ದಿವ್ಯತೆಯನ್ನು ಒಂದೇ ಒಂದು ಪವಿತ್ರ ಗ್ರಂಥದೊಳಗೆ ಕಟ್ಟಿಹಾಕುವುದು ಸಾಧ್ಯವಿಲ್ಲ ಎಂಬ ಆಲೋಚನೆಯನ್ನು ಹಿಂದೂ ಧರ್ಮವು ಅವಲಂಬಿಸಿದೆ; ನಮ್ಮಲ್ಲಿ ಹಲವಾರು ಪವಿತ್ರ ಗ್ರಂಥಗಳಿವೆ, ಪ್ರತಿಯೊಂದು ಗ್ರಂಥದಿಂದಲೂ ನಾವು ನಮ್ಮ ಸತ್ಯ (ಅಥವಾ ಸತ್ಯಗಳನ್ನು) ಅನ್ವೇಷಿಸಿಕೊಳ್ಳಬಹುದು. ಒಬ್ಬ ಹಿಂದುವಾಗಿ, ಈ ಧರ್ಮದ ಆಚರಣೆಗಳು ಮತ್ತು ರೂಢಿಗಳನ್ನು ತಿರಸ್ಕರಿಸುವ ಸ್ವಾತಂತ್ರ್ಯ ಇರುವ, ಯಾವುದೇ ಗೋಚರ ಚಿಹ್ನೆಯ ಮೂಲಕ ನನ್ನ ನಂಬಿಕೆಯನ್ನು ಪ್ರದರ್ಶಿಸಲು ಒತ್ತಾಯಿಸದ, ಒಂದು ನಿರ್ದಿಷ್ಟ ದಿನ ಅಥವಾ ಸಮಯದಲ್ಲಿ ಸಾಮೂಹಿಕವಾಗಿ ಪೂಜೆಯನ್ನು ಆಚರಿಸುವ ಮೂಲಕ ನನ್ನನ್ನು ಗುರುತಿಸಿಕೊಳ್ಳುವಂತೆ ಮಾಡುವ ಯಾವುದೇ ಸ್ಥಾಪಿತ ಚರ್ಚ್ ಅಥವಾ ಪುರೋಹಿತ ಶಾಹಿಯಲ್ಲದ ಧರ್ಮಕ್ಕೆ ಸೇರಿದವನು ಎಂದು ನಾನು ಹೇಳಿಕೊಳ್ಳಬಹುದು. (ಇದರಲ್ಲಿ ಹಿಂದೂ ಪೋಪ್ ಇಲ್ಲ, ಹಿಂದೂ ವ್ಯಾಟಿಕನ್ ಇಲ್ಲ, ಹಿಂದೂ ಧರ್ಮಪ್ರಚಾರವಿಲ್ಲ, ಹಿಂದೂ ಭಾನುವಾರವೂ ಇಲ್ಲ). ಒಬ್ಬ ಹಿಂದುವಾಗಿ, ಪೂಜಿಸುವವನಿಗೆ ದೇವತೆಗಳನ್ನು ಆರಾಧಿಸಲು, ಪ್ರಾರ್ಥಿಸಲು, ಆಚರಣೆಗಳನ್ನು ಪಾಲಿಸಲು (ಅಥವಾ ಪಾಲಿಸದಿರಲು), ಸಂಪ್ರದಾಯಗಳು ಮತ್ತು ಆಚರಣೆಗಳನ್ನು ಗೌರವಿಸಲು (ಅಥವಾ ಗೌರವಿಸದಿರಲು), ಉಪವಾಸಗಳನ್ನು ಮಾಡಲು (ಅಥವಾ ಮಾಡದಿರಲು) ಅನೇಕ ರೀತಿಯ ಆಯ್ಕೆಗಳನ್ನು ನೀಡುವ ನಂಬಿಕೆಯನ್ನು ನಾನು ಅನುಸರಿಸುತ್ತೇನೆ. ಪವಿತ್ರ ಗ್ರಂಥದ ನಿರ್ಬಂಧಿತ ಸಿದ್ಧಾಂತಗಳಿಂದ ಮುಕ್ತವಾದ, ಒಂದೇ ಧರ್ಮದ ಮಿತಿಗಳ ಸಂಕೋಲೆಗೆ ಒಳಗಾಗಲು ನಿರಾಕರಿಸುವ ಒಂದು ಪಂಥಕ್ಕೆ ನಾನು ಸೇರಿದ್ದೇನೆ.

ಹಿಂದೂ ಧರ್ಮವು ಯಾವುದೇ ರೀತಿಯ ಸುಳ್ಳು ಸಿದ್ಧಾಂತಗಳ ಸೋಗು ಹಾಕಿಕೊಳ್ಳುವುದಿಲ್ಲ. ಸೃಷ್ಟಿಯ ಬಗ್ಗೆ ಆಶ್ಚರ್ಯ ಮತ್ತು ಅದರೊಂದಿಗೇ ಸೃಷ್ಟಿಕರ್ತನ ಸರ್ವವ್ಯಾಪಿ ತತ್ವದ ಬಗ್ಗೆ ಸಂದೇಹ ವ್ಯಕ್ತಪಡಿಸುವ ಅದರ ಸಾಮರ್ಥ್ಯ ಬಹಳ ವಿಶಿಷ್ಟವಾದದ್ದು. ಮೂರು ಸಾವಿರದ ಐನೂರು ವರ್ಷಗಳಷ್ಟು ಹಳೆಯದಾದ ಋಗ್ವೇದದ 'ನಾಸದೀಯ ಸೂಕ್ತ' (ಸೃಷ್ಟಿ ಮಂತ್ರ) ದ ಒಂದು ಶ್ಲೋಕದಲ್ಲಿ ಎರಡನ್ನೂ ಸುಂದರವಾಗಿ ಹೇಳಲಾಗಿದೆ, ಅದು:

ನಿಜವಾಗಿಯೂ ಯಾರಿಗೆ ಗೊತ್ತು? ಮತ್ತು ಯಾರು ಹೇಳಬಲ್ಲರು?

ಇವೆಲ್ಲ ಎಲ್ಲಿಂದ ಬಂದಿತು? ಮತ್ತು ಸೃಷ್ಟಿ ಹೇಗೆ ಸಂಭವಿಸಿತು?

ಸ್ವತಃ ದೇವತೆಗಳೇ ಸೃಷ್ಟಿಯ ನಂತರ ಬಂದವರು, ಅಂದಮೇಲೆ

ಈ ಮಹಾನ್ ಸೃಷ್ಟಿ ಎಲ್ಲಿಂದ ಹುಟ್ಟಿಕೊಂಡಿತು ಎಂದು ನಿಜವಾಗಿಯೂ ಯಾರಿಗೆ ತಿಳಿದಿದೆ?

ಈ ಸೃಷ್ಟಿಯು ಆರಂಭ ಎಲ್ಲಿರುವುದು ಎಂದು ಯಾರಿಗೆ ತಿಳಿದಿದೆ?

ಅತ್ಯುನ್ನತ ಸ್ವರ್ಗದಿಂದ ಎಲ್ಲವನ್ನೂ ಸಮೀಕ್ಷೆ ಮಾಡುವ ಅವನು
ಅದನ್ನು ರೂಪಿಸಿದನೋ ಇಲ್ಲವೋ, ಎನ್ನುವುದು
ಅವನಿಗೆ ತಿಳಿದಿದೆ, ಅಥವಾ ಬಹುಶಃ ಅವನಿಗೂ ತಿಳಿದಿಲ್ಲ.

ಋಗ್ವೇದ 10,129

ಎಂದು ಸ್ಮರಣೀಯವಾಗಿ ಕೊನೆಗೊಳ್ಳುತ್ತದೆ.

ಸ್ವತಃ ಬ್ರಹ್ಮಾಂಡದ ಸೃಷ್ಟಿಕರ್ತನಿಗಿಂತಲೂ ಸರ್ವೋಚ್ಚ ಅಸ್ತಿತ್ವದ ಬಗ್ಗೆ "ಬಹುಶಃ ಅವನಿಗೂ ಗೊತ್ತಿಲ್ಲ!" ಎನ್ನುವಂತಹ ಮೂಲಭೂತ ಪ್ರಶ್ನೆಯನ್ನು ಎತ್ತುವ ಅಂತಹ ಒಂದು ನಂಬಿಕೆಯನ್ನು ನಾನು ಪ್ರೀತಿಸುತ್ತೇನೆ. ಬಹುಶಃ ನಿಜವಾಗಿಯೂ ಅವನಿಗೂ ಗೊತ್ತಿಲ್ಲ. ಅವನಿಗೂ ಖಚಿತವಾಗಿ ತಿಳಿದಿರದ ಜ್ಞಾನದ ಹಕ್ಕನ್ನು ಮಂಡಿಸಲು ಯಕಃಶ್ಚಿತ್ ಮನುಷ್ಯರಾದ ನಾವು ಯಾರು?

ಹಿಂದೂ ಚಿಂತನೆಯು ದೇವರ ಬಗೆಗಿನ ಅಜ್ಞಾನದಿಂದ ಒಂದು ಶ್ರೇಷ್ಠತೆಯನ್ನು ಉಂಟು ಮಾಡುತ್ತದೆ. ದೇವರ ಸ್ವರೂಪವನ್ನು ವ್ಯಾಖ್ಯಾನಿಸುವಂತೆ ಒಬ್ಬ ಋಷಿಯನ್ನು ಕೇಳಿದ ಬಗ್ಗೆ ಉಪನಿಷತ್ತುಗಳಲ್ಲಿ ಒಂದು ಅದ್ಭುತವಾದ ಕಥೆ ಇದೆ. ಆದರೆ ಹಾಗೆ ಕೇಳಿದಾಗ, ವಾಚಾಳಿಯಾದ ಆ ಬುದ್ಧಿವಂತ ಋಷಿಯು ಮೌನವಾಗುತ್ತಾನೆ. ಅವನ ಶಿಷ್ಯರು ಉತ್ತರ ಹೇಳಲೇಬೇಕು ಎಂದು ಒತ್ತಾಯಿಸಿದಾಗ "ಪರಮಾತ್ಮ ಎಂದರೆ ಮೌನ, ಹಾಗಾಗಿ ನನ್ನ ಮೌನವೇ ಇದಕ್ಕೆ ಉತ್ತರ" ಎಂದು ಹೇಳುತ್ತಾನೆ. ದೈವಿಕ ರಹಸ್ಯಗಳ ಸತ್ಯತೆಯನ್ನು ಬರಿಯ ಪದಗಳು ಮತ್ತು ಮಾತುಗಳಿಗೆ ಕುಗ್ಗಿಸುವುದು ಅಸಾಧ್ಯವಾದುದು. ಯಾವುದೇ ಆಲೋಚನೆಗಳಾಗಲಿ ಅಥವಾ ಪದಗಳಾಗಲಿ ಸಾಕಾಗುವುದಿಲ್ಲ. "ಅರ್ಥಮಾಡಿಕೊಳ್ಳಬಲ್ಲವರಿಗೆ ಅದು ಅರ್ಥವಾಗುವುದಿಲ್ಲ, ಯಾರಿಗೆ ಅರ್ಥವಾಗುವುದಿಲ್ಲವೋ ಅವರು ಅದನ್ನು ಅರ್ಥಮಾಡಿಕೊಳ್ಳುತ್ತಾರೆ" ಎಂದು ಕೇನೋಪನಿಷತ್ತು ಹೇಳುತ್ತದೆ. ಉಪನಿಷತ್ತುಗಳಲ್ಲಿ ಬರುವ ಅಂತಿಮ ಪದಗಳು 'ನೇತಿ, ನೇತಿ' ('ಇದು ಅಲ್ಲ, ಇದು ಅಲ್ಲ') ಎನ್ನುವುದು ಪರಮಾತ್ಮನ ಅನಿರ್ವಚನೀಯತೆಯನ್ನು ಸೂಚಿಸುತ್ತವೆ. ಅನೇಕ ಋಷಿಮುನಿಗಳಿಗೆ, ಅವರ ದೈವಿಕ ಪ್ರಜ್ಞೆ ಇತರರಿಗೆ ತಿಳಿಸಿ ಹೇಳಲಾಗದ ವಿಷಯ, ಏಕೆಂದರೆ ಅದೇ ಮಟ್ಟದ ಸಾಕ್ಷಾತ್ಕಾರವನ್ನು ಪಡೆಯದವರು ಅದನ್ನು ಪದಗಳ ಅಥವಾ ಚಿಹ್ನೆಗಳ ಮೂಲಕ ಗ್ರಹಿಸಲು ಸಾಧ್ಯವಿಲ್ಲ: 'ಅದರ ಬಗ್ಗೆ ಏನೂ ಹೇಳಲಾಗುವುದಿಲ್ಲ' ಎಂದಷ್ಟೇ ಹೇಳಬಹುದು.

ವೈಯಕ್ತಿಕವಾದ ಮತ್ತು ವ್ಯಕ್ತಿಗತವಾದ ಸವಲತ್ತುಗಳನ್ನು ನೀಡುವ, ಯಾರನ್ನೂ ಒಂದು ಸಮೂಹಕ್ಕೆ ಅಧೀನಗೊಳಿಸದ ಧರ್ಮ; ಅದನ್ನು ನಂಬುವ ವ್ಯಕ್ತಿಗೆ ಜೀವನದ ನಿಜವಾದ ಅರ್ಥವನ್ನು ತನ್ನದೇ ಆದ ರೀತಿಯಲ್ಲಿ ಕಂಡುಕೊಳ್ಳುವ ಸಂಪೂರ್ಣ ಸ್ವಾತಂತ್ರ್ಯವನ್ನು ನೀಡಿ ಗೌರವಿಸುವ ಧರ್ಮ; ಧಾರ್ಮಿಕ ಆಚರಣೆಯಲ್ಲಿ, ದೇವರ ಆಕಾರ ಮತ್ತು ಸ್ವರೂಪದಲ್ಲಿ ಕೂಡ ಅಗಾಧವಾದ ಆಯ್ಕೆಗಳನ್ನು ನೀಡುವ ಧರ್ಮ; ಒಬ್ಬರ ಮನಸ್ಸು ಮತ್ತು ಮೌಲ್ಯಗಳಿಗೆ, ಆಲೋಚನಾ ಸಾಮರ್ಥ್ಯಕ್ಕೆ, ಬೌದ್ಧಿಕ ಶೋಧನೆಗೆ ಮತ್ತು ಸ್ವಯಂ ಅಧ್ಯಯನ ಸಾಮರ್ಥ್ಯಕ್ಕೆ ಹೆಚ್ಚಿನ ಒತ್ತು ನೀಡುವ ಧರ್ಮ; ಸಿದ್ಧಾಂತ ಮತ್ತು ಪವಿತ್ರ ಗ್ರಂಥಗಳಿಂದ ದೂರವಿರುವ, ಕನಿಷ್ಠ ವಿವರಣಾತ್ಮಕವಾಗಿರುವ, ಆದರೂ ಕೂಡ ಆಧ್ಯಾತ್ಮಿಕ ಮತ್ತು ತತ್ವ ಗ್ರಂಥಗಳಲ್ಲಿ ಹಾಗೂ

ಸಾಮಾಜಿಕ ಮತ್ತು ಸಾಂಸ್ಕೃತಿಕ ಆಚರಣೆಗಳಲ್ಲಿ ಹೇರಳವಾದ ಆಯ್ಕೆಗಳನ್ನು ನೀಡುವಂತಹ ಒಂದು ಧರ್ಮ ಎಂದರೆ ಅದು ಹಿಂದೂ ಧರ್ಮ. ಇಪ್ಪತ್ತೊಂದನೇ ಶತಮಾನದಲ್ಲಿ ಒಂದು ಜಾಗತಿಕ ಧರ್ಮಕ್ಕೆ ಇರಬೇಕಾದ ಇಂತಹ ಅನೇಕ ಗುಣವಿಶೇಷತೆಗಳನ್ನು ಹಿಂದೂ ಧರ್ಮವು ಹೊಂದಿದೆ. ಅಧಿಕಾರದ ವಿರುದ್ಧ ಪ್ರತಿರೋಧ ಹೆಚ್ಚುತ್ತಿರುವ ಇಂದಿನ ಜಗತ್ತಿನಲ್ಲಿ ಹಿಂದೂ ಧರ್ಮವು ಯಾವ ಅಧಿಕಾರವನ್ನೂ ಹೇರುವುದಿಲ್ಲ; ಜಾಲದಲ್ಲಿ ಬೆಸೆದುಕೊಂಡಿರುವ ವ್ಯಕ್ತಿಗಳ ಪ್ರಪಂಚದಲ್ಲಿ ಹಿಂದೂ ಧರ್ಮ ಯಾವುದೇ ಸಾಂಸ್ಥಿಕ ಶ್ರೇಣೀಕ್ರಮವನ್ನು ಪ್ರಸ್ತಾಪಿಸುವುದಿಲ್ಲ; ಮುಕ್ತವಾಗಿ ಮಾಹಿತಿ ಹಂಚಿಕೊಳ್ಳುವ ಜಗತ್ತಿನಲ್ಲಿ, ಹಿಂದೂ ಧರ್ಮವು ಎಲ್ಲಾ ಮಾರ್ಗಗಳಿಗೂ ಸಮಾನ ಮಾನ್ಯತೆ ನೀಡಿ ಸ್ವೀಕರಿಸುತ್ತದೆ; ತ್ವರಿತವಾಗಿ ಪರಿವರ್ತನೆ ಮತ್ತು ಬದಲಾವಣೆ ಹೊಂದುತ್ತಿರುವ ಜಗತ್ತಿನಲ್ಲಿ, ಹಿಂದೂ ಧರ್ಮವು ಅಳವಡಿಸಿಕೊಳ್ಳಬಹುದಾದಂತಹದ್ದು ಮತ್ತು ಹೊಂದಿಕೊಳ್ಳುವಂತಹದ್ದು, ಆದ್ದರಿಂದಲೇ ಇದು ಸಾವಿರಾರು ವರ್ಷಗಳಿಂದ ಉಳಿದುಕೊಂಡಿದೆ.

ಎಲ್ಲಕ್ಕಿಂತ ಮಿಗಿಲಾಗಿ, ಒಬ್ಬ ಹಿಂದೂವಾಗಿ, ತನ್ನದು ಮಾತ್ರ ನಿಜವಾದ ಧರ್ಮವೆಂದು ಹೇಳಿಕೊಳ್ಳದ ಜಗತ್ತಿನ ಏಕೈಕ ಪ್ರಮುಖ ಧರ್ಮಕ್ಕೆ ನಾನು ಸೇರಿದವನಾಗಿದ್ದೇನೆ. ಇತರರು ತಪ್ಪಿಸಿಕೊಂಡಿರಬಹುದಾದ 'ಸತ್ಯವಾದ ಮಾರ್ಗ'ದಲ್ಲಿ ನಾನು ನಡೆಯುತ್ತಿದ್ದೇನೆ ಎಂಬ ಅಹಂಭಾವವಿಲ್ಲದೆ ಇತರೆ ಧರ್ಮಗಳ ಅನುಯಾಯಿಗಳ ಜೊತೆ ಮುಕ್ತವಾಗಿ ವ್ಯವಹರಿಸಬಹುದಾದ ಸ್ವಾತಂತ್ರ್ಯ ನನಗೆ ಅತ್ಯಂತ ಆಪ್ಯಾಯಮಾನ ಅನಿಸುತ್ತದೆ. ಎಲ್ಲಾ ನಂಬಿಕೆಗಳ ದಾರಿಗಳೂ ಸಮಾನವಾಗಿ ಮಾನ್ಯವಾದದ್ದು ಎಂದು ಹಿಂದೂ ಧರ್ಮವು ಪ್ರತಿಪಾದಿಸುತ್ತದೆ. ಇತರ ಧರ್ಮಗಳ ಸಂತರು ಮತ್ತು ಪವಿತ್ರ ವಸ್ತುಗಳನ್ನು ಹಿಂದೂಗಳು ಪೂಜನೀಯ ಎಂದು ಸುಲಭವಾಗಿ ಒಪ್ಪುತ್ತಾರೆ. ನಾನು ನನ್ನ ಧರ್ಮಕ್ಕೆ ವಂಚನೆ ಮಾಡುತ್ತಿದ್ದೇನೆ ಎಂಬ ಭಾವನೆಯಿಲ್ಲದೇ ಇತರ ಧರ್ಮಗಳ ಪವಿತ್ರತೆಯನ್ನು ಗೌರವಿಸುವ ಬಗ್ಗೆ ನನಗೆ ಹೆಮ್ಮೆಯಿದೆ.

ಅದೇ ರೀತಿಯ ಭಾವನೆಯಿಂದಲೇ ಹೆಕ್ಟರ್ ಗಾರ್ಸಿಯಾ ಮತ್ತು ಫ್ರಾನ್ಸಿಸ್ಕ್ ಮಿರಾಯೆಸ್ ಅವರು ಈ ಪುಸ್ತಕವನ್ನು ಬರೆದಿದ್ದಾರೆ. ಐದು ಸಾವಿರ ವರ್ಷಗಳಿಂದ ಉಳಿದುಕೊಂಡಿರುವ ಇದರ ಸಂಸ್ಕೃತಿ, ಆಧ್ಯಾತ್ಮಿಕ ಮತ್ತು ತಾತ್ವಿಕ ಶಾಖೆಗಳು, ಸಿದ್ಧಾಂತಗಳು, ಆಚರಣೆಗಳು ಮತ್ತು ಇಂತಹ ಅಸಾಧಾರಣ ನಂಬಿಕೆಯಿಂದ ಬದುಕಲು ಬೇಕಾದ ನಿಯಮಗಳು ಇವುಗಳನ್ನೆಲ್ಲಾ ಗುರುತಿಸುವ ಅದ್ಭುತವಾದ ಕೆಲಸ ಮಾಡಿದ್ದಾರೆ. ಭಾರತದ ಸಂಕೀರ್ಣ ಸಾಂಸ್ಕೃತಿಕ ಮತ್ತು ಆಧ್ಯಾತ್ಮಿಕ ಪರಂಪರೆಗಳನ್ನು ಸುಲಭವಾಗಿ ಅಧ್ಯಯನ ಮಾಡುವಂತೆ ಮಾಡಿರುವುದಕ್ಕೆ, ಅವುಗಳಿಂದ ಶೋಧಿಸಿದ ಜೀವನದ ಮಾರ್ಗದರ್ಶಿತ್ವವನ್ನು ಸಂಕ್ಷಿಪ್ತವಾಗಿ ವಿವರಿಸಿರುವುದಕ್ಕೆ ಅವರ ಈ ಪುಸ್ತಕವನ್ನು ನಾನು ಪ್ರಶಂಸಿಸುತ್ತೇನೆ. ಮುಕ್ತ ಮನಸ್ಸಿನಿಂದ ಪ್ರಾಚೀನ ಜ್ಞಾನವನ್ನು ಕಲಿಯಲು ಇಚ್ಛಿಸುವ ಪ್ರತಿಯೊಬ್ಬರಿಗೂ ಇದು ಮೌಲ್ಯಯುತವಾಗಿದೆ.

– *ಶಶಿ ತರೂರ್*

ಸಂತೋಷದ ಭೌಗೋಳಿಕತೆ

ಈ ಪುಸ್ತಕವು ಮಾನವ ಸಂಸ್ಕೃತಿಯಷ್ಟೇ ಪುರಾತನವಾದ ಜ್ಞಾನವೆಂಬ ಬಾವಿಯಿಂದ ಸಾರವನ್ನು ಹೀರಿಕೊಂಡಿದೆ ಹಾಗು ವರ್ತಮಾನಕ್ಕೂ ಮತ್ತು ನಾವು ಕನಸು ಕಾಣುವ ಭವಿಷ್ಯಕ್ಕೂ ರೂಪ ನೀಡುವ ಕೀಲಿಕೈಗಳನ್ನು ಹೊಂದಿದೆ.

ನಾವು ಇದನ್ನು ಬರೆಯಲು ನಿರ್ಧರಿಸುವ ಹೊತ್ತಿಗಾಗಲೇ ನಮ್ಮ ಪುಸ್ತಕಗಳು 60 ಕ್ಕೂ ಹೆಚ್ಚು ಭಾಷೆಗಳಿಗೆ ಅನುವಾದಗೊಂಡು ಪ್ರಪಂಚದಲ್ಲೇ ಅತೀ ಹೆಚ್ಚು ಮಾರಾಟವಾಗುವ ಪುಸ್ತಕಗಳಲ್ಲಿ ಮೊದಲ ಸ್ಥಾನದಲ್ಲಿತ್ತು. ತೀರಾ ಇತ್ತೀಚಿನ ಇಕಿಗಾಯ್ ವಿದ್ಯಮಾನವು ಭಾರತದ್ದು, ಸತತ ಎರಡು ವರ್ಷಗಳಿಂದ ಅಲ್ಲಿ ನಮ್ಮ ಪುಸ್ತಕವು ಅತೀ ಹೆಚ್ಚು ಮಾರಾಟವಾದ ಪುಸ್ತಕ ಎಂದು ಹೆಸರು ಗಳಿಸಿದೆ. ಇದು ನಮ್ಮನ್ನು ಆಧ್ಯಾತ್ಮಿಕತೆಯ ತೊಟ್ಟಿಲು ಎಂದು ಹೆಸರಾದ ಭಾರತ ಉಪಖಂಡಕ್ಕೆ ಪ್ರಯಾಣ ಬೆಳೆಸಲು, ಮಾತನಾಡಲು, ಉತ್ಸವಗಳಿಗೆ ಹಾಜರಾಗಲು ಮತ್ತು ಸಂದರ್ಶನಗಳನ್ನು ನೀಡಲು ಪ್ರಧಾನ ಪಾತ್ರ ವಹಿಸಿತು.

ನಮ್ಮ ಪ್ರಯಾಣದಲ್ಲಿ ನಾವು ಭೇಟಿ ಮಾಡಿದ ಪ್ರೀತಿಯ ಓದುಗರು ನಮ್ಮ ಕೆಲಸದ ಬಗ್ಗೆ ಅವರ ಅಭಿಪ್ರಾಯ ತಿಳಿಸುವುದರ ಜೊತೆಗೆ, ಭಾರತೀಯ ಜ್ಞಾನದಿಂದ ನಾವು ಪ್ರೇರಣೆಗೊಂಡು ಒಂದು ಪುಸ್ತಕವನ್ನು ಏಕೆ ಬರೆದಿಲ್ಲ ಎಂದು ಕೇಳಿದರು.

ಪ್ರತೀಬಾರಿ ಇದರ ಸಾಧ್ಯತೆಯ ಬಗ್ಗೆ ಚರ್ಚಿಸಿದಾಗಲೂ ನಮಗೆ ಇದೊಂದು ಆಗಾಧವಾದ, ಮಹತ್ವಾಕಾಂಕ್ಷೆಯ, ರೋಮಾಂಚನ ಉಂಟುಮಾಡುವ ಸಾಹಸದ ಪ್ರಕ್ರಿಯೆಯಂತೆ ಭಾಸವಾಗುತ್ತಿತ್ತು. ಭಾರತವು ಬರಿಯ ಹದಿಹರೆಯದ, ಕ್ರಿಯಾಶೀಲವಾಗಿರುವ ಮತ್ತು ಮುಂದಾಲೋಚನೆಯುಳ್ಳ ಜನರನ್ನು ಹೊಂದಿರುವ ದೇಶ ಮಾತ್ರವಲ್ಲದೆ, ಪ್ರಪಂಚದಲ್ಲೇ ಅತೀ ದೊಡ್ಡ ಪ್ರಜಾಪ್ರಭುತ್ವ ಹೊಂದಿರುವ ದೇಶವಾಗಿದೆ. ಜೊತೆಗೆ ಇದು ಮಾನವೀಯತೆಯನ್ನು ರೂಪಿಸಿದ ಕೆಲವು ಪ್ರಾಚೀನ ಮತ್ತು ಶ್ರೇಷ್ಠ ಆಧ್ಯಾತ್ಮಿಕ ಸಂಪ್ರದಾಯಗಳ ತವರಾಗಿದೆ. ಇದಕ್ಕಿಂತ ಉತ್ತಮ ವಿಚಾರ ಎಂದರೆ, ಇವುಗಳ (ಪ್ರಾಚೀನ ಮತ್ತು ಶ್ರೇಷ್ಠ ಆಧ್ಯಾತ್ಮಿಕ ಸಂಪ್ರದಾಯಗಳು) ಮೂಲಕ್ಕೆ ನಾವು ಹಿಂತಿರುಗಿದರೆ, ಇಡೀ ಜಗತ್ತಿಗೆ ಸಂತೋಷವನ್ನು ನೀಡುವ ಸಾಮರ್ಥ್ಯವನ್ನು ಇದು ಹೊಂದಿದೆ.

ವರ್ಣರಂಜಿತ ಹಿಂದೂ ದೇವಾಲಯಗಳು, ಗೋವಾ ಮತ್ತು ಕೇರಳದಲ್ಲಿ ಕಾಣಿಸುವ ಚರ್ಚುಗಳು, ನವದೆಹಲಿಯಲ್ಲಿ ಇರುವಂತಹ ಭವ್ಯವಾದ ಮಸೀದಿಗಳು ಮತ್ತು ತಾಜ್

ಮಹಲ್ ನಂತಹ ಇಸ್ಲಾಮಿಕ್ ಸಮಾಧಿಗಳು – ಹೀಗೆ ಒಂದೇ ದೇಶದಲ್ಲಿ ಇರುವ ಇಷ್ಟೊಂದು ಬಗೆಯ ಸಾಂಸ್ಕೃತಿಕ ವೈವಿಧ್ಯತೆಯನ್ನು ಕಂಡು ಭಾರತಕ್ಕೆ ಭೇಟಿ ನೀಡುವ ಪ್ರವಾಸಿಗರು ಆಶ್ಚರ್ಯಚಕಿತರಾಗುತ್ತಾರೆ. ಜೀವಂತಿಕೆ ಮಿಡಿಯುತ್ತಿರುವ ಇಲ್ಲಿನ ರಸ್ತೆಗಳಲ್ಲಿ, ಜೈನ ಮುನಿಗಳು, ಕ್ರೈಸ್ತ ಪಾದ್ರಿಗಳು, ಪೇಟ ಧರಿಸಿದ ಸುಸಂಸ್ಕೃತ ಸಿಖ್ಖರು, ಮರಣಕ್ಕೆ ಸಿದ್ಧರಾಗುವ ಉದ್ದೇಶದಿಂದ ದೇಶಾದ್ಯಂತ ತೀರ್ಥಯಾತ್ರೆಗಳನ್ನು ಮಾಡುತ್ತಾ ಸಂಚರಿಸುವ ಸಾಧು ಸಂತರು – ಹೀಗೆ ಎಲ್ಲರೂ ಪ್ರವಾಸಿಗರಿಗೆ ಕಾಣಸಿಗುತ್ತಾರೆ.

ಕನಿಷ್ಠಪಕ್ಷ ಆಧ್ಯಾತ್ಮಿಕತೆಗೆ ಸಂಬಂಧಿಸಿದಂತೆ ಒಂದು ಇಡೀ ಪ್ರಪಂಚವೇ ಇಲ್ಲಿದೆ ಎನ್ನುವ ಭಾವನೆ ಎಂತಹವರಿಗೂ ಮೂಡುತ್ತದೆ.

ನಾವು ಹಿಂದಕ್ಕೆ ನೋಡಿದರೆ, ನಂತರದಲ್ಲಿ ಬುದ್ಧನಾದ ಸಿದ್ಧಾರ್ಥ ಗೌತಮನು ಭಾರತದ ಉತ್ತರ ಭಾಗದ ಕಡೆಗೆ ತನ್ನ ಅನ್ವೇಷಣೆಯನ್ನು ಪ್ರಾರಂಭಿಸಿದನು ಎನ್ನುವುದನ್ನು ಕಾಣುತ್ತೇವೆ. ಇದಕ್ಕೂ ಸಾವಿರ ವರ್ಷಗಳ ಮುಂಚೆ ಹಿಂದೂ ಧರ್ಮಕ್ಕೆ ಒಂದು ನಿರ್ದಿಷ್ಟ ಆಕಾರ ನೀಡಿದ ಭಾರತೀಯ ಸಾಹಿತ್ಯದ ಅತ್ಯಂತ ಪ್ರಾಚೀನ ಪಠ್ಯಗಳಾದ ನಾಲ್ಕು ವೇದಗಳನ್ನು ನಾವು ಕಾಣುತ್ತೇವೆ.

ಪಾಶ್ಚಿಮಾತ್ಯ ದೇಶಗಳಲ್ಲಿ ಜನಪ್ರಿಯವಾಗಿರುವ, ಮನಸ್ಸನ್ನು ಶಾಂತವಾಗಿರಿಸುವ ಅಭ್ಯಾಸಗಳಾದ ಯೋಗ ಮತ್ತು ಧ್ಯಾನ ಇವುಗಳ ಉಗಮವಾದದ್ದು ಭಾರತದಲ್ಲಿ; ಜೊತೆಗೆ ಕರ್ಮ ಸಿದ್ಧಾಂತ ಮತ್ತು ಪ್ರಾಚೀನ ಚಿಕಿತ್ಸಾ ವಿಧಾನವಾದ ಆಯುರ್ವೇದದ ಪರಿಕಲ್ಪನೆಗಳು ಇವು ಕೂಡ ಭಾರತದಲ್ಲೇ ಉಗಮವಾದದ್ದಾಗಿವೆ.

ಭಾರತವು ವಿಶ್ವದ ಭವಿಷ್ಯವಾಗಿದೆ. ಜಗತ್ತಿನ ಬಹುರಾಷ್ಟ್ರೀಯ ಕಂಪನಿಗಳಲ್ಲಿ ಒಂದಾದ ಮೈಕ್ರೋಸಾಫ್ಟ್ ಮತ್ತು ಗೂಗಲ್‌ನ ಪ್ರಸ್ತುತ ಕಾರ್ಯನಿರ್ವಹಣಾಧಿಕಾರಿಗಳು (ಸಿಇಒ) ಪ್ರತಿಭಾವಂತ ಗಣಿತಜ್ಞರು, ಪ್ರೋಗ್ರಾಮರ್‌ಗಳು ಮತ್ತು ಎಂಜಿನಿಯರ್‌ಗಳಿಂದ ತುಂಬಿರುವ ಇದೇ ಸಂಸ್ಕೃತಿಯ ಹಿನ್ನೆಲೆಯಿಂದ ಬಂದವರಾಗಿದ್ದಾರೆ. ಅವರ ಯಶಸ್ಸಿನ ರಹಸ್ಯವೇನು?

ಮುಂದಿನ ಪುಟಗಳಲ್ಲಿ ಇದನ್ನು ನಾವು ತಿಳಿದುಕೊಳ್ಳೋಣ.

ಭಾರತದಂತಹ ಅಗಾಧವಾದ, ಅಂತ್ಯವಿಲ್ಲದ ಬೌದ್ಧಿಕ ಚಿಲುಮೆಯಿಂದ ಪ್ರಭಾವಿತರಾಗದೇ ಇರುವುದು ಬಹಳ ಕಷ್ಟ. ಸಾಂಕ್ರಾಮಿಕ ರೋಗದ ವಿನಾಶದ ಹಿನ್ನೆಲೆಯಲ್ಲಿ, ಪ್ರಸ್ತುತ ಸವಾಲುಗಳಿಗೆ ಉತ್ತರಗಳನ್ನು ಒದಗಿಸುವ ನಿಟ್ಟಿನಲ್ಲಿ ಒಂದು ಹೊಸದಾದ, ಸಣ್ಣ ಪ್ರಭಾವೀ ಪುಸ್ತಕವನ್ನು ಬರೆಯುವುದು ನಮ್ಮ ಉದ್ದೇಶವಾಗಿತ್ತು.

ಇಂದು ನಾವು ನಮ್ಮನ್ನು ಕೇಳಿಕೊಳ್ಳುವ ಪ್ರಶ್ನೆಗಳು, ಐದು ಸಾವಿರ ವರ್ಷಗಳ ಹಿಂದಿನಿಂದಲೂ ಭಾರತೀಯ ಯೋಗಿಗಳು ತಮ್ಮನ್ನು ತಾವು ಕೇಳಿಕೊಳ್ಳುತ್ತಿರುವ ಪ್ರಶ್ನೆಗಳೇ ಆಗಿವೆ:

- ದುಃಖವನ್ನು ಹಿಂದೆ ಬಿಟ್ಟು ಸಂತೃಪ್ತಿದಾಯಕ ಜೀವನವನ್ನು ನಡೆಸಲು ನಾವು ಪ್ರಾರಂಭಿಸುವುದು ಹೇಗೆ?
- ನಮ್ಮೊಳಗೆ ಸುಪ್ತವಾಗಿರುವ ಎಲ್ಲಾ ಸೃಜನಶೀಲ ಶಕ್ತಿಗಳನ್ನು ಜಾಗೃತಗೊಳಿಸಲು ನಮಗೆ ಯಾವ ಮಾರ್ಗಗಳಿವೆ?
- ನಮ್ಮ ದೈನಂದಿನ ಬದುಕಿನಲ್ಲಿ ಕರ್ಮದ ಸಿದ್ಧಾಂತವು ನಮಗೆ ಉಪಯೋಗವಾಗುವ ರೀತಿಯಲ್ಲಿ ಕೆಲಸ ಮಾಡುವಂತೆ ಮಾಡಬಹುದೇ?

- ಒತ್ತಡ, ಆತಂಕ ಮತ್ತು ಭಯದಿಂದ ನಮ್ಮನ್ನು ನಾವು ಮುಕ್ತಗೊಳಿಸಿಕೊಳ್ಳಲು ಉತ್ತಮ ವಿಧಾನಗಳು ಯಾವುವು?
- ನಮ್ಮ ಜೀವನದ ಅಂತ್ಯದವರೆಗೂ ದೇಹ, ಮನಸ್ಸು ಮತ್ತು ಆತ್ಮವು ಶಕ್ತಿಯುತವಾಗಿರುವಂತೆ ನಾವು ಹೇಗೆ ಕಾಳಜಿ ವಹಿಸಬಹುದು?

ಈ ಪ್ರಶ್ನೆಗಳ ಜೊತೆಗೆ ಇನ್ನಿತರ ಅನೇಕ ಪ್ರಶ್ನೆಗಳಿಗೆ ಉಪಯುಕ್ತವಾಗಿ, ಪ್ರಾಯೋಗಿಕ ರೀತಿಯಲ್ಲಿ ಉತ್ತರಿಸಲು, ಸಂತೋಷ ಮತ್ತು ವೈಯಕ್ತಿಕ ಸಂತೃಪ್ತಿಯ ಕಲೆಯಲ್ಲಿ ಮಾನವೀಯತೆಯ ಅತ್ಯುತ್ತಮ ಶಿಕ್ಷಕರ ಕಡೆಗೆ ನಾವು ತಿರುಗಿದ್ದೇವೆ.

ನಾವು ಗೊಂದಲದಲ್ಲಿ ಸಿಲುಕಿದ್ದಾಗ ಅದರಿಂದ ಹೊರಬರಲು, ನಮ್ಮ ಸಾಮರ್ಥ್ಯಗಳನ್ನು ಅಭಿವೃದ್ಧಿಪಡಿಸಿಕೊಂಡು, ನಮ್ಮನ್ನು ನಾವು ಸಂಪೂರ್ಣವಾಗಿ ಅರಿತುಕೊಳ್ಳಲು ಭಾರತವು ಸಾವಿರ ವರ್ಷ ಹಿಂದಿನ ಬುದ್ಧಿವಂತರಿಂದ ಪ್ರಾರಂಭಿಸಿ ರಮಣ ಮಹರ್ಷಿ ಮತ್ತು ಜಿಡ್ಡು ಕೃಷ್ಣಮೂರ್ತಿ ಅವರಂತಹ ಆಧುನಿಕ ವ್ಯಕ್ತಿಗಳವರೆಗೆ ಸ್ಫೂರ್ತಿಯ ಸಂಪತ್ತನ್ನು ನೀಡುತ್ತದೆ.

ಮುಂದಿನ ಪುಟಗಳಲ್ಲಿ, ಸಂತೋಷವಾಗಿರುವ ಸಲುವಾಗಿ ಭಾರತೀಯರ ಮಾರ್ಗವನ್ನು ಅನ್ವೇಷಿಸಲು ನೀವು ಒಂದು ಪ್ರಯಾಣವನ್ನು ಪ್ರಾರಂಭಿಸುತ್ತಿದ್ದೀರಿ. ಅದರ ಅನಂತ ಮಾರ್ಗಗಳು ನಮ್ಮ ಜೀವನವನ್ನು ಬದಲಾಯಿಸುವುದಷ್ಟೇ ಅಲ್ಲ, ಅದಕ್ಕಿಂತಲೂ ಹೆಚ್ಚಿನ ಬದಲಾವಣೆಯನ್ನು ತರಬಲ್ಲವು. ಅವು ಭವಿಷ್ಯವನ್ನೂ ಬದಲಾಯಿಸಬಲ್ಲವು.

ಈ ಪುಸ್ತಕದುದ್ದಕ್ಕೂ ನಾವು ಕಾಣುವಂತೆ, ನಾಳೆ ಎನ್ನುವುದು ಇಂದು ನಾವು ಆಚರಿಸುವ ಆಚರಣೆಗಳು, ವರ್ತನೆಗಳು ಮತ್ತು ಕ್ರಿಯೆಗಳ ಫಲಿತಾಂಶವಾಗಿದೆ.

ಈಗಿನಿಂದಲೇ ಪ್ರಾರಂಭಿಸಿ, ನಿಮಗಾಗಿ ಮತ್ತು ನೀವು ಸೃಷ್ಟಿಸುತ್ತಿರುವ ಜಗತ್ತಿಗಾಗಿ ಸಾಧ್ಯವಾದಷ್ಟೂ ಉತ್ತಮ ಭವಿಷ್ಯವನ್ನು ನಿರ್ಮಿಸುವುದು ನಮ್ಮ ಉದ್ದೇಶವಾಗಿದೆ.

– ಹೆಕ್ಟರ್ ಗಾರ್ಸಿಯಾ ಮತ್ತು ಫ್ರಾನ್ಸಿಸ್ಕ್ ಮಿರಾಯೆಸ್

I

ಸಂತೋಷದ ಒಂದು ಸಂಸ್ಕೃತಿ

.. ..

ಭಾರತ : ಮಾನವತೆಯ ಆಧ್ಯಾತ್ಮಿಕ ಚಿಲುಮೆ

ಪುರುಷಾರ್ಥ

"ಜಪಾನಿನ ಪರಿಕಲ್ಪನೆಯಾದ ಇಕಿಗಾಯ್ (ನಿಮ್ಮ ಅಸ್ತಿತ್ವಕ್ಕೆ ಕಾರಣ, ನಿಮ್ಮ ಜೀವನದ ಉದ್ದೇಶ) ಎನ್ನುವುದು ಭಾರತದಲ್ಲಿ ತುಂಬಾ ಜನಪ್ರಿಯವಾಗಿದೆ ಎಂದು ನೀವು ಏಕೆ ಭಾವಿಸುತ್ತೀರಿ?" ಎನ್ನುವುದು ಪ್ರಪಂಚದಾದ್ಯಂತ ನಮಗೆ ಹೆಚ್ಚು ಕೇಳಲಾಗುವ ಪ್ರಶ್ನೆಗಳಲ್ಲಿ ಒಂದಾಗಿದೆ. ಇದರಿಂದ, ಜಪಾನಿನ ಮತ್ತು ಭಾರತೀಯ ಜೀವನ ಶೈಲಿಗಳ ನಡುವೆ ಸಮಾನವಾದುದು ಏನೋ ಇರಬೇಕು ಎಂದು ನಮ್ಮ ಅಂತಃಪ್ರಜ್ಞೆ ನಮಗೆ ಸೂಚನೆ ನೀಡಿತು. ಹಾಗಾಗಿ ಈ ಪ್ರಶ್ನೆಗೆ, "ಬಹಳ ಹಿಂದೆಯೇ ಭಾರತೀಯ ಸಂಸ್ಕೃತಿಯ ಮೂಲದಿಂದ ಹಲವು ಜಪಾನೀ ಸಂಪ್ರದಾಯಗಳು ರೂಪುಗೊಂಡವು. ಭಾರತ ಮತ್ತು ಜಪಾನ್ ಎರಡೂ ದೇಶಗಳ ಜನರು ತಮ್ಮ ಜೀವನದ ಉದ್ದೇಶವನ್ನು ಅತ್ಯಂತ ಪ್ರಮುಖವೆಂದು ಪರಿಗಣಿಸುತ್ತಾರೆ ಎಂದು ತೋರುತ್ತದೆ" ಎಂದು ನಾವು ಉತ್ತರಿಸಿದೆವು.

ಆದರೆ, ಉತ್ತಮ ಜೀವನವನ್ನು ಹೇಗೆ ನಡೆಸುವುದು ಮತ್ತು ಅದರಲ್ಲಿ ನಮ್ಮ ಜೀವನದ ಉದ್ದೇಶದ ಪಾತ್ರವೇನು ಎಂಬುದನ್ನು ಅರ್ಥಮಾಡಿಕೊಳ್ಳುವ ನಮ್ಮ ಅನ್ವೇಷಣೆಯಲ್ಲಿ, ಇನ್ನೂ ಹೆಚ್ಚು ದೃಢವಾದ ಉತ್ತರವನ್ನು ಹುಡುಕುವತ್ತ ನಾವು ಮುಂದುವರೆದೆವು.

ಭಾರತದ ಸಂಸ್ಕೃತಿಯ ಬಗ್ಗೆ ಹಲವಾರು ಪುಸ್ತಕಗಳನ್ನು ಓದಿ, ನಮ್ಮ ಹಿಂದಿನ ಪುಸ್ತಕದ ಸಾವಿರಾರು ಓದುಗರ ಜೊತೆ ಸಂಭಾಷಣೆ ನಡೆಸುತ್ತಾ ಭಾರತಾದಾದ್ಯಂತ ಸಂಚರಿಸಿದ ಮೇಲೆ ನಮಗೆ ಕಾಣಸಿಕ್ಕಿದ್ದು – ಹಿಂದೂ ಧರ್ಮದ ಒಂದು ಪ್ರಮುಖ ಪರಿಕಲ್ಪನೆಯಾದ 'ಪುರುಷಾರ್ಥ'.

ಇದನ್ನು 'ಮಾನವನ ಉದ್ದೇಶ' ಅಥವಾ 'ಒಬ್ಬ ಮಾನವನ ಗುರಿ ಅಥವಾ ಜೀವನದ ಧ್ಯೇಯ' ಎಂದು ಅನುವಾದಿಸಬಹುದು.

ಪುರುಷಾರ್ಥ ಎನ್ನುವ ಈ ಸಂಸ್ಕೃತದ ಪದವು ಎರಡು ಪದಗಳು ಸೇರಿ ಆಗಿದೆ:

ಪುರುಷ : 'ಆತ್ಮ' ಅಥವಾ 'ಮಾನವನ ಅಭೌತಿಕ ತತ್ವ'

ಅರ್ಥ: 'ಅರ್ಥ', 'ಉದ್ದೇಶ', 'ಲಕ್ಷ್ಯ' ಅಥವಾ 'ಗುರಿ'.

ಪುರುಷಾರ್ಥಕ್ಕೆ ಅನುಗುಣವಾಗಿ ಜೀವಿಸಿ ಸಂತೃಪ್ತವಾದ ಬದುಕನ್ನು ಹೊಂದಲು ನಾವು ಬೆಳೆಸಿಕೊಳ್ಳಬೇಕಾದ 'ನಾಲ್ಕು ಪುರುಷಾರ್ಥಗಳು' ಎಂದು ಕರೆಯಲ್ಪಡುವ ನಾಲ್ಕು ಪ್ರಮುಖ ಕ್ಷೇತ್ರಗಳಿವೆ.

- **ಕಾಮ** ಎಂಬುದು ಇಂದ್ರಿಯಗಳ ಸುಖಕ್ಕೆ ಮತ್ತು ಬದುಕಿನ ಸೌಂದರ್ಯದ ಆಸ್ವಾದನೆಗೆ ಸಂಬಂಧಿಸಿದ್ದಾಗಿದೆ. ಇದು ಆಸೆ/ಕಾಮನೆ/ಬಯಕೆಗಳು, ಭಾವನೆಗಳು ಮತ್ತು ಪ್ರೀತಿ ಇವುಗಳ ಬಗ್ಗೆಯೂ ಕೂಡ ಆಗಿರುತ್ತದೆ.
    - ನಾನು ಏನು ಮಾಡಲು ಇಷ್ಟಪಡುತ್ತೇನೆ? ನನಗೇನು ಬೇಕು? ಎಂದು ನಿಮ್ಮನ್ನು ನೀವು ಕೇಳಿಕೊಳ್ಳಬಹುದು.

- **ಧರ್ಮ** ಎನ್ನುವುದಕ್ಕೆ ಬಹಳಷ್ಟು ಅರ್ಥಗಳಿವೆ. ಸಾಮಾನ್ಯವಾಗಿ ಧರ್ಮವೆಂದರೆ 'ಬ್ರಹ್ಮಾಂಡವನ್ನು ಅಸ್ತಿತ್ವದಲ್ಲಿರಿಸುವುದು', 'ಜೀವಿಸುವ ಸರಿಯಾದ ಮಾರ್ಗ', ಅಥವಾ 'ವಾಸ್ತವದ ಶಾಶ್ವತ ಸ್ವರೂಪ' ಎಂದರ್ಥ. ಜಗತ್ತಿನಲ್ಲಿ ಸಾಮರಸ್ಯವು ನೆಲೆಗೊಳ್ಳುವಂತೆ ಮಾಡಲು ಮತ್ತು ತನ್ನ ನೈಜ ಸ್ವರೂಪವನ್ನು ಅರಿತುಕೊಳ್ಳಲು ಪ್ರತಿಯೊಬ್ಬ ವ್ಯಕ್ತಿಯೂ ಕ್ರಮಬದ್ಧವಾಗಿ ಅನುಸರಿಸಬೇಕಾಗಿರುವ ನೈತಿಕ ಮೌಲ್ಯಗಳು, ಕರ್ತವ್ಯಗಳು, ಹಕ್ಕುಗಳು ಮತ್ತು ಸದ್ಗುಣಗಳನ್ನು ಇದು ಒಳಗೊಂಡಿದೆ.
    - ಈ ಜಗತ್ತಿಗೆ ನನ್ನಿಂದ ಏನು ಬೇಕು? ನಾನೇಕೆ ಇದ್ದೇನೆ? ಎಂದು ನಿಮ್ಮನ್ನು ನೀವು ಕೇಳಿಕೊಳ್ಳಬಹುದು.

- **ಅರ್ಥ** ಎಂದರೆ ನೀವು ನಿಮ್ಮ ಜೀವನ ನಿರ್ವಹಣೆಗೆ ಮಾಡಬೇಕಾದ ಕೆಲಸ. ಇದು ನಿಮಗೆ, ನಿಮ್ಮ ಕುಟುಂಬಕ್ಕೆ ಹಾಗೂ ನಿಮ್ಮ ಸಮುದಾಯಕ್ಕೆ ಸುಭಿಕ್ಷತೆಯನ್ನು ತಂದುಕೊಡುವುದಾಗಿದೆ. ಆಧುನಿಕ ಜಗತ್ತಿನ ಭಾಷೆಯಲ್ಲಿ ಸಾಮಾನ್ಯವಾಗಿ ಇದು ನಿಮ್ಮ ಉದ್ಯೋಗ, ವೃತ್ತಿಜೀವನ, ಆರ್ಥಿಕ ಭದ್ರತೆ ಮತ್ತು ಸಂಪತ್ತನ್ನು ಸೂಚಿಸುತ್ತದೆ.
    - ನನ್ನ ಜೀವನ ನಿರ್ವಹಣೆಗೆ ನನಗೇನು ಬೇಕು? ನನಗೆ ನನ್ನ ಪ್ರೀತಿಪಾತ್ರರಿಗೆ ಯಾವುದು ಸಂಪತ್ತನ್ನು ತಂದುಕೊಡಬಲ್ಲದು? ಎಂದು ನಿಮ್ಮನ್ನು ನೀವು ಕೇಳಿಕೊಳ್ಳಬಹುದು.

- **ಮೋಕ್ಷ** ಎಂದರೆ ಆತ್ಮಸಾಕ್ಷಾತ್ಕಾರ, ಮುಕ್ತಿ ಮತ್ತು ಸ್ವಾತಂತ್ರ್ಯ. ಕೆಲವು ಚಿಂತನಾಪಂಥಗಳ ಪ್ರಕಾರ, ನಾವು ಮರಣ ಮತ್ತು ಪುನರ್ಜನ್ಮದ ಚಕ್ರದಿಂದ ಮುಕ್ತರಾದಾಗ ಮೋಕ್ಷದ ಸ್ಥಿತಿಗೆ ತಲುಪುತ್ತೇವೆ. ಇನ್ನೂ ಕೆಲವು ಪಂಥಗಳ ಪ್ರಕಾರ ಮೋಕ್ಷ ಎಂದರೆ ಆತ್ಮ ಸಾಕ್ಷಾತ್ಕಾರದ ಬಗ್ಗೆ ಕಾರ್ಯೋನ್ಮುಖರಾಗಲು ಸ್ವತಂತ್ರರಾಗಿರುವ ಸ್ಥಿತಿಯಲ್ಲಿ ಇರುವುದು. ಆಧುನಿಕ ಪರಿಭಾಷೆಯಲ್ಲಿ ಇದನ್ನು ಅಬ್ರಹಾಂ ಮಾಸ್ಲೋ ಅವರ ಅಗತ್ಯಗಳ ಶ್ರೇಣಿಯಲ್ಲಿ ಎಲ್ಲಕ್ಕಿಂತ ಮೇಲೆ ಇರಿಸಬಹುದು. ನಿಮ್ಮ ಅತ್ಯಂತ ಅಗತ್ಯತೆಯ ಅರ್ಥದಲ್ಲಿ ನೀವು ಯಾರು? ನಿಮ್ಮ ಹೆಸರನ್ನು ಉಲ್ಲೇಖಿಸದೆ, ನಿಮ್ಮ ಕೆಲಸ, ನಿಮ್ಮನ್ನು ಗುರುತಿಸುವ ವಿಷಯಗಳು, ನಿಮ್ಮ ದೇಶ.... ಹೀಗೆ ಇದಾವುದನ್ನೂ ಹೇಳದೆ ನಿಮ್ಮನ್ನು ನೀವು ಹೇಗೆ ವ್ಯಾಖ್ಯಾನಿಸಿಕೊಳ್ಳುತ್ತೀರಿ ಎಂದು ಯೋಚಿಸಲು ಪ್ರಯತ್ನಿಸಿ.
    - ನಾನು ಯಾರು? ನಿಜವಾದ ಅರ್ಥದಲ್ಲಿ ನಾನು ಯಾರು? ಎಂದು ನಿಮ್ಮನ್ನು ನೀವು ಕೇಳಿಕೊಳ್ಳಬಹುದು.

ನಾವು ಇಕಿಗಾಯ್‌ಗೆ ಮಾಡಿದಂತೆ, ಈ ನಾಲ್ಕು ಪುರುಷಾರ್ಥಗಳನ್ನು ವೆನ್ ರೇಖಾಚಿತ್ರದಲ್ಲಿ ಜೋಡಿಸಿದೆವು. ಪುರುಷಾರ್ಥ ಮತ್ತು ಇಕಿಗಾಯ್ ಇವೆರಡಕ್ಕೂ ಬಹಳಷ್ಟು ಸಾಮ್ಯತೆಗಳಿವೆ ಎಂಬುದು ನಮ್ಮ ಗಮನಕ್ಕೆ ಬಂದಿತು. ಎಂತಹ ಆಹ್ಲಾದಕರ ವಿಸ್ಮಯ! ಅರ್ಥಪೂರ್ಣ ಜೀವನ ನಡೆಸಲು ಹಾಗೂ ಜೀವನದ ಗುರಿಯನ್ನು ಸಾಧಿಸಲು ಬೇಕಾದ ಜ್ಞಾನ ಮತ್ತು ಪರಿಕರಗಳು ಭಾರತೀಯ ಉಪಖಂಡದ ಜನರಿಗೆ ಬಹಳ ಹಿಂದಿನಿಂದಲೂ ಲಭ್ಯವಿವೆ.

ನಾನು ಏಕೆ ಜೀವಂತವಾಗಿದ್ದೇನೆ? ನನ್ನ ಜೀವನದಲ್ಲಿ ನಾನು ಏನು ಮಾಡಬೇಕು? ನನ್ನ ಉದ್ದೇಶವೇನು? ಪ್ರಾಚೀನ ಗ್ರಂಥಗಳ ಕಾಲಾತೀತ ಜ್ಞಾನದಲ್ಲಿ, ತತ್ವಜ್ಞಾನಿಗಳಲ್ಲಿ ಮತ್ತು ಭಾರತೀಯ ಸಂಪ್ರದಾಯಗಳಲ್ಲಿ ಈ ಪ್ರಶ್ನೆಗಳಿಗೆ ಉತ್ತರಗಳನ್ನು ಕಾಣಬಹುದು.

ನಾವು ಭಾರತದಿಂದ ಹೆಚ್ಚಿನದ್ದನ್ನು ಕಲಿಯಲು ಮತ್ತು ನಾವು ಕಲಿತಿದ್ದನ್ನು ನಮ್ಮ ಓದುಗರೊಂದಿಗೆ ಹಂಚಿಕೊಳ್ಳಲು ಬಯಸಿದ್ದೆವು. ನೀವು ಪರಲೋಕದಲ್ಲಿ ನಂಬಿಕೆ ಇಟ್ಟಿರಲಿ, ದೇವರ ಅಸ್ತಿತ್ವವನ್ನು ನಂಬದೆ ಇರಲಿ, ಒಬ್ಬನೇ ದೇವರಲ್ಲಿ ಅಥವಾ ಅನೇಕ ದೇವರುಗಳಲ್ಲಿ ನಂಬಿಕೆ ಇಟ್ಟಿರಲಿ, ಯಾವುದೇ ನಿರ್ದಿಷ್ಟ ಧರ್ಮದಲ್ಲಿ ನಂಬಿಕೆ ಇರಲಿ, ಈ ಪಾಠಗಳು ನಮ್ಮೆಲ್ಲ-ರಿಗೂ ಅನ್ವಯಿಸುತ್ತವೆ.

ಮಾನವರಾಗಿ ನಾವೆಲ್ಲರೂ ಒಪ್ಪಬಹುದಾದ ಒಂದು ವಿಷಯವಿದೆ:

ಈ ಕ್ಷಣದಲ್ಲಿ, ಈ ಮಾತುಗಳನ್ನು ನೀವು ಓದುತ್ತಿರುವಾಗ, ನೀವು ಜೀವದಿಂದಿರುವ ಮಾನವರು; ನೀವು ಜೀವಂತವಾಗಿರುವಾಗ ಉದ್ದೇಶಪೂರ್ವಕ ಜೀವನ ನಡೆಸುವ ಗುರಿ ಇಟ್ಟುಕೊಳ್ಳಬೇಕು ಮತ್ತು ನಿಮ್ಮ ಜನರು, ಕುಟುಂಬ, ಸ್ನೇಹಿತರು, ಸಮುದಾಯ, ನಿಮ್ಮ ದೇಶ ಅಥವಾ ಪ್ರದೇಶ, ಜೊತೆಗೆ ಇಡೀ ವಿಶ್ವಕ್ಕೆ ಒಂದು ಉದ್ದೇಶವನ್ನು ನೀಡಬೇಕು.

ನಿಮ್ಮ ಜೀವನದ ಉದ್ದೇಶ ಏನು ಎಂಬುದು ನಿಮಗೆ ಈಗಾಗಲೇ ತಿಳಿದಿರಬಹುದು ಅಥವಾ ಇನ್ನೂ ತಿಳಿದಿಲ್ಲದೆಯೂ ಇರಬಹುದು. ಈಗಾಗಲೇ ತಿಳಿದಿದ್ದರೆ, ಈ ಪುಸ್ತಕವು ನಿಮ್ಮ ಪುರುಷಾರ್ಥಕ್ಕೆ ಅನುಗುಣವಾಗಿ ಬದುಕಲು ನಿಮಗೆ ಒಂದು ನೀಲನಕ್ಷೆಯನ್ನು ಒದಗಿಸುತ್ತದೆ. ಇನ್ನೂ ತಿಳಿದಿಲ್ಲದಿದ್ದರೆ, ನಿಮ್ಮನ್ನು ನೀವು ಚೆನ್ನಾಗಿ ಅರಿತುಕೊಳ್ಳುವ ಮತ್ತು ನಿಮ್ಮ ಉದ್ದೇಶವನ್ನು ಕಂಡುಹಿಡಿಯುವ ಸಾಹಸಕ್ಕೆ ನಿಮಗೆ ಪರಿಕರಗಳನ್ನು ನೀಡುತ್ತದೆ.

ಜ್ಞಾನದ ಬಾಗಿಲುಗಳು

2024 ರ ಹೊತ್ತಿಗೆ, ಭಾರತವು ವಿಶ್ವದಲ್ಲೇ ಅತಿ ಹೆಚ್ಚು ನಿವಾಸಿಗಳನ್ನು ಹೊಂದಿರುವ ಅಂದರೆ ಇಡೀ ಭೂಗ್ರಹದ ಒಟ್ಟು ಜನಸಂಖ್ಯೆಯ ಸುಮಾರು 17 ಪ್ರತಿಶತ ಜನಸಂಖ್ಯೆ ಹೊಂದಿರುವ ದೇಶವಾಗುತ್ತದೆ ಎಂದು ಅಂದಾಜಿಸಲಾಗಿದೆ. ವಿವಿಧ ಅಧ್ಯಯನಗಳ ಪ್ರಕಾರ, ಇದು ಇಪ್ಪತ್ತೊಂದನೇ ಶತಮಾನದ ಉಳಿದ ಭಾಗದಲ್ಲೂ ಹಾಗೆಯೇ ಉಳಿದುಕೊಳ್ಳುತ್ತದೆ.

ಬ್ರಿಟೀಷ್ ವಸಾಹತು ಆಗಿ ಮಾರ್ಪಟ್ಟು ಬ್ರಿಟೀಷ್ ಆಳ್ವಿಕೆಯ ಅವಧಿ ಪ್ರಾರಂಭವಾಗುವ ತನಕ ಅನೇಕ ಶತಮಾನಗಳವರೆಗೆ ಭಾರತೀಯ ಉಪಖಂಡವು ಸಿಂಧೂ ನದಿಯ ಹೆಸರಿನಿಂದ ಕರೆಯಲ್ಪಡುವ ಹಿಂದೂಸ್ತಾನ ಎಂದೇ ಪರಿಚಿತವಾಗಿತ್ತು, ಆದರೆ ಇಂದು ಹಿಂದೂಸ್ತಾನ ಎಂಬ ಹೆಸರು ಹೆಚ್ಚಾಗಿ ಬಳಕೆಯಲ್ಲಿಲ್ಲ.

1947 ರಲ್ಲಿ ಭಾರತದ ವಿಭಜನೆಯ ನಂತರ, ಈ ವಿಶಾಲವಾದ ಭೂಪ್ರದೇಶವು ಬಹಳಷ್ಟು ಬಾರಿ ವಿಭಜನೆಯಾಗಿ ಭೂತಾನ್, ಬಾಂಗ್ಲಾದೇಶ, ಭಾರತ, ನೇಪಾಳ, ಪಾಕಿಸ್ತಾನ, ಶ್ರೀಲಂಕಾ ಮುಂತಾದ ವಿವಿಧ ದೇಶಗಳು ಅಸ್ತಿತ್ವಕ್ಕೆ ಬಂದಿವೆ. ತಮ್ಮ ಸಂಸ್ಕೃತಿ ಮತ್ತು ಆಲೋಚನೆಗಳಿಂದ ಬರಿಯ ಏಷ್ಯಾದ ದೊಡ್ಡ ಭಾಗವಷ್ಟೇ ಅಲ್ಲ, ಇಡೀ ಜಗತ್ತಿನ ಮೇಲೆಯೂ ಪ್ರಭಾವ ಬೀರಿರುವ ಆ ಪ್ರದೇಶಗಳ ನಿವಾಸಿಗಳು ಹಂಚಿಕೊಂಡಿರುವ ಭೂತಕಾಲದ ವಿಭಿನ್ನ ಅಂಶಗಳನ್ನು ಸೂಚಿಸಲು ಈ ಪುಸ್ತಕದಲ್ಲಿ ನಾವು ಕೆಲವೊಮ್ಮೆ ಭಾರತೀಯ ನಾಗರಿಕತೆ, ಹಿಂದೂಸ್ಥಾನ ಮತ್ತು ಭಾರತೀಯ ಉಪಖಂಡ ಎಂಬ ಪದಗಳನ್ನು ಪರ್ಯಾಯವಾಗಿ ಬಳಸಿದ್ದೇವೆ.

ಮೊದಲನೆಯ ಶತಮಾನದಿಂದ ಹದಿನೇಳನೇ ಶತಮಾನದವರೆಗೆ ಭಾರತದ ಜನರು ಆರ್ಥಿಕತೆಯ ವಿಚಾರದಲ್ಲಿ ವಿಶ್ವನಾಯಕರಾಗಿದ್ದರು ಎಂಬುದನ್ನು ಅರಿತುಕೊಳ್ಳುವುದು ಸಹ ಬಹಳ ಮುಖ್ಯವಾಗಿದೆ. ಈ ಹದಿನೇಳು ಶತಮಾನಗಳ ಅವಧಿಯಲ್ಲಿ ಈ ಭೂಪ್ರದೇಶವು ಸಮಗ್ರ ದೇಶೀಯ ಉತ್ಪನ್ನದ (ಜಿಡಿಪಿ) ದೃಷ್ಟಿಯಿಂದ ಇಡೀ ಜಗತ್ತಿನಲ್ಲೇ ಅತಿದೊಡ್ಡ ಆರ್ಥಿಕ ಶಕ್ತಿಯಾಗಿತ್ತು. ಕೆಲವು ಕಾಲ ಜಾಗತಿಕ ಆರ್ಥಿಕತೆಯ 25 ಪ್ರತಿಶತಕ್ಕಿಂತ ಹೆಚ್ಚು ಈ ಪ್ರದೇಶದಲ್ಲಿ ಕೇಂದ್ರೀಕೃತವಾಗಿತ್ತು.

ಇತರ ಭೂಪ್ರದೇಶಗಳು ಇನ್ನೂ ನಿದ್ರಿಸುತ್ತಿದ್ದ ಮಧ್ಯಕಾಲೀನ ಯುಗದಲ್ಲಿ ಭಾರತವು ಅದಾಗಲೇ ಸಮೃದ್ಧಿ ಹೊಂದಿತ್ತು.

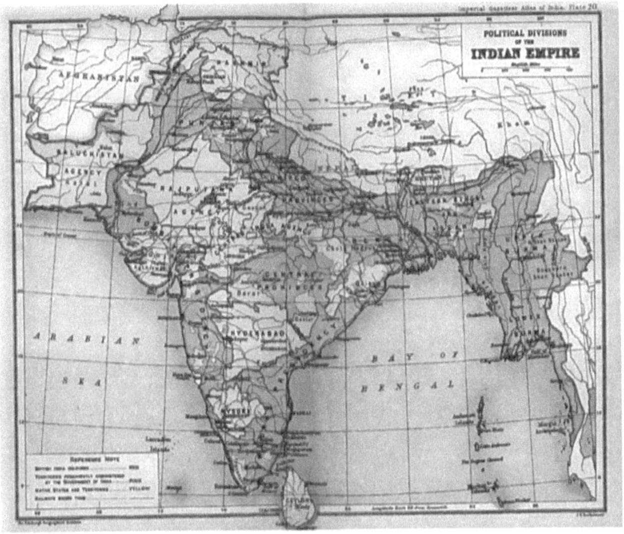

೧೯೦೯ ರ ಭಾರತದ ಇಂಪೀರಿಯಲ್ ಗೆಜೆಟಿಯರ್ ಆವೃತ್ತಿಯಲ್ಲಿ ಪ್ರಕಟವಾದ ಬ್ರಿಟಿಷ್ ಭಾರತೀಯ ಸಾಮ್ರಾಜ್ಯದ ನಕ್ಷೆ. ಇದರಲ್ಲಿ ಎಲ್ಲಾ ಪ್ರದೇಶಗಳು ಒಟ್ಟಿಗೆ ಇದ್ದು, ಇಂದು ಭಾರತೀಯ ಉಪಖಂಡ ಎಂದು ಪರಿಗಣಿಸಲ್ಪಟ್ಟಿರುವ, ಐತಿಹಾಸಿಕವಾಗಿ ಹಿಂದೂಸ್ತಾನ ಎಂದು ಕರೆಯಲ್ಪಡುವ ಪ್ರದೇಶಕ್ಕೆ ಸರಿಸುಮಾರು ಸಮಾನವಾಗಿದೆ.

ಹದಿನೇಳನೇ ಶತಮಾನದಿಂದ ಇಪ್ಪತ್ತನೆಯ ಶತಮಾನದ ಬಹುಕಾಲದವರೆಗೆ ಭಾರತವು ಆರ್ಥಿಕ ಕುಸಿತಕ್ಕೆ ಒಳಗಾಯಿತು. ಹೀಗಿದ್ದರೂ ಅದೃಷ್ಟವಶಾತ್ ಇತ್ತೀಚಿನ ದಶಕಗಳಲ್ಲಿ, ಅದು ತನ್ನ ಸಮಗ್ರ ದೇಶೀಯ ಉತ್ಪನ್ನದಲ್ಲಿ ಮತ್ತು ವಿಶೇಷವಾಗಿ ಅಲ್ಲಿಯ ನಿವಾಸಿಗಳ ಜೀವನ ಮಟ್ಟದಲ್ಲಿ ಪ್ರಗತಿಯನ್ನು ಸಾಧಿಸಿದೆ. ಪ್ರಸ್ತುತ ಭಾರತವು ವಿಶ್ವದಲ್ಲೇ ಐದನೇ ಅತಿ-ದೊಡ್ಡ ಆರ್ಥಿಕತೆಯನ್ನು ಹೊಂದಿರುವ ದೇಶವಾಗಿದ್ದು, ಪ್ರಸ್ತುತ ದರದಲ್ಲೇ ಅದರ ಅಭಿವೃದ್ಧಿ ಮುಂದುವರಿದರೆ ಮುಂದಿನ ಕೆಲವು ದಶಕಗಳಲ್ಲಿ ಅದು ಜಗತ್ತಿನ ಮೂರು ಅತಿದೊಡ್ಡ ಆರ್ಥಿಕತೆಗಳಲ್ಲಿ ಒಂದೆನಿಸಿಕೊಳ್ಳುವುದರಲ್ಲಿ ಯಾವುದೇ ಸಂದೇಹವಿಲ್ಲ.

ಹಿಂದೂಸ್ತಾನದ ಸಮೃದ್ಧಿ, ಸಾಂಸ್ಕೃತಿಕ ಸಂಪತ್ತು ಮತ್ತು ಇತಿಹಾಸವನ್ನು ಆಗಾಗ್ಗೆ ಏಕೆ ಮರೆತುಬಿಡಲಾಗುತ್ತದೆ?

ಭಾರತವು ತನ್ನ ಜಾಗತಿಕ ನಾಯಕತ್ವ ಸ್ಥಾನಕ್ಕೆ ಮರಳುತ್ತದೆ ಎಂದು ನಮಗೆ ಮನವರಿಕೆಯಾಗಿದೆ ಮತ್ತು ಅದರ ಸಂಸ್ಕೃತಿಯ ರಹಸ್ಯಗಳನ್ನು ತಿಳಿಯಪಡಿಸುವುದಕ್ಕೆ ಈ ಪುಸ್ತಕವು ನಮ್ಮ ಒಂದು ಸಣ್ಣ ಕಾಣಿಕೆಯಾಗಿದೆ.

ಹತ್ತೊಂಭತ್ತನೇ ಶತಮಾನದಲ್ಲಿ ಫ್ರೆಂಚ್ ಲೇಖಕ ವಿಕ್ಟರ್ ಹ್ಯೂಗೋ ಅವರು "ಸೈನ್ಯಗಳ ಆಕ್ರಮಣಕ್ಕೆ ಪ್ರತಿರೋಧ ಒಡ್ಡಬಹುದು, ಆದರೆ ಕಾಲ ಕೂಡಿ ಬಂದಿರುವ ಆಲೋಚನೆಗೆ ಅಲ್ಲ" ಎಂದು ಬರೆದಿದ್ದರು. 1991 ರಲ್ಲಿ ಭಾರತದ ಹಣಕಾಸು ಸಚಿವರಾಗಿದ್ದ ಮತ್ತು ಭಾವೀ ಪ್ರಧಾನಮಂತ್ರಿಯಾಗಲಿದ್ದ ಮನಮೋಹನ್ ಸಿಂಗ್ ಅವರು ವಿಕ್ಟರ್ ಹ್ಯೂಗೋ ಅವರ ಮಾತುಗಳನ್ನು ಉಲ್ಲೇಖಿಸಿ "ಭಾರತ ಈಗ ಎಚ್ಚರಗೊಂಡಿದೆ, ಈ ಮಾತನ್ನು ಇಡೀ ಜಗತ್ತು ಜೋರಾಗಿ ಮತ್ತು ಸ್ಪಷ್ಟವಾಗಿ ಕೇಳಿಸಿಕೊಳ್ಳಲಿ" ಎಂದು ಹೇಳಿದ್ದರು.

ಹೊಸ ನಾಯಕರಿಗೆ ಮೀಸಲಾದ ಅಧ್ಯಾಯದಲ್ಲಿ, ಮುಂದೆ ನಾವು ನೋಡುವಂತೆ, ಭಾರತವು ಭವಿಷ್ಯದ ವ್ಯಾಪಾರ ಮತ್ತು ತಾಂತ್ರಿಕ ಶಕ್ತಿಯಾಗಿ ರೂಪುಗೊಳ್ಳಲಿದೆ ಎಂಬುದು ಪೂರ್ವನಿರ್ಧಾರಿತವಾಗಿದ್ದರೂ ಅದು ಯಾವಾಗಲೂ ಆಧ್ಯಾತ್ಮಿಕ ಪ್ರಪಂಚದ ಕೇಂದ್ರವಾಗಿಯೇ ಉಳಿದಿದೆ.

ಇಂದಿನ ಆಧುನಿಕ ಮನೋವಿಜ್ಞಾನ ಕ್ಷೇತ್ರದಲ್ಲಿ ಅಧ್ಯಯನಕ್ಕೆ ಬಂದಿರುವಂತಹ ವಿಷಯಗಳಲ್ಲಿ ಭಾರತದ ಋಷಿಮುನಿಗಳು ಮತ್ತು ಪಂಡಿತರು ಸಾವಿರಾರು ವರ್ಷಗಳಿಂದಲೂ ಮುಂಚೂಣಿಯಲ್ಲಿರುವ ಮಾರ್ಗದರ್ಶಕರಾಗಿದ್ದರು. ಪ್ರಪಂಚದ ಹೆಚ್ಚಿನ ಭಾಗಗಳಲ್ಲಿ ಜೀವನವೆಂದರೆ ಬದುಕುಳಿಯುವುದಕ್ಕಿಂತ ಸ್ವಲ್ಪ ಹೆಚ್ಚಿನದು ಎಂದು ತಿಳಿದಿದ್ದ ಕಾಲದಲ್ಲಿ, ಭಾರತೀಯ ಉಪಖಂಡದಲ್ಲಿ ಅದಾಗಲೇ ಪ್ರಜ್ಞೆ ಜಾಗೃತವಾಗಿತ್ತು.

ಕ್ರಿ.ಪೂ. 327 ರಲ್ಲಿ, ಇಂದಿನ ಪಂಜಾಬ್ ಪ್ರಾಂತ್ಯದ ಮೂಲಕ ಅಲೆಕ್ಸಾಂಡರ್ ದಿ ಗ್ರೇಟ್ ಭಾರತವನ್ನು ಪ್ರವೇಶಿಸಿದನು, ಆದರೆ ಭಾರತ ಮತ್ತು ಪಶ್ಚಿಮ ದೇಶಗಳ ನಡುವಿನ ಸಂಬಂಧ, ಹೆಚ್ಚಿನ ಜನರು ಗ್ರಹಿಸುವುದಕ್ಕೇ ಸಾಧ್ಯವಾಗದಷ್ಟು ಅದಕ್ಕೂ ಬಹಳ ಹಿಂದಕ್ಕೆ ಹೋಗುತ್ತದೆ. ಭಾರತವು ಸಾವಿರಾರು ವರ್ಷಗಳಿಂದ ಭೂಮಿಯ ಉಳಿದ ಭಾಗಗಳಿಗೆ ತನ್ನ ಬೆಳಕನ್ನು ಬೀರುತ್ತಿದೆ.

ಯೇಸು ಕಾಶ್ಮೀರದಲ್ಲಿ ಮರಣ ಹೊಂದಿದನೇ?

ಪೂರ್ವ–ಪಶ್ಚಿಮ ಆಧ್ಯಾತ್ಮಿಕ ಸಂಪರ್ಕದ ಕುರಿತಾಗಿ ಅತ್ಯಂತ ಆಕರ್ಷಕ ಪಿತೂರಿ ಸಿದ್ಧಾಂತಗಳಲ್ಲಿ ಒಂದು ದಂತಕತೆಯಿದೆ, ಉದಾಹರಣೆಗೆ, ಆಂಡ್ರಿಯಾಸ್ ಫೇಬರ್ ಕೈಸರ್ ಅವರು ತಮ್ಮ 'ಜೀಸಸ್ ಡೈಡ್ ಇನ್ ಕಾಶ್ಮೀರ್: ಜೀಸಸ್ ಮೊಸೆಸ್ ಅಂಡ್ ದಿ ಟೆನ್ ಲಾಸ್ಟ್ ಟ್ರೈಬ್ಸ್ ಆಫ್ ಇಸ್ರೇಲ್' ಎನ್ನುವ ತಮ್ಮ ಪುಸ್ತಕದಲ್ಲಿ ವಿವರಿಸಿದ ನಜರತ್‌ನ ಯೇಸು ಶಿಲುಬೆ ಮೇಲೆ ಸತ್ತಿಲ್ಲ ಬದಲಾಗಿ, ಅವನ ಗಾಯಗಳು ಗುಣವಾದ ನಂತರ, ಅವನು ಬಂಧಮುಕ್ತನಾಗಿ ಇಸ್ರೇಲಿನ ನಾಶವಾದ ಜನಾಂಗಗಳ ಹೆಜ್ಜೆಗುರುತನ್ನು ಅನುಸರಿಸುತ್ತಾ ಪೂರ್ವಾಭಿಮುಖವಾಗಿ ಯಾತ್ರೆಗೆ ಹೊರಟನು. ಇದು ಅವನನ್ನು ಭಾರತಕ್ಕೆ ಕರೆತಂದಿತು. ಅಲ್ಲಿ ಅವನು ವಯಸ್ಸಾಗುವವರೆಗೆ ಅಲ್ಲಿ ಜೀವಿಸಿದ್ದನು ಎಂಬ ದಂತಕಥೆ.

ಜಮ್ಮು ಮತ್ತು ಕಾಶ್ಮೀರದ ಬೇಸಿಗೆ ರಾಜಧಾನಿಯಾದ ಶ್ರೀನಗರದಲ್ಲಿ, ಸುಮಾರು ಕ್ರಿ. ಶ 100 ರಲ್ಲಿ ಹೂತಲ್ಪಟ್ಟ ಒಬ್ಬ ಯಾತ್ರಿಕನ ಸಮಾಧಿಯನ್ನು ನೋಡಬಹುದಾಗಿದೆ. ಆ ಕಾಲದ ವರದಿಗಳ ಪ್ರಕಾರ, ಆತ ತೋಳಿಲ್ಲದ ಬಿಳಿಯ ನಿಲುವಂಗಿ ಧರಿಸುತ್ತಿದ್ದುದಷ್ಟೇ ಅಲ್ಲದೆ ಆತನ ಕೈಕಾಲುಗಳಲ್ಲಿ ಗಾಯಗಳಿದ್ದವು, ಅವನು ಮಾರ್ಜಾನ್ ಎಂಬ ಹೆಸರಿನ ಒಬ್ಬ ಮಹಿಳೆಯೊಂದಿಗೆ ಬಂದಿದ್ದನು. ಆಕೆ ಮೇರಿ ಮ್ಯಾಗ್ಡಲೆನ್ ಆಗಿರಬಹುದು ಎನ್ನಲಾಗುತ್ತದೆ.

ಇಂದಿನ ಜಗತ್ತಿಗೆ ಐವರು ಶಿಕ್ಷಕರು ಮತ್ತು ಐದು ಆಲೋಚನೆಗಳು

ಸಂತೋಷದ ಕಲೆಯಲ್ಲಿ ನಮಗೆ ಮಾರ್ಗದರ್ಶನ ನೀಡುವ ಭಾರತೀಯ ಆಧ್ಯಾತ್ಮಿಕತೆಯ ದೃಢವಾದ ಅಂಶಗಳತ್ತ ಮುಂದುವರೆಯುವ ಮೊದಲು, ಕೆಲವು ಶಿಕ್ಷಕರು ಮತ್ತು ಇಂದಿಗೂ ಪ್ರಸ್ತುತವಾಗಿರುವ ಅವರ ಆಲೋಚನೆಗಳತ್ತ ಈ ಅಧ್ಯಾಯದಲ್ಲಿ ನಾವು ಒಂದು ಸಂಕ್ಷಿಪ್ತ ನೋಟ ಹರಿಸೋಣ.

1. **ಪಾರ್ಶ್ವ: 'ಪ್ರತಿಯೊಂದು ಜೀವಿಗೂ ಆತ್ಮವಿದೆ'.** ಕ್ರಿ. ಪೂ. ಎಂಟನೇ ಶತಮಾನದಲ್ಲಿ ಈ ಪ್ರವಾದಿಯು ಪಶ್ಚಿಮ ದೇಶಗಳಲ್ಲಿ ಹೆಚ್ಚು ಪ್ರಚಲಿತವಿರದ, ವೈದಿಕ ಗ್ರಂಥಗಳ ನಂತರ ಹುಟ್ಟಿದ ಅತ್ಯಂತ ಹಳೆಯ ಭಾರತೀಯ ಧರ್ಮವಾದ ಜೈನ ಧರ್ಮದ ಬೋಧಕನಾಗಿದ್ದನು. ಇಂದು ಜೈನ ಧರ್ಮವು ಸುಮಾರು ಅರವತ್ತು ಲಕ್ಷ ಅನುಯಾಯಿಗಳನ್ನು ಹೊಂದಿದೆ. ಬುದ್ಧನಂತೆ ರಾಜಕುಮಾರನಾದ ಅವನು ಜೀವನವನ್ನು ಹೊರತುಪಡಿಸಿ ಯಾವುದೇ ಪವಿತ್ರತೆ ಇಲ್ಲ, ಅದು ಎಲ್ಲವನ್ನೂ ವ್ಯಾಪಿಸಿದೆ ಎಂದು ಪ್ರತಿಪಾದಿಸಿ ಪಾಲಿಸಿಕೊಂಡು ಬಂದನು. ಆದ್ದರಿಂದ, ಅನೇಕ ಜೈನರು ಕೀಟಗಳನ್ನು ತುಳಿಯುವುದು ಅಥವಾ ನುಂಗುವುದನ್ನು ತಪ್ಪಿಸಲು ನೆಲವನ್ನು ಸ್ವಚ್ಛವಾಗಿ ಗುಡಿಸುತ್ತಾರೆ ಮತ್ತು ಮುಖಗವಸು ಧರಿಸುತ್ತಾರೆ. ಭಾರತಕ್ಕೆ ಸ್ವಾತಂತ್ರ್ಯ ತಂದುಕೊಡಲು ಗಾಂಧೀಜಿ ಅನುಸರಿಸಿದ್ದ ಅಹಿಂಸೆಯ ಪರಿಕಲ್ಪನೆಯು ಈ ಧರ್ಮದ ಮೇಲೆ ಆಧಾರಿತವಾದದ್ದಾಗಿದೆ.

2. **ಬುದ್ಧ: 'ನೋವು ಅನಿವಾರ್ಯ, ಆದರೆ ದುಃಖ ಐಚ್ಛಿಕ'.** ಕ್ರಿಸ್ತಪೂರ್ವ ಆರನೇ ಮತ್ತು ಐದನೇ ಶತಮಾನಗಳಲ್ಲಿ ಮಾನವನ ದುಃಖಕ್ಕೆ ಪರಿಹಾರವನ್ನು ಹುಡುಕಲು ಹೊರಟಿದ್ದ ರಾಜಕುಮಾರ ಸಿದ್ಧಾರ್ಥ ಗೌತಮನ ಅತ್ಯಂತ ಪ್ರಸಿದ್ಧವಾದ ಅಂತರ್ದೃಷ್ಟಿ ಇದಾಗಿರಬಹುದು. ನಮಗಾಗುವ ನೋವು ಮತ್ತು ನಲಿವು ಒಂದು ವಿಷಯವಾದರೆ ಅವುಗಳ ಬಗ್ಗೆ ನಮ್ಮ ವ್ಯಾಖ್ಯಾನ ಅಥವಾ ವಾಸ್ತವಿಕತೆಗೆ ಪ್ರತಿಕ್ರಿಯೆ ಬೇರೆ ವಿಷಯ. ಅದರಲ್ಲಿ ಮಾನವನ ಸ್ವಾತಂತ್ರ್ಯದ ಕೀಲಿಕೈ ಅಡಗಿದೆ.

3. **ಮಹಾವೀರ: "ನಿನಗೆ ದಾರಿ ತಿಳಿದಿದ್ದರೆ, ಗಮ್ಯಸ್ಥಾನವೂ ತಿಳಿದಿರುತ್ತದೆ, ಏಕೆಂದರೆ ಗಮ್ಯಸ್ಥಾನವು ಅಂತ್ಯದಲ್ಲಿ ಇರುವುದಿಲ್ಲ; ಪ್ರತಿಕ್ಷಣದಲ್ಲೂ, ಪ್ರತಿಯೊಂದು ಹೆಜ್ಜೆಯಲ್ಲೂ ಗಮ್ಯಸ್ಥಾನವಿದೆ, ಅದು ಈ ಕ್ಷಣದ ಅರಿವಿನಲ್ಲಿ ಇದೆ."** ಕ್ರಿ.ಪೂ. ಐದನೇ ಶತಮಾನದ ಪಾರ್ಶ್ವನ ಆಧ್ಯಾತ್ಮಿಕತೆಯ ಉತ್ತರಾಧಿಕಾರಿಯ ಈ ಒಳನೋಟ, ಇಂದಿಗೂ ಬಹಳ ಪ್ರಸ್ತುತವೆಂದು ತೋರುತ್ತದೆ. ಮಹಾವೀರನು ಕೂಡ ತನ್ನ ಗುರುವಿನಂತೆ, ಅರಮನೆಯಲ್ಲಿ ಜನಿಸಿದ್ದರೂ ಅಲೆಮಾರಿಯಾಗಿದ್ದವನು. ಅವನ ಮಾತುಗಳನ್ನು ಎಕ್ಹಾರ್ಟ್ ಟೋಲ್ ಅವರ 'ದಿ ಪವರ್ ಆಫ್ ನೌ' (The Power of Now) ಎಂಬ ಕೃತಿಯಿಂದ ಆಯ್ದುಕೊಂಡಂತಿದೆ ಎನ್ನಿಸಿದರೂ ಅವು ಎರಡು ಸಾವಿರದ ಐನೂರು ವರ್ಷಗಳಷ್ಟು ಹಿಂದೆಯೇ ಹೇಳಲ್ಪಟ್ಟಿದ್ದವು. ಆಧ್ಯಾತ್ಮಿಕ ಮಾರ್ಗವು ನಕ್ಷೆಯಂತೆ ಇಲ್ಲ, ಅದು ಅದೃಶ್ಯವಾಗಿರುತ್ತದೆ, ಆದ್ದರಿಂದ ಆ ಮಾರ್ಗದಲ್ಲಿ ನಿನ್ನ ಪರವಾಗಿ ಯಾರೂ ಪ್ರಯಾಣ ಮಾಡಲಾರರು ಎಂದು ಮಹಾವೀರನು ಒತ್ತಿ ಹೇಳಿದ್ದನು.

4. **ಪತಂಜಲಿ: "ನೀನು ಯಾವುದಾದರೂ ಮಹತ್ವದ ಉದ್ದೇಶದಿಂದ, ವಿಶೇಷ ಯೋಜನೆಯೊಂದರಿಂದ ಪ್ರೇರಣೆಗೊಂಡಾಗ, ನಿನ್ನ ಎಲ್ಲಾ ಚಿಂತನೆಗಳು ಬಂಧಮುಕ್ತವಾಗುತ್ತವೆ: ನಿನ್ನ ಮನಸ್ಸು ಮಿತಿಗಳನ್ನು ದಾಟುತ್ತದೆ, ನಿನ್ನ ಪ್ರಜ್ಞೆಯು ಎಲ್ಲಾ ದಿಕ್ಕುಗಳಲ್ಲಿ ಪಸರಿಸುತ್ತದೆ ಮತ್ತು ನಿನ್ನನ್ನು ನೀನು ಒಂದು ಹೊಸದಾದ, ಮಹತ್ತರವಾದ ಮತ್ತು ಅದ್ಭುತ ಲೋಕದಲ್ಲಿ ಕಂಡುಕೊಳ್ಳುತ್ತೀಯ. ಸುಪ್ತಾವಸ್ಥೆಯಲ್ಲಿದ್ದ ಶಕ್ತಿ, ಸಾಮರ್ಥ್ಯ ಮತ್ತು ಪ್ರತಿಭೆಗಳು ಜೀವಂತವಾಗುತ್ತವೆ, ಮತ್ತು ನಿನ್ನನ್ನು ನೀನು ಕನಸು ಕಂಡಿದ್ದಕ್ಕಿಂತ ಹೆಚ್ಚು ಶ್ರೇಷ್ಠ ವ್ಯಕ್ತಿಯೆಂದು ಕಂಡುಕೊಳ್ಳುತ್ತೀಯ".** ಯೋಗದ ತಾತ್ವಿಕ ಆಧಾರವಾದ 'ಯೋಗ ಸೂತ್ರಗಳು' ಎಂಬ ಸಂಸ್ಕೃತ ಗ್ರಂಥದ ಕರ್ತೃ ಬದುಕಿದ್ದನು ಎಂಬ ನಂಬಿಕೆ ಇರುವ ಕ್ರಿಸ್ತಶಕ ಎರಡನೇ ಅಥವಾ ಮೂರನೇ ಶತಮಾನದ ಕಾಲಘಟ್ಟಕ್ಕೆ ನಾವು ಜಿಗಿದಿದ್ದೇವೆ. ತನ್ನ ಉಜ್ವಲ ಭೂತಕಾಲದಿಂದ ಅವನು ಮೂಲಭೂತವಾದ ಮಾನವೀಯ ಉದ್ದೇಶ ಮತ್ತು ಪುರುಷಾರ್ಥಗಳ ಕುರಿತು ಮಾತನಾಡುತ್ತಾನೆ ಜೊತೆಗೆ ಪ್ರಖ್ಯಾತ ಮನಃಶಾಸ್ತ್ರಜ್ಞ ಮಿಹಾಲಿ ಚಿಕ್ಸೆಂಟ್‌ಮಿಹಲಾಯಿ ಅವರು ಪ್ರಸಿದ್ಧಗೊಳಿಸಿದ ಫ್ಲೋ ಸಿದ್ಧಾಂತವನ್ನು ಸಹ ಅತ್ಯಂತ ನಿಖರವಾಗಿ ವಿವರಿಸುತ್ತಾನೆ.

5. **ರಾಮಕೃಷ್ಣ: "ದಂತಕಥೆಗಳಲ್ಲಿ ಬರುವ ಕಸ್ತೂರಿ ಮೃಗವು ತನ್ನಿಂದಲೇ ಆ ಪರಿಮಳವು ಬರುತ್ತಿದೆ ಎಂಬುದನ್ನು ತಿಳಿಯದೆ ಅದರ ಮೂಲವನ್ನು ಹುಡುಕಿಕೊಂಡು ಪ್ರಪಂಚವನ್ನೇ ಸುತ್ತುತ್ತದೆ."** ನಮ್ಮ ಕಾಲಘಟ್ಟಕ್ಕೆ ಹತ್ತಿರವಾದ ಒಬ್ಬರು ಪೂಜನೀಯರನ್ನು ಉಲ್ಲೇಖಿಸುತ್ತಾ ಇದನ್ನು ಮುಗಿಸೋಣ. 1836 ರಲ್ಲಿ ಜನಿಸಿ ಐವತ್ತು ವರ್ಷಗಳ ನಂತರ ನಿಧನರಾದ ಶ್ರೀ ರಾಮಕೃಷ್ಣರು ಬಹುಶಃ ಆಧುನಿಕ ಶಿಕ್ಷಕರ ಪ್ರವರ್ತಕರಾಗಿದ್ದರು. ಪತ್ರಿಕೆಯ ಒಂದು ಲೇಖನದ ಮೂಲಕ ಅವರು ಕಲ್ಕತ್ತಾದಾದ್ಯಂತ ಪ್ರಸಿದ್ಧರಾದರು, ಆ ಪತ್ರಿಕಾ ಲೇಖನಕ್ಕೆ ಧನ್ಯವಾದಗಳು. ಕಲ್ಕತ್ತಾದಲ್ಲಿ ಅವರು ಯುವ ಕವಿ ರವೀಂದ್ರನಾಥ ಟ್ಯಾಗೋರ್ ಅವರನ್ನು ಭೇಟಿಯಾದರು. ಅಂತಿಮ ಸತ್ಯವನ್ನು ಅರಿತುಕೊಳ್ಳಲು ಸಿದ್ಧರಾಗಿದ್ದರೆ, ಎಲ್ಲಾ ನಂಬಿಕೆಗಳು ಮತ್ತು ಧರ್ಮಗಳು ದೇವರೆಡೆಗೇ ನಿಮ್ಮನ್ನು ಕರೆದೊಯ್ಯುತ್ತವೆ ಎಂದು ಅವರು ಸಮರ್ಥಿಸಿಕೊಂಡರು.

ಈ ಗುರುಗಳಲ್ಲಿ ಪ್ರತಿಯೊಬ್ಬರೂ ಭವಿಷ್ಯದತ್ತ ತೆರೆದಿರುವ ಒಂದು ಬಾಗಿಲನ್ನು ಪ್ರತಿನಿಧಿಸುತ್ತಾರೆ, ಏಕೆಂದರೆ ಅವರು ಇಂದಿನ ವ್ಯಕ್ತಿತ್ವ ವಿಕಸನಕ್ಕೆ ಅಡಿಗಲ್ಲಾಗಿರುವ ಪ್ರಜ್ಞೆಯ ಕುರಿತಾದ ಪ್ರಶ್ನೆಗಳನ್ನು ಶತಮಾನಗಳ ಹಿಂದೆಯೇ ನಿರೀಕ್ಷಿಸಿದ್ದರು.

ಕುರುಡರು ಮತ್ತು ಆನೆ

ಇದು ಭಾರತೀಯ ಸಂಸ್ಕೃತಿಯಲ್ಲಿನ ಅತ್ಯಂತ ಪುರಾತನವಾದ ತಾತ್ವಿಕ ಉಪಮೆಗಳಲ್ಲಿ ಒಂದಾಗಿದೆ. ರಾಮಕೃಷ್ಣರು ಮತ್ತು ಕವಿ ಜಾನ್ ಗಾಡ್ಫ್ರೆ ಸ್ಯಾಕ್ಸ್ ಅವರು ಬರೆದ ಆವೃತ್ತಿಗಳು ಒಳಗೊಂಡಂತೆ, ಇದಕ್ಕೆ ಹಲವಾರು ರೂಪಾಂತರಗಳು ಇವೆ. ಇದು ನಮ್ಮ ಆವೃತ್ತಿ.

ಒಂದು ಸಣ್ಣ ಹಳ್ಳಿಗೆ ಒಂದು ಆನೆ ಬಂದಿತು, ಮತ್ತು ಅದನ್ನು ಪರೀಕ್ಷಿಸಲು ನಾಲ್ಕು ಮಂದಿ ಅಂಧರು ಒಟ್ಟುಗೂಡಿದರು. ಮೊದಲನೆಯವನು ಆನೆಯ ಸೊಂಡಿಲನ್ನು ಮುಟ್ಟಿ "ಇದೊಂದು ದೊಡ್ಡ ಸರ್ಪ!" ಎಂದು ಭಯದಿಂದ ಉದ್ಗರಿಸಿದನು. ಆದರೆ, ಧೈರ್ಯದಿಂದ

ಆ ಆನೆಯ ಬೇರೆ ಬೇರೆ ಭಾಗಗಳನ್ನು ಸ್ಪರ್ಶಿಸಲು ಮುಂದಾಗಿದ್ದ ಇತರರನ್ನು ಈ ಉದ್ಗಾರ ಧೈರ್ಯಗೆಡಿಸಲಿಲ್ಲ. ಎರಡನೇ ವ್ಯಕ್ತಿಯು ಆನೆಯ ಒಂದು ಕಾಲನ್ನು ಮುಟ್ಟಿ "ಇದು ಪ್ರಾಣಿಯಲ್ಲ, ಖಂಡಿತವಾಗಿಯೂ ಇದೊಂದು ಮರದ ಕಾಂಡ" ಎಂದು ಹೇಳಿದನು. ಮೂರನೆಯ ಅಂಧ ವ್ಯಕ್ತಿಯು ಆನೆಯ ಒಂದು ಕಿವಿಯನ್ನು ಸವರಿ "ನೀವು ತಪ್ಪು ತಿಳಿದಿದ್ದೀರಿ. ಇದೊಂದು ಪಂಖ (ಫ್ಯಾನ್)" ಎಂದು ಹೇಳಿದನು. ಕೊನೆಯದಾಗಿ ನಾಲ್ಕನೆಯ ಅಂಧನು ಮೆರುಗಾದ ಮೇಲ್ಮೈ ಉಳ್ಳ ಆನೆಯ ಒಂದು ದಂತವನ್ನು ಸ್ಪರ್ಶಿಸಿ "ನಾನು ಸ್ಪರ್ಶಿಸುತ್ತಿರುವುದು ನಯವಾಗಿ, ಭರ್ಜಿಯಂತೆ ಗಟ್ಟಿಯಾಗಿದೆ" ಎಂದು ಘೋಷಿಸಿದನು. ಈ ಭಿನ್ನಾಭಿಪ್ರಾಯವನ್ನು ಬಗೆಹರಿಸಲು ಕಣ್ಣಿರುವ ಒಬ್ಬ ಹಳ್ಳಿಗನು "ಒಂದು ರೀತಿಯಲ್ಲಿ ನಿಮ್ಮೆಲ್ಲರ ಅಭಿಪ್ರಾಯಗಳೂ ಸರಿಯಾಗಿದೆ, ಆದರೆ ಅವೆಲ್ಲಾ ಒಟ್ಟಿಗೆ ಇದ್ದಾಗ ಏನಾಗುತ್ತದೆ ಎಂಬುದರ ಸಾರವನ್ನು ಅರ್ಥ ಮಾಡಿಕೊಳ್ಳದೆ ನೀವು ಸತ್ಯದ ಕೆಲವು ಭಾಗಗಳನ್ನು ಮಾತ್ರ ವಿವರಿಸಿದ್ದೀರಿ. ಆನೆ ಎಂದರೆ ಅದು ಹಾವಲ್ಲ, ಮರವೂ ಅಲ್ಲ, ಪಂಖ ಕೂಡ ಅಲ್ಲ ಮತ್ತು ಭರ್ಜಿಯೂ ಅಲ್ಲ; ಅದು ಸೊಂಡಿಲು, ದಂತಗಳು ಹಾಗೂ ಅತೀ ದೊಡ್ಡ ಕಿವಿಗಳು ಮತ್ತು ಕಾಲುಗಳನ್ನು ಹೊಂದಿರುವ ಒಂದು ಪ್ರಾಣಿಯಾಗಿದೆ. ನಾವೆಲ್ಲರೂ ಒಂದಲ್ಲ ಒಂದು ರೀತಿಯಲ್ಲಿ ಅಂಧರಾಗಿದ್ದೇವೆ. ಇದನ್ನು ನಾವು ಜೀವನದ ಪಾಠವನ್ನಾಗಿ ಮಾಡಿಕೊಳ್ಳಬೇಕು. ಸತ್ಯವನ್ನು ತಿಳಿದುಕೊಳ್ಳಬೇಕಾದರೆ ನಾವು ಕೇವಲ ನಮ್ಮ ಸ್ವಂತ ಅಭಿಪ್ರಾಯಗಳನ್ನು ಪ್ರತಿಪಾದಿಸುವ ಬದಲು ಮುಕ್ತ ಮನಸ್ಸಿನಿಂದ ಸಂವಾದ ನಡೆಸಬೇಕು." ಎಂದು ವಿವರಿಸಿದನು.

ಈ ಸಾಂಪ್ರದಾಯಿಕ ಕಥೆಯಲ್ಲಿ ಯಾವ ಅಂಧರೂ ಆನೆಯನ್ನು ನೋಡಿಲ್ಲ. ಆದರೂ ಕೂಡ ತಮ್ಮ ದೃಷ್ಟಿಕೋನವು ಸರಿಯಾಗಿದೆ ಎಂದು ಮನದಟ್ಟು ಮಾಡಿಕೊಂಡು ತಮ್ಮ ಅಭಿಪ್ರಾಯಗಳನ್ನು ಧೈರ್ಯವಾಗಿ ವ್ಯಕ್ತಪಡಿಸುತ್ತಾರೆ. ಇದರಿಂದ ನಮಗೆ ಸಿಗುವ ಸಂದೇಶವೇನೆಂದರೆ, ನಾವು ಯಾವುದೇ ವಿಷಯದ ಬಗ್ಗೆ ಎಷ್ಟೇ ದೃಢ ನಂಬಿಕೆಯುಳ್ಳವರಾಗಿದ್ದರೂ, ಅದಕ್ಕೆ ವಿರುದ್ಧವಾದ ನಂಬಿಕೆ ಹೊಂದಿರುವವರು ಕೂಡ ತಮ್ಮ ನಂಬಿಕೆ ಸರಿಯಾಗಿದೆ ಎಂದು ನಂಬಿರುತ್ತಾರೆ. ಸತ್ಯ ಯಾರ ಸ್ವತ್ತೂ ಅಲ್ಲ.

ವಿಜ್ಞಾನ, ಸತ್ಯ ಮತ್ತು ಜೀವನ

ವೈಜ್ಞಾನಿಕ ಜಗತ್ತಿನಲ್ಲಿ, ಒಂದೇ ಕ್ಷೇತ್ರದಲ್ಲಿ ಬರಿಯ ಕಣ್ಣಿಗೆ ಕಾಣುವ ಸತ್ಯಗಳನ್ನು ಮತ್ತು ತಜ್ಞರ ವಿಧಾನಗಳನ್ನು ತನಿಖೆ ಮಾಡಲು ಈ ನೀತಿಕಥೆಗೆ ಹೋಲಿಕೆಯಾಗುವ ದೃಷ್ಟಾಂತಗಳನ್ನು ಉಪಯೋಗಿಸುತ್ತಾರೆ.

ಉದಾಹರಣೆಗೆ, 1932ರ ಭೌತಶಾಸ್ತ್ರ ವಿಭಾಗದ ನೊಬೆಲ್ ಪ್ರಶಸ್ತಿ ವಿಜೇತರಾದ, ಕ್ವಾಂ–ಟಂ ಮೆಕಾನಿಕ್ಸ್‌ನ ಪ್ರಥಮ ಅನ್ವೇಷಕರಾಗಿದ್ದ ವರ್ನರ್ ಹೈಸೆನ್‌ಬರ್ಗ್ ಅವರು "ಅಳತೆಯ ಸಾಧನವನ್ನು ವೀಕ್ಷಕನೇ ನಿರ್ಮಿಸಿದ್ದಾನೆ, ನಾವು ವೀಕ್ಷಿಸುತ್ತಿರುವುದು ಸ್ವತಃ ಅದರ ಪ್ರಕೃತಿಯಲ್ಲ, ಬದಲಾಗಿ ನಾವು ಪ್ರಶ್ನಿಸುವ ರೀತಿಗೆ ತೆರೆದುಕೊಂಡಿರುವ ಅದರ ಪ್ರಕೃತಿಯಾಗಿದೆ ಎಂಬುದನ್ನು ನಾವು ಗಮನದಲ್ಲಿಡಬೇಕು" ಎಂದು ಎಚ್ಚರಿಸಿದ್ದರು.

ಸಾಮಾನ್ಯವಾಗಿ ಒಂದು ವೈಜ್ಞಾನಿಕ ಕ್ಷೇತ್ರದ ವಿರುದ್ಧ ಅಡೆತಡೆಗಳು ಬಂದಾಗ, ವಿಜ್ಞಾನಿಗಳ ವಿವಿಧ ಗುಂಪುಗಳು ವಿಭಿನ್ನ ಊಹಾಪೋಹಗಳನ್ನು ಪ್ರತಿಪಾದಿಸುತ್ತವೆ, ಆದರೆ ಸರಿಯಾದುದು ಯಾವುದು ಎಂದು ಯಾರಿಗೂ ರುಜುವಾತು ಮಾಡಲು ಸಾಧ್ಯವಾಗುವುದಿಲ್ಲ. ದೊಡ್ಡ ಕೊಡುಗೆಗಳನ್ನು ನೀಡಿ ವಿಜ್ಞಾನದ ಇತಿಹಾಸದ ಭಾಗವಾಗಲು ಸಮರ್ಥರಾದವರು ವಿವಿಧ ಊಹೆಗಳ ನಡುವಿನ ವಿರೋಧಾಭಾಸಗಳನ್ನು ತೆಗೆದುಹಾಕಿ ಅದನ್ನು ಒಂದು ಸಿದ್ಧಾಂತವಾಗಿ ಪರಿವರ್ತಿಸುತ್ತಾರೆ.

ವಿಜ್ಞಾನವನ್ನು ಮೀರಿ ಈ ಕೆಳಗಿನ ಮೂರು ಮಾರ್ಗಗಳ ಮೂಲಕ ಆನೆಯ ಈ ದೃಷ್ಟಾಂತವನ್ನು ನಮ್ಮ ಜೀವನಕ್ಕೆ ಕೂಡ ಅನ್ವಯಿಸಿಕೊಳ್ಳಬಹುದು.

ಸತ್ಯದ ಮಾರ್ಗ

- ಸತ್ಯದ ಸಮೀಪಿಸಲು ನಾವು ಒಂದು ಅಭಿಪ್ರಾಯವನ್ನಷ್ಟೇ (ಅದು ನಮ್ಮ ಸ್ವಂತ ಅಭಿಪ್ರಾಯವಾಗಿದ್ದರೂ ಸಹ) ನಂಬಲು ಸಾಧ್ಯವಿಲ್ಲ. ಹೆಚ್ಚು ಆಯ್ಕೆಗಳ ಸಾಧ್ಯತೆಯ ಕಡೆಗೆ ನಾವು ತೆರೆದುಕೊಳ್ಳಬೇಕು ಮತ್ತು ವ್ಯತಿರಿಕ್ತವಾದ ದೃಷ್ಟಿಕೋನಗಳನ್ನು ಕೂಡ ಒಟ್ಟಿಗೆ ಸೇರಿಸಿಕೊಳ್ಳಬೇಕು.
- ಬೇರೆಯವರ ಅಭಿಪ್ರಾಯಕ್ಕೆ ನಮ್ಮ ಮನಸ್ಸನ್ನು ತೆರೆದಿಟ್ಟರೆ, ಅವರ ಜ್ಞಾನದ ಉಪಯುಕ್ತತೆಯನ್ನು ಪಡೆದುಕೊಂಡು ಸತ್ಯದ ಬಗ್ಗೆ ಇರುವ ನಮ್ಮ ಅನಿಸಿಕೆಯನ್ನು ವಿಸ್ತರಿಸಿಕೊಳ್ಳಬಹುದು.

ಸಂವಹನ ಮತ್ತು ಸಹಭಾಗಿತ್ವ

- ಇತರರ ಅಭಿಪ್ರಾಯ ತಪ್ಪು ಎಂದು ನಾವು ಭಾವಿಸಬಾರದು. ಅವರ ದೃಷ್ಟಿಕೋನದಿಂದ ಗಮನಿಸಿದಾಗ ತಪ್ಪು ಅಭಿಪ್ರಾಯ ಹೊಂದಿರುವವರು ನಾವೇ ಎಂದು ಊಹಿಸಿಕೊಳ್ಳುವುದು ಉತ್ತಮ.
- 'ದಿ ಫೋರ್ ಅಗ್ರೀಮೆಂಟ್ಸ್' ಎಂಬ ಪುಸ್ತಕದ ಲೇಖಕ ಡಾನ್ ಮಿಗೇಲ್ ರೂಯಿಸ್ ಹೇಳುವಂತೆ, ಬೇರೆಯವರು ಕೆಟ್ಟ ಉದ್ದೇಶ ಹೊಂದಿದ್ದಾರೆ ಎಂದು ಭಾವಿಸಬಾರದು.
- ಇತರರೊಂದಿಗೆ ನಡೆಸುವ ಸಂವಹನವು ನಮಗೆ ಸಂಪೂರ್ಣ ಜಾಗತಿಕ ದೃಷ್ಟಿಕೋನವನ್ನು ನೀಡುತ್ತದೆ.

ಸಣ್ಣ ಭಾಗಗಳು ಮತ್ತು ಸಮಗ್ರತೆ

- ಯಾವುದನ್ನಾದರೂ ತಿಳಿದಿದ್ದೇವೆ ಎಂದರೆ ಅದನ್ನು ನಾವು ಸಂಪೂರ್ಣವಾಗಿ ಮನದಟ್ಟು ಮಾಡಿಕೊಂಡಿದ್ದೇವೆ ಎಂದು ಅರ್ಥವಲ್ಲ. ಆ ನೀತಿಕಥೆಯಲ್ಲಿರುವ ಕುರುಡರಂತೆ ಸಾಮಾನ್ಯವಾಗಿ ನಾವು ಸತ್ಯದ ತುಣುಕುಗಳಿಗೆ ಮಾತ್ರ ಒಡ್ಡಿಕೊಳ್ಳುತ್ತೇವೆ.
- ಸಮಸ್ಯೆಯ ಹೆಚ್ಚಿನ ಭಾಗಗಳು ಮತ್ತು ದೃಷ್ಟಿಕೋನಗಳನ್ನು ತಿಳಿದಷ್ಟೂ ಅದನ್ನು ಪರಿಹ-ರಿಸುವುದಕ್ಕೆ ನಾವು ಇನ್ನೂ ಹೆಚ್ಚು ಹತ್ತಿರವಾಗುತ್ತೇವೆ.

'ಸಂಪೂರ್ಣವೆನ್ನುವುದು ಅದರ ಭಾಗಗಳ ಮೊತ್ತಕ್ಕಿಂತ ದೊಡ್ಡದಾಗಿದೆ' ಎನ್ನುವ, ಆ ನೀತಿಕಥೆಯನ್ನು ಧೃಡೀಕರಿಸುವ ಪ್ರಸಿದ್ಧ ಉಲ್ಲೇಖದೊಂದಿಗೆ ನಾವು ಇದನ್ನು ಕೊನೆಗೊಳಿಸುತ್ತಿದ್ದೇವೆ.

ಟೋರಿ ಮತ್ತು ತೋರಣ

ಮುಚ್ಚಿದ ಮನಸ್ಸುಗಳು ಸಂಸ್ಕೃತಿಗಳ ನಡುವಿನ ವ್ಯತ್ಯಾಸಗಳ ಮೇಲೆ ಮಾತ್ರ ಗಮನ ಹರಿಸುತ್ತವೆ, ಮತ್ತು ಇದರಿಂದ 'ಇದರಂತೆ ಬೇರೆಲ್ಲಿಯೂ ಇಲ್ಲ' ಎಂಬಂತಹ ಸವಕಲು ನುಡಿಗಟ್ಟನ್ನು ಬಳಸುವ ಸಾಧ್ಯತೆಯಿರುತ್ತದೆ. ಆದರೆ ನಮ್ಮನ್ನು ಒಗ್ಗೂಡಿಸುವ ಸಂಗತಿಗಳನ್ನು ಗಮನಿಸುವುದು ಯಾವಾಗಲೂ ನಮಗೆ ಹೆಚ್ಚು ಅಸಕ್ತಿದಾಯಕವೆನಿಸಿತು. ಅಂತಿಮವಾಗಿ, ನಾವೆಲ್ಲರೂ ಒಂದು ನಕ್ಷತ್ರದ ಸುತ್ತ ಸುತ್ತುವ ಬೃಹತ್ ಬಂಡೆಯ ಮೇಲೆ ಸ್ಥಳವನ್ನು ಹಂಚಿಕೊಂಡಿರುವ ಮನುಷ್ಯರು.

ಆನೆಯ ಒಂದು ಭಾಗವನ್ನು ಮಾತ್ರ ನೋಡಲು ನಮ್ಮನ್ನು ನಾವು ಸೀಮಿತಗೊಳಿಸಿಕೊಳ್ಳದೇ ನಮ್ಮ ಮನಸ್ಸನ್ನು ತೆರೆದಿಟ್ಟುಕೊಳ್ಳಲು ಉತ್ತಮ ಮಾರ್ಗವೆಂದರೆ ಪ್ರವಾಸ ಮಾಡುವುದು. ವಾಸ್ತವವಾಗಿ ನೀವು ಓದುತ್ತಿರುವ ಈ ಪುಸ್ತಕದ ಮೂಲವು ನಮ್ಮ ಹಿಂದಿನ ಪುಸ್ತಕಗಳಂತೆಯೇ ಏಷ್ಯಾದಾದ್ಯಂತ ಕೈಗೊಂಡ ನಮ್ಮ ಪ್ರವಾಸದಲ್ಲಿ ಅಡಗಿದೆ.

ಪ್ರವಾಸವು ನಮ್ರತೆಯನ್ನು ಬೆಳೆಸಿಕೊಳ್ಳಲು ಸಹಾಯ ಮಾಡುತ್ತದೆ. ಬಹುಶಃ ನೀವಿರುವ ಸ್ಥಳದ ಪದ್ಧತಿಗಳು ಮತ್ತು ಸಂಪ್ರದಾಯಗಳು ಅತ್ಯುತ್ತಮವಾದುದೇನಲ್ಲ ಅಥವಾ ಅವುಗಳಷ್ಟೇ ಪದ್ಧತಿಗಳು ಮತ್ತು ಸಂಪ್ರದಾಯಗಳಲ್ಲ ಎಂದು ನೀವು ಅರಿತುಕೊಳ್ಳಲು ಪ್ರವಾಸವು ಅವಕಾಶ ಮಾಡಿಕೊಡುತ್ತದೆ.

ಉದಾಹರಣೆಗೆ, ಜಪಾನ್‌ನ ಸಂಕೇತಗಳಲ್ಲಿ ಒಂದಾದ ಟೋರಿ ಗೇಟ್‌ಗಳು. ಈ ತೆಳುವಾದಂತಹ ನಿರ್ಮಾಣಗಳು ಪವಿತ್ರ ಸ್ಥಳದ ಪ್ರವೇಶದ್ವಾರವನ್ನು ಸೂಚಿಸುತ್ತವೆ. ಕ್ರಿ.ಪೂ.992 ರಲ್ಲಿ ಒಸಾಕಾದ ದೇವಾಲಯದಲ್ಲಿ ನಿರ್ಮಿಸಲಾಗಿರುವ ಟೋರಿಯನ್ನು ವಿಶ್ವದ ಅತ್ಯಂತ ಹಳೆಯ ಟೋರಿ ಎಂದು ಇತಿಹಾಸಕಾರರು ದೃಢಪಡಿಸಿದ್ದಾರೆ.

ಜಪಾನ್‌ನಲ್ಲಿ ಹದಿನೆಂಟು ವರ್ಷಗಳ ಕಾಲ ವಾಸಿಸಿದ ನಂತರ, ಟೋರಿಗಳು ಜಪಾನೀ ಸಂಸ್ಕೃತಿಯ ವಿಶಿಷ್ಟ ಲಕ್ಷಣಗಳು ಎಂದು ಹೆಕ್ಟರ್ ಭಾವಿಸಿದ್ದರು. ಆದರೆ, 2019ರ ಕೊನೆಯಲ್ಲಿ ನಾವು ಭಾರತಕ್ಕೆ ಪ್ರಯಾಣಿಸಿದಾಗ, ಮೊದಲನೇ ಜಪಾನೀ ಟೋರಿಗಿಂತ ಬಹಳ ಹಿಂದೆಯೇ ಭಾರತೀಯ ಭೂಮಿಯಲ್ಲಿ ತೋರಣ ಎಂಬ ಹೆಸರಿನ ಇದೇ ರೀತಿಯ ದ್ವಾರಗಳು ಇದ್ದವು ಎಂದು ನಾವು ಕಂಡುಕೊಂಡೆವು.

ಎರಡೂ ಪದಗಳೂ ಟೋರ್‌ನಿಂದ ಪ್ರಾರಂಭವಾಗುವುದರ ಜೊತೆಗೆ, ಜಪಾನಿನ ದೇವಾಲಯಗಳ ಪ್ರವೇಶದ್ವಾರವಾದ ಟೋರಿ ಮತ್ತು ಭಾರತದಲ್ಲಿ ಕಂಡುಬರುವ ತೋರಣ ಎರಡೂ ರೀತಿಯ ರಚನೆಗಳೂ ಒಂದೇ ರೀತಿಯ ಸರಳತೆಯನ್ನು ಹಂಚಿಕೊಂಡಿವೆ. ಅವು ಸಾಮಾನ್ಯವಾಗಿ ನೆಲದಲ್ಲಿ ಹೂಳಲ್ಪಟ್ಟ ಎರಡು ಕಂಬಗಳು ಮತ್ತು ಕಮಾನಿನ ರೂಪದಲ್ಲಿ ಅವುಗಳನ್ನು ಸೇರಿಸುವ ಒಂದು ಅಥವಾ ಒಂದಕ್ಕಿಂತ ಹೆಚ್ಚು ಅಡ್ಡ ಪಟ್ಟಿಗಳನ್ನು ಇಡುವ ಮೂಲಕ ತಯಾರಿಸಲ್ಪಟ್ಟಿರುತ್ತವೆ.

ಜಪಾನೀ ಭಾಷೆಯಲ್ಲಿ ಟೋರಿ (鳥居) ಎಂದರೆ ಪಕ್ಷಿಗಳು ಕುಳಿತುಕೊಳ್ಳುವ ಸ್ಥಳ ಎಂದು ಅರ್ಥ. ಶಿಂಟೋಯಿಸಂ ನಲ್ಲಿ ಪಕ್ಷಿಗಳನ್ನು ದೇವರ ದೂತ ಎಂದು ನಂಬುತ್ತಾರೆ.

ಟೋರಿ

ಸಂಸ್ಕೃತದಲ್ಲಿ ತೋರಣ ಎಂದರೆ ಕಮಾನು ಎಂದರ್ಥ.

ತೋರಣ

ಟೋರಿ ಮತ್ತು ತೋರಣ ಎರಡರ ಉದ್ದೇಶವೂ ಪವಿತ್ರ ಸ್ಥಳದ ಪ್ರವೇಶವನ್ನು ಗುರುತಿಸುವುದು. ಎರಡೂ ರಚನೆಗಳು ಲೌಕಿಕದಿಂದ ಆಧ್ಯಾತ್ಮದೆಡೆಗೆ ಮತ್ತು ಆಧ್ಯಾತ್ಮದಿಂದ ಲೌಕಿಕದೆಡೆಗೆ ಪರಿವರ್ತನೆಯ ಪ್ರಾಮುಖ್ಯತೆಯನ್ನು ಸೂಚಿಸುತ್ತವೆ.

ಜಪಾನಿನ ಟೋರಿ ಭಾರತೀಯ ತೋರಣದಿಂದ ಸ್ಫೂರ್ತಿ ಪಡೆದಿರಬಹುದೇ? ಇತಿಹಾಸಕಾರರು ಇದನ್ನು ಈಗಲೂ ಚರ್ಚಿಸುತ್ತಾರೆ, ಆದರೆ ಎಲ್ಲಾ ಚಿಹ್ನೆಗಳು ಇದರ ಸ್ಪಷ್ಟ ಪ್ರಭಾವವನ್ನು ಸೂಚಿಸುತ್ತವೆ.

ಭಾರತೀಯ ಸಂಸ್ಕೃತಿಯು ನಾವು ಊಹಿಸಿದ್ದಕ್ಕಿಂತ ಹೆಚ್ಚು ಪ್ರಭಾವಶಾಲಿಯಾದುದು ಎಂದು ತೋರಿಸುವ ಅನೇಕ ಉದಾಹರಣೆಗಳಲ್ಲಿ ಇದು ಕೂಡ ಒಂದಾಗಿದೆ.

ಪ್ರವಾಸದ ರಸವಿದ್ಯೆ

ಪ್ರವಾಸವು ನಮ್ಮ ದೃಷ್ಟಿಕೋನವನ್ನು ವಿಸ್ತರಿಸಿಕೊಳ್ಳಲು ಸಹಾಯ ಮಾಡುತ್ತದೆ, ಅನೇಕ ವಿಷಯಗಳ ಜೊತೆಗೆ ಅದು, ನಾವು ಯಾವುದನ್ನು 'ನಮ್ಮದು' ಎಂದು ತಿಳಿದಿರುತ್ತೇವೆ ಅದು ನಿಜವಾಗಿಯೂ ನಮ್ಮದಲ್ಲ ಎಂಬುದನ್ನು ಮನವರಿಕೆ ಮಾಡಿಸುತ್ತದೆ. ಇಡೀ ಜಗತ್ತಿನ ಬಹುತೇಕ ಎಲ್ಲವೂ ವಿವಿಧ ಜನರ ಮತ್ತು ಸಂಸ್ಕೃತಿಗಳ ಮಿಶ್ರಣದಿಂದ ವಿಕಸನಗೊಂಡ ಉತ್ಪನ್ನವಾಗಿದೆ.

ಸರೋವರದಿಂದ ಮೇಲಕ್ಕೆ ಜಿಗಿಯದ ಮೀನಿಗೆ ಅದು ನಿಜವಾಗಿ ಎಲ್ಲಿದೆ ಎಂದು ಎಂದಿಗೂ ತಿಳಿಯುವುದಿಲ್ಲ. ನಾವು ಯಾವಾಗಲೂ ನಮ್ಮದೇ ಸಂಸ್ಕೃತಿಯಲ್ಲಿ ಮುಳುಗಿದ್ದರೆ ಅದನ್ನು ಅರ್ಥಮಾಡಿಕೊಳ್ಳುವುದು ಕಷ್ಟವಾಗುತ್ತದೆ.

ಪ್ರವಾಸದ ಉದ್ದೇಶವು ಕೇವಲ ನಿರ್ದಿಷ್ಟ ಸ್ಥಳವನ್ನು ತಲುಪಿ ಛಾಯಾಚಿತ್ರಗಳನ್ನು ತೆಗೆದುಕೊಳ್ಳುವುದಲ್ಲ. ನಿಜವಾದ ಪ್ರವಾಸವು ಪರಿವರ್ತನೀಯ ಅನುಭವವಾಗಿರುತ್ತದೆ. ಈ ರೀತಿಯ ಪ್ರವಾಸದ ನಂತರ, ನಾವು ಬೇರೆಯೇ ಮನುಷ್ಯರಾಗಿ ಮನೆಗೆ ಮರಳುತ್ತೇವೆ. ಇತರರ ಬಗ್ಗೆ ಹೆಚ್ಚು ಸಹಾನುಭೂತಿ ತೋರಲು ಮತ್ತು ನಮ್ಮ ಜೀವನವನ್ನು ಹೆಚ್ಚು ಜಾಗತಿಕ ಮತ್ತು ಮಾನವೀಯ ದೃಷ್ಟಿಕೋನದೊಂದಿಗೆ ನಡೆಸಲು ನಮಗೆ ಸಹಾಯ ಮಾಡುವಂತಹ ಹೊಸ ಸಾಫ್ಟ್‌ವೇರ್ ಅನ್ನು ನಮ್ಮ ಮನಸ್ಸಿನಲ್ಲಿ ಸ್ಥಾಪಿಸಿರುತ್ತೇವೆ.

ನಮ್ಮ ಮಾನಸಿಕ ತರಂಗವನ್ನು ವಿಸ್ತರಿಸಿಕೊಳ್ಳುವುದು ಕೂಡಾ ಆಧ್ಯಾತ್ಮಿಕತೆಯ ಒಂದು ಉದ್ದೇಶವಾಗಿದೆ.

ಅಂತಿಮವಾಗಿ, ಜೀವನವೂ ಕೂಡ ಒಂದು ಪಯಣವೇ ಸರಿ. ಮನಸ್ಸಿನಲ್ಲಿ ಒಂದು ನಿಗದಿತ ಗಮ್ಯಸ್ಥಾನವನ್ನು ಇರಿಸಿಕೊಳ್ಳುವುದರಲ್ಲಿ ಯಾವುದೇ ಅರ್ಥವಿಲ್ಲ; ಮಾರ್ಗದುದ್ದಕ್ಕೂ ನಾವು ಯಾರೆಂದು ಕಂಡುಕೊಳ್ಳುವುದು ಹೆಚ್ಚು ಉತ್ತಮವಾಗಿರುತ್ತದೆ.

ಆಧ್ಯಾತ್ಮಿಕ ಪ್ರವಾಸಿಗರಿಗೆ ನಿಯಮಗಳು

1. ಕೇವಲ ನಕ್ಷೆಯ ಮೇಲೆ ಧ್ವಜವನ್ನು ಇರಿಸಿ "ನಾನು ಇಲ್ಲಿದ್ದೆ" ಎಂದು ಹೇಳಲು ಪ್ರಯಾಣ ಮಾಡುವುದನ್ನು ತಪ್ಪಿಸಿ.
2. ನಿಮ್ಮ ಪೂರ್ವಾಗ್ರಹ ಅಭಿಪ್ರಾಯಗಳನ್ನು ಮತ್ತು ಪೂರ್ವನಿರ್ಧಾರಿತ ವಿಚಾರಗಳನ್ನು ಮನೆಯಲ್ಲೇ ಬಿಟ್ಟುಬಿಡಿ. ಯಾವುದೇ ತೀರ್ಮಾನ ತೆಗೆದುಕೊಳ್ಳಬೇಡಿ, ಬದಲಾಗಿ ದಾರಿಯುದ್ದಕ್ಕೂ ಕಲಿಯಿರಿ.
3. ಪ್ರತಿಯೊಂದು ಸ್ಥಳದಲ್ಲಿಯೂ 'ನೋಡಲೇಬೇಕಾದವು'ಗಳಿಂದ ಮಾರ್ಗದರ್ಶನ ಪಡೆಯಬೇಡಿ. ನಕ್ಷೆಯಲ್ಲಿ ಕಾಣಿಸದ ಸ್ಥಳಗಳಿಗೆ ಕರೆದೊಯ್ಯಲು ನಿಮ್ಮ ಪಾದಗಳಿಗೆ ಅವಕಾಶ ನೀಡಿ.
4. ಕಣ್ಣು ಬಿಟ್ಟು ನೋಡಿ, ಕೇಳಿಸಿಕೊಳ್ಳಿ, ಆಘ್ರಾಣಿಸಿ, ರುಚಿ ನೋಡಿ, ಸ್ಪರ್ಶಿಸಿ... ಅನುಭವಿಸಿ!
5. ಅಲ್ಲಿಯ ಜೀವನದ ಅನುಭವ ಪಡೆಯಲು ಅಲ್ಲಿ ವಾಸಿಸುವ ಸ್ಥಳೀಯರೊಂದಿಗೆ ಬೆರೆಯಿರಿ.
6. ಕಳೆದುಹೋಗುವುದು ಶ್ರೇಷ್ಠ ಆವಿಷ್ಕಾರಗಳಿಗೆ ಒಂದು ಮಾರ್ಗವಾಗಬಹುದು.
7. ಯಾವುದೇ ಸ್ಥಳದ ಆತ್ಮವು ಅಲ್ಲಿಯ ಜನರಲ್ಲಿದೆ, ಅಲ್ಲಿರುವ ಸ್ಮಾರಕಗಳಲ್ಲಿ ಅಲ್ಲ.
8. ಮಾತುಗಳೊಡನೆ ಪ್ರಯಾಣಿಸಿ: ನೀವು ನೋಡಲು ಬಯಸುವ ಸ್ಥಳಗಳ ಬಗ್ಗೆ ಪುಸ್ತಕಗಳನ್ನು ಇಟ್ಟುಕೊಳ್ಳಿ. ಸಿದ್ಧತೆಗಳಿಂದಲೇ ಪ್ರಯಾಣದ ಆನಂದವು ಪ್ರಾರಂಭವಾಗುತ್ತದೆ.
9. ಯಾವಾಗಲೂ ಒಂದು ನೋಟ್ ಪುಸ್ತಕ ಮತ್ತು ಬರೆಯಲು ಏನನ್ನಾದರೂ ಜೊತೆಗಿಟ್ಟುಕೊಳ್ಳಿ. ನಿಮ್ಮ ಮುಂದಿನ ಸಾಹಸವು ನಿಮಗೆ ಪುಸ್ತಕ ಬರೆಯಲು ಸ್ಫೂರ್ತಿ ನೀಡಬಹುದು.
10. ಭಾಷೆಯಲ್ಲಿ ಸ್ವಲ್ಪ ಪದಗಳನ್ನು ಕಲಿಯಿರಿ. ಅವು ಕೆಲವೇ ಕೆಲವು ಪದಗಳಾಗಿದ್ದರೂ ಸಹ, ಅದು ಸ್ಥಳೀಯರ ಬಗ್ಗೆ ಗೌರವ ಸೂಚಕವಾಗುತ್ತದೆ ಮತ್ತು ಅವರೊಂದಿಗೆ ಸಂಪರ್ಕ ಸಾಧಿಸಲು ನಿಮಗೆ ಸಹಾಯ ಮಾಡುತ್ತದೆ.

"ನೀವು ಏನು ಅಧ್ಯಯನ ಮಾಡಿದ್ದೀರಿ ಎಂದು ನನಗೆ ಹೇಳಬೇಡಿ, ನೀವು ಎಷ್ಟು ಪ್ರಯಾಣಿಸಿದ್ದೀರಿ ಎಂದು ಹೇಳಿ" ಎಂದು ಪ್ರವಾದಿ ಮೊಹಮ್ಮದ್ ಹೇಳಿದ ವಾಕ್ಯವನ್ನು ಇಲ್ಲಿ ಉಲ್ಲೇಖ ಮಾಡಬಹುದು. ಪ್ರವಾಸದ ಕಲೆಯ ಮಟ್ಟಿಗೆ ಹೇಳುವುದಾದರೆ, ನಿಸ್ಸಂದೇಹವಾಗಿಯೂ ಭಾರತವು ಒಂದು ಅತ್ಯುತ್ತಮ ವಿಶ್ವವಿದ್ಯಾಲಯವಾಗಿದೆ.

ಅಸಂಖ್ಯಾತ ಪಾಶ್ಚಿಮಾತ್ಯ ಬುದ್ಧಿಜೀವಿಗಳು ಮಾರ್ಗದರ್ಶನ ಮತ್ತು ಬದಲಾವಣೆಯ ಹುಡುಕಾಟದಲ್ಲಿ ಪ್ರಪಂಚದ ಈ ಭಾಗಕ್ಕೆ ಧಾವಿಸಿದ್ದಾರೆ. "ಇತರ ದೇಶಗಳಿಗೆ ನಾನು ಪ್ರವಾಸಿಗನಾಗಿ ಹೋಗಬಹುದು, ಆದರೆ ಭಾರತಕ್ಕೆ ಮಾತ್ರ ನಾನು ಯಾತ್ರಿಕನಾಗಿ ಬರುತ್ತೇನೆ" ಎಂದು ಮಾರ್ಟಿನ್ ಲೂಥರ್ ಕಿಂಗ್ ಅವರೇ ಸ್ವತಃ ಹೇಳಿದ್ದರು.

ನಮ್ಮ ತೀರ್ಥಯಾತ್ರೆಯನ್ನು ಮುಂದುವರಿಸೋಣ!

ಸಾಧುಗಳ ಮಾರ್ಗ

ನಾವು ಪ್ರವಾಸಿಗರು ಮತ್ತು ಯಾತ್ರಾರ್ಥಿಗಳ ಬಗ್ಗೆ ಮಾತನಾಡುತ್ತಿರುವಾಗ, ಹಿಂದೂ ಧರ್ಮದ ಪ್ರಕಾರ ಭೂಮಿಯ ಮೇಲಿನ ಅತ್ಯಂತ ಪವಿತ್ರ ವ್ಯಕ್ತಿಗಳಾದ ಸಾಧುಗಳ ಮಾರ್ಗದಲ್ಲಿ ಹೆಜ್ಜೆ ಹಾಕುತ್ತಾ ಅದಕ್ಕಾಗಿ ಒಂದು ಅಧ್ಯಾಯವನ್ನು ಮೀಸಲಿಡದೇ ಇರುವುದು ಅಸಾಧ್ಯ. ಆಧ್ಯಾತ್ಮಿಕ ಸ್ಪಷ್ಟತೆಯ ಮಾರ್ಗವಾಗಿ ವೈರಾಗ್ಯವನ್ನು ಆಧರಿಸಿದ ಅವರ ಜೀವನ ವಿಧಾನವು ಪಾಶ್ಚಾತ್ಯರ ಕಣ್ಣುಗಳಿಗೆ ವಿಸ್ಮಯಕಾರಿ ಹಾಗೂ ಅಪೂರ್ವವಾದದ್ದಾಗಿದೆ.

ಸಾಧುಗಳ ಗುರಿ ಸ್ಪಷ್ಟವಾಗಿದೆ: ತಮ್ಮ ಕರ್ಮಗಳನ್ನು ಶುದ್ಧೀಕರಣಗೊಳಿಸಿಕೊಳ್ಳುವುದರ ಮೂಲಕ ಸಂಸಾರ ಬಂಧನದಿಂದ ಅಥವಾ ಸತತ ಪುನರ್ಜನ್ಮಗಳ ಚಕ್ರದಿಂದ ಮುಕ್ತರಾಗಿ ಜ್ಞಾನೋದಯವನ್ನು ಸಾಧಿಸಲು ನಾಲ್ಕನೆಯ ಪುರುಷಾರ್ಥದತ್ತ (ಮೋಕ್ಷ) ಅವರ ಪ್ರಯತ್ನಗಳನ್ನು ಕೇಂದ್ರೀಕರಿಸುವುದು.

ಸಾಧು ಎಂದರೆ ಅಕ್ಷರಶಃ 'ಒಳ್ಳೆಯ, ಸದ್ಗುಣಶೀಲ, ಪ್ರಾಮಾಣಿಕ, ಪರಿಶುದ್ಧ ಮನುಷ್ಯ' ಎಂದರ್ಥ. ಜ್ಞಾನವನ್ನು ಪಡೆದುಕೊಳ್ಳಲು ಅವರು ತಮ್ಮನ್ನು ತಾವು ಸಂಪೂರ್ಣವಾಗಿ ಪ್ರಲೋಭನೆ ಮತ್ತು ಲೌಕಿಕ ಆಸೆಗಳಿಂದ ಮುಕ್ತಗೊಳಿಸಿಕೊಳ್ಳಬೇಕು. ಅದಕ್ಕಾಗಿ ಅವರು ತಮ್ಮ ಎಲ್ಲಾ ಸ್ವತ್ತುಗಳನ್ನೂ ಮತ್ತು ಭಾವನಾತ್ಮಕ ಬಂಧಗಳನ್ನೂ ಬಿಟ್ಟುಬಿಡಬೇಕಾಗುತ್ತದೆ.

ಈ ರೀತಿಯ ಬದುಕು ವಿರಳ ಎಂದು ತೋರಬಹುದು, ಆದರೆ ಇದು ಜೀವನಪರ್ಯಂತ ತೀರ್ಥಯಾತ್ರೆ ಮಾಡುವ ಸಾಧುಗಳಿಗೆ ಆಳವಾದ ಆತ್ಮಜ್ಞಾನವನ್ನು ಒದಗಿಸುವ ಒಂದು ಅತ್ಯುನ್ನತ ಆಂತರಿಕ ಸಂಪತ್ತು. ಧಾರ್ಮಿಕ ಶಿಕ್ಷಕರಾದ ಸ್ವಾಮಿ ವಿವೇಕಾನಂದರ ಮಾತುಗಳಲ್ಲಿ ಹೇಳುವುದಾದರೆ, "ತನ್ನಲ್ಲಿ ತನಗೆ ನಂಬಿಕೆ ಇಲ್ಲದವನು ಎಂದಿಗೂ ದೇವರನ್ನು ನಂಬಲು ಸಾಧ್ಯವಿಲ್ಲ".

ಜೀವನದ ನಾಲ್ಕು ಹಂತಗಳು

ಭಾರತ ಮತ್ತು ನೇಪಾಳ ಈ ಎರಡೂ ದೇಶಗಳಲ್ಲಿ ದೇವಾಲಯದ ಬಳಿ ನಿಂತಿ–ರುವ, ಮರದ ಕೆಳಗೆ ಅಥವಾ ಗುಹೆಯಲ್ಲಿ ಕುಳಿತಿರುವ ಬಿಳಿ ಅಥವಾ ಕೇಸರಿ ಬಣ್ಣದ ವಸ್ತ್ರಗಳನ್ನು ಧರಿಸಿದ ಸಾಧುಗಳನ್ನು ನಾವು ಗುರುತಿಸಬಹುದು. ಕೆಲವರು ಬಹುತೇಕ ಅಥವಾ

ಸಂಪೂರ್ಣವಾಗಿ ನಗ್ನರಾಗಿರುತ್ತಾರೆ, ಅವರ ಬಳಿ ನೀರು ಕುಡಿಯಲು ಅಥವಾ ಭಿಕ್ಷೆ ಸಂಗ್ರಹಿಸಲು ಒಂದು ಬಟ್ಟಲು ಜೊತೆಗೆ ಅವರನ್ನು ನಿರ್ದಿಷ್ಟ ಪಂಥದ ಸದಸ್ಯರೆಂದು ಗುರುತಿಸುವ ವಸ್ತುಗಳು ಮತ್ತು ಪವಿತ್ರ ಗ್ರಂಥಗಳು ಇರುವ ಒಂದು ಸಣ್ಣ ಗಂಟು ಮಾತ್ರ ಇರುತ್ತದೆ. ಮುಖಕ್ಕೆ ವಿಭೂತಿ ಬಳಿದುಕೊಂಡು, ಗಂಟಾದ ಜಟೆಯಂತೆ ಇರುವ ಕೂದಲು ಜೊತೆಗೆ ದಟ್ಟವಾದ ಬಿಳಿಯ ಗಡ್ಡ ಬಿಟ್ಟುಕೊಂಡ ಇವರನ್ನು ಹೀಗೆಯೇ ನೋಡುವುದು ಒಂದು ವಾಡಿಕೆ.

ಕೆಲವೊಮ್ಮೆ ಸಾಧುಗಳನ್ನು ಅಲೆಮಾರಿಗಳೆಂದು ತಪ್ಪಾಗಿ ಭಾವಿಸಬಹುದು, ಆದರೆ ದುಷ್ಟ ನಿಗ್ರಹ ದೃಷ್ಟಿಯಿಂದ ಹಿಡಿದು ಗಾಳಿಯಲ್ಲಿ ತೇಲುವ ತನಕ ವಿಶೇಷ ಶಕ್ತಿಗಳನ್ನು ಹೊಂದಿರುವ ಕಾರಣದಿಂದ ಅವರ ಪ್ರಾರ್ಥನೆಗಳು ಮತ್ತು ಆಶೀರ್ವಾದಗಳಿಗಾಗಿ ಭಾರತದಲ್ಲಿ ಅವರನ್ನು ಪೂಜಿಸಿ, ಗೌರವಿಸಲಾಗುತ್ತದೆ.

ಅವರು ದಾನವಾಗಿ ದೊರಕುವ ಆಹಾರ ಮತ್ತು ಹಣದ ಆಧಾರದಿಂದ ಜೀವನ ನಡೆಸುತ್ತಾರೆ. ಅಲ್ಲದೆ, ತಮ್ಮ ತಪಃಶಕ್ತಿಯ ಬಲದಿಂದ, ಹಸ್ತ ಸಾಮುದ್ರಿಕಾ ಶಾಸ್ತ್ರದ ಮೂಲಕ, ಭವಿಷ್ಯವಾಣಿ, ತಾಯಿತಗಳು, ಮಂತ್ರಿಸಿದ ಜಲ, ಗಿಡಮೂಲಿಕೆ ಔಷಧಿಗಳು ಮತ್ತು ಹಾಡುಗಳ ಮೂಲಕ ಆಧ್ಯಾತ್ಮಿಕ ಸಾಂತ್ವನ ಮತ್ತು ಮಾರ್ಗದರ್ಶನ ನೀಡುತ್ತಾರೆ.

ಹೆಚ್ಚಿನ ಸಾಧುಗಳು ವೇಗವನ್ನು ಕಳೆದುಕೊಳ್ಳದಂತೆ ನಿರಂತರ ತೀರ್ಥಯಾತ್ರೆಯಲ್ಲಿ, ಏಳು ಪವಿತ್ರ ಸ್ಥಳಗಳ ನಡುವೆ (ಸಪ್ತ ಪುರಿ – ಇವುಗಳಲ್ಲಿ ಅತ್ಯಂತ ಪ್ರಸಿದ್ಧವಾದುದು ವಾರಣಾಸಿ, ಅಥವಾ ಬನಾರಸ್) ಸಂಚರಿಸುತ್ತಾರೆ. ಇತರರು ಹೆಚ್ಚು ಸ್ಥಿರವಾಗಿ ತಮ್ಮ ಧಾರ್ಮಿಕ ಪಂಥಗಳೊಂದಿಗೆ ಮಠಗಳಲ್ಲಿ ವಾಸಿಸುತ್ತಾರೆ.

ಈ ಶಾಶ್ವತ ಯಾತ್ರಿಕರಲ್ಲಿ ಅನೇಕರು ಹಿಂದೆ ಶ್ರೀಮಂತ ವ್ಯಕ್ತಿಗಳಾಗಿದ್ದವರು. ಅವರು ಸಾಧುಗಳಾಗಿ ಸನ್ಯಾಸೀ ಜೀವನವನ್ನು ನಡೆಸಲು ಹೇಗೆ ನಿರ್ಧರಿಸಿದರು?

ನಾಲ್ಕರಿಂದ ಐದು ಮಿಲಿಯನ್ ಭಾರತೀಯರು ದೈವತ್ವದ ಮಾರ್ಗವನ್ನು ಅನುಸ-ರಿಸುತ್ತಾರೆ ಎಂದು ಅಂದಾಜಿಸಲಾಗಿದೆ. ಅವರಲ್ಲಿ ಸುಮಾರು 10 ಪ್ರತಿಶತದಷ್ಟು ಜನರು ಸಾಧ್ವಿಗಳು ಅಥವಾ ಆರ್ಯಿಕಾ ಎಂದು ಕರೆಯಲ್ಪಡುವ ಪವಿತ್ರ ಮಹಿಳೆಯರು. ಅವರು ಹಣೆಯಲ್ಲಿ ಮೂರು ಅಡ್ಡ ಪಟ್ಟೆಗಳನ್ನು ಧರಿಸುವ, ಶಿವನಿಗೆ ಸಮರ್ಪಿತರಾದ ಶೈವರು ಅಥವಾ ಶೈವ ಪಂಥದವರು ಎಂದು ಕರೆಯಲ್ಪಡುವವರು ಆಗಿರಬಹುದು; ಅಥವಾ ಹಣೆಯ ಮಧ್ಯದಲ್ಲಿ 'ಯು' ಆಕಾರದ ಉದ್ದ ನಾಮದ ಮಧ್ಯದಲ್ಲಿ ಒಂದು ಚುಕ್ಕೆಯನ್ನು ಇಟ್ಟುಕೊಂಡು, ವಿಷ್ಣುವನ್ನು ಪೂಜಿಸುವ ವೈಷ್ಣವರು ಅಥವಾ ವೈಷ್ಣವ ಪಂಥದವರು ಎಂದು ಕರೆಯಲ್ಪಡುವವರು ಆಗಿರಬಹುದು. ಸ್ತ್ರೀ ದೇವತೆ ಶಕ್ತಿ ಕೂಡ ಸಾಧುಗಳಿಗೆ ಪೂಜನೀಯವಾಗಬಹುದು.

ಆದರೆ ಸಾಧುಗಳು ಮತ್ತು ಸಾಧ್ವಿಗಳು ಟಿಬೆಟ್‌ನ ಕೈಲಾಸ ಪರ್ವತದಲ್ಲಿ ವಾಸಿಸುವ ಶಿವನನ್ನು ಹೆಚ್ಚು ಪೂಜಿಸುತ್ತಾರೆ.

ದೇವತೆಗಳಿಂದ ಪ್ರವಹಿಸುವ ಜ್ಞಾನವನ್ನು ಪಡೆದುಕೊಳ್ಳಲು ಜೀವನವು ನಾಲ್ಕು ಹಂತಗಳನ್ನು ಹೊಂದಿದೆ ಎಂದು ಹಿಂದೂ ಪರಂಪರೆಯ ಸಂಪ್ರದಾಯವು ವಿವರಿಸುತ್ತದೆ:

1. ಬ್ರಹ್ಮಚರ್ಯ – ಬಾಲ್ಯದಲ್ಲಿ ಮತ್ತು ಹದಿಹರೆಯದಲ್ಲಿ ವಿದ್ಯಾಭ್ಯಾಸ ಮತ್ತು ತಯಾರಿ.
2. ಗೃಹಸ್ಥ – ಪ್ರೌಢಾವಸ್ಥೆಯಲ್ಲಿ ಸಂಸಾರದ ಪ್ರಾರಂಭ ಮತ್ತು ಪೋಷಣೆ.
3. ವಾನಪ್ರಸ್ಥ – ಕುಟುಂಬದ ಕಟ್ಟುಪಾಡುಗಳನ್ನು ಪೂರೈಸಿದ ನಂತರ ತೀರ್ಥಯಾತ್ರೆ.

4. ಸನ್ಯಾಸ – ಲೌಕಿಕ, ಭೌತಿಕ ವಸ್ತುಗಳೊಂದಿಗಿನ ಸಂಬಂಧಗಳನ್ನು ಕಡಿದುಕೊಂಡು ಆಧ್ಯಾತ್ಮಿಕ ಹಂತದತ್ತ ಏರಿ ನಿಜವಾದ ಅರ್ಥವನ್ನು ಹುಡುಕುವುದು.

ಸಾಧ್ವಿಯರು ವಿಧವೆಯಾದ ನಂತರ ನಾಲ್ಕನೇ ಹಂತಕ್ಕೆ ಹೋಗಬಹುದು. ಭಾರತೀಯ ಸಮಾಜದಲ್ಲಿ ವಿಧವೆಯರು ಕಣ್ಣಿಗೆ ಕಾಣಿಸಿಕೊಳ್ಳುವಂತಿರಲಿಲ್ಲ ಮತ್ತು ಅವರನ್ನು ತಿರಸ್ಕಾರ ಭಾವದಿಂದ ನೋಡಲಾಗುತ್ತಿತ್ತು. ಇಂದು ಅವರು ವೈರಾಗ್ಯ ಅಥವಾ ಸಾಧನೆಯ ಮಾರ್ಗವನ್ನು ಆರಿಸಿಕೊಳ್ಳಬಹುದು. ಸಾಧುಗಳ ಮಾರ್ಗ ಹಿಂದೆ ಬ್ರಾಹ್ಮಣ ಜಾತಿಯ ಸದಸ್ಯರಿಗೆ ಮಾತ್ರ ಸೀಮಿತವಾಗಿತ್ತು, ಆದರೆ ಈಗ, ಅವರು ಎಲ್ಲಾ ಸಾಮಾಜಿಕ ಹಿನ್ನೆಲೆಯವರು ಮತ್ತು ವಿವಿಧ ಶೈಕ್ಷಣಿಕ ಮಟ್ಟ ಹೊಂದಿರುವವರೂ ಆಗಿದ್ದಾರೆ, ಮತ್ತು ಸ್ವಾಮಿ ಶಿವಾನಂದರ ಬೋಧನೆಗಳಿಗೆ ಅನುಗುಣವಾಗಿ ಅವರೆಲ್ಲರೂ ಎಲ್ಲಾ ರೀತಿಯ ಮೋಹವನ್ನು ಸಂಪೂರ್ಣವಾಗಿ ತ್ಯಜಿಸಿರುವ, ಸಂತೋಷವಾಗಿರಲು ಯಾವುದೇ ರೀತಿಯ ಆಸೆಗಳಿಲ್ಲದ ಜೀವನಕ್ಕೆ ಬದ್ಧರಾಗಿದ್ದಾರೆ.

ಆಕಾಶವನ್ನು ಸ್ಪರ್ಶಿಸುವುದು

ಆಧುನಿಕ ಕಾಲದ ಅತ್ಯಂತ ಪ್ರಸಿದ್ಧ ಸಾಧುಗಳಲ್ಲಿ ಒಬ್ಬರಾದ ಅಮರ ಭಾರತಿ ಅವರು ಶಿವನಿಗೆ ಮನ್ನಣೆ ನೀಡಿ ಆರಾಧಿಸುವ ಸಲುವಾಗಿ 1970ರ ದಶಕದ ಆರಂಭದಲ್ಲಿ ತಮ್ಮ ಹೆಂಡತಿ ಮತ್ತು ಮೂವರು ಮಕ್ಕಳ ಸಂಸಾರ ಮತ್ತು ಆರಾಮದಾಯಕ ಜೀವನವನ್ನು ತೊರೆದರು. ಮಾನವನ ಅಜ್ಞಾನವನ್ನು ನಾಶಮಾಡಲು ಶಿವನು ಬಳಸುತ್ತಾನೆ ಎಂದು ಹಿಂದೂ ಧರ್ಮದಲ್ಲಿ ಹೇಳಲಾಗುವ 'ತ್ರಿಶೂಲ' ಎಂಬ ಒಂದೇ ಒಂದು ಸ್ವತ್ತಿನೊಂದಿಗೆ ತಪಸ್ಸಿನ ಮಾರ್ಗವನ್ನು ಅನುಸರಿಸಿದರು.

ತಾನು ಶಿವನನ್ನು ಮೆಚ್ಚಿಸಿದ್ದೇನೆ ಎಂದು ಭಾವಿಸಲು ಹಲವಾರು ವರ್ಷಗಳ ಅವರ ಭಿಕ್ಷುಕ ಜೀವನ ಭಾರತಿಗೆ ಸಾಕಾಗಲಿಲ್ಲ, ಆದ್ದರಿಂದ ಅವರು ಶಾಂತಿಯನ್ನು ಬೇಡಲು ತನ್ನ ಕೈಯನ್ನು ಸ್ವರ್ಗದ ಕಡೆಗೆ ಎತ್ತಲು ನಿರ್ಧರಿಸಿದರು.

ಸುಮಾರು ಐವತ್ತು ವರ್ಷಗಳಿಂದ, ಅವರು ಆಕಾಶವನ್ನು ಸ್ಪರ್ಶಿಸುವಂತೆ ತಮ್ಮ ಕೈಯನ್ನು ಮೇಲಕ್ಕೆತ್ತಿ, ನೋವು, ಮೂಳೆಗಳ ಕ್ಯಾಲ್ಸಿಫಿಕೇಶನ್ ಮತ್ತು ಅವರ ಸ್ನಾಯುಗಳ ಸವೆತ ಎಲ್ಲವನ್ನೂ ಸಹಿಸಿಕೊಂಡರು. ತನ್ನ ತೋಳಿನ ಬಳಕೆ ಮತ್ತು ಅದರಲ್ಲಿನ ಎಲ್ಲಾ ಸಂವೇದನೆಗಳನ್ನು ಕಳೆದುಕೊಂಡರು, ಆದರೆ ಅವರು ತಮ್ಮ ಆ ಭಂಗಿಯನ್ನು ಉಳಿಸಿಕೊಂಡು ಜೀವಂತ ದಂತಕಥೆಯಾದರು.

ಸುಖವಾಗಲಿ, ದುಃಖವಾಗಲಿ ನಮ್ಮನ್ನು ಗುಲಾಮರನ್ನಾಗಿ ಮಾಡುವುದಿಲ್ಲ

ಅಮರ ಭಾರತಿಯ ರೀತಿ ವಿಪರೀತ ಕಠಿಣ ಸ್ಥಿತಿಯನ್ನು ತಲುಪದೆ, ನೆಲದಲ್ಲಿ ಹೂಳಿಕೊಳ್ಳುವುದು, ತಮ್ಮ ನಾಲಿಗೆಗೆ ಮೊಳೆ ಸಿಕ್ಕಿಸಿಕೊಳ್ಳುವುದು, ಕೇವಲ ಒಂದು ಕಾಲಿನ ಮೇಲೆ ನಿಂತುಕೊಂಡೇ ನಿದ್ರಿಸುವುದು, ಕೆಂಡದ ಮೇಲೆ ನಡೆಯುವುದು ಅಥವಾ ಬಹಳ ದೂರದವರೆಗೆ 'ಉರುಳುಸೇವೆ' ಮಾಡುತ್ತಾ ತೀರ್ಥಯಾತ್ರೆ ಮಾಡುವುದು ಮುಂತಾದ

ತೀವ್ರತರವಾದ ತಪಸ್ಸಿನ ಕ್ರಿಯೆಗಳ ಮೂಲಕ ಕೆಲವೊಮ್ಮೆ ಸಾಧುಗಳು ದುಃಖದ ನೋಗವನ್ನು ಮೆಟ್ಟಿ ನಿಲ್ಲಲು ನಿರ್ಧರಿಸುತ್ತಾರೆ.

ಧ್ಯಾನ ಮತ್ತು ಉಪವಾಸದ ಅಭ್ಯಾಸ ಮತ್ತು ಕೆಲವೊಮ್ಮೆ ಮೌನವ್ರತದ ಅಭ್ಯಾಸಗಳ ಜೊತೆಗೆ ನೋವನ್ನು ಎದುರಿಸುವ ಈ ಪ್ರಕ್ರಿಯೆಯು ವಿವಿಧ ವರ್ಗಗಳ ಸಾಧುಗಳಲ್ಲಿ ಸಾಮಾನ್ಯವಾಗಿದೆ. ಅವರು ಸೇರಿದ ಪಂಥಕ್ಕೆ ಅನುಗುಣವಾಗಿ ಅವರ ತಪಸ್ಸಿನ ರೀತಿ ವ್ಯಕ್ತವಾಗುತ್ತದೆ. ಅಂತಹ ಮೂರು ಪ್ರಮುಖ ಪ್ರಾತಿನಿಧಿಕ ಪಂಥಗಳ ಬಗ್ಗೆ ತಿಳಿಯೋಣ:

1. ನಾಗಾ ಸಾಧುಗಳು – ಹನ್ನೆರಡನೇ ಶತಮಾನದಲ್ಲಿ ಮುಸ್ಲಿಮ್ ಆಕ್ರಮಣಕಾರರನ್ನು ನಿಗ್ರಹಿಸಿದ ಮೂಲತಃ ಯೋಧರಾಗಿದ್ದ ನಾಗಾ ಸಾಧುಗಳು, ಶುದ್ಧೀಕರಣಕ್ಕಾಗಿ ದಹನ ಮಾಡಲಾದ ದೇಹಗಳ ಚಿತಾಭಸ್ಮವನ್ನು ಮಾತ್ರವೇ ತಮ್ಮ ಏಕಮಾತ್ರ ಉಡುಪಾಗಿ ಧರಿಸುತ್ತಾರೆ. ಅವರು ಸಾಮಾನ್ಯವಾಗಿ ಹಿಮಾಲಯದಲ್ಲಿ ಏಕಾಂತ ಜೀವನವನ್ನು ನಡೆಸುವ ಸನ್ಯಾಸಿಗಳು, ಆದರೂ ಸಹ ಯಾತ್ರಾರ್ಥಿಗಳ ದೊಡ್ಡ ದೊಡ್ಡ ಮೇಳಗಳಲ್ಲಿ ಭಾಗವಹಿಸಲು ಅವರು ಬಹಳ ದೂರದವರೆಗೆ ಪ್ರಯಾಣಿಸುತ್ತಾರೆ.

2. ಅಘೋರಿ ಸಾಧುಗಳು – ಇವರು ಅತ್ಯಂತ ವಿಪರೀತ ಮತ್ತು ತೀವ್ರತಮ ಆಚರಣೆಗಳನ್ನು ಅಳವಡಿಸಿಕೊಳ್ಳುತ್ತಾರೆ. ಅವರು ಸ್ಮಶಾನಗಳ ಬಳಿ ವಾಸಿಸುತ್ತಾರೆ ಮತ್ತು ಮರಣೋತ್ತರ ಕ್ರಿಯೆಗಳಲ್ಲಿ ಭಾಗವಹಿಸುತ್ತಾರೆ. ಸಾವು ಜೀವನದ ಒಂದು ಭಾಗವೆಂದು ತೋರಿಸಲು, ಕೆಲವೊಮ್ಮೆ ಅವರು ಸತ್ತವರ ಹಸಿ ಮಾಂಸವನ್ನು ತಿನ್ನುತ್ತಾರೆ ಅಥವಾ ಮಾನವನ ತಲೆಬುರುಡೆಯಲ್ಲಿ ಏನನ್ನಾದರೂ ಕುಡಿಯುತ್ತಾರೆ. ಕೆಲವೊಮ್ಮೆ, ಅವರು ತಮ್ಮದೇ ಮಲವನ್ನು ಸಹಾ ತಿನ್ನುತ್ತಾರೆ. ಹೆಚ್ಚಿನ ಸಾಂಪ್ರದಾಯಿಕ ಹಿಂದೂಗಳು ಇವರ ಆಚರಣೆಗಳನ್ನು ತಿರಸ್ಕರಿಸಿದರೂ, ಅಘೋರಿ ಸಾಧುಗಳನ್ನು ವಿಶೇಷವಾಗಿ ಗ್ರಾಮೀಣ ಪ್ರದೇಶಗಳಲ್ಲಿ ಪೂಜಿಸಲಾಗುತ್ತದೆ.

3. ದಂಡಿ ಸಾಧುಗಳು – ತಮ್ಮೊಂದಿಗೆ ಯಾವಾಗಲೂ ಇಟ್ಟುಕೊಂಡಿರುವ ಬಿದಿರಿನ ದಂಡದ ಆಧಾರದಿಂದ ಇವರಿಗೆ ಆ ಹೆಸರು ಬಂದಿದೆ. ಇವರು ಪವಿತ್ರ ಗ್ರಂಥಗಳ ಪಂಡಿತರಾಗಿದ್ದು ತಮ್ಮನ್ನು ಧ್ಯಾನಕ್ಕೆ ಸಮರ್ಪಿಸಿಕೊಂಡವರಾಗಿರುತ್ತಾರೆ.

ಈ ಮೂರು ಪಂಥಗಳಲ್ಲಿ ಯಾವುದಾದರೊಂದನ್ನು ಸೇರುವ ಪ್ರಕ್ರಿಯೆಯು ವಿಭಿನ್ನವಾಗಿರಬಹುದು, ಆದರೆ ಪ್ರತಿಯೊಬ್ಬ ಸಾಧುವಿಗೂ ಅವನೊಂದಿಗೆ ಜೊತೆಯಾಗಿ ಬಂದು ತ್ಯಾಗದ ಮೌಲ್ಯವನ್ನು ತೋರಿಸಲು ಒಬ್ಬ ಗುರುವಿನ ಅವಶ್ಯಕತೆಯಿದೆ.

ಶಿಕ್ಷಕರು, ಮಾರ್ಗದರ್ಶಕರು, ಗುರುಗಳು

ನಮ್ಮ ಜೀವನದ ಯಾವುದಾದರೂ ಒಂದು ಹಂತದಲ್ಲಿ, ನಮಗೆಲ್ಲರಿಗೂ ಒಬ್ಬ ಮಾರ್ಗದರ್ಶಿ ಬೇಕು. ಭಾರತದಲ್ಲಿ ಈ ಪಾತ್ರವನ್ನು ಗುರು ಅಥವಾ ಆಧ್ಯಾತ್ಮಿಕ ಮಾರ್ಗದರ್ಶಕರು ನಿರ್ವಹಿಸುತ್ತಾರೆ.

ಸಾಧುಗಳು ಶಿಕ್ಷಕರಿಂದ ದೀಕ್ಷೆಯನ್ನು ಪಡೆಯುವಂತೆಯೇ, ಅನೇಕ ಪ್ರಸಿದ್ಧ ಜನರು ಅವರು ಅನುಸರಿಸಬೇಕಾದ ಹಂತಗಳನ್ನು ತೋರಿದ ಮತ್ತು ಅವರ ಆತ್ಮವಿಶ್ವಾಸವನ್ನು ಪೋಷಿಸಿದ ಮಾರ್ಗದರ್ಶಕರಿಂದ ಪ್ರಯೋಜನ ಪಡೆದಿದ್ದಾರೆ.

ಅವಶ್ಯಕತೆ ಇರುವವವರಿಗೆ ತಮ್ಮ ಜೀವನವನ್ನು ಅರ್ಪಿಸಲು ಪ್ರೋತ್ಸಾಹಿಸಿದ ಫಾದರ್ ಮೈಕೆಲ್ ವ್ಯಾನ್ ಡೆರ್ ಪೀಟ್ ಅವರೊಂದಿಗೆ ಮದರ್ ತೆರೇಸಾ ಅವರು ಬಲವಾದ ಸಂಪರ್ಕವನ್ನು ಬೆಳೆಸಿಕೊಂಡಿದ್ದರು. ಫೇಸ್ ಬುಕ್ ಸಂಸ್ಥಾಪಕ ಮಾರ್ಕ್ ಜುಕರ್ ಬರ್ಗ್ ಅವರು ಮತ್ತೊಬ್ಬ ಪ್ರಸಿದ್ಧ ತಂತ್ರಜ್ಞಾನದ ಗುರು, ಆಪಲ್ ಸಂಸ್ಥಾಪಕ ಸ್ಟೀವ್ ಜಾಬ್ಸ್ ಅವರ ಸಹಾಯವನ್ನು ಕೋರಿದ್ದರು. ಓಪ್ರಾ ವಿನ್ಫ್ರೇ ಅವರು ಕವಯಿತ್ರಿ ಮತ್ತು ಕಲಾವಿದೆ ಮಾಯಾ ಏಂಜೆಲೊ ಅವರನ್ನು ತನ್ನ ಮಾರ್ಗದರ್ಶಕರನ್ನಾಗಿ ಪರಿಗಣಿಸಿದ್ದರು; ಕ್ವಿನ್ಸಿ ಜೋನ್ಸ್ ಅವರು ರೇ ಚಾರ್ಲ್ಸ್ ಅವರಿಂದ ಮಾರ್ಗದರ್ಶನ ಪಡೆದರು.

ಈ ಎಲ್ಲಾ ಜನರಿಗೂ ಉನ್ನತ ಮಟ್ಟಕ್ಕೆ ತಲುಪಿ, ತಮ್ಮಿಂದ ಅತ್ಯುತ್ತಮವಾದದ್ದನ್ನು ನೀಡಲು ಮೊದಲ ದರ್ಜೆಯ ಮಾರ್ಗದರ್ಶಿಯನ್ನು ಹೊಂದಿರುವುದು ಅತ್ಯಂತ ನಿರ್ಣಾಯಕವಾಗಿತ್ತು. ಮತ್ತು ನೀವು? ನೀವು ಹೋಗಲು ಬಯಸುವ ಸ್ಥಳಕ್ಕೆ ನಿಮ್ಮನ್ನು ಕರೆದೊಯ್ಯುವ ಮಾರ್ಗದರ್ಶಕರನ್ನು ನೀವು ಹೊಂದಿದ್ದೀರಾ?

ಜೀವನ ಒಂದು ಯಾತ್ರೆ

ಹಿಂದೂ ಧರ್ಮದ ವಿಸ್ತರಣೆಯ ಗೌರವವನ್ನು ಇತಿಹಾಸಕಾರರು ಸಾಧುಗಳಿಗೆ ನೀಡುತ್ತಾರೆ. ಅವರ ಜೀವನದ ಮುಖ್ಯ ಸೂತ್ರವಾದ ತೀರ್ಥಯಾತ್ರೆಯ ಬಗೆಗಿನ ಅವರ ಭಕ್ತಿಗೆ ಧನ್ಯವಾದಗಳು, ಅವರ ಈ ನಂಬಿಕೆಯು ಆಗ್ನೇಯ ಏಷ್ಯಾ ಪ್ರದೇಶದಲ್ಲಿ ಒಂದು ಪ್ರಮುಖ ಹೆಜ್ಜೆ ಗುರುತನ್ನು ಬಿಟ್ಟಿದೆ.

ಯೋಗಾಭ್ಯಾಸ ಮಾಡುವ ಮೂಲಕ ದೇಹ ಮತ್ತು ಮನಸ್ಸಿನ ನಿಯಂತ್ರಣವನ್ನು ಬೆಳೆಸಿಕೊಳ್ಳುವ ಭಾರತದ ಸಪ್ತ ಪುರಿಗಳಲ್ಲಿ ಒಂದಾದ ಪವಿತ್ರ ಹೃಷಿಕೇಶದಲ್ಲಿ ಅತಿ ಹೆಚ್ಚು ಸಾಧುಗಳನ್ನು ನಾವು ಕಾಣುತ್ತೇವೆ. ಹಾಗೆಯೇ, ಇತರ ಸ್ಥಳಗಳಲ್ಲಿ, ವಿಶೇಷವಾಗಿ ದುಃಖದಿಂದ ಮುಕ್ತರಾಗಲು ಬಯಸುವವರನ್ನು ಗಂಗಾ ನದಿಯು ಸ್ವಾಗತಿಸುವ ವಾರಣಾಸಿಯಲ್ಲಿ ಕೂಡ ನಮಗೆ ಹೆಚ್ಚಿನ ಸಂಖ್ಯೆಯಲ್ಲಿ ಸಾಧುಗಳು ಕಾಣಸಿಗುತ್ತಾರೆ.

ಪವಿತ್ರವಾದ ಗಂಗಾ, ಯಮುನಾ ಮತ್ತು ಸರಸ್ವತಿ ನದಿಗಳು ಈ ನಗರಗಳ ಮೂಲಕ ಹರಿಯುವುದರಿಂದ ಈ ನಗರಗಳು ಯಾತ್ರೆಯ ಮಾರ್ಗದಲ್ಲಿ ಗುರುತಿಸಿಕೊಂಡಿವೆ. ಲಕ್ಷಾಂತರ ಯಾತ್ರಾರ್ಥಿಗಳು ಭಾಗವಹಿಸುವ ಕುಂಭಮೇಳದಂತಹ ಪ್ರಮುಖ ಮೇಳಗಳಲ್ಲಿ ಸಾಧುಗಳು ಗಂಗಾ ಮಾತೆಯ ಹಾಡುಗಳನ್ನು ಹಾಡುತ್ತಾರೆ ಮತ್ತು ತಮ್ಮ ಆಚರಣೆಗಳ ಸ್ಪಷ್ಟ ರೂಪವನ್ನು ಪ್ರದರ್ಶಿಸುತ್ತಾ ವಾರಗಟ್ಟಲೆ ಮೆರವಣಿಗೆಗಳನ್ನು ನಡೆಸುತ್ತಾರೆ.

ಸಾಧುಗಳ ಪ್ರಭಾವ ಏಷ್ಯಾ ಖಂಡದಾಚೆಗೂ ಹಬ್ಬಿದೆ. ಕ್ರಿ. ಶ. 1845 ಮತ್ತು 1917 ರ ನಡುವೆ, ಮೂವತ್ತೈದು ಸಾವಿರಕ್ಕೂ ಹೆಚ್ಚು ಜನರು ಜಮೈಕಾಕ್ಕೆ ವಲಸೆ ಬಂದು, ಗಂಗಾ ನದಿ, ಕಾಳಿ ದೇವತೆ ಮತ್ತು ಶಿವನಿಂದ ಸ್ಫೂರ್ತಿ ಪಡೆದ ಹೆಸರಾದಂತಹ ಗಾಂಜಾ (ಮಾರಿಜುವಾನಾ) ಗಿಡವನ್ನು ಬೆಳೆಸುವ ಮೊದಲಿಗರಾದರು.

ಡ್ರೆಡ್ ಲಾಕ್ ರೀತಿಯಲ್ಲಿ ಕೂದಲನ್ನು ಬಿಟ್ಟುಕೊಳ್ಳುವುದು ಸಹ ರಾಸ್ತಾಫರಿಯನ್

ಸಂಸ್ಕೃತಿಯ ಮೇಲೆ ಪ್ರಭಾವ ಬೀರಿತು. ಹಿಂದಿಯಲ್ಲಿ, ರಾಸ್ತಾ ಎಂದರೆ 'ಮಾರ್ಗ' ಎಂದರ್ಥ. ಡ್ರೆಡ್ ಲಾಕ್ ಗಳು ಸಾಧುಗಳ ಸಂಕೇತ ಎಂದು ಪ್ರಪಂಚದಾದ್ಯಂತ ಬಿಂಬಿಸುವುದರಲ್ಲಿ ಪಾಶ್ಚಿಮಾತ್ಯ ಸಂಗೀತದ ದಂತಕಥೆ ಬಾಬ್ ಮಾರ್ಲಿ ಅವರ ಕೊಡುಗೆಯೂ ಇದೆ.

ಉದ್ದನೆಯ ಕೂದಲನ್ನು ಹೊಂದಿರುವವನು

"ಉದ್ದನೆಯ ಕೂದಲನ್ನು ಹೊಂದಿರುವವನು ಬೆಂಕಿಯನ್ನು ಸಹಿಸಬಲ್ಲನು, ಉದ್ದನೆಯ ಕೂದಲನ್ನು ಹೊಂದಿರುವವನು ವಿಷವನ್ನು ಸಹಿಸಬಲ್ಲನು, ಉದ್ದನೆಯ ಕೂದಲನ್ನು ಹೊಂದಿರುವವನು ಎರಡೂ ಜಗತ್ತುಗಳನ್ನು ತಾಳಿಕೊಳ್ಳಬಲ್ಲನು. ಉದ್ದನೆಯ ಕೂದಲನ್ನು ಹೊಂದಿರುವವನು ನೇರವಾಗಿ ಆಕಾಶವನ್ನು ದೃಷ್ಟಿಸುತ್ತಾನೆ ಎಂದು ಹೇಳುತ್ತಾರೆ, ಉದ್ದನೆಯ ಕೂದಲನ್ನು ಹೊಂದಿರುವವನು ಸ್ವತಃ ತಾನೇ ಆ ಬೆಳಕಾಗಿದ್ದಾನೆ ಎಂದು ಹೇಳುತ್ತಾರೆ.... ನಾವು ನಮ್ಮ ದೇಹಗಳನ್ನು ಮಾತ್ರ ನೋಡಿಕೊಳ್ಳಬಲ್ಲ ಮನುಷ್ಯರು... ಜೀವನದ ಅಧಿಪತಿಯು ಹೊಂದಿಕೊಳ್ಳುವಿಕೆ ಇಲ್ಲದವನನ್ನು ಹೊಡೆದು ಬಡಿದು, ದಂಡಿಸುತ್ತಾನೆ, ಆದರೆ ಉದ್ದನೆಯ ಕೂದಲನ್ನು ಹೊಂದಿರುವವನು ರುದ್ರನ ಜೊತೆಗೂಡಿ, ವಿಷಪಾನ ಮಾಡಿದವನಾಗಿದ್ದಾನೆ."

– ಋಗ್ವೇದದ ಕೇಶಿನ್ ಸ್ತೋತ್ರದಿಂದ

ಅಸ್ತಿತ್ವದ ಶಿಖರ

ಸಂತೋಷದಿಂದಿರುವ ಕಲೆಯ ಬಗ್ಗೆ ನಾವು ಸಾಧುಗಳಿಂದ ಏನನ್ನು ಕಲಿಯಬಹುದು?

ನಿಜವಾಗಿಯೂ ನಮಗೆ ಅಗತ್ಯವಿಲ್ಲದ ವಿಷಯ/ವಸ್ತುಗಳನ್ನು ತ್ಯಜಿಸಲು ನಾವು ಕಲಿಯಬಹುದು. ಇದು, ಜಗತ್ತಿನಲ್ಲಿ ನಮ್ಮ ಜೀವನದ ಸವೆತವನ್ನು ಕಡಿಮೆಗೊಳಿಸಿ ನಯವಾಗಿ ಮುಂದುವರೆಯಲು ಅನುವು ಮಾಡಿಕೊಡುತ್ತದೆ.

ಜೀವನವನ್ನು ಒಂದು ಪರ್ವತಕ್ಕೆ ಹೋಲಿಸುತ್ತಾ, ಮನಃಶಾಸ್ತ್ರಜ್ಞ ಮತ್ತು ಬರಹಗಾರ ಜೋನ್ ಗ್ಯಾರಿಗಾ ಅವರು ಇದಕ್ಕೆ ಒಂದು ಗಮನಾರ್ಹವಾದ ವಿವರಣೆಯನ್ನು ನೀಡುತ್ತಾರೆ.

ನಮ್ಮ ಜೀವನದ ಮೊದಲಾರ್ಧದಲ್ಲಿ, ನಾವು ಲಾಭಗಳನ್ನು ಗಳಿಸುವ ಬಯಕೆಯೊಂದಿಗೆ ಪರ್ವತವನ್ನು ಏರುತ್ತೇವೆ. ಜ್ಞಾನ, ಅನುಭವಗಳು, ಸ್ನೇಹ, ಪ್ರೀತಿ, ವೃತ್ತಿಪರ ಅಥವಾ ಬೌದ್ಧಿಕ ಮೈಲಿಗಲ್ಲುಗಳು ಈ ಎಲ್ಲಾ ರೀತಿಯ ಸಿರಿ ಸಂಪತ್ತುಗಳನ್ನೂ ನಾವು ಗಳಿಸಿಕೊಳ್ಳುತ್ತೇವೆ. ಆನಂತರ, ನಮ್ಮ ಜೀವನಪಯಣದ ಮಧ್ಯದ ಹಂತದಲ್ಲಿ ಪರ್ವತದ ತುದಿಯನ್ನು ತಲುಪಿ "ನಾನು ಇಲ್ಲಿದ್ದೇನೆ! ನಾನು ಸಾಧಿಸಿದ ಎಲ್ಲವೂ ಇಲ್ಲಿದೆ!" ಎಂದು ಕೂಗಿ ಹೇಳುತ್ತಾ ನಮ್ಮ ಹುಡುಕಾಟದ ದೃಷ್ಟಿಕೋನದಿಂದ ಪ್ರಪಂಚದ ನೋಟವನ್ನು ಆನಂದಿಸುತ್ತೇವೆ.

ಆದರೂ ಒಮ್ಮೆ ನಾವು ಶಿಖರದ ತುದಿಯನ್ನು ತಲುಪಿದ ನಂತರ, ನಾವು ಪರ್ವತದ ಇನ್ನೊಂದು ಬದಿಗೆ ಹೋಗಲೇಬೇಕು. ನಾವು ಪರ್ವತಾರೋಹಣದಿಂದ ಆಯಾಸಗೊಂಡಿರುತ್ತೇವೆ

ಮತ್ತು ನಾವು ಇಳಿಯುತ್ತಾ ಹೋದಂತೆ, ಕ್ಷೀಣಿಸುತ್ತಿರುವ ನಮ್ಮ ಶಕ್ತಿಯು ಕಡಿಮೆಯಾಗುತ್ತಲೇ ಹೋಗುತ್ತದೆ. ಜೀವನದ ಮಧ್ಯದ ಹಂತವನ್ನು ದಾಟಿದ ನಂತರ, ಪ್ರಯಾಣದ ಈ ಎರಡನೇ ಭಾಗದಲ್ಲಿ ಬುದ್ಧಿವಂತನಾದ ವ್ಯಕ್ತಿಯು ವಸ್ತುಗಳನ್ನು ಸಂಗ್ರಹಣೆಯನ್ನು ನಿಲ್ಲಿಸುತ್ತಾನೆ ಮತ್ತು ಅವುಗಳನ್ನು ತ್ಯಜಿಸಲು ಪ್ರಾರಂಭಿಸುತ್ತಾನೆ. ಇದರಿಂದ, ನಮ್ಮನ್ನು ಆಕ್ರಮಿಸುವ ಮತ್ತು ನಮ್ಮನ್ನು ಭಾರದಿಂದ ಕುಗ್ಗಿಸುವ ನಿಷ್ಪ್ರಯೋಜಕ ವಸ್ತು / ವಿಷಯಗಳಿಂದ ನಮ್ಮನ್ನು ನಾವು ಮುಕ್ತಗೊಳಿಸಿಕೊಳ್ಳುತ್ತೇವೆ. ನಮ್ಮ ಅವಶ್ಯಕತೆಗಳು ಕಡಿಮೆಯಾಗುತ್ತಾ ಹೋಗುತ್ತದೆ, ನಾವು ಹಗುರವೆನಿಸುವ ಪ್ರಯಾಣಕ್ಕೆ ಆದ್ಯತೆ ನೀಡುತ್ತೇವೆ, ನಮ್ಮ ಇಳಿಯುವಿಕೆಯ ಕೊನೆಯಲ್ಲಿ, ನಾವು ಉಳಿದಿರುವ ಎಲ್ಲವನ್ನೂ, ಅಂದರೆ ಜೀವವನ್ನು ಸಹ ಬಿಟ್ಟುಬಿಡುತ್ತೇವೆ.

ಶೇಖರಣೆಯ ಮನೋಭಾವದಿಂದಲೇ ಪರ್ವತದಿಂದ ಇಳಿಯುವ ಜನರ ದುಃಖವನ್ನು ಜೋನ್ ಗ್ಯಾರಿಗಾ ಗಮನಿಸುತ್ತಾರೆ. ಅಂತಹ ಜನರು ತಮ್ಮ ಜೀವನವನ್ನು ಸರಳೀಕರಿಸಿಕೊಂಡು ಅಗತ್ಯ ವಿಷಯಗಳನ್ನು ಮಾತ್ರ ಇಟ್ಟುಕೊಂಡು ಸಮಯಕ್ಕೆ ಎಲ್ಲಕ್ಕಿಂತ ಹೆಚ್ಚು ಬೆಲೆ ಕೊಡುವ ಬದಲು, ಗೆಲ್ಲುವ, ತಮ್ಮನ್ನು ತಾವು ಸಾಬೀತುಪಡಿಸುವ ಮತ್ತು ಪ್ರತಿಫಲಗಳನ್ನು ಪಡೆಯುವ ಬಯಕೆಗಳಿಂದಲೇ ತಮ್ಮ ವೇಳಾಪಟ್ಟಿಯನ್ನು ತುಂಬಿಸಿಕೊಂಡಿರುತ್ತಾರೆ. ಅವರು ಅದನ್ನು ಬೇರೆಯವರಿಗೆ ವಹಿಸುವುದೂ ಇಲ್ಲ, ತ್ಯಜಿಸುವುದೂ ಇಲ್ಲ.

ಇಂಥವರು ಸಾಧುಗಳ ಬುದ್ಧಿವಂತಿಕೆಯಿಂದ ಕಲಿಯಬೇಕಾದ ಜನರಾಗಿದ್ದಾರೆ.

ಯಾವ ವಸ್ತುಗಳಿಲ್ಲದೆ ನೀವು ಬದುಕಲು ಸಾಧ್ಯ?

ಜರ್ಮನ್ ಹಾಸ್ಯ ಚಿತ್ರವೊಂದರಲ್ಲಿ ಇಬ್ಬರು ಸ್ನೇಹಿತರು ಬೆಟ್ಟಿಂಗ್‌ನ ಪರಿಣಾಮವಾಗಿ, ತಮ್ಮಲ್ಲಿರುವ ಎಲ್ಲವನ್ನೂ ತ್ಯಜಿಸಲು ನಿರ್ಧರಿಸುತ್ತಾರೆ. ನಾಲ್ಕು ಗೋಡೆಗಳ ನಡುವೆ ನೂರು ದಿನಗಳನ್ನು ನಗ್ನವಾಗಿ ಕಳೆಯುತ್ತಾ, ಪ್ರತಿದಿನವೂ ಅವರು ತ್ಯಜಿಸಿದ ವಸ್ತುಗಳಲ್ಲಿ ಒಂದನ್ನು ಮತ್ತೆ ಅಳವಡಿಸಿಕೊಳ್ಳುತ್ತಾ ಬದುಕುತ್ತಾರೆ. ಈ ರೀತಿಯಾಗಿ, ನಿಜವಾಗಿಯೂ ತಮಗೆ ಏನು ಬೇಕು ಎಂಬುದನ್ನು ಅವರು ಕಂಡುಕೊಳ್ಳುತ್ತಾರೆ.

ಹದಿನೈದು ವರ್ಷಗಳ ಕಠಿಣ ರಿಯಲ್ ಎಸ್ಟೇಟ್ ಉದ್ಯೋಗದ ನಂತರ ಸ್ವಸಹಾಯದ ಬಗ್ಗೆ ಎಲೈನ್ ಸೈಂಟ್ ಜೇಮ್ಸ್ ಅವರು ಬರೆದ, 1994ರಲ್ಲಿ ಪ್ರಕಟವಾದ 'ಸಿಂಪ್ಲಿಫೈ ಯುವರ್ ಲೈಫ್' ಎನ್ನುವ ಒಂದು ಶ್ರೇಷ್ಠ ಪುಸ್ತಕದ ಕುರಿತು ನಾವು ಚಿಂತನೆ ನಡೆಸುವಂತೆ ಈ ಸಿನಿಮಾ ಪರಿಣಾಮ ಬೀರಿತು.

ತನ್ನ ಬಿಡುವಿಲ್ಲದ ವೇಳಾಪಟ್ಟಿ ಮತ್ತು ನಿರಂತರವಾಗಿ ವಿಸ್ತರಿಸಬೇಕಾದ ಕೆಲಸಗಳ ಪಟ್ಟಿಗಳಲ್ಲಿ ಮುಳುಗಿಹೋಗಿದ್ದ ಸೇಂಟ್ ಜೇಮ್ಸ್ ತನ್ನ ಜೀವನವನ್ನು ಮರುಪರಿಶೀಲಿಸಲು ವಾರಾಂತ್ಯದ ವಿಶ್ರಾಂತಿಗೆ ಹೋಗುತ್ತಾಳೆ. ಅಲ್ಲಿ, ಅವಳು ತನ್ನ ದೈನಂದಿನ ಜೀವನದ ಸಂಕೀರ್ಣತೆಯನ್ನು ಕಡಿಮೆ ಮಾಡಿಕೊಳ್ಳಲು ಮಾಡಬಹುದಾದ ಎಲ್ಲಾ ಕೆಲಸಗಳ ಪಟ್ಟಿಯನ್ನು ಮಾಡುತ್ತಾಳೆ. ಅವುಗಳಲ್ಲಿ ಕೆಲವು ಹೀಗಿವೆ:

- ಅವಳು ನಿಜವಾಗಿಯೂ ವಾಸಿಸಲು ಬಯಸಿದ್ದ ದೇಶದ ಒಂದು ಭಾಗದ ಸಣ್ಣ ಮನೆಗೆ ಹೋಗುವುದು. ಮನೆಯ ನಿರ್ವಹಣೆಗಾಗಿ ವೆಚ್ಚವಾಗುವ ಹಣ ಮತ್ತು ಸಮಯವನ್ನು ಉಳಿಸಲು ಇದು ಅನುವು ಮಾಡಿಕೊಡುತ್ತದೆ.

- ಗಳಿಕೆಯ ಶಕ್ತಿ ಕಡಿಮೆಯಾದರೂ ಸಹ, ಅವಳು ಹೆಚ್ಚು ಇಷ್ಟಪಡುವ ಚಟುವಟಿಕೆಯ ಪರವಾಗಿ ವೃತ್ತಿಯನ್ನು ಬದಲಾಯಿಸುವುದು.
- ಅವಳು ಬಳಸದ ಮತ್ತು ಅವಳಿಗೆ ಹೆಚ್ಚು ತಲೆನೋವನ್ನು ಉಂಟುಮಾಡುತ್ತಿದ್ದ ಆ 'ಹುಚ್ಚು ದೋಣಿಯನ್ನು' ಮಾರಾಟ ಮಾಡುವುದು.
- ಅವಳ ಸ್ವತ್ತು ಮತ್ತು ಸೇವೆಗಳ ಆವಶ್ಯಕತೆಗಳನ್ನು ಆಮೂಲಾಗ್ರವಾಗಿ ಕಡಿಮೆ ಮಾಡಿಕೊಳ್ಳುವುದು.
- ಅವಳ ಆಹಾರದ ಮತ್ತು ಶಾಪಿಂಗ್‌ನ ಅಭ್ಯಾಸಗಳನ್ನು ಮರುಪರಿಶೀಲನೆ ಮಾಡುವುದು.

ಈ ಅಧ್ಯಾಯವನ್ನು ಮುಗಿಸುವ ಮುನ್ನ, ಎಲೈನ್ ಸೇಂಟ್ ಜೇಮ್ಸ್ ಮಾಡಿದ ಈ ಪ್ರಯೋಗವನ್ನು ಮಾಡಲು ನಿಮಗೆ ನಾವು ಶಿಫಾರಸು ಮಾಡುತ್ತೇವೆ. ನಿಮ್ಮ ಜೀವನವನ್ನು ಸುಗಮಗೊಳಿಸಿಕೊಳ್ಳಲು ನೀವು ಸಾಧು ಅಗಿರಲೇಬೇಕು ಎಂದೇನೂ ಇಲ್ಲ. ವಾಸ್ತವವಾಗಿ ನೀವು ವಾರಾಂತ್ಯದ ವಿಶ್ರಾಂತಿಗೆ ಹೋಗುವ ಅಗತ್ಯವೂ ಇಲ್ಲ.

ನಿಮಗಾಗಿ ದಿನದಲ್ಲಿ ಕೇವಲ ಒಂದು ಘಂಟೆ ಮೀಸಲಿಡಿ. ನಿಮ್ಮನ್ನು ನೀವೇ ಕೆಫೆ ಅಥವಾ ಉದ್ಯಾನವನಕ್ಕೆ ಡೇಟಿಂಗ್‌ಗೆ ಕರೆದೊಯ್ಯಿರಿ, ನಿಮ್ಮ ನೋಟ್ ಪುಸ್ತಕದಲ್ಲಿ ಈ ಕೆಳಗಿನವುಗಳನ್ನು ಪಟ್ಟಿ ಮಾಡಿ:

- ಅದಿಲ್ಲದೇ ನೀವು ಬದುಕಬಹುದಾದ ಎಲ್ಲಾ ಭೌತಿಕ ವಸ್ತುಗಳು – ನಿರಾತಂಕವಾಗಿ ಸಮಯ ಮತ್ತು ಸ್ಥಳ ಮಾಡಿಕೊಳ್ಳಲು ನೀವು ಅವುಗಳನ್ನು ಮಾರಾಟ ಮಾಡಬಹುದು ಅಥವಾ ಬೇರೆಯವರಿಗೆ ಪುಕ್ಕಟೆಯಾಗಿ ನೀಡಬಹುದು.
- ಅರ್ಥಹೀನ ಅಥವಾ ಅನಗತ್ಯ ವೆಚ್ಚಗಳು.
- ನಿಮಗೆ ನಿಜವಾಗಿಯೂ ಇಷ್ಟವಾಗದಿದ್ದರೂ ನೀವು ಹಾಜರಾಗುವ ಸಭೆ, ಸಮಾರಂಭಗಳು; ಕೇವಲ ಜಡತ್ವದಿಂದ ಕಾರಣದಿಂದ ಕಾಪಾಡಿಕೊಂಡು ಬಂದಿರುವ ಸಂಬಂಧಗಳು.
- ದೈನಂದಿನ ಅಭ್ಯಾಸಗಳು— ನೀವು ಸಂಪೂರ್ಣವಾಗಿ ಪ್ರಜ್ಞಾಪೂರ್ವಕವಾಗಿ ಮಾಡದ ಅಭ್ಯಾಸಗಳಾದ ಟಿವಿ ವೀಕ್ಷಣೆ, ಗೊತ್ತುಗುರಿಯಿಲ್ಲದ ಆನ್‌ಲೈನ್ ಸ್ಕ್ರೋಲಿಂಗ್ ಮುಂತಾದವು; ಸ್ವಯಂಚಾಲಿತವಾಗಿ ನೀವು ಮಾಡುವ ಎಲ್ಲಾ ಅನಗತ್ಯ ಕಾರ್ಯಗಳು.

ಏನೇನಿಲ್ಲದೆ ನೀವು ಬದುಕಬಹುದು ಎನ್ನುವ ವಿಷಯಗಳನ್ನು ಒಮ್ಮೆ ನೀವು ಗುರುತಿಸಿದ ನಂತರ, ಆ ಜರ್ಮನ್ ಚಲನಚಿತ್ರದಲ್ಲಿನ ಪಾತ್ರಗಳನ್ನು ಸ್ಫೂರ್ತಿಯಾಗಿ ತೆಗೆದುಕೊಂಡು ನಿಮ್ಮ ಪಟ್ಟಿಯಿಂದ ಒಂದು ವಿಷಯವನ್ನು ನಿಮ್ಮ ಜೀವನದಿಂದ ತೆಗೆದುಹಾಕಿ.

ಇದನ್ನು ನೂರು ದಿನಗಳವರೆಗೆ ಮಾಡಿ. ಇದರಿಂದ ನಿಮ್ಮ ಹೊರೆ ಎಷ್ಟು ಹಗುರವಾಗುತ್ತದೆ ಎಂದು ನೀವೇ ನೋಡಿ. ಸಾಧುವಿನ ಮಾರ್ಗಕ್ಕೆ ಸ್ವಾಗತ!

ಆಶ್ರಮ

ಸಮುದಾಯದಲ್ಲಿ ಬೆಳೆಯುವುದು

ನಮ್ಮನ್ನು ಇಲ್ಲಿಗೆ ಕರೆತಂದ ಪುಸ್ತಕಗಳಿಗೆ ಸ್ಫೂರ್ತಿಯಾದ ಉತ್ತರ ಒಕಿನಾವಾದಲ್ಲಿ ನಡೆಸಿದ ಸಂಶೋಧನೆಯಲ್ಲಿ 'ಒಂದು ಆಧ್ಯಾತ್ಮಿಕ ಕುಟುಂಬದಂತೆ ಬಲವಾದ ಸ್ನೇಹಿತರ ವಲಯವನ್ನು ಕಾಪಾಡಿಕೊಳ್ಳುವುದು ದೀರ್ಘಾಯುಷ್ಯದ ರಹಸ್ಯದ ಕೀಲಿಕೈಗಳಲ್ಲಿ ಪ್ರಮುಖವಾದುದು' ಎಂದು ನಾವು ಕಂಡುಕೊಂಡಿದ್ದೇವೆ.

ಒಗಿಮಿಯಲ್ಲಿರುವ 'ಮೋಯಿ'ಗಳಿಗೆ ನಾವು ಭೇಟಿ ನೀಡಿದ್ದೆವು. ವೃದ್ಧರ ಜನ್ಮದಿನಗಳನ್ನು ಆಚರಿಸುವ, ಆಟಗಳನ್ನು ಆಡಿಸುವ, ಆರ್ಥಿಕ ಬೆಂಬಲ ಸೇರಿದಂತೆ ಪರಸ್ಪರ ಬೆಂಬಲವನ್ನು ನೀಡುವ ಸ್ಥಳೀಯ ಸಾಮಾಜಿಕ ಗುಂಪು ಇದಾಗಿದೆ, ಅದಕ್ಕೆ ಧನ್ಯವಾದಗಳು. ವಿಶ್ವದ ಆ ಭಾಗದಲ್ಲಿ ಜನರು ದೀರ್ಘಕಾಲ ಬದುಕಲು ಮತ್ತು ಜೀವನದ ಅತ್ಯುತ್ತಮ ಗುಣಮಟ್ಟವನ್ನು ಆನಂದಿಸಲು ಇದೂ ಕೂಡ ಒಂದು ಕಾರಣವಾಗಿದೆ. ವಾಸ್ತವವಾಗಿ, 'ಮೋಯಿ' ಎನ್ನುವ ಪದವನ್ನು 'ಒಂದು ಸಾಮಾನ್ಯ ಉದ್ದೇಶದೊಂದಿಗೆ ಒಟ್ಟುಗೂಡುವುದು' ಎಂದು ಅನುವಾದಿಸಬಹುದು.

ಬಲವಾದ ಸಾಮಾಜಿಕ ವಲಯವು ದೀರ್ಘಾಯುಷ್ಯ ಮತ್ತು ಸಂತೋಷವನ್ನು ಪ್ರೋತ್ಸಾಹಿಸುತ್ತದೆ. ಹದಿನೇಳನೇ ಶತಮಾನದಲ್ಲಿ ಕವಿ ಜಾನ್ ಡನ್ 'ಯಾವುದೇ ಮನುಷ್ಯನೂ ದ್ವೀಪವಲ್ಲ' ಎಂದು ಬರೆದಿದ್ದಾನೆ. ನಾವು ಮಾನಸಿಕವಾಗಿ ಹಾಗೂ ಆಧ್ಯಾತ್ಮಿಕವಾಗಿ ಆರೋಗ್ಯವಾಗಿರಲು ಇತರರ ಅಗತ್ಯವಿರುತ್ತದೆ.

ನಮ್ಮ ಜೊತೆ ಸಮಯ ಕಳೆಯುವವರು ನಮ್ಮ ಯೋಗಕ್ಷೇಮದ ಮೇಲೆ ಗಮನಾರ್ಹ ಪರಿಣಾಮ ಬೀರುತ್ತಾರೆ. ಅಂತಹವರನ್ನು ನಾವು ಬುದ್ಧಿವಂತಿಕೆಯಿಂದ ಆರಿಸಿಕೊಂಡರೆ, ಕಷ್ಟದ ಸಮಯಗಳಲ್ಲಿ 'ನಾವು ಬಲಶಾಲಿಯಾಗಿದ್ದೇವೆ' ಎಂದೆನಿಸುತ್ತದೆ, ದುಃಖದ ಸಮಯದಲ್ಲಿ ಸಾಂತ್ವನ ಪಡೆಯುತ್ತೇವೆ ಮತ್ತು ನಮ್ಮ ಆಲೋಚನೆಗಳು ಮತ್ತು ಯೋಜನೆಗಳನ್ನು ಕಾರ್ಯಗತಗೊಳಿಸಲು ಪ್ರೇರಿತರಾಗುತ್ತೇವೆ.

ಭಾರತದಲ್ಲಿ ಒಬ್ಬ ಗುರು ಅಥವಾ ನಿರ್ದಿಷ್ಟ ನಂಬಿಕೆಯ ಸುತ್ತಲೂ ಒಗ್ಗೂಡಿರುವ ಆಶ್ರಮಗಳು ಮತ್ತು ಆಧ್ಯಾತ್ಮಿಕ ಸಮುದಾಯಗಳ ಸಂಪ್ರದಾಯವಿದೆ. ಇವು ಈ ಅಧ್ಯಾಯದ ವಿಷಯವಾಗಿದೆ. ಸರಿಯಾದ ಜನರಿಂದ ಸುತ್ತುವರೆದಿರುವುದು ನಿಮ್ಮ ಶ್ರೇಷ್ಠ ಸದ್ಗುಣಗಳನ್ನು ಪೋಷಿಸುವಂತೆಯೇ, ತಪ್ಪು ಆಶ್ರಮವನ್ನು ಆಯ್ಕೆ ಮಾಡುವುದು ನಿಮ್ಮನ್ನು ಬೆಳೆಸುವ ಬದಲು ಕೆಳಕ್ಕೆ ತಳ್ಳಬಹುದು.

ಈ ನಿಟ್ಟಿನಲ್ಲಿ ಶ್ರಮಿಸುವುದು

ಆಧ್ಯಾತ್ಮಿಕ ಅಭ್ಯಾಸ, ಸಮುದಾಯದ ದಿನಚರಿ ಮತ್ತು ಮಾನಸಿಕ ಶಾಂತಿಯ ಶೋಧನೆ ಇವು ಆಶ್ರಮಗಳ ಕೆಲವು ಉದ್ದೇಶಗಳಾಗಿವೆ. ಧ್ಯಾನ ಮತ್ತು ಯೋಗದ ಬಗ್ಗೆ ಕಲಿಕೆ ಬಯಸುವ ಯಾರಿಗಾದರೂ ಆಶ್ರಮಗಳು ತೆರೆದಿರುತ್ತವೆ ಮತ್ತು ಆಂತರಿಕ ಬೆಳವಣಿಗೆಗೆ ಹಾಗೂ ನಾವು ಹೇಗೆ ಬದುಕಬೇಕು ಎಂಬುದನ್ನು ಗಮನಿಸಿಕೊಳ್ಳುವುದಕ್ಕೆ ಇವು ಓಯಸಿಸ್‌ಗಳಿದ್ದಂತೆ.

ಒಂದು ಮಠದಿಂದ ಇನ್ನೊಂದಕ್ಕೆ ತೀರ್ಥಯಾತ್ರೆ ಮಾಡುವ ಸಾಧುಗಳಿಗೆ ಮತ್ತು ಸ್ಥಳೀಯರಿಗೆ ಜಾತಿಬೇಧವಿಲ್ಲದೆ ಆಶ್ರಮದ ಬಾಗಿಲುಗಳು ತೆರೆದಿರುತ್ತವೆ. ಪ್ರಪಂಚದ ಗದ್ದಲದಿಂದ ದೂರವಿದ್ದು ಸರಳ ಪರಿಸರದಲ್ಲಿ 'ಸಂತೋಷವನ್ನು ನೀಡುವುದು ಯಾವುದು'ಎಂದು ಚಿಂತನೆಗೈಯ್ಯಲು ಬಯಸುವ ಪ್ರವಾಸಿಗರಿಗೂ ಇಲ್ಲಿ ಸ್ವಾಗತವಿರುತ್ತದೆ. ನೀವು ಬೌದ್ಧರಾಗಿರಲಿ, ಹಿಂದೂಗಳಾಗಿರಲಿ ಅಥವಾ ಯಾರೇ ಆಗಿರಲಿ, ಈ ಸಂತೋಷವು ನಿಮ್ಮೊಳಗೆ ಮಾತ್ರ ಸಿಗುತ್ತದೆ.

ಆಶ್ರಮಗಳು ಪ್ರಾಚೀನ ಕಾಲದಿಂದಲೂ ನಡೆದುಕೊಂಡು ಬಂದಿದ್ದು, ಸಾಮಾನ್ಯವಾಗಿ ಅವು ನಗರಗಳ ಹೊರಭಾಗದಲ್ಲಿ, ಚೈತನ್ಯ ನೀಡುವ ನೈಸರ್ಗಿಕ ಪರಿಸರದಲ್ಲಿ ನೆಲೆಗೊಂಡಿರುತ್ತಿದ್ದವು. ಇಂದಿಗೂ ಶಾಂತಿಯ ನೆಲೆಗಳಾಗಿರುವ, ಸ್ವರ್ಗ ಸಮಾನವಾದ ಈ ಆಶ್ರಮಗಳು ಆಧ್ಯಾತ್ಮಿಕ ಅನ್ವೇಷಣೆಯಲ್ಲಿ ತೊಡಗಿಕೊಂಡವರಿಗೆ ವಸತಿ, ಶಿಕ್ಷಣವನ್ನು ಒದಗಿಸಿ ಯಾತ್ರೆಯ ಮಧ್ಯೆ ಒಂದು ವಿಶ್ರಾಂತಿಯನ್ನು ನೀಡುತ್ತವೆ.

ಕೆಲವು ಆಶ್ರಮಗಳು ಸ್ಥಳ ಮತ್ತು ಅದರ ಸೇವೆಗಳ ನಿರ್ವಹಣೆಗೆ ಸಹಾಯ ಮಾಡುವ ಸ್ವಯಂಸೇವಕರನ್ನು ಸ್ವೀಕರಿಸುತ್ತವೆ. ಮತ್ತೆ ಕೆಲವು ಆಶ್ರಮಗಳು ಯಾವುದೇ ಷರತ್ತು ಇಲ್ಲದೆ ತಮ್ಮ ಬಾಹುಗಳನ್ನು ಚಾಚಿ, ಜನರು ತಮ್ಮನ್ನು ಮರುಶೋಧನೆ ಮಾಡಿಕೊಳ್ಳಲು ಶಿಬಿರಗಳನ್ನು ಆಯೋಜಿಸುತ್ತವೆ.

ಆಶ್ರಮದ ತತ್ವವನ್ನು ನಾವು ಸಂಸ್ಕೃತ ಮೂಲದ ಶಬ್ದದಲ್ಲಿ ನೋಡಬಹುದು– ಇದರ ಅರ್ಥ 'ಧಾರ್ಮಿಕ ಪ್ರಯತ್ನ' ಎನ್ನುವುದಾಗಿದೆ. ಹಿಂದೂ ಸಂಪ್ರದಾಯದಲ್ಲಿ, ಆಶ್ರಮವು ವೈದಿಕ ಗ್ರಂಥಗಳ ಅಧ್ಯಯನ, ಯೋಗ ಮತ್ತು ಧ್ಯಾನ ಇವುಗಳನ್ನು ಅಭ್ಯಾಸ ಮಾಡುವ ಸ್ಥಳವಾಗಿದೆ. ಈ ಚಟುವಟಿಕೆಗಳ ಮೂಲಕ ಹಾಗೂ ಆಹಾರ ಮತ್ತು ದಿನಚರ್ಯೆಗೆ ಅನ್ವಯಿಸುವ ಕಟ್ಟುನಿಟ್ಟಾದ ಸ್ವಯಂಶಿಸ್ತಿನ ಮೂಲಕ ನಾಲ್ಕನೇ ಪುರುಷಾರ್ಥದ (ಮೋಕ್ಷ, ಅಥವಾ ಆಧ್ಯಾತ್ಮಿಕ ಮುಕ್ತಿ) ಕಡೆಗೆ ಆಧ್ಯಾತ್ಮಿಕ ಪ್ರಗತಿಯನ್ನು ಬೆಳೆಸಲಾಗುತ್ತದೆ.

ಆಶ್ರಮದ ಪ್ರಮುಖವಾದ ಅಂಶವೆಂದರೆ ಗುರುಕುಲ ಅಥವಾ 'ಗುರುವಿನ ಮನೆ'ಯಾಗಿ ಕಾರ್ಯನಿರ್ವಹಿಸುವುದು. ಅಲ್ಲಿ ವಿದ್ಯಾರ್ಥಿಗಳು ಒಟ್ಟಿಗೆ ವಾಸಿಸುತ್ತಾ ಶಿಕ್ಷಕ ಅಥವಾ ಆಧ್ಯಾತ್ಮಿಕ ಮಾರ್ಗದರ್ಶಕರಿಂದ ಸ್ಫೂರ್ತಿ ಪಡೆಯುತ್ತಾರೆ.

ಭಾರತದಲ್ಲಿ ಅನೇಕ ಮಾರ್ಗದರ್ಶಕರ ಬೋಧನೆಗಳಿಂದ ಸ್ಫೂರ್ತಿ ಪಡೆದ ಆಧ್ಯಾತ್ಮಿಕ ಸಮುದಾಯಗಳಿವೆ; ಅವರುಗಳಲ್ಲಿ ಕೆಲವರು – ನಂತರದಲ್ಲಿ ಓಶೋ ಎಂದು ಕರೆಯಲ್ಪಟ್ಟ ವಿವಾದಾತ್ಮಕ ಗುರು ರಜನೀಶ್; ಪ್ರಾಯೋಗಿಕ ಉಪನಗರವಾದ ಆರೋವಿಲ್ಲೆಯ ರೂವಾರಿ ಶ್ರೀ ಅರಬಿಂದೋ ಅವರ ಜೊತೆ ಕೈ ಜೋಡಿಸಿದ 'ಮಾತಾ' ಮಿರ್ರಾ ಅಲ್ಫಾಸ್ಸಾ; ರಾಮಕೃಷ್ಣರು; ರಮಣ ಮಹರ್ಷಿಗಳು; ಜಿಡ್ಡು ಕೃಷ್ಣಮೂರ್ತಿ ಮತ್ತು ಅಪ್ಪುಗೆಯನ್ನು ಪಡೆಯಲು ಉದ್ದನೆಯ ಸರತಿ ಸಾಲಿನಲ್ಲಿ ಜನರು ನಿಲ್ಲುವ 'ತಬ್ಬಿಕೊಳ್ಳುವ ಕರುಣಾಮಯಿ' ಅಮ್ಮ.

ಮನಸ್ಸು ಆಹಾರದಿಂದ ಮಾಡಲ್ಪಟ್ಟಿದೆ
(ಮತ್ತು ಭಾರತೀಯ ಆಹಾರ ಅತ್ಯಂತ ಸಂತೋಷದಾಯಕ ಆಹಾರ)

ಅತ್ಯುತ್ತಮ ಏಕಾಗ್ರತೆ ಮತ್ತು ಮಾನಸಿಕ ಸ್ಪಷ್ಟತೆಗೆ ಅನುಕೂಲಕರವಾದ ಲಘು ಮತ್ತು ಸಮತೋಲಿತ ಆಹಾರ ಪದ್ಧತಿಯು ಆಶ್ರಮದಲ್ಲಿ ಪ್ರೋತ್ಸಾಹಿಸುವ ಅಭ್ಯಾಸಗಳಲ್ಲಿ ಪ್ರಮುಖವಾಗಿದೆ.

ಛಾಂದೋಗ್ಯೋಪನಿಷದ್‌ನಲ್ಲಿ ಹೇಳುವಂತೆ:

ನಾವು ಆಹಾರವನ್ನು ಸೇವಿಸಿದಾಗ, ಅದು ಮೂರು ಭಾಗಗಳಾಗಿ ವಿಂಗಡನೆಯಾಗುತ್ತದೆ: ಅದರ ಸ್ಥೂಲಭಾಗವು ಮಲದ ವಸ್ತುವಾಗುತ್ತದೆ. ಮಧ್ಯಭಾಗವು ಮಾಂಸವಾಗುತ್ತದೆ ಮತ್ತು ಸೂಕ್ಷ್ಮಭಾಗವು ಮನಸ್ಸಾಗುತ್ತದೆ. ಪ್ರಿಯ ಬಾಲಕನೇ, ಕಡೆಯುತ್ತಿರುವ ಮೊಸರಿನಲ್ಲಿ, ಅತ್ಯಂತ ಸೂಕ್ಷ್ಮವಾದ ಭಾಗವು ಮೇಲಕ್ಕೆ ಬಂದು ಸ್ಪಷ್ಟವಾದ ಬೆಣ್ಣೆಯಾಗುತ್ತದೆ. ಪ್ರಿಯ ಬಾಲಕನೇ, ಅದೇ ರೀತಿಯಲ್ಲಿ ನಾವು ಸೇವಿಸುವ ಆಹಾರದ ಸೂಕ್ಷ್ಮ ಭಾಗವು ಮೇಲ್ಮುಖವಾಗಿ ಬಂದು ಮನಸ್ಸಾಗುತ್ತದೆ. ಆದ್ದರಿಂದ ಪ್ರಿಯ ಬಾಲಕನೇ, ಮನಸ್ಸು ಆಹಾರದಿಂದಲೇ ಆಗುತ್ತದೆ.

ಜರ್ಮನಿಯ ಆನ್‌ಲೈನ್ ಆಹಾರ ವಿತರಕ ವೇದಿಕೆಯಾದ ಲೀಫೆರಾಂಡೊ ನಡೆಸಿದ ಅಧ್ಯಯನದ ಪ್ರಕಾರ, ಭಾರತೀಯ ಆಹಾರವು ನಮಗೆ ಅತ್ಯಂತ ಸಂತೋಷವನ್ನು ನೀಡುತ್ತದೆ, ತಿನ್ನುವವರ ಸಂತೋಷವನ್ನು ಮೇಲೋಗರಗಳು ಶೇಕಡಾ 83 ರಷ್ಟು ಹೆಚ್ಚಿಸುತ್ತದೆ.

ಮೇಲೋಗರಗಳ ತಯಾರಿಕೆಯಲ್ಲಿ ಬಳಸುವ, ವಿಶೇಷವಾಗಿ ಅರಿಶಿನದಂತಹ ಮಸಾಲೆಗಳು ಇದಕ್ಕೆ ಕಾರಣವಾಗಿರಬಹುದು. ಯುಸಿಎಲ್‌ಎ ಅಧ್ಯಯನದ ಪ್ರಕಾರ, ಇಂತಹ ಮಸಾಲೆಗಳು ತಿನ್ನುವವರ ಮನಸ್ಥಿತಿಯನ್ನು ಸುಧಾರಿಸುತ್ತದೆ.

ಶಾಂತತೆಯ ಪೋಷಣೆ

ಭಾರತದ ಬಹಳಷ್ಟು ಆಶ್ರಮಗಳ ಆಹಾರ ಪದ್ಧತಿಗಳು ಆಯುರ್ವೇದದ ನಿಯಮಗಳಿಂದ ಪ್ರೇರಿತವಾದ ಮಾರ್ಗಸೂಚಿಗಳನ್ನು ಆಧರಿಸಿರುತ್ತವೆ. ನಾವು ಆಧ್ಯಾತ್ಮಿಕ ಕೇಂದ್ರದ ಶಿಬಿರದಲ್ಲಿ ಇಲ್ಲದಿದ್ದರೂ ಸಹ, ಆರೋಗ್ಯಕರ ದೇಹ, ಮನಸ್ಸು ಮತ್ತು ಆತ್ಮಕ್ಕಾಗಿ ಈ ನಿಯಮಗಳನ್ನು ನಮ್ಮ ಮನೆಗಳಲ್ಲೇ ಅಳವಡಿಸಿಕೊಳ್ಳಬಹುದು:

- ತಯಾರು ಮಾಡಿ ಗರಿಷ್ಠ ಮೂರು ಗಂಟೆಗಳು ಮೀರದ ತಾಜಾ ಆಹಾರವನ್ನು ಸೇವಿಸಿ.
- ಸಂಸ್ಕರಿಸಿದ ಆಹಾರಗಳು, ಜೊತೆಗೆ ಕೆಫೀನ್, ಸೋಡಾ, ಸಕ್ಕರೆ ಮತ್ತು ಹೆಪ್ಪುಗಟ್ಟಿದ, ಹುರಿದ, ಕರಿದ ಮತ್ತು ಪ್ಯಾಕ್ ಮಾಡಲಾದ ಆಹಾರಗಳನ್ನು ನಿಮ್ಮ ಆಹಾರದ ಪಟ್ಟಿಯಿಂದ ತೆಗೆದುಹಾಕಿ.
- ಹಾಲಿನ ಉತ್ಪನ್ನಗಳು ಮತ್ತು ಹಣ್ಣುಗಳನ್ನು ಎಂದಿಗೂ ಒಟ್ಟಿಗೆ ಸೇವಿಸಬಾರದು, ಅಥವಾ ಅವುಗಳ ಸೇವನೆಗೆ ಮೊದಲು 100 ಮಿಲಿಲೀಟರ್‌ಗಿಂತ ಹೆಚ್ಚು ನೀರನ್ನು ಕುಡಿಯಬಾರದು.

- ನಾವು ನಿಯಮಿತ ಆಹಾರ ಕ್ರಮವನ್ನು ಕಾಪಾಡಿಕೊಳ್ಳಬೇಕು. ಜೀರ್ಣ ಪ್ರಕ್ರಿಯೆಗೆ ಸಹಾಯಕವಾಗುವ ಸೂಕ್ಷ್ಮ ಜೀವಿಗಳು ಅತ್ಯುತ್ತಮವಾಗಿ ಕಾರ್ಯನಿರ್ವಹಿಸಲು ನಿಶ್ಚಿತವಾದ ಒಂದು ಕಾಲಮಾನದ ಮಾರ್ಗದರ್ಶನ ಅಗತ್ಯವಿದೆ.
- ಆಹಾರ ಸೇವನೆಗೆ ಮೊದಲು, ಸ್ವಲ್ಪ ಶುಂಠಿಯ ಸೇವನೆಯಿಂದ ನಾವು ನಮ್ಮ ಜಠರ ರಸದ ಉತ್ಪತ್ತಿಯನ್ನು ಉತ್ತೇಜಿಸಬೇಕು.
- ಆಹಾರದ ರುಚಿಯನ್ನು ಉತ್ತಮವಾಗಿ ಆಸ್ವಾದಿಸಲು, ನಾವು ಅದರ ಮೇಲೆ ಪೂರ್ಣವಾದ ಗಮನ ಕೇಂದ್ರೀಕರಿಸಬೇಕು. ಈ ಉದ್ದೇಶಕ್ಕಾಗಿ, ನಾವು ಧ್ಯಾನ ಶಿಬಿರಗಳಲ್ಲಿ ಮಾಡುವಂತೆಯೇ ನಿಧಾನವಾಗಿ ಮತ್ತು ಮೌನವಾಗಿ ಆಹಾರ ಸೇವಿಸಬೇಕು. ಜೀರ್ಣಕ್ರಿಯೆಯನ್ನು ಸುಗಮಗೊಳಿಸಲು ಪ್ರತಿಯೊಂದು ತುತ್ತನ್ನೂ ಬಾಯಿಯಲ್ಲಿ ಇಟ್ಟುಕೊಂಡು ಮೂವತ್ತೆರಡು ಬಾರಿ ಚೆನ್ನಾಗಿ ಅಗಿಯಬೇಕು ಎಂದು ಶುದ್ಧತಾವಾದಿಗಳು ಸೂಚಿಸುತ್ತಾರೆ.
- ನಾವು ಆಹಾರ ಸೇವಿಸುತ್ತಿರುವಾಗ ಓದುವುದು ಅಥವಾ ಮಾತನಾಡುವುದನ್ನು ಮಾಡಬಾರದು.

ಆಹಾರ ಸೇವಿಸುವಾಗ ನಮಗೆ ಆಹಾರದ ಮೂಲಕ ಒದಗುವುದು ಭೂಮಿಯಿಂದ ಮತ್ತು ಬ್ರಹ್ಮಾಂಡದಿಂದ ಬಂದಿರುವ ಶಕ್ತಿ ಎಂದು ನಾವು ತಿಳಿದಿರಬೇಕು. ಆದ್ದರಿಂದ ಇದು ನಮಗೆ ದೇವರ ಕಾಣಿಕೆಯಾಗಿದೆ.

ಆಶ್ರಮದಲ್ಲಿಯೇ ಆಗಲಿ ಅಥವಾ ಮನೆಯಲ್ಲಿಯೇ ಆಗಲಿ, ಪ್ರಜ್ಞಾಪೂರ್ವಕ ಮತ್ತು ಆರೋಗ್ಯಕರ ರೀತಿಯಲ್ಲಿ ಆಹಾರ ಸೇವಿಸುವುದು ನಮಗೆ ಶಕ್ತಿ, ದೈಹಿಕ ಮತ್ತು ಮಾನಸಿಕ ಸ್ವಾಸ್ಥ್ಯವನ್ನು ನೀಡುತ್ತದೆ. ಇದು ಸಂತೋಷದ ಮಾರ್ಗಕ್ಕೆ ಮೂಲಭೂತ ಭಾಗವಾಗಿದೆ.

ಶಿಬಿರದ ಲಾಭಗಳು

ತಮ್ಮ ಮನಸ್ಸಿನಲ್ಲಿ ಆಗುವ ದೈನಂದಿನ ಸುಳಿಗಾಳಿಯನ್ನು ತ್ಯಜಿಸಿ ಚಂಚಲತೆಯಿಂದ ಹೊರಬಂದು, ಮನಸ್ಸಿನ ನಿರಂತರ ಚಿಂತನೆಗಳಿಗೆ ತಡೆ ನೀಡಬೇಕೆಂದು ಬಯಸುವ ಬಹಳಷ್ಟು ಜನರಿದ್ದಾರೆ ಏಕೆ? ಈ ಅನುಭವಕ್ಕೆ ಧುಮುಕಲು ನಿರ್ಧರಿಸುವ ವಿಭಿನ್ನ ಜನರಂತೆ ಅದಕ್ಕೆ ಕಾರಣಗಳು ಕೂಡ ವೈವಿಧ್ಯಮಯವಾಗಿವೆ, ಆದರೆ ಶಿಬಿರಕ್ಕೆ ಹೋಗುವುದಕ್ಕೆ ಇರುವ ಸಾಮಾನ್ಯ ಉದ್ದೇಶಗಳು ಹೀಗಿವೆ:

- ನಮ್ಮ ಅಂತರಂಗದೊಂದಿಗೆ ಸಂಪರ್ಕ ಸಾಧಿಸಿ ನಮ್ಮನ್ನು ನಾವು ಚೆನ್ನಾಗಿ ತಿಳಿದುಕೊಳ್ಳವುದಕ್ಕಾಗಿ; ನಮ್ಮನ್ನು ನಾವು ಗಮನಿಸಿಕೊಳ್ಳಲು ಅವಕಾಶ ಮತ್ತು ಸಮಯ ಮಾಡಿಕೊಳ್ಳುವುದಕ್ಕಾಗಿ ಹಾಗೂ ಬದಲಾವಣೆಯನ್ನು ಭಯವಿಲ್ಲದೆ ಸ್ವೀಕರಿಸುವುದಕ್ಕಾಗಿ.
- ಧ್ಯಾನ ಅಥವಾ ಇತರ ಯಾವುದೇ ಆಧ್ಯಾತ್ಮಿಕ ಸಾಧನೆಗಳ ಮೂಲಕ ತಾಳ್ಮೆ ಮತ್ತು ವಿನಮ್ರತೆಯಿಂದ ಇರಲು ಕಲಿಯುವುದಕ್ಕಾಗಿ.
- ವೈಯಕ್ತಿಕತೆ ಮತ್ತು ಸ್ವಾರ್ಥವನ್ನು ಬದಿಗಿಟ್ಟು, ನಾವು ನಮಗಿಂತ ದೊಡ್ಡದಾದ ಯಾವುದೋ ಒಂದರ ಭಾಗವೆಂದು ಭಾವಿಸಿ ಉದಾರವಾಗಿರುವುದನ್ನು ಕಲಿಯುವುದಕ್ಕಾಗಿ.

- ನಮ್ಮ ದೇಹ ಮತ್ತು ಮನಸ್ಸಿನ ವಿಷಕಾರಿ ಅಂಶಗಳನ್ನು ತೊಡೆದು ಹಾಕಲಿಕ್ಕಾಗಿ; ಪ್ರಪಂಚದ ಗದ್ದಲದಿಂದ ವಿಶ್ರಾಂತಿ ಪಡೆದು ನಮ್ಮ ದಾರಿಯಲ್ಲಿ ಬರುವ ಸವಾಲುಗಳನ್ನು ಎದುರಿಸಲು ನಮ್ಮ ಬ್ಯಾಟರಿಗಳನ್ನು ರೀಚಾರ್ಜ್ ಮಾಡಲಿಕ್ಕಾಗಿ.
- ನಾವು ಆಯ್ದುಕೊಂಡ ದಾರಿಯ ಮೇಲೆ ಹೊಸ ಬೆಳಕನ್ನು ಚೆಲ್ಲಬಲ್ಲ ಶಿಕ್ಷಕ ಅಥವಾ ಮಾರ್ಗದರ್ಶಿಯೊಂದಿಗೆ ಮತ್ತು ಅದೇ ರೀತಿಯ ಸಂದರ್ಭಗಳೊಂದಿಗೆ ಬದುಕುತ್ತಿರುವ ಇತರ ಯಾತ್ರಾರ್ಥಿಗಳೊಂದಿಗೆ ಸಂಪರ್ಕ ಸಾಧಿಸುವುದಕ್ಕಾಗಿ. ಮೌನ ಶಿಬಿರಗಳಲ್ಲಿ ಕೂಡ ಇತರರ ಉಪಸ್ಥಿತಿಯು ನಮಗೆ ಸ್ಫೂರ್ತಿದಾಯಕವಾಗಿ, ನಮ್ಮ ಅನ್ವೇಷಣೆಯನ್ನು ಸುಲಭಗೊಳಿಸುತ್ತದೆ.

ಹಂಚಿಕೊಳ್ಳುವ ವಸತಿ ನಿಲಯ, ಎಲ್ಲರಿಗೂ ಒಂದೇ ಊಟದ ಕೋಣೆ, ಧ್ಯಾನ, ಯೋಗ ಮತ್ತು ಓದುವ ಕೊಠಡಿಗಳು ಮತ್ತು ಒಂದು ಉದ್ಯಾನ – ಸಾಮಾನ್ಯವಾಗಿ ಇವುಗಳೆಲ್ಲಾ ಇರುವ ಒಂದು ಜಾಗದಲ್ಲಿ ಆಶ್ರಮದ ದೈನಂದಿನ ಜೀವನವು ತೆರೆದುಕೊಳ್ಳುತ್ತದೆ.

ನಾವು ವಿಪಶ್ಯನಾ ಶಿಬಿರ ಅಥವಾ ಅದೇ ರೀತಿಯ ಕಾರ್ಯಕ್ರಮದಲ್ಲಿ ಭಾಗವಹಿಸಿದರೆ ಮಾತ್ರ ಮೌನವು ಕಡ್ಡಾಯವಾಗಿರುತ್ತದೆ. ಇಲ್ಲದಿದ್ದರೆ ಮೆಲುಧ್ವನಿಯಲ್ಲಿ ಮಾತನಾಡುವಂತೆ ಸೂಚಿಸಲಾಗುತ್ತದೆ; ತೋಳುಗಳು, ಕಾಲುಗಳು ಅಥವಾ ಸೊಂಟದ ಭಾಗವನ್ನು ಮುಚ್ಚುವಂತೆ ಇರುವ ಉದ್ದನೆಯ ಉಡುಪುಗಳು, ಪಂಜಾಬಿ ಸೂಟ್‌ಗಳು, ಧೋತಿಗಳು ಮತ್ತು ಉದ್ದನೆಯ ಅಂಗಿಗಳಂತಹ ಆರಾಮದಾಯಕ, ಸಡಿಲವಾಗಿ ಹೊಂದಿಕೊಳ್ಳುವ ಸಾಧಾರಣ ಬಟ್ಟೆಗಳನ್ನು ಧರಿಸುವಂತೆ ನಮಗೆ ಹೇಳಲಾಗುತ್ತದೆ.

ಬಹಳಷ್ಟು ಮಠಗಳಲ್ಲಿ ದೈಹಿಕ ಸಂಪರ್ಕವನ್ನು ನಿರ್ಬಂಧಿಸಲಾಗಿರುತ್ತದೆ, ಬ್ರಹ್ಮಚರ್ಯದ ಅಗತ್ಯವಿರುತ್ತದೆ. ಧೂಮಪಾನ, ಮದ್ಯಪಾನ ಮತ್ತು ಡ್ರಗ್ಸ್ ಸೇವನೆ ಕೂಡ ನಿಷೇಧಿಸಲಾಗಿರುತ್ತದೆ.

ಸೂರ್ಯೋದಯದ ಸಮಯಕ್ಕೆ ನಾವು ಏಳುವುದರಿಂದ ಪ್ರಾರಂಭಿಸಿ ರಾತ್ರಿ ವಿಶ್ರಾಂತಿ ಪಡೆಯಲು ನಿದ್ರೆಗೆ ಜಾರುವವರೆಗೂ ದಿನದ ಸಮಯವು ಒಂದು ವೇಳಾಪಟ್ಟಿಯನ್ನು ಅನುಸ-ರಿಸುತ್ತದೆ. ಪ್ರತಿ ದಿನವೂ ಧ್ಯಾನ, ಮಂತ್ರಪಠಣೆ, ಓದುವುದು, ಯೋಗಾಭ್ಯಾಸ ಇವುಗಳಿಗೆ ನಿಗದಿತ ಸಮಯವಿರುವ ಸತ್ಸಂಗ, ಜೊತೆಗೆ ಲಘು ಆಹಾರ, ಇವುಗಳನ್ನು ಒಳಗೊಂಡಿರುತ್ತದೆ.

ಆಶ್ರಮದ ಜೀವನಶೈಲಿಯು ಉದ್ದೇಶಪೂರ್ವಕವಾಗಿಯೇ ಸರಳ ಮತ್ತು ವೈಭವವಿಲ್ಲದ್ದು ಆಗಿರುತ್ತದೆ. ಮೂಲಭೂತ ವಿಷಯಗಳಿಗೆ ಹಿಂತಿರುಗುವುದು ನಮಗೆ ಅನಗತ್ಯವಾದವುಗಳನ್ನು ಕಂಡುಹಿಡಿಯಲು ಅನುವು ಮಾಡಿಕೊಡುತ್ತದೆ, ಆದ್ದರಿಂದ ನಾವು ನಮ್ಮ ಸಂತೋಷದ ಮೂಲತತ್ವವನ್ನು ಕಂಡುಕೊಳ್ಳಬಹುದು.

ಸಂಪರ್ಕಕಡಿತ ಮತ್ತು ಮರುಸಂಪರ್ಕ :
ಈಟ್, ಪ್ರೇ, ಲವ್

ತನ್ನ ಹೆಚ್ಚು ಮಾರಾಟವಾದ ಆತ್ಮಚರಿತ್ರೆ 'ಈಟ್, ಪ್ರೇ, ಲವ್'ನಲ್ಲಿ ಆಧ್ಯಾತ್ಮಿಕತೆಗೆ ಮೀಸಲಾದ ಒಂದು ಭಾಗವನ್ನು ಬರೆಯಲು, ಎಲಿಜಬೆತ್ ಗಿಲ್ಬರ್ಟ್ ಸ್ವಲ್ಪ ಸಮಯ ಭಾರತದ ಆಶ್ರಮದಲ್ಲಿ ಕಳೆದಳು. ಇಟಲಿಯಲ್ಲಿ ಅವಳು ಆಹಾರಕ್ಕೆ ಸಂಬಂಧಿಸಿದ

ಆಚರಣೆಗಳು ಮತ್ತು ಭಾವನೆಗಳನ್ನು ಕಲಿತಳು, ಮತ್ತು ಬಾಲಿಯಲ್ಲಿ ಅವಳು ದೈಹಿಕ ಹಾಗೂ ಪ್ರೀತಿಯ ಅನುಭವದ ಮೇಲೆ ಗಮನ ಹರಿಸಿದಳು, ಆದರೆ ಅವಳು ಆತ್ಮಶುದ್ಧಿ ಮತ್ತು ಆತ್ಮಸಂಪರ್ಕದ ಅನುಭವ ಗಳಿಸಿಕೊಂಡಿದ್ದು, ಅವಳು ಉಳಿದುಕೊಂಡ ಗಣೇಶಪುರಿ ಆಶ್ರಮದಲ್ಲಿ ಎಂದು ಊಹಿಸಲಾಗಿದೆ.

ದ ಬೀಟಲ್ಸ್ ಅವರ ಆಧ್ಯಾತ್ಮಿಕ ಆಶ್ರಯ

ಬೀಟಲ್ಸ್ ಗುಂಪಿಗೆ ಧ್ಯಾನ ದೀಕ್ಷೆ ನೀಡಿದ ಗುರು, ಮಹರ್ಷಿ ಮಹೇಶ್ ಅವರಿಗೆ ಸಂತೋಷವೇ ನಿಜವಾದ ಏಕೈಕ ಯಶಸ್ಸು. ಸರ್ವಕಾಲಕ್ಕೂ ಅತ್ಯಂತ ಪ್ರಸಿದ್ಧವಾದ ಸಂಗೀತ ತಂಡದ ಸದಸ್ಯರು 1968 ರಲ್ಲಿ ತಮ್ಮ ಕುಟುಂಬದ ಸದಸ್ಯರು ಹಾಗೂ ಸಂಗಡಿಗರೊಂದಿಗೆ ಯೋಗದ ರಾಜಧಾನಿ ಎಂದು ಕರೆಯಲ್ಪಡುವ, ಗಂಗಾ ನದಿಯ ತೀರದಲ್ಲಿರುವ ಪವಿತ್ರ ನಗರವಾದ, ಭಾರತದ ಕೆಲವು ಪ್ರಸಿದ್ಧ ಆಶ್ರಮಗಳನ್ನು ಹೊಂದಿರುವ ಹೃಷಿಕೇಶಕ್ಕೆ ಪ್ರಯಾಣ ಬೆಳೆಸಿದರು. ಈ ಆಧ್ಯಾತ್ಮಿಕ ಆವಿಷ್ಕಾರಗಳ ಬಗ್ಗೆ ಹೆಚ್ಚು ಉತ್ಸುಕರಾಗಿದ್ದ ಬೀಟಲ್ಸ್ ತಂಡದ ಸದಸ್ಯ ಜಾರ್ಜ್ ಹ್ಯಾರಿಸನ್, ಜೀವನದ ಅರ್ಥವನ್ನು ಕಂಡುಕೊಳ್ಳಲು ಪ್ರಪಂಚದಿಂದ ಕಣ್ಮರೆಯಾಗಿರುವುದು ಅವಶ್ಯಕವೆಂದು ಸಮರ್ಥಿಸಿಕೊಂಡನು. ಬಹಳ ವರ್ಷಗಳ ಖ್ಯಾತಿ ಮತ್ತು ಸಂಪತ್ತಿನ ನಂತರವೂ ತನ್ನಲ್ಲಿ ನಿಜವಾದ ಪ್ರೀತಿ ಮತ್ತು ಶಾಂತಿಯ ಕೊರತೆಯಿದೆ ಎಂದು ಅವನು ಭಾವಿಸಿದನು.

ಜಾರ್ಜ್‌ನ ಈ ಸೆಳೆತ ಇಡೀ ತಂಡವನ್ನು ಆಕರ್ಷಿಸಿತು, ಹಾಗೂ ಅತೀಂದ್ರಿಯ ಧ್ಯಾನತಂತ್ರದ ಸಂಸ್ಥಾಪಕರಾದ ಮಹರ್ಷಿ ಮಹೇಶ್ ಅವರು ಸ್ಥಾಪಿಸಿದ ಚೌರಾಸಿ ಕುಟಿಯಾ ಆಶ್ರಮದ ಶಿಬಿರಕ್ಕೆ ಅವರೆಲ್ಲಾ ಒಟ್ಟಿಗೆ ಹೋದರು. ಅಲ್ಲಿ, ಅವರು ತಮ್ಮ ಅಪ್ರತಿಮವಾದ ಸಂಯೋಜನೆ, 'ವೈಟ್ ಆಲ್ಬಮ್' ಅನ್ನು ರಚಿಸಿದರು.

ತೊಂಬತ್ತರ ದಶಕದಲ್ಲಿ, ಈ ಆಶ್ರಮವನ್ನು ನಿಷೇಧಿಸಲಾಗಿತ್ತು, ಇತ್ತೀಚೆಗೆ ಸಂದರ್ಶಕರಿಗಾಗಿ ಅದನ್ನು ಮತ್ತೆ ತೆರೆಯಲಾಯಿತು, ಪಾಳುಬಿದ್ದ, ಪಾಚಿ ಮತ್ತು ಜೇಡರ ಬಲೆಗಳಿಂದ ಆವೃತವಾದ ಕಟ್ಟಡಗಳ ಮೂಲಕ ಹೆಚ್ಚಾಗಿ ಬೀಟಲ್ಸ್ ಅಭಿಮಾನಿಗಳು ಭಕ್ತಿಯಿಂದ ನಡೆದು ಹೋಗುತ್ತಾರೆ.

ಇಲ್ಲಿ ರಚಿಸಲಾದ ಹಾಡುಗಳಲ್ಲಿ 'ಡಿಯರ್ ಪ್ರುಡೆನ್' ಸೇರಿದೆ, ಇದು ನಟಿ ಮಿಯಾ ಫಾರೋ ಅವರ ಸಹೋದರಿಯನ್ನು ಆಶ್ರಮದಲ್ಲಿನ ತನ್ನ ಏಕಾಂತವಾಸದಿಂದ ಹೊರಬರಲು ಆಹ್ವಾನಿಸಿತು. ನಂತರ ಪ್ರುಡೆನ್ಸ್ ಅತೀಂದ್ರಿಯ ಧ್ಯಾನ ಶಿಕ್ಷಕಿಯಾದಳು.

ಹೃಷಿಕೇಶದಲ್ಲಿ ಇದೇ ಅವಧಿಯಲ್ಲಿಯೇ ಪ್ರೇರಿತವಾದ ಮತ್ತೊಂದು ಹಾಡು 'ಐ ಆಮ್ ಸೋ ಟೈರ್ಡ್'. ಇದು ಮದ್ಯಪಾನ ಮತ್ತು ಮಾದಕವಸ್ತುಗಳ ವ್ಯಸನವನ್ನು ವರ್ಜಿಸಿದ ನಂತರ ಅದನ್ನು ಮತ್ತೆ ತೆಗೆದುಕೊಳ್ಳಲು ಸಾಧ್ಯವಾಗದ, ಜಾನ್ ಲೆನ್ನನ್ ಅವರ ಮನಸ್ಥಿತಿಯನ್ನು ವಿವರಿಸುತ್ತದೆ. ಜೀವನದ ಸುಖಭೋಗಗಳನ್ನು ಬೇಡ ಎನ್ನುವುದು ಫ್ಯಾಬ್ ಫೋರ್‌ಗೆ ಸುಲಭವಾಗಿರಲಿಲ್ಲ.

ವೈಯಕ್ತಿಕ ಸಂತೋಷಕ್ಕಾಗಿ ಮೂರು ಪಾಠಗಳು

ನೀವು ಎಂದಿಗೂ ಒಂದು ಆಶ್ರಮಕ್ಕೆ ಅಥವಾ ಮಠಕ್ಕೆ ಶಿಬಿರಕ್ಕಾಗಿ ಹೋಗದಿರಬಹುದು. ಮತ್ತು ನೀವು ಹಾಗೆ ಹೋದರೂ ಸಹ, ಶಿಬಿರವು ದೈನಂದಿನ ಜೀವನದಿಂದ ಒಂದು

ವಿರಾಮವಷ್ಟೇ, ತದನಂತರ ನೀವು ದೈನಂದಿನ ಜೀವನಕ್ಕೆ ಹಿಂತಿರುಗಲೇ ಬೇಕಾಗುತ್ತದೆ.

ಹಾಗಾದರೆ, ನಮ್ಮ ದೈನಂದಿನ ಜೀವನದಲ್ಲಿ ಆಧ್ಯಾತ್ಮಿಕ ವಿರಾಮದ ಪ್ರಶಾಂತತೆ ಮತ್ತು ಸ್ಪಷ್ಟತೆಯನ್ನು ನಾವು ಹೇಗೆ ತಂದುಕೊಳ್ಳಬಹುದು?

ಇದಕ್ಕಾಗಿ ನಮಗೆ ಮೂರು ಪ್ರಾಯೋಗಿಕ ವಿಧಾನಗಳು ಮನಸ್ಸಿಗೆ ತೋರುತ್ತವೆ:

1. ಮನೆಯಲ್ಲೇ ನಿಮ್ಮ ಸ್ವಂತ ಓಯಸಿಸ್ ಸೃಷ್ಟಿಸಿಕೊಳ್ಳಿ. ಇದು, ನೀವು ವಿಶ್ರಾಂತಿ ಪಡೆಯಬಹುದಾದ ಸಣ್ಣ ಪವಿತ್ರ ಸ್ಥಳವಾಗಿರಬಹುದು, ರಗ್ಗು, ಕೆಲವು ದಿಂಬುಗಳು ಮತ್ತು ಮೇಜು ಹೊಂದಿರುವ ಒಂದು ಮೂಲೆಯಾದರೂ ಆಗಬಹುದು. ಅಥವಾ ನಿಮ್ಮ ಇಷ್ಟದ ಆರಾಮ ಕುರ್ಚಿಯೂ ಆಗಬಹುದು. ನಿಮ್ಮದೇ ಮನೆಯಿದ್ದರೆ, ನಿಮಗೆ ಯಾರೂ ತೊಂದರೆ ನೀಡದ, ಪ್ರತಿಯೊಂದು ರೀತಿಯಲ್ಲಿಯೂ ಅಕ್ಷರಶಃ ನೀವು ಶಿಬಿರದಲ್ಲಿ ಇದ್ದೇನೆ ಎಂದು ಭಾವನೆ ಮೂಡಿಸುವ ನಿಮ್ಮದೇ ಕೋಣೆಯಾಗಿರಬಹುದು. ನಿಮಗೆ ಪ್ರಶಾಂತವಾದ ಒಂದು ಮೂಲೆಯೂ ಸಿಗದಿದ್ದರೆ ಓಯಸಿಸ್ ಒಂದು ಭೌತಿಕ ಸ್ಥಳವಾಗಿರಬೇಕೆಂದೇನೂ ಇಲ್ಲ. ಯಾವುದೇ ರೀತಿಯ ಹೊರಗಿನ ಗೊಂದಲಗಳಿಲ್ಲದೆ ಸ್ವಯಂ–ಆರೈಕೆಗಾಗಿ ನೀವು ಕಾಯ್ದಿರಿಸುವ, ಧ್ಯಾನ ಮಾಡಬಹುದಾದ, ಓದಬಹುದಾದ, ಸಂಗೀತ ಕೇಳುವುದಕ್ಕೆ ಅಥವಾ ಸರಳವಾಗಿ ಯೋಚಿಸುವುದಕ್ಕೆ ಮೀಸಲಾಗಿಡುವಂತಹ ದಿನದ ಒಂದು ನಿರ್ದಿಷ್ಟ ಸಮಯವೂ ಕೂಡ ಆಗಿರಬಹುದು. ನಿಮಗೆ ಹೊಳೆಯುವ ಯಾವುದೇ ಆಲೋಚನೆಗಳನ್ನು ಬರೆದುಕೊಳ್ಳಲು ನೀವು ಒಂದು ನೋಟ್ ಪುಸ್ತಕವನ್ನು ಸುಲಭವಾಗಿ ಸಿಗುವಂತೆ ಇಟ್ಟುಕೊಳ್ಳಬಹುದು.

2. ಆಶ್ರಮದ ಉತ್ತಮ ಅಭ್ಯಾಸಗಳನ್ನು ಅಳವಡಿಸಿಕೊಳ್ಳಿ. ನಮ್ಮ ದೈನಂದಿನ ಜೀವನದ ತೊಳಲಾಟವು ನಾವು ವಿಪಶ್ಯನಾ ಶಿಬಿರದಲ್ಲಿರುವಂತೆ ಬದುಕಲು ನಮಗೆ ಅವಕಾಶ ಮಾಡಿಕೊಡುವುದಿಲ್ಲ, ಆದರೆ ನಾವು ನಮಗೆ ಪ್ರಯೋಜನಕಾರಿಯಾಗುವಂತಹ ಪ್ರಜ್ಞಾಪೂರ್ವಕ ಮತ್ತು ಆರೋಗ್ಯಕರ ಆಹಾರ, ಮೌನ ಮತ್ತು ವಿಶ್ರಾಂತಿಗೆ ಮೀಸಲಾದ ಸಾಕಷ್ಟು ಗಂಟೆಗಳು ಇಂತಹ ಕೆಲವು ಅಭ್ಯಾಸಗಳನ್ನು ನಮ್ಮ ಜೀವನದಲ್ಲಿ ತಂದುಕೊಳ್ಳಬಹುದು. ನಿಮ್ಮ ದೈನಂದಿನ ಜೀವನದಲ್ಲಿ ತಪಸ್ವಿ ಜೀವನದ ಯಾವ ಅಂಶಗಳನ್ನು ತಂದುಕೊಳ್ಳುತ್ತೀರಿ ಎಂಬುದನ್ನು ನೀವೇ ನಿರ್ಧರಿಸಬಹುದು.

3. ನಿಮ್ಮ ಬಳಗದ ಬಗ್ಗೆ ಕಾಳಜಿ ವಹಿಸಿ. ಆಶ್ರಮವು ಮೋಯಿಯ ರೀತಿ, ಸಮಾನ ಗುರಿಯತ್ತ ಕೆಲಸ ಮಾಡುವ ಜನರ ಒಂದು ಗುಂಪಿನಂತೆ ಇರುತ್ತದೆ, ಇರಬೇಕು. ಆದ್ದರಿಂದ, ನಾವು ಎಲ್ಲಿರಬೇಕು ಹಾಗೂ ಯಾರೊಂದಿಗೆ ಸೇರಬೇಕು ಎಂಬುದರ ಬಗ್ಗೆ ಉತ್ತಮ ನಿರ್ಧಾರಗಳನ್ನು ತೆಗೆದುಕೊಳ್ಳುವುದು ಬಹಳ ಮುಖ್ಯವಾಗುತ್ತದೆ. ಪದೇ ಪದೇ ನಾವು ನೋಡುವ ಜನರನ್ನು ಹೋಲುವಂತೆಯೇ ಆಗುವುದಕ್ಕೆ ಭಾವನಾತ್ಮಕ ಸೋಂಕು ಎನ್ನುತ್ತಾರೆ. ಆದ್ದರಿಂದ, ನಾವು ಒಂದೇ ಮೂಲ ತತ್ವಗಳನ್ನು ಹಂಚಿಕೊಳ್ಳುತ್ತಿದ್ದೇವೆಯೇ? ಅವರು ನಮ್ಮ ಜೀವನಕ್ಕೆ ಮೌಲ್ಯವನ್ನು ತುಂಬುತ್ತಿದ್ದಾರೆಯೇ ಅಥವಾ ಅದನ್ನು ಕಡಿಮೆಗೊಳಿಸುತ್ತಿದ್ದಾರೆಯೇ? ಅವರು ನಮ್ಮ ಆಧ್ಯಾತ್ಮಿಕ ಬೆಳವಣಿಗೆಗೆ ಸಹಾಯಮಾಡುತ್ತಿದ್ದಾರೆಯೇ ಅಥವಾ ಅಡ್ಡಿಪಡಿಸುತ್ತಿದ್ದಾರೆಯೇ? ಎಂಬಂತಹ ವಿಷಯಗಳನ್ನು ಮುಂದಿಟ್ಟುಕೊಂಡು ನಮ್ಮ ಸುತ್ತಲೂ ರಚಿಸಿಕೊಂಡ ಬಳಗವನ್ನು ನಾವು ಪರೀಕ್ಷಿಸುವುದು ತುಂಬಾ ಮುಖ್ಯವಾಗುತ್ತದೆ. ಅಂತಿಮವಾಗಿ, ನಮ್ಮ ಬಳಗದ ಗುಣಮಟ್ಟವು ನಮ್ಮ ಜೀವನದ ಗುಣಮಟ್ಟವನ್ನು ನಿರ್ಧರಿಸುತ್ತದೆ.

ನಮ್ಮ ಕಾಲದ ಶಿಕ್ಷಕರು

ಈ ಪುಸ್ತಕದ ಮೊದಲ ಭಾಗದಲ್ಲಿ, ತಮ್ಮ ಕಾಲಘಟ್ಟಕ್ಕಿಂತ ಮುಂದಿದ್ದ ಮತ್ತು ಇಂದಿಗೂ ಹೆಚ್ಚು ಪ್ರಸ್ತುತವಾದ ಪ್ರಶ್ನೆಗಳನ್ನು ಎತ್ತಿದ ಭಾರತದ ಹಳೆಯ ಶಿಕ್ಷಕರಿಗೆ ಒಂದು ಅಧ್ಯಾಯವನ್ನು ನಾವು ಮೀಸಲಿಟ್ಟಿದ್ದೇವೆ. ಆಧುನಿಕ ಯುಗದಲ್ಲಿ, ಸಾಹಿತ್ಯದಲ್ಲಿ ನೊಬೆಲ್ ಪ್ರಶಸ್ತಿ ಪಡೆದ ಮೊದಲ ಯುರೋಪೇತರ ಕವಿ ರವೀಂದ್ರನಾಥ ಟ್ಯಾಗೋರ್ ಮತ್ತು ಇಪ್ಪತ್ತನೇ ಶತಮಾನದ ಚಿಂತಕ ಜಿಡ್ಡು ಕೃಷ್ಣಮೂರ್ತಿಯಂತಹವರ ಜೊತೆಗೆ, ತಂತ್ರಜ್ಞಾನ ಮತ್ತು ವ್ಯವಹಾರ ಕ್ಷೇತ್ರದಲ್ಲಿ ನಾಯಕರಾಗಲು ಆಹ್ವಾನ ಪಡೆದುಕೊಳ್ಳುತ್ತಿರುವ ಹೆಚ್ಚು ಹೆಚ್ಚು ಭಾರತೀಯ ಗುರುಗಳಿದ್ದಾರೆ.

ಸಾಂಕ್ರಾಮಿಕ ರೋಗ ಕೋವಿಡ್‌ಗೆ ಸ್ವಲ್ಪ ಮೊದಲು ನಾವು ಭಾರತಕ್ಕೆ ಭೇಟಿ ನೀಡಿದಾಗ ಈ ಹೊಸ ಅಲೆಯ ಪ್ರತಿಭೆಯ ಬಗ್ಗೆ ನಮಗೆ ಅರಿವಾಯಿತು.

ಭಾರತದ ನಮ್ಮ ಸಾಹಿತ್ಯಿಕ ಪ್ರವಾಸದಲ್ಲಿ, ಹಲವಾರು ಪ್ರಭಾವಶಾಲಿ ಭಾರತೀಯರೊಂದಿಗೆ ವೇದಿಕೆಯನ್ನು ಹಂಚಿಕೊಳ್ಳುವ ಸೌಭಾಗ್ಯ ನಮಗೆ ದೊರಕಿತು. ಇಕಿಗಾಯ್‌ಗೆ ತಮ್ಮದೇ ಆದ ವ್ಯಾಖ್ಯಾನವನ್ನು ತಿಳಿಸುವ ಸಲುವಾಗಿ ಮುಂಬೈನ ಉದ್ಯಮಿಯೊಬ್ಬರು ತಮ್ಮ ವೈಯಕ್ತಿಕ ಅನುಭವವನ್ನು ವಿವರಿಸಿದರು, ಅದನ್ನು ನಾವು ಕ್ಯೂರ್ಪೊಮೆಂಟೆ (ಬಾಡಿ-ಮೈಂಡ್) ಎನ್ನುವ ನಿಯತಕಾಲಿಕದ ಓದುಗರೊಂದಿಗೆ ಹಂಚಿಕೊಂಡಿದ್ದೇವೆ ಮತ್ತು ಅದನ್ನು ಮತ್ತೆ ಇಲ್ಲಿ ವಿವ-ರಿಸಲು ಇಚ್ಛಿಸುತ್ತೇವೆ.

ಆ ವ್ಯಕ್ತಿಯ ಪ್ರಕಾರ, ಸ್ವಲ್ಪ ಸಮಯದವರೆಗೆ ಅವನ ಸಂಸ್ಥೆ ಬಹುರಾಷ್ಟ್ರೀಯ ಕಂಪನಿಯಾಗುವವರೆಗೂ ಅವನ ವ್ಯವಹಾರವು ಬೆಳೆಯುತ್ತಿತ್ತು. ತನ್ನ ಜೀವನದ ಅತ್ಯಂತ ಫಲಪ್ರದವಾದ ಒಪ್ಪಂದವೊಂದಕ್ಕೆ ಸಹಿ ಹಾಕಲು ಅವನು ನ್ಯೂಯಾರ್ಕ್ ಪ್ರವಾಸಕ್ಕೆ ಹೊರಡುವ ಮೊದಲು, ಅವನ ತಾಯಿ ಅವನಿಗೆ ಒಂದು ಸಣ್ಣ ಲಕೋಟೆಯನ್ನು ನೀಡಿದರು.

"ಇದೇನಮ್ಮಾ?" ಎಂದು ಅವನು ತಾಯಿಯನ್ನು ಕೇಳಿದನು.

"ನೀನು ಹೋಗುತ್ತಿರುವ ಪ್ರಮುಖ ಪ್ರವಾಸಕ್ಕೆ ಇದು ಉಡುಗೊರೆ, ಇದನ್ನು ಈಗಲೇ ತೆರೆಯಬೇಡ" ಎಂದು ಅವರು ಉತ್ತರಿಸಿದರು.

ಕುತೂಹಲದಿಂದ, ಅವನು ಆ ಲಕೋಟೆಯನ್ನು ತನ್ನ ಜೇಬಿನಲ್ಲಿ ಇಟ್ಟುಕೊಂಡನು.

ನ್ಯೂಯಾರ್ಕ್ ತಲುಪಿ ವಿಮಾನದಿಂದ ಇಳಿದ ತಕ್ಷಣ, ಅದನ್ನು ತೆರೆದನು. ಅದರೊಳಗೆ, ಒಂದು ಕಾಗದದ ತುಂಡು ಇತ್ತು, ಅದರಲ್ಲಿ ಅವನ ತಾಯಿಯು ಬರೆದಿದ್ದ 'ಸಾಕು' ಎನ್ನುವ ಒಂದೇ ಒಂದು ಪದವನ್ನು ಇತ್ತು: ಇದರಿಂದ ಆಘಾತಗೊಂಡು ಅವನು ತಕ್ಷಣ ತನ್ನ ತಾಯಿಗೆ ಕರೆ ಮಾಡಿ ಅವಳು ಬರೆದುಕೊಟ್ಟಿದ್ದ ಆ ಪದದ ಅರ್ಥವನ್ನು ವಿವರಿಸಲು ಕೇಳಿದನು.

"ಸಮಾಧಾನವಾಗಿರು ಮಗನೇ. ನೀನು ಅಲ್ಲಿಗೆ ಹೋಗುವಾಗ ಅರ್ಥಮಾಡಿಕೊಳ್ಳದಿದ್ದರೆ, ಹಿಂತಿರುಗುವಾಗ ಅರ್ಥಮಾಡಿಕೊಳ್ಳುವೆ" ಎನ್ನುವ ಉತ್ತರ ತಾಯಿಯಿಂದ ಬಂತು.

ತೀವ್ರ ಅಸಮಾಧಾನದಿಂದ ಅವನು ಲಕೋಟೆಯನ್ನು ಎತ್ತಿಟ್ಟು, ಎಂದಿಗೂ ನಿದ್ರಿಸದೇ ಇರುವ ನಗರದಲ್ಲಿ ತನಗಾಗಿ ಕಾಯುತ್ತಿರುವ ಒಪ್ಪಂದಗಳ ಕಡೆಗೆ ಗಮನ ಹರಿಸಲು ನಿರ್ಧ-ರಿಸಿದನು.

ಒಂದೆರಡು ದಿನಗಳ ನಂತರ, ಅವನು ಮುಂಬೈಗೆ ಹಿಂತಿರುಗುವ ವಿಮಾನವನ್ನು ಹಿಡಿದನು. ಸಾಧ್ಯವಾದಷ್ಟು ಉತ್ತಮ ಸೇವೆಯೊಂದಿಗೆ ಪ್ರಥಮ ದರ್ಜೆಯಲ್ಲಿ ಪ್ರಯಾಣಿಸುತ್ತಿದ್ದರೂ, ವಿಮಾನವು ಮೇಲೇರಿದ ಕೂಡಲೇ, ಅತಿಯಾದ ಸುಸ್ತು ಅವನನ್ನು ಆವರಿಸಿತು. ಅದು ಕೇವಲ ದೈಹಿಕ ಮತ್ತು ಮಾನಸಿಕ ದಣಿವಾಗಿರಲಿಲ್ಲ. ಅವನು ಸಹಿ ಮಾಡಿದ ಒಪ್ಪಂದದಿಂದ ಅನುಭವಿಸಿದ ಉತ್ತುಂಗದ ಭಾವನೆಯ ನಂತರ, ತೀವ್ರವಾದ ಅಸ್ತಿತ್ವಸಂಬಂಧಿ ಆಯಾಸ ಅವನನ್ನು ಆವರಿಸಿತ್ತು.

ತನ್ನ ವಿಮಾನವು ಮೋಡಗಳನ್ನು ಸೀಳಿಕೊಂಡು ಮುನ್ನುಗ್ಗುತ್ತಿದ್ದಂತೆ, ಇತರರಿಗೆ ತುಂಬಾ ರೋಮಾಂಚನಕಾರಿಯಾದ ಮತ್ತು ಪ್ರಭಾವಶಾಲಿಯಾಗಿ ಕಾಣಿಸುವ ತನ್ನ ಜೀವನವು ತನಗೇ ಬೇಸರವನ್ನುಂಟುಮಾಡಿದೆ ಎಂದು ಅವನು ಆಳವಾಗಿ ಯೋಚಿಸತೊಡಗಿದನು. ಅವನಿಗೆ ತನ್ನ ಜೀವನ ಅರ್ಥಪೂರ್ಣವಾಗಿದೆ ಎಂದೆನ್ನಿಸುವುದು ನಿಂತುಹೋಗಿತ್ತು.

ಆಗ ಅವನಿಗೆ ತನ್ನ ತಾಯಿಯ ಲಕೋಟೆ ಮತ್ತು ಅವಳಾಡಿದ 'ಅಲ್ಲಿಗೆ ಹೋಗುವಾಗ ನಿನಗೆ ಅರ್ಥವಾಗದಿದ್ದರೆ, ಹಿಂತಿರುಗಿ ಬರುವಾಗ ಅರ್ಥಮಾಡಿಕೊಳ್ಳುವೆ' ಎನ್ನುವ ವಾಕ್ಚಾತುರ್ಯದ ಮಾತು ನೆನಪಿಗೆ ಬಂದಿತು.

ಅವನು ತನ್ನ ಕಣ್ಣುಗಳ ಮುಂದೆ 'ಸಾಕು' ಎಂಬ ಪದವಿರುವ ಆ ಕಾಗದದ ತುಂಡನ್ನು ಹಿಡಿದಾಗ ಅದು ಹೊಸ ಅರ್ಥವನ್ನು ಪಡೆಯಿತು.

ಅಲ್ಲಿಯವರೆಗೆ ಎಲ್ಲವೂ ಚೆನ್ನಾಗಿತ್ತು, ಆನಂದದಾಯಕವಾಗಿತ್ತು. ಆದರೆ ಆ ಹಾದಿಯಲ್ಲಿ ಮುಂದುವರೆಯುವ ಬಯಕೆ ಅವನಿಗಿರಲಿಲ್ಲ. ಅವನು ತನ್ನ ಸಂಪತ್ತನ್ನು ದ್ವಿಗುಣಗೊಳಿಸಬಹುದಿತ್ತು, ಅಥವಾ ಅದನ್ನು ಹತ್ತು ಪಟ್ಟು ಹೆಚ್ಚು ಮಾಡಲೂ ಬಹುದಿತ್ತು, ಆದರೆ ಅವನು ಒಳಗೆ ಅನುಭವಿಸಿದ ಶೂನ್ಯತೆ ಮಾತ್ರ ಅದೇ ರೀತಿಯಲ್ಲಿ ಅಥವಾ ಇನ್ನೂ ಕೆಟ್ಟದಾಗಿರುತ್ತದೆ ಎಂಬ ಭಾವನೆ ಬಂತು.

ಅವನು ತನ್ನ ನಗರಕ್ಕೆ ಮರಳಿದ ನಂತರ, ಹೃದಯಸ್ಪರ್ಶೀ ನಿರ್ಧಾರವನ್ನು ತೆಗೆದುಕೊಂಡನು. ವ್ಯಾಪಾರದ ಜಗತ್ತನ್ನು ತೊರೆದು, ದೀರ್ಘಕಾಲದಿಂದ ತನ್ನ ಆತ್ಮಸಾಕ್ಷಿಯ ಬಾಗಿಲನ್ನು ಬಡಿಯುತ್ತಿದ್ದ, ಆದರೆ ಅದುವರೆಗೂ ತಾನು ಒಪ್ಪಿಕೊಂಡಿರದ ಒಂದು ಧ್ಯೇಯ – ಅತ್ಯಂತ ಬಡ ವಿದ್ಯಾರ್ಥಿಗಳಿಗೆ ಉತ್ತಮ ಗುಣಮಟ್ಟದ ಶಿಕ್ಷಣವನ್ನು ಒದಗಿಸುವುದು – ಇದಕ್ಕೆ ತನ್ನನ್ನು ಸಮರ್ಪಿಸಿಕೊಳ್ಳಲು ಬಯಸಿದನು.

ಆ ಉದ್ಯಮಿಯು ತನ್ನ ಮುಂದಿದ್ದ ಹೊಸ ಕಾರ್ಯದ ಕಡೆಗೆ ತನ್ನ ಗಮನವನ್ನು ಕೇಂದ್ರೀಕರಿಸಿದಾಗ ಅವನ ದೇಹದಲ್ಲಿ ಮತ್ತೆ ಯೌವನದ ಶಕ್ತಿಯು ಹರಿಯುತ್ತಿದೆ ಎಂದು ಅವರಿಗೆ ಭಾಸವಾಯಿತು. ಆ ಮಟ್ಟದ ಶಿಕ್ಷಣಕ್ಕೆ ಪ್ರವೇಶವಿಲ್ಲದ ಸಮೂದಾಯಗಳೊಂದಿಗೆ ತಮ್ಮ ಜ್ಞಾನವನ್ನು ಹಂಚಿಕೊಳ್ಳುವ ಶಿಕ್ಷಕರು ಮತ್ತು ಪ್ರಾಧ್ಯಾಪಕರಿಗೆ ತರಬೇತಿ ನೀಡಲು ಅವರು ತಮ್ಮ ಸಂಪನ್ಮೂಲಗಳನ್ನು ಹೇಗೆ ಹೂಡಿಕೆ ಮಾಡಬೇಕೆಂದು ಯೋಜಿಸಲು ಪ್ರಾರಂಭಿಸಿದರು.

ಅತಿ ಶೀಘ್ರದಲ್ಲೇ ಅವರ ಬಳಿ ಮಹತ್ವಾಕಾಂಕ್ಷೆಯ ಕಾರ್ಯಕ್ರಮ, ಸಹಯೋಗಿಗಳ ತಂಡ, ವೇಳಾಪಟ್ಟಿ ಹಾಗೂ ಮಧ್ಯಮ ಮತ್ತು ದೀರ್ಘಾವಧಿಯ ಗುರಿಗಳು ಇದ್ದವು. ಉದ್ಯಮಿಯು ಈಗ ತನ್ನ ಉತ್ತುಂಗದಲ್ಲಿದ್ದರು. ಅನೇಕ ವರ್ಷಗಳಿಂದ ಕಳೆದುಹೋದಂತಿದ್ದ ಅವರು ತಮ್ಮ ಜೀವನದ ಅರ್ಥ, ತಮ್ಮ ಇಕಿಗಾಯ್‌ನ್ನು ಕಂಡುಕೊಂಡಿದ್ದರು.

ಅವರು ಕೊನೆಯದಾಗಿ "ನಾನು ಈಗ ಸಂತೋಷವಾಗಿದ್ದೇನೆ ಎಂದು ಹೇಳಬಲ್ಲೆ. ನಾನು ತೃಪ್ತನಾಗಿದ್ದೇನೆ ಮತ್ತು ಸಮಾಜಕ್ಕೆ ಉಪಯೋಗಿಯಾಗಿದ್ದೇನೆ ಎಂದೆನಿಸುತ್ತದೆ, ಮತ್ತು ನಾನು ನಿಮಗೆ ಒಂದು ಕೊನೆಯ ರಹಸ್ಯವನ್ನು ಹೇಳುತ್ತೇನೆ. ಇಂದು, ಪ್ರತಿಯೊಬ್ಬರೂ ಎಲ್ಲೆಡೆ ಇರಬೇಕು, ಎಲ್ಲರೊಂದಿಗೂ ಸಂವಹನ ನಡೆಸಬೇಕು, ತಮ್ಮ ಉಪಸ್ಥಿತಿಯನ್ನು ಅನೇಕ ಪಟ್ಟು ಹೆಚ್ಚಿಸಿಕೊಳ್ಳಬೇಕು ಎಂದು ಬಯಸುತ್ತಾರೆ, ಇದೇ ಯಶಸ್ಸು ಎಂಬ ಭ್ರಮೆ ಕೂಡಾ ಇದೆ. ಆದರೆ ಇದು ಸಂಪೂರ್ಣವಾಗಿ ತಪ್ಪು ನಾನು ನಿಮಗೆ ಹೇಳುತ್ತೇನೆ. ವಿರುದ್ಧ ಮಾರ್ಗದಿಂದಲೇ ಯಶಸ್ಸನ್ನು ಸಾಧಿಸಬಹುದು: ಅದೆಂದರೆ ಬಾಗಿಲನ್ನು ಮುಚ್ಚಿ. ಅನಾವಶ್ಯಕವಾದ ಎಲ್ಲದಕ್ಕೂ ನೀವು ಬಾಗಿಲು ಮುಚ್ಚಿದರೆ ಮಾತ್ರ ನಿಜವಾಗಿಯೂ ಮುಖ್ಯವಾದುದರ ಮೇಲೆ ಗಮನ ಹರಿಸಲು ಮತ್ತು ಯಶಸ್ವೀ ವ್ಯಕ್ತಿಯಾಗಲು ಸಾಧ್ಯವಾಗುತ್ತದೆ" ಎನ್ನುವ ಮಾತುಗಳೊಂದಿಗೆ ತಮ್ಮ ಆಕರ್ಷಕ ಭಾಷಣವನ್ನು ಮುಗಿಸಿದರು.

ಅಸಾಮಾನ್ಯ ಗಣಿತಜ್ಞ: ಶ್ರೀನಿವಾಸ ರಾಮಾನುಜನ್

ತಮ್ಮ ಇಕಿಗಾಯ್‌ಗೋಸ್ಕರ ತಮ್ಮನ್ನು ಸಮರ್ಪಿಸಿಕೊಳ್ಳಲು ಬಾಗಿಲುಗಳನ್ನು ಮುಚ್ಚುವ ಮೇಧಾವಿಗಳೂ ಇದ್ದಾರೆ ಮತ್ತು ಇದೆ ಎಂದು ಯಾರಿಗೂ ತಿಳಿದಿಲ್ಲದ ಬಾಗಿಲುಗಳನ್ನು ತೆರೆಯುವ ಇತರ ಪ್ರತಿಭಾವಂತರೂ ಇದ್ದಾರೆ.

ಪ್ರಸ್ತುತ ತಂತ್ರಜ್ಞಾನ ನಾಯಕರಲ್ಲಿ ಕೆಲವರ ಬಗ್ಗೆ ತಿಳಿಯುವ ಮೊದಲು, ನಾವು 1887 ಕ್ಕೆ ಹಿಂತಿರುಗಿ ವಿಜ್ಞಾನ ಜಗತ್ತಿನ ಒಂದು ಅನನ್ಯ ಪ್ರಕರಣವನ್ನು ನೋಡೋಣ. ಶ್ರೀನಿವಾಸ ರಾಮಾನುಜನ್ ಅವರು ತಮಿಳುನಾಡಿನ ಈರೋಡ್ ಜಿಲ್ಲೆಯಲ್ಲಿ ಜನಿಸಿದರು. ಅವರು ತಮ್ಮ ಮೂವತ್ತೆರಡನೇ ವರ್ಷದ ಚಿಕ್ಕ ವಯಸ್ಸಿನಲ್ಲಿಯೇ ನಿಧನರಾಗುತ್ತಾರೆ. ಇಷ್ಟು ಅಲ್ಪಾವಧಿಯ ಜೀವನವನ್ನು ನಡೆಸಿದರೂ ಕೂಡ ಅವರನ್ನು ಇತಿಹಾಸ ಕಂಡ ಶ್ರೇಷ್ಠ ಗಣಿತಜ್ಞರಲ್ಲಿ ಒಬ್ಬರೆಂದು ಪರಿಗಣಿಸಲಾಗಿದೆ.

ಅವರ ಪ್ರಕರಣವನ್ನು ಅಸಾಧಾರಣವನ್ನಾಗಿಸುವ ಸಂಗತಿ ಏನೆಂದರೆ, ಅವರು ಬಾಲ್ಯದಿಂದಲೂ ಕೇವಲ ಪುಸ್ತಕಗಳನ್ನು ಮತ್ತು ಅವರ ಅಂತಃಪ್ರಜ್ಞೆಯನ್ನು ಬಳಸಿಕೊಂಡು ಸಂಪೂರ್ಣವಾಗಿ ಸ್ವಯಂ ಕಲಿಕೆ ಮಾಡಿದ್ದರು.

ಅವರ ಪ್ರತಿಭೆ ಅದ್ಭುತವಾಗಿತ್ತೆಂದರೆ, ಆಸ್ಪತ್ರೆಯ ಹಾಸಿಗೆಯಲ್ಲಿ ಮಲಗಿದ್ದ ಸಂದರ್ಭದಲ್ಲಿ

ನಡೆಸಿದ ಸಂಭಾಷಣೆಯಲ್ಲಿ, ಅವರು ಗಣಿತಶಾಸ್ತ್ರಕ್ಕೆ ಸಂಪೂರ್ಣವಾಗಿ ಹೊಸ ಕೊಡುಗೆಯಾಗುವ ಕಲ್ಪನೆಯನ್ನು ಅಭಿವೃದ್ಧಿ ಪಡಿಸಿದರು. ಇದನ್ನು ಇಂದು ಟ್ಯಾಕ್ಸಿಕಾಬ್ ಅಥವಾ ಹಾರ್ಡಿ–ರಾಮಾನುಜನ್ ಸಂಖ್ಯೆಗಳು ಎಂದು ಕರೆಯಲಾಗುತ್ತದೆ.

ಅವರ ಮಾರ್ಗದರ್ಶಕರಾದ ಲಂಡನ್ ಮ್ಯಾಥಮೆಟಿಕಲ್ ಸೊಸೈಟಿಯ ಜಿ.ಎಚ್. ಹಾರ್ಡಿ ಈ ಕಥೆಯನ್ನು ಹೀಗೆ ಹೇಳುತ್ತಾರೆ:

"ಪುಟ್ನಿಯಲ್ಲಿ ಅವರು ಅನಾರೋಗ್ಯದಿಂದ ಮಲಗಿದ್ದಾಗ ಒಮ್ಮೆ ಅವರನ್ನು ನೋಡಲು ಹೋಗಿದ್ದು ನನಗೆ ನೆನಪಿದೆ. ನಾನು 1729 ಎಂಬ ನೋಂದಣಿ ಸಂಖ್ಯೆ ಹೊಂದಿದ್ದ ಟ್ಯಾಕ್ಸಿಯಲ್ಲಿ ಸವಾರಿ ಮಾಡಿದ್ದೆ ಮತ್ತು ಆ ಸಂಖ್ಯೆ ನನಗೆ ನೀರಸವೆನ್ನಿಸಿ, ಅದು ಅಪಶಕುನವಾಗದಿದ್ದರೆ ಸಾಕು ಎಂದು ಬಯಸಿದ್ದೆ. ಆದರೆ ಅವರು, "ಇಲ್ಲ, ಇದು ಬಹಳ ಆಸಕ್ತಿದಾಯಕ ಸಂಖ್ಯೆ; ಎರಡು ಸಂಖ್ಯೆಗಳ ಘನಗಳ ಮೊತ್ತವನ್ನು (sum of two cubes) ಎರಡು ವಿಭಿನ್ನ ರೀತಿಯಲ್ಲಿ ವ್ಯಕ್ತಪಡಿಸಬಹುದಾದ ಅತ್ಯಂತ ಚಿಕ್ಕ ಸಂಖ್ಯೆ ಇದಾಗಿದೆ" ಎಂದು ಉತ್ತರಿಸಿದರು.

ಆದರೆ ರಾಮಾನುಜನ್ ಭಾರತದಲ್ಲಿ ಅಪರಿಚಿತ ಯುವಕನಾಗಿದ್ದ ಕಾಲಕ್ಕೆ ಹಿಂದಿರುಗೋಣ. ಯಾವುದೇ ಔಪಚಾರಿಕ ಶಿಕ್ಷಣವಿಲ್ಲದೆ, ಕೇಂಬ್ರಿಡ್ಜ್ ವಿಶ್ವವಿದ್ಯಾಲಯದ ಈ ಪ್ರಸಿದ್ಧ ಪ್ರಾಧ್ಯಾಪಕರು ಅವರನ್ನು ಸ್ವೀಕರಿಸಲು ಹೇಗೆ ಸಾಧ್ಯವಾಯಿತು?

ರಾಮಾನುಜನ್ ಅವರು ಒಂದು ಬಡ ಕುಟುಂಬದಲ್ಲಿ ಜನಿಸಿದರು. ಅವರ ತಂದೆ ಒಂದು ಬಟ್ಟೆ ಅಂಗಡಿಯಲ್ಲಿ ಸಹಾಯಕರಾಗಿದ್ದರು ಮತ್ತು ಅವರ ತಾಯಿ ಗೃಹಿಣಿಯಾಗಿದ್ದರು. ಅವರು ಹನ್ನೊಂದು ವರ್ಷದವರಿದ್ದಾಗ, ಆಂಗ್ಲ ಗಣಿತಜ್ಞರೊಬ್ಬರ ತ್ರಿಕೋನಮಿತಿಯ (trigonometry) ಪುಸ್ತಕವೊಂದು ಅವರ ಕೈಗೆ ಸಿಕ್ಕಿತು. ಈ ಪುಸ್ತಕವನ್ನು ಓದಿ ಅಧ್ಯಯನ ಮಾಡಿದ್ದು ಅವರ ಜೀವನವನ್ನೇ ಬದಲಾಯಿಸಿತು.

ಎರಡು ವರ್ಷಗಳ ಕಾಲ ಅದನ್ನು ಅಧ್ಯಯನ ಮಾಡಿದ ನಂತರ, ಅವರು ಗಳಿಸಿದ ಜ್ಞಾನದ ಆಧಾರದ ಮೇಲೆ ತಮ್ಮದೇ ಆದ ಪ್ರಮೇಯಗಳನ್ನು (theorems) ವಿವರಿಸಲು ಪ್ರಾರಂಭಿಸಿದರು. ತಮ್ಮ ಹದಿನಾಲ್ಕನೇ ವಯಸ್ಸಿನಲ್ಲಾಗಲೇ, ರಾಮಾನುಜನ್ ಅವರ ಶಾಲಾ ಸಾಧನೆ ಅತ್ಯುತ್ತಮವಾಗಿತ್ತು ಮತ್ತು ಅವರು ಗಣಿತ ಪರೀಕ್ಷೆಗಳನ್ನು ನಿಗದಿತ ಸಮಯದ ಅರ್ಧದಷ್ಟರಲ್ಲೇ ಮುಗಿಸುತ್ತಿದ್ದರು, ಆದರೂ ಸಹ ಇತರ ವಿಷಯಗಳಲ್ಲಿ ಕಡಿಮೆ ಬುದ್ಧಿವಂತರಾಗಿದ್ದರು.

ವಾಸ್ತವವಾಗಿ, ಪ್ರೌಢ ಶಿಕ್ಷಣವನ್ನು ಪೂರ್ಣಗೊಳಿಸಿದ ನಂತರ, ಅವರು ಕಾಲೇಜಿನಲ್ಲಿ ತಮ್ಮ ಅಧ್ಯಯನವನ್ನು ಮುಂದುವರಿಸಲು ಪ್ರಯತ್ನಿಸಿದರು. ಆದರೆ ಗಣಿತ ಒಂದನ್ನು ಹೊರತುಪಡಿಸಿ ಎಲ್ಲಾ ವಿಷಯಗಳಲ್ಲೂ ಅನುತ್ತೀರ್ಣರಾದರು. ಇದು ಅವರು ಕಾಲೇಜನ್ನು ತೊರೆಯುವಂತೆ ಮಾಡಿತು, ಆದರೆ ಅವರು ಪಟ್ಟುಹಿಡಿದು ತಮ್ಮ ನೆಚ್ಚಿನ ವಿಷಯದೊಂದಿಗೆ ಸ್ವತಂತ್ರವಾಗಿ ಮುಂದುವರೆದರು. ಸಂಖ್ಯೆಗಳೊಂದಿಗಿನ ಈ ಗೀಳು, ಅವರ ತೀವ್ರ ಬಡತನದ ಜೀವನಕ್ಕೆ ಕಾರಣವಾಯಿತು.

ಮದ್ರಾಸಿನಲ್ಲಿ (ಈಗಿನ ಚೆನ್ನೈ) ಮಾಸಿಕ ಮೂವತ್ತು ರೂಪಾಯಿಗಳ ಸಭ್ಯ ವೇತನದೊಂದಿಗೆ ಅವರಿಗೆ ಗುಮಾಸ್ತೆಯ ಕೆಲಸ ಸಿಕ್ಕಿತು. ದಿನದ ಕೆಲಸಗಳನ್ನು ಬೇಗ ಮುಗಿಸಿ ಉಳಿದ ಸಮಯವನ್ನು ಗಣಿತದ ಸಂಶೋಧನೆಗೆ ಮೀಸಲಿಡಲು ಅವರಿಗಿದ್ದ ಸಂಖ್ಯೆಗಳ ಕೌಶಲ್ಯವು ಅನುವು ಮಾಡಿಕೊಟ್ಟಿತು.

ಆ ದಿನಗಳಲ್ಲಿ ಭಾರತವು ಬ್ರಿಟೀಷ್ ವಸಾಹತು ಆಗಿದ್ದುದರಿಂದ, ಇಂಗ್ಲಿಷ್ ಮಾತನಾಡುವ ತಮ್ಮ ಕೆಲವು ಸ್ನೇಹಿತರ ಸಹಾಯದಿಂದ ಅವರು ಯುನೈಟೆಡ್ ಕಿಂಗ್ಡಮ್ ನ ಪ್ರಸಿದ್ಧ ಗಣಿತಜ್ಞ-ರಿಗೆ ಪತ್ರಗಳನ್ನು ಬರೆಯಲು ಪ್ರಾರಂಭಿಸಿದರು. ತನ್ನ ಸಿದ್ಧಾಂತಗಳನ್ನು ಪ್ರದರ್ಶಿಸುವ ಅವರ ಮೊದಲ ಪ್ರಯತ್ನಗಳು ಬಿಗುವಿನ ಕೊರತೆಯಿಂದ ತಿರಸ್ಕರಿಸಲ್ಪಟ್ಟವು, ಮತ್ತು ಅವರು ತನ್ನ ಪತ್ರಗಳೊಂದಿಗೆ ಕಳುಹಿಸಿದ ಪುಟಗಳಲ್ಲಿ ತೋರಿಸಿದ ಗಣಿತದ ಫಲಿತಾಂಶಗಳು ಎಷ್ಟು ಅಸಾಧಾರಣವಾಗಿದ್ದವೆಂದರೆ, ಒಬ್ಬ ಯುವಕ ಈ ಮಟ್ಟಕ್ಕೆ ತಲುಪಿದ್ದಾನೆ ಎಂದು ನಂಬುವುದೇ ಕಷ್ಟವಾಗಿತ್ತು. ಇಂತಹ ಸಂದರ್ಭಗಳಲ್ಲಿ ಅವರು ಒಬ್ಬ ಮೋಸಗಾರ ಎನ್ನುವಂತೆ ಬಿಂಬಿಸಲ್ಪಟ್ಟರು.

ಹಾಗಿದ್ದರೂ ಕೂಡ ರಾಮಾನುಜನ್ ಎದೆಗುಂದಲಿಲ್ಲ. ಅವರ ಪತ್ರಗಳಲ್ಲಿ ಒಂದು ಪತ್ರ ಪ್ರೊಫೆಸರ್ ಜಿ.ಎಚ್. ಹಾರ್ಡಿಯವರನ್ನು ತಲುಪಿದಾಗ, ಅವರು ರಾಮಾನುಜನ್ ಅವರ ಪ್ರತಿಭೆಯನ್ನು ಗುರುತಿಸಿದರು.

ರಾಮಾನುಜನ್ ಅವರ ಪತ್ರ ಒಂಬತ್ತು ಪುಟಗಳಷ್ಟಿತ್ತು. ಅದು ಪ್ರಾರಂಭವಾದದ್ದು ಹೀಗೆ:

"ಪ್ರೀತಿಯ ಸರ್,

ಮದ್ರಾಸಿನ ಪೋರ್ಟ್ ಟ್ರಸ್ಟ್ ಆಫೀಸಿನ ಲೆಕ್ಕಪತ್ರ ವಿಭಾಗದಲ್ಲಿ ವರ್ಷಕ್ಕೆ ಕೇವಲ 20 ಪೌಂಡ್ ಸಂಬಳಕ್ಕೆ ಗುಮಾಸ್ತನಾಗಿ ಕೆಲಸ ಮಾಡುತ್ತಿರುವ ನನ್ನನ್ನು ನಾನು ಪರಿಚಯಿಸಿಕೊಳ್ಳುತ್ತಿದ್ದೇನೆ. ನನಗೆ ಈಗ ಸುಮಾರು 23 ವರ್ಷ. ನಾನು ಯಾವುದೇ ವಿಶ್ವವಿದ್ಯಾಲಯದಿಂದ ಶಿಕ್ಷಣವನ್ನು ಪಡೆದಿಲ್ಲ, ಆದರೆ ನಾನು ಸಾಮಾನ್ಯ ಶಾಲಾ ಶಿಕ್ಷಣವನ್ನು ಮುಗಿಸಿದ್ದೇನೆ. ಶಾಲೆ ಬಿಟ್ಟ ನಂತರ ನಾನು ನನ್ನ ಬಿಡುವಿನ ವೇಳೆಯನ್ನು ಗಣಿತದಲ್ಲಿ ಕೆಲಸ ಮಾಡುವುದಕ್ಕೆ ಬಳಸುತ್ತಿದ್ದೇನೆ. ವಿಶ್ವವಿದ್ಯಾನಿಲಯದ ಪದವಿಯಲ್ಲಿ ಅನುಸರಿಸುವ ಸಾಂಪ್ರದಾಯಿಕ ಮತ್ತು ವ್ಯವಸ್ಥಿತ ಶಿಕ್ಷಣವನ್ನು ನಾನು ತುಳಿದಿಲ್ಲ, ಆದರೆ ನಾನು ನನಗಾಗಿ ಹೊಸ ಮಾರ್ಗವನ್ನು ಕಂಡುಕೊಳ್ಳುತ್ತಿದ್ದೇನೆ. ನಾನು ವಿಭಿನ್ನ ಸರಣಿಗಳ ಬಗ್ಗೆ ವಿಶೇಷ ತನಿಖೆ ನಡೆಸಿದ್ದೇನೆ ಮತ್ತು ಸಾಮಾನ್ಯವಾಗಿ ನಾನು ಪಡೆಯುವ ಫಲಿತಾಂಶಗಳನ್ನು ಸ್ಥಳೀಯ ಗಣಿತಜ್ಞರು 'ದಿಗ್ಭ್ರಮೆಗೊಳಿಸುವ ಫಲಿತಾಂಶ' ಎಂದು ಹೇಳುತ್ತಾರೆ."

ಪತ್ರದ ಉಳಿದ ಭಾಗವು ರಾಮನುಜನ್ ಅವರ, ಯಾವುದೇ ಪುರಾವೆಗಳನ್ನು ಒದಗಿಸದ ಗಣಿತದ ಆವಿಷ್ಕಾರಗಳಿಂದ ತುಂಬಿತ್ತು. ಹೀಗಿದ್ದರೂ ಕೂಡ, ರಾಮಾನುಜನ್ ಅವರು ಪತ್ರದಲ್ಲಿ ತೋರಿಸಿದ ಫಲಿತಾಂಶಗಳು ಎಷ್ಟು ಆಶ್ಚರ್ಯಕರವಾಗಿದ್ದವು ಎಂದರೆ, ರಾಮಾನುಜನ್ ಅವರೊಂದಿಗೆ ಕೆಲಸ ಮಾಡಲು ಜಿ.ಎಚ್. ಹಾರ್ಡಿ ಅವರು ಅವರನ್ನು ಲಂಡನ್‌ಗೆ ಆಹ್ವಾನಿಸಲು ನಿರ್ಧರಿಸಿದರು.

ರಾಮಾನುಜನ್ ಅವರ ತಾಯಿ ಅವರನ್ನು ಕಳುಹಿಸಲು ನಿರಾಕರಿಸಿದ್ದರಿಂದ ಅವರು ಈ ಆಹ್ವಾನವನ್ನು ನಿರಾಕರಿಸಬೇಕಾಯಿತು. ಇದರ ಹೊರತಾಗಿಯೂ, ಹಾರ್ಡಿ ಅವರು ಪಟ್ಟುಹಿಡಿದು, ಮದ್ರಾಸ್‌ನಲ್ಲಿ ಶಿಕ್ಷಕರಾಗಿದ್ದ ಆಂಗ್ಲ ಗಣಿತಜ್ಞರೊಬ್ಬರನ್ನು ರಾಮಾನುಜನ್ ಅವರ ಮಾರ್ಗದರ್ಶಕರಾಗಲು ಮತ್ತು ಲಂಡನ್‌ಗೆ ಬರುವಂತೆ ಮನವೊಲಿಸಲು ಪ್ರಯತ್ನಿಸುವಂತೆ ಕೇಳಿಕೊಂಡರು.

ಒಂದು ದಿನ, ರಾಮಾನುಜನ್ ಅವರ ತಾಯಿಗೆ ಕನಸಿನಲ್ಲಿ, ಹಿಂದೂ ದೇವತೆಯಾದ

ಅವರ ಮನೆ ದೇವರು ನಾಮಗಿರಿ ತಾಯರ್ ಕಾಣಿಸಿಕೊಂಡು "ಇನ್ನು ಮುಂದೆ ನಿನ್ನ ಮಗ ಮತ್ತು ಅವನ ಜೀವನದ ಉದ್ದೇಶದ ನಡುವೆ ನೀನು ನಿಲ್ಲಬಾರದು" ಎಂದು ಸ್ಪಷ್ಟವಾಗಿ ಹೇಳಿದಂತೆ ಆಯಿತು. ಈ ರೀತಿ ದೇವರಿಂದ ನೇರ ಸಂದೇಶವನ್ನು ಸ್ವೀಕರಿಸಿದ ನಂತರ, ಅವಳು ತನ್ನ ಮಗನಿಗೆ ಇಂಗ್ಲೆಂಡ್‌ಗೆ ಹೋಗಲು ಅನುಮತಿ ನೀಡಲು ನಿರ್ಧರಿಸಿದಳು.

ಅಂತಿಮವಾಗಿ, 1914 ರಲ್ಲಿ, ರಾಮಾನುಜನ್ ಲಂಡನ್‌ಗೆ ಪ್ರಯಾಣ ಬೆಳೆಸಿದರು. ಅವರು ಜಿ.ಎಚ್. ಹಾರ್ಡಿ ಅವರೊಂದಿಗೆ ಹಲವಾರು ವರ್ಷಗಳ ಕಾಲ ಕೆಲಸ ಮಾಡಿದ ನಂತರ ಲಂಡನ್ ಮ್ಯಾಥಮೆಟಿಕಲ್ ಸೊಸೈಟಿ ಮತ್ತು ವಿಜ್ಞಾನದ ಪ್ರಗತಿಗಾಗಿ ಐಸಾಕ್ ನ್ಯೂಟನ್, ಚಾರ್ಲ್ಸ್ ಡಾರ್ವಿನ್ ಮತ್ತು ಆಲ್ಬರ್ಟ್ ಐನ್‌ಸ್ಟೈನ್ ಅಂತಹವರು ಸದಸ್ಯರಾಗಿದ್ದ ರಾಯಲ್ ಸೊಸೈಟಿಯ ಸದಸ್ಯರಾದರು.

ಕ್ಷಯರೋಗದಿಂದ ಬಳಲುತ್ತಿದ್ದ ರಾಮಾನುಜನ್ 1919ರಲ್ಲಿ ಮದ್ರಾಸಿಗೆ ಮರಳಿದರು ಮತ್ತು 1920ರಲ್ಲಿ ತಮ್ಮ 32ನೇ ವಯಸ್ಸಿನಲ್ಲಿ ನಿಧನರಾದರು.

ನೂರು ವರ್ಷಗಳ ನಂತರವೂ ಅವರ ಪರಂಪರೆಯು ಗಣಿತದ ಪ್ರಗತಿಗೆ ಕೊಡುಗೆ ನೀಡುತ್ತಲೇ ಇದೆ. ಇದಕ್ಕೆ ಒಂದು ಉದಾಹರಣೆಯನ್ನು ಉಲ್ಲೇಖಿಸುವುದಾದರೆ, ಫರ್ಮಾಟ್ ಅವರ ಕೊನೆಯ ಸಿದ್ಧಾಂತವನ್ನು ಸಾಬೀತುಪಡಿಸಲು 1990 ರ ದಶಕದಲ್ಲಿ ಆಂಡ್ರ್ಯೂ ವೈಲ್ಸ್ ಅವರು ರಾಮಾನುಜನ್ ಕಂಡುಹಿಡಿದ ಹೊಂದಾಣಿಕೆಗಳ ಆಧಾರದ ಮೇಲೆಯೇ ಗ್ಯಾಲೋಯಿಸ್ ಸಿದ್ಧಾಂತವನ್ನು ಬಳಸಿದರು.

ರಾಮಾನುಜನ್ ಅವರಿಂದ ಪ್ರತಿಭೆಯ ಪಾಠಗಳು

ರಾಮಾನುಜನ್ ಅವರ ಅಸಾಮಾನ್ಯ ಪ್ರತಿಭೆಯ ಬಗ್ಗೆ ಯೋಚಿಸಿದಾಗ, ಆ ಎಲ್ಲಾ ಯುವ ಬಡ ಭಾರತೀಯರ ಬಗ್ಗೆ ಯೋಚಿಸುವಂತೆ ಮಾಡುತ್ತದೆ ಯಾರಿಗಾಗಿ ಓರ್ವ ಮುಂಬೈ ಉದ್ಯಮಿಯು ತನ್ನನ್ನು ಅವರ ಶಿಕ್ಷಣಕ್ಕಾಗಿ ಅರ್ಪಿಸಿ, ಅವರು ಮುಂದೆ ಬರಲು ಸಾಧ್ಯವಾಗುವಂತೆ ಜಗತ್ತಿಗೆ ಅವರನ್ನು ಪರಿಚಯಿಸಲು ನಿರ್ಧರಿಸಿದ್ದರು.

ನಾವು ನಮ್ಮ ದೈನಂದಿನ ಜೀವನಕ್ಕೆ ಅನ್ವಯಿಸಬಹುದಾದ ಹಲವಾರು ಮುಖ್ಯ ಅಂಶಗಳು ಈ ಯುವ ಗಣಿತಜ್ಞನ ಕಥೆಯಲ್ಲಿವೆ.

- *ಇಂದಿನ ಯೂ-ಟ್ಯೂಬ್ ಟುಟೋರಿಲ್ಸ್‌ನ ಯುಗದಲ್ಲಿ ತುಂಬಾ ಸಾಮಾನ್ಯವಾದ, ಸ್ವಯಂಕಲಿಕೆ ಮತ್ತು ಸ್ವತಂತ್ರ ಅಧ್ಯಯವು ನಮ್ಮನ್ನು ವಿಷಯದ ಆಚೆಗೆ ಯೋಚಿಸಲು ಸಹಾಯ ಮಾಡಿ ವಿಭಿನ್ನ ಆಲೋಚನೆಗಳಿಗೆ ಎಡೆ ಮಾಡಿ ಕೊಡುತ್ತದೆ.* ರಾಮಾನುಜನ್ ಅವರು ಬಹುಶಃ ಶೈಕ್ಷಣಿಕ ಕ್ಷೇತ್ರದಲ್ಲಿ ತರಬೇತಿ ಪಡೆಯದ ಕಾರಣ, ಗಣಿತ ಕ್ಷೇತ್ರದಲ್ಲಿ ಅದುವರೆಗೆ ಯಾರೂ ಯೋಚಿಸಿಯೂ ಇರದ ಅನೇಕ ವಿಷಯಗಳನ್ನು ಕಂಡುಹಿಡಿದರು. ಬಹುಮುಖಿ ಕಲಾವಿದ ಜೀನ್ ಕೊಕ್ಟೌ ಹೇಳಿದಂತೆ, ಅದನ್ನು ಮಾಡಲು ಸಾಧ್ಯವಿಲ್ಲ ಎಂದು ಅವರಿಗೆ ತಿಳಿದಿರಲಿಲ್ಲ, ಆದ್ದರಿಂದಲೇ ಅವರು ಅದನ್ನು ಮಾಡಿದರು.
- *ಒಂದು ಪುಸ್ತಕವು ನಿಮ್ಮ ಜೀವನವನ್ನು ಶಾಶ್ವತವಾಗಿ ಬದಲಾಯಿಸಬಹುದು.* ರಾಮಾನುಜನ್ ಅವರ ಬಾಲ್ಯದಲ್ಲಿ ಅವರ ಕೈಗೆ ಸಿಕ್ಕಿದ ತ್ರಿಕೋನಮಿತಿಯ

(trigonometry) ಆ ಸಂಪುಟವು ಅವರ ಇಕಿಗಾಯ್ ಅಥವಾ ಅವರ ಜೀವನದ ಉದ್ದೇಶದ ಆರಂಭಿಕ ಕಿಡಿಯನ್ನು ಹೊತ್ತಿಸಿತು. ಇದೀಗ ನಿಮ್ಮ ಕಪಾಟಿನಲ್ಲಿ ಯಾವ ಪುಸ್ತಕವಿದೆ? ನಿಮ್ಮ ಹೊಸ ಜೀವನದ ಬಗ್ಗೆ ನಿಮಗೆ ಅದು ಯಾವ ಸುಳಿವುಗಳನ್ನು ನೀಡಬಲ್ಲದು?

- *ನಿಮ್ಮೊಳಗೆ ಒಂದು ಅಸಾಮಾನ್ಯ ಪ್ರತಿಭೆ ಇದೆ, ಅದು ಹೊರಬರಲು ಕಾಯುತ್ತಿದೆ.* ರಾಮಾನುಜನ್ ಅವರಿಗೆ ಗಣಿತ ಪುಸ್ತಕಗಳ ಲೋಕಕ್ಕೆ ಪ್ರವೇಶವಿಲ್ಲದಿದ್ದರೆ ಏನಾಗುತ್ತಿತ್ತು? ಬಹುತೇಕ ಎಲ್ಲದರಲ್ಲೂ ಕಳಪೆಯಾಗಿದ್ದು, ಒಂದು ಕ್ಷೇತ್ರದಲ್ಲಿ ಮಾತ್ರ ಉತ್ತಮ ಪ್ರತಿಭೆ ಹೊಂದಿರುವವರ ಕಡೆಗೆ ಕೆಲವೊಮ್ಮೆ ಸಮಾಜವು ನ್ಯಾಯಸಮ್ಮತವಾಗಿರುವುದಿಲ್ಲ ಮತ್ತು ಕಠಿಣವಾಗಿರುತ್ತದೆ. ನೀವು ಪೋಷಕರು ಯಾ ಶಿಕ್ಷಕರಾಗಿದ್ದರೆ, ಅಥವಾ ಪ್ರಭಾವ ಬೀರುವ ಇನ್ಯಾವುದೋ ಸ್ಥಾನದಲ್ಲಿದ್ದರೆ, ತಮ್ಮಲ್ಲಿ ಒಂದು ನಿರ್ದಿಷ್ಟ ಪ್ರತಿಭೆ ಇದೆ ಎಂದು ತಿಳಿದಿಲ್ಲದೇ ಇರುವವರಲ್ಲಿ ಸುಪ್ತವಾಗಿರುವ ಪ್ರತಿಭೆಯ ಗಣಿಯನ್ನು ಕಂಡುಹಿಡಿಯಲು ಪ್ರಯತ್ನಿಸಿ ಮತ್ತು ನಿಮ್ಮೊಂದಿಗೆ ಕೂಡಾ ಅದೇ ರೀತಿ ಮಾಡಲು ಮರೆಯದಿರಿ.

- *ಯಾವಾಗಲೂ ವಿನಮ್ರರಾಗಿರಿ.* ರಾಮಾನುಜನ್ ಅವರು ತಾವು ಗಣಿತದಲ್ಲಿ ಅತ್ಯುತ್ತಮ ಎಂದು ತಿಳಿದಿದ್ದರೂ ಕೂಡ ಆ ಕ್ಷೇತ್ರದಲ್ಲಿ ಅತ್ಯುತ್ತಮವಾದವರಿಗೆ ವಿದ್ಯಾರ್ಥಿಯಾಗಿಯೇ ತಮ್ಮನ್ನು ತಾವು ಅರ್ಪಿಸಿಕೊಂಡು ಅವರಿಂದ ಮಾರ್ಗದರ್ಶನ ಪಡೆದರು. ನಿಮ್ಮ ಪ್ರತಿಭೆ ಎಷ್ಟೇ ಉತ್ತಮವಾಗಿದ್ದರೂ ನಿಮಗಿಂತ ಹೆಚ್ಚು ತಿಳಿದಿರುವ ಅಥವಾ ವಿಭಿನ್ನ ದೃಷ್ಟಿಕೋನವನ್ನು ನೀಡುವ ಅನುಭವಿಗಳನ್ನು ನೀವು ನಂಬಬೇಕು.

- *ಸಂಪರ್ಕ ಸಾಧಿಸಲು ಧೈರ್ಯ ಮಾಡಿ.* ನೀವು ಮೆಚ್ಚಿಕೊಳ್ಳುವ ವ್ಯಕ್ತಿಯ ಖ್ಯಾತಿಯ ಬಗ್ಗೆ ಚಿಂತಿಸಬೇಡಿ. ಅವರು ನಿಮಗೆ ಸರಿಯಾದ ಮಾರ್ಗದರ್ಶಕರಾಗಬಹುದು ಎನ್ನಿಸಿದರೆ, ಆ ನಿಟ್ಟಿನಲ್ಲಿ ಮಾಡುವ ಪ್ರಯತ್ನ ಎಂದಿಗೂ ಯೋಗ್ಯವೇ ಆಗಿರುತ್ತದೆ. ಸರಿಯಾದ ವ್ಯಕ್ತಿ ಅಥವಾ ಸಂಸ್ಥೆಗೆ ಕಳುಹಿಸುವ ಯಾವುದೇ ರೀತಿಯ ಪತ್ರ, ಇ-ಮೇಲ್/ಸಂದೇಶ ನಿಮ್ಮ ಜೀವನದ ದಿಕ್ಕನ್ನು ಶಾಶ್ವತವಾಗಿ ಬದಲಾಯಿಸಬಹುದು. ನೀವು ಮೊದಲು ಪಡೆಯುವ ಉತ್ತರ ತಿರಸ್ಕಾರವಾಗಿದ್ದರೂ ಎದೆಗುಂದಬೇಡಿ. ಕೆಲವೊಮ್ಮೆ ಒಳಗೆ ಪ್ರವೇಶಿಸಲು ಒಂದೇ ಬಾಗಿಲನ್ನು ಹಲವಾರು ಬಾರಿ ಅಥವಾ ಹಲವಾರು ಬೇರೆ ಬೇರೆ ಬಾಗಿಲುಗಳನ್ನು ತಟ್ಟಲೇಬೇಕಾಗುತ್ತದೆ. ನೀವು ಪ್ರಯತ್ನಿಸದೇ ಹೋದರೆ ಎಲ್ಲವೂ ಹಾಗೆಯೇ ಇರುತ್ತದೆ ಎನ್ನುವುದು ಮಾತ್ರ ಖಚಿತವಾದ ಸಂಗತಿ.

ಸರ್ಫಿಂಗ್ ಬೋರ್ಡ್‌ನ ಮೇಲಿನ ಸಂದೇಶ

ಸ್ಪೇನ್‌ನ ವೆಲೆನ್ಸಿಯಾದ ಒಂದು ಭಾಷಣ ಕಾರ್ಯಕ್ರಮದಲ್ಲಿ ನಾವು ಒಬ್ಬ ಮಹಿಳೆಯನ್ನು ಭೇಟಿಯಾದೆವು, ಅವಳು ತನ್ನ ಮಗನ ಗಮನಾರ್ಹ ಸಾಹಸದ ಬಗ್ಗೆ ನಮಗೆ ಹೇಳಿದಳು.

ಜಲ ಕ್ರೀಡೆಗಳ ಬಗ್ಗೆ ಬಾಲ್ಯದಿಂದಲೂ ಆಸಕ್ತಿ ಹೊಂದಿದ್ದ ಅವನು ಲಂಡನ್ನಿನಲ್ಲೇ ಅತ್ಯುತ್ತಮವೆನಿಸಿದ ವಾಟರ್-ಸ್ಪೋರ್ಟ್ಸ್ ಅಂಗಡಿಯಲ್ಲಿ ಕೆಲಸ ಪಡೆದುಕೊಳ್ಳುವುದರಲ್ಲಿ

ಯಶಸ್ವಿಯಾದನು. ಪ್ರಪಂಚದಾದ್ಯಂತ ಇರುವ ರೆಸಾರ್ಟ್‌ಗಳು ಮತ್ತು ಕ್ಲಬ್‌ಗಳಿಗೆ ಸೇವೆ ಸಲ್ಲಿಸುವ ಮೂಲಕ ಆ ಅಂಗಡಿಯು ತನ್ನ ವ್ಯವಹಾರ ನಡೆಸುತ್ತಿತ್ತು ಮತ್ತು ವರ್ಜಿನ್ ಸಮೂಹ ಸಂಸ್ಥೆಯ ಸಂಸ್ಥಾಪಕರಾದ ರಿಚರ್ಡ್ ಬ್ರಾನ್ಸನ್ ಅವರನ್ನು ಆಯ್ದ ಗ್ರಾಹಕರಲ್ಲಿ ಒಬ್ಬರು ಎಂದು ಪರಿಗಣಿಸಿತ್ತು. ಬ್ರಾನ್ಸನ್ ಅವರು ಖಾಸಗಿ ದ್ವೀಪವಾದ ನೆಕ್ಕರ್ ದ್ವೀಪದಲ್ಲಿ ಇಪ್ಪತ್ತೆಂಟು ಜನರಿಗೆ ಐಷಾರಾಮಿ ಸೌಕರ್ಯಗಳನ್ನು ಒದಗಿಸಬಲ್ಲ ಬಂಗಲೆಯಲ್ಲಿ ವಾಸಿಸುತ್ತಿದ್ದರು. ಎರಡು ಅವಧಿಗೆ ಅಧ್ಯಕ್ಷರಾಗಿ ದಣಿದ ಬರಾಕ್ ಒಬಾಮಾ ಅವರಿಗೆ ಅಧ್ಯಕ್ಷೀಯ ಅವಧಿಯ ಕೊನೆಯಲ್ಲಿ ಮಿಚೆಲ್ ಒಬಾಮಾ ಅವರೊಂದಿಗೆ ಅಲ್ಲಿ ಆತಿಥ್ಯ ನೀಡಿದ್ದರು, ಗೂಗಲ್ ಸಹ ಸಂಸ್ಥಾಪಕ ಲ್ಯಾರಿ ಪೇಜ್ ಅವರೂ ಸಹ ನೆಕ್ಕರ್ ದ್ವೀಪದಲ್ಲಿ ವಿವಾಹವಾಗಿದ್ದರು.

ಈ ಕಥೆಗಳನ್ನು ತಿಳಿದುಕೊಂಡು, ಬ್ರಾನ್ಸನ್ ಅವರನ್ನು ಬಹಳವಾಗಿ ಆರಾಧಿಸುತ್ತಿದ್ದ ಆ ಯುವಕ, ಅವರ ಖಾಸಗಿ ದ್ವೀಪದಲ್ಲಿ ವಾಟರ್ ಕ್ರೀಡಾ ಬೋಧಕನಾಗಿ ಕೆಲಸ ಮಾಡುವ ಕನಸು ಕಂಡನು. ವಾಟರ್ ಸ್ಪೋರ್ಟ್ಸ್ ಅಂಗಡಿಯಿಂದ ಬ್ರಿಟೀಷ್ ಉದ್ಯಮಿ ಬ್ರಾನ್ಸನ್ ಕೊಂಡುಕೊಂಡ ಸಾಮಗ್ರಿಗಳನ್ನು ರವಾನಿಸಲು ತಯಾರಿ ನಡೆಸುತ್ತಿರುವಾಗ, ತಾನು ಬರೆದ ಒಂದು ಪತ್ರವನ್ನು ಸರ್ಫ್‌ಬೋರ್ಡ್‌ನಲ್ಲಿ ಮುಚ್ಚಿಡಲು ಅವನು ನಿರ್ಧರಿಸಿದನು. ಅವರಿಗಾಗಿ ಕೆಲಸ ಮಾಡುವ ತನ್ನ ಹೆಬ್ಬಯಕೆಯನ್ನು ಆ ಪತ್ರದಲ್ಲಿ ಅವನು ವಿವರಿಸಿದ್ದನು. ಕೆಲವು ವಾರಗಳ ನಂತರ, ಅವನಿಗೇ ಆಶ್ಚರ್ಯವೆನಿಸುವಂತೆ, ಸಂದರ್ಶನಕ್ಕೋಸ್ಕರ ದ್ವೀಪಕ್ಕೆ ಹಾರಿಬರುವ ಸೂಚನೆಯನ್ನು ಒಳಗೊಂಡ ಇಮೇಲ್ ಒಂದು ಬ್ರಾನ್ಸನ್ ಅವರಿಂದ ಬಂದಿತು. ಹುಡುಗನ ಈ ವರ್ತನೆ ಬ್ರಾನ್ಸನ್ ಅವರಿಗೆ ಇಷ್ಟವಾಗಿರಬೇಕು, ಏಕೆಂದರೆ 'ನಿಮ್ಮ ಕನಸುಗಳು ನಿಮ್ಮನ್ನು ಹೆದರಿಸದಿದ್ದರೆ, ಅವು ತುಂಬಾ ಚಿಕ್ಕದಾಗಿರುತ್ತವೆ' ಎನ್ನುವುದು ವರ್ಜಿನ್ ಸಂಸ್ಥಾಪಕನ ಸೂತ್ರಗಳಲ್ಲಿ ಒಂದು.

ವೆಲೆನ್ಸಿಯಾದ ಯುವಕನನ್ನು ಉದ್ಯಮಿಗಳು ಮತ್ತು ಪ್ರಸಿದ್ಧ ಸಂದರ್ಶಕರಿಗೆ ಬೋಧಕನನ್ನಾಗಿ ನೇಮಿಸಲಾಯಿತು.

ವಿಶ್ವದ ಇತರ ರೆಸಾರ್ಟ್‌ಗಳಲ್ಲಿ ಹೊಸ ಸಾಹಸಕ್ಕೆ ಹೊರಡುವವರೆಗೂ, ಅವನು ಆ ದ್ವೀಪದಲ್ಲಿ ಹಲವಾರು ವರ್ಷಗಳ ಕಾಲ ಬ್ರಾನ್ಸನ್ ಅವರೊಂದಿಗೆ ನಿಕಟವಾಗಿ ಕೆಲಸ ಮಾಡಿದನು.

ಮೈಕ್ರೋಸಾಫ್ಟ್‌ನ ಸಿ. ಇ. ಒ ಸತ್ಯ ನಾದೆಲ್ಲಾ

ಸತ್ಯ ನಾದೆಲ್ಲಾ ಅವರ ಉದಾಹರಣೆಯನ್ನು ಪರಿಗಣಿಸದೇ ಭಾರತೀಯ ತಂತ್ರಜ್ಞಾನ ನಾಯಕರುಗಳ ಬಗ್ಗೆ ಬರವಣಿಗೆ ಸಂಪೂರ್ಣವಾಗುವುದಿಲ್ಲ.

ಸಂಸ್ಕೃತ ಪ್ರಾಧ್ಯಾಪಕರು ಹಾಗೂ ಭಾರತೀಯ ಅಧಿಕಾರಿಯ ಮಗನಾಗಿ 1967 ರಲ್ಲಿ ಜನಿಸಿದ ನಾದೆಲ್ಲಾ, 1988 ರಲ್ಲಿ ಅಮೇರಿಕಕ್ಕೆ ಹೋದರು. 1992 ರಲ್ಲಿ ವಿಸ್ಕಾನ್‌ಸಿನ್–ಮಿಲ್ವಾಕಿ ವಿಶ್ವವಿದ್ಯಾಲಯದಿಂದ ಕಂಪ್ಯೂಟರ್ ಪದವಿ ಪಡೆದ ನಂತರ ಮೈಕ್ರೋಸಾಫ್ಟ್‌ನಲ್ಲಿ ಕೆಲಸ ಮಾಡಲು ಪ್ರಾರಂಭಿಸಿದರು. ಮೈಕ್ರೋಸಾಫ್ಟ್‌ನಲ್ಲಿ ಉದ್ಯೋಗ ಪಡೆದ ಮೊದಲ 30

ಭಾರತೀಯ ವಲಸಿಗರಲ್ಲಿ ಅವರು ಒಬ್ಬರಾಗಿದ್ದರು.

ಮೈಕ್ರೋಸಾಫ್ಟ್‌ಗೆ ಸೇರಿ 22 ವರ್ಷಗಳ ನಂತರ, ಅವರ ನಲವತ್ತಾರನೇ ವಯಸ್ಸಿನಲ್ಲಿ, ಬಿಲ್ ಗೇಟ್ಸ್ ಮತ್ತು ಸ್ಟೀವ್ ಬಾಲ್ಮರ್ ಅವರಿಂದ ಕಾರ್ಯನಿರ್ವಹಣಾಧಿಕಾರಿ (ಸಿಇಒ) ಆಗಿ ನೇಮಕ ಮಾಡಲ್ಪಟ್ಟರು.

2014 ರಲ್ಲಿ ನಾದೆಲ್ಲಾ ಅವರು ಮೈಕ್ರೋಸಾಫ್ಟ್‌ನ ನೇತೃತ್ವವನ್ನು ವಹಿಸಿಕೊಂಡ ನಂತರ, ಕಂಪನಿಯ ಷೇರು ಮೌಲ್ಯವು ಹಲವು ಪಟ್ಟು ಹೆಚ್ಚಾಗಿದೆ ಮತ್ತು 2022 ರಲ್ಲಿ ಅದು ಆಪಲ್‌ನ ನಂತರ ಎರಡನೇ ಅತಿ ಹೆಚ್ಚು ಮಾರುಕಟ್ಟೆ ಬಂಡವಾಳ ಹೊಂದಿದ್ದ ಕಂಪನಿಯಾಗಿತ್ತು.

ನಾದೆಲ್ಲಾ ಮತ್ತು ಮೈಕ್ರೋಸಾಫ್ಟ್‌ನ ಇಕಿಗಾಯ್

ನಾದೆಲ್ಲಾ ಅವರು ಸಿಇಒ ಆಗಿ ನೇಮಕಗೊಂಡ ನಂತರ, ಎಲ್ಲಾ ಉದ್ಯೋಗಿಗಳಿಗೆ ಕಳುಹಿಸಿದ ತನ್ನ ಮೊದಲ ಇಮೇಲ್‌ನಲ್ಲಿ ಅವರು ತಮ್ಮ ಜೀವನದ ಮುಖ್ಯ ಆಶಯ ಅಥವಾ ಪ್ರೇರಕ ತತ್ವವನ್ನು ವಿವರಿಸಿದರು. ಕಂಪನಿಯ ಸಾಮಾನ್ಯ ಉದ್ದೇಶವನ್ನು ಸಹ ಸ್ಪಷ್ಟವಾಗಿ ವಿವರಿಸಿದರು. ಅವರು 'ಇಕಿಗಾಯ್' ಪದವನ್ನು ಬಳಸದಿದ್ದರೂ, ಸಾಮಾನ್ಯ ರೀತಿಯಲ್ಲಿ ತಮ್ಮ ವೈಯಕ್ತಿಕ ಹಾಗೂ ಕಂಪನಿಯ ಎಲ್ಲಾ ಉದ್ಯೋಗಿಗಳ ಇಕಿಗಾಯ್‌ನ್ನು ಸ್ಪಷ್ಟವಾಗಿ ವಿವರಿಸಿದರು.

"ಹೊಸ ವಿಚಾರಗಳನ್ನು ಕಲಿಯುವುದಿಲ್ಲವಾದರೆ ನೀವು ಅತ್ಯುತ್ತಮ ಮತ್ತು ಉಪಯುಕ್ತ ಕೆಲಸಗಳನ್ನು ಮಾಡುವುದನ್ನು ನಿಲ್ಲಿಸುತ್ತೀರಿ ಎನ್ನುವುದು ನನ್ನ ಮೂಲಭೂತ ನಂಬಿಕೆ. ಆದ್ದರಿಂದ, ಕುಟುಂಬ, ಕುತೂಹಲ ಮತ್ತು ಜ್ಞಾನದ ಹಸಿವು – ಎಲ್ಲವೂ ನನ್ನನ್ನು ವ್ಯಾಖ್ಯಾನಿಸುತ್ತವೆ" ಎಂದು ತಮ್ಮ ವೈಯಕ್ತಿಕ ಉದ್ದೇಶವನ್ನು ವಿವರಿಸುವ ಮೂಲಕ ಅವರು ಇಮೇಲ್ ಪ್ರಾರಂಭಿಸಿದರು.

"ನಾವು ಅಸಾಧ್ಯವಾದುದರಲ್ಲಿ ನಂಬಿಕೆ ಇಡಬೇಕು ಮತ್ತು ಅಸಂಭವ ಎನ್ನುವುದನ್ನೇ ಕಿತ್ತೊಗೆಯಬೇಕು. ನಮ್ಮ ಉದ್ದೇಶದ ಸ್ಪಷ್ಟತೆ ಮತ್ತು ಜೀವನದ ಧ್ಯೇಯದ ಅರಿವಿನಿಂದ ಇದು ಪ್ರಾರಂಭಗೊಂಡು, ಅಸಾಧ್ಯವಾದುದನ್ನು ಕಲ್ಪಿಸಿಕೊಂಡು ಸಾಧಿಸುವ ದಿಕ್ಕಿಗೆ ನಮ್ಮನ್ನು ಕರೆದೊಯ್ಯುತ್ತದೆ" ಎನ್ನುವ ಆಸ್ಕರ್ ವೈಲ್ಡ್‌ನ ಒಂದು ವಾಕ್ಯವನ್ನು ಮತ್ತೆ ಉಲ್ಲೇಖಿಸುವ ಮೂಲಕ ಮೈಕ್ರೋಸಾಫ್ಟ್ ಸಂಸ್ಥೆಯ ಸ್ಥಾಪನೆಯ ಉದ್ದೇಶವನ್ನು ವಿವರಿಸುವ ಕಡೆಗೆ ಇವರ ಇಮೇಲ್ ಮುಂದುವರೆಯಿತು.

"ಅಂತಿಮವಾಗಿ, ನಾವೆಲ್ಲರೂ ನಮ್ಮ ಕೆಲಸದ ಅರ್ಥವನ್ನು ಕಂಡುಕೊಳ್ಳಬೇಕು ಎನ್ನುವುದನ್ನು ಖಂಡಿತವಾಗಿಯೂ ನಾನು ನಂಬುತ್ತೇನೆ. ನಿಮ್ಮ ಕೆಲಸವು ಬರೀ ಕೆಲಸವಲ್ಲ, ಅದು ಇತರರ ಜೀವನಗಳನ್ನು ಸುಧಾರಿಸುತ್ತದೆ ಎಂದು ನೀವು ಅರಿತುಕೊಂಡಾಗ ಮಾತ್ರ ಅದು ಶ್ರೇಷ್ಠ ಕೆಲಸವಾಗುತ್ತದೆ" ಎಂದು ಬರೆಯುತ್ತಾ, ಪ್ರತಿಯೊಬ್ಬರೂ ಪ್ರತಿದಿನವೂ ಏನನ್ನೇ ಮಾಡಿದರೂ ಅದರ ಉದ್ದೇಶವನ್ನು ಕಂಡುಕೊಳ್ಳುವ ಪ್ರಾಮುಖ್ಯತೆಯನ್ನು ಒತ್ತಿ ಹೇಳುವ ಮೂಲಕ ಅವರು ಇಮೇಲ್ ಮುಗಿಸಿದರು.

'ಇತರ ಜನರ ಜೀವನವನ್ನು ಉತ್ತಮಗೊಳಿಸುವುದು' ಎನ್ನುವುದರ ಮಹತ್ವವನ್ನು

ಒತ್ತಿಹೇಳಿದ ತಮ್ಮ ಮೊದಲ ಇಮೇಲ್‌ನ ಈ ಪರಿಚ್ಛೇದದಲ್ಲಿ ಅವರು ಇಕಿಗಾಯ್‌ನ ವೃತ್ತದ ನಾಲ್ಕನೇ ಆಯಾಮವಾದ 'ಜಗತ್ತಿಗೆ ಏನು ಬೇಕಾಗಿದೆ' ಎನ್ನುವುದರ ಬಗ್ಗೆ ಸ್ಪಷ್ಟವಾದ ಸೂಚನೆಯನ್ನು ನೀಡಿದರು.

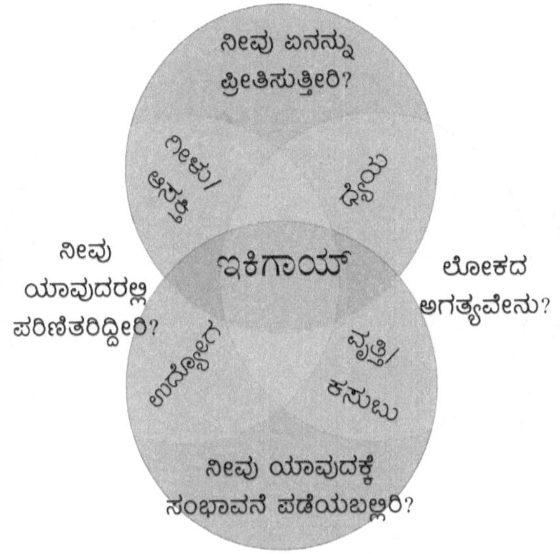

ಮೈಕ್ರೋಸಾಫ್ಟ್‌ನಲ್ಲಿ ನೇಮಕಾತಿ ಪಡೆಯಲು ಅಗತ್ಯವಾದ ಎರಡು ಪ್ರಮುಖ ಷರತ್ತುಗಳು

ನಾದೆಲ್ಲಾ ಅವರು ಕಂಪನಿಯ ಹೊಣೆ ಹೊತ್ತಾಗ, ಆಂತರಿಕವಾಗಿ 'ನಾದೆಲ್ಲಾ ಅವರ ಅಗತ್ಯಗಳು' ಎಂದೇ ಪರಿಚಿತವಾಗಿರುವ ಎರಡು ಪ್ರಮುಖ ಷರತ್ತುಗಳನ್ನು ವಿಧಿಸಿದರು. ಕಂಪನಿಗೆ ಯಾರನ್ನಾದರೂ ಆಯ್ಕೆ ಮಾಡಿಕೊಳ್ಳುವ ವಿಷಯ ಬಂದಾಗ ಈ ಎರಡು ಷರತ್ತುಗಳು ಆಗತ್ಯವೆಂದು ಸಿ ಇ ಒ ಪರಿಗಣಿಸುತ್ತಾರೆ.

1. ಈ ವ್ಯಕ್ತಿ ಸ್ಪಷ್ಟತೆಯನ್ನು ನೀಡಬಲ್ಲನೇ?

ಬಹಳ ನಿಪುಣ ಮತ್ತು ಸಾಮರ್ಥ್ಯವಂತನಾಗಿದ್ದರೂ ಕೂಡ, ಬರಿಯ ಗೊಂದಲವನ್ನೇ ಸೃಷ್ಟಿಸುವ ಕೊಡುಗೆಗಳನ್ನು ತಂಡಕ್ಕೆ ನೀಡುವ ಸದಸ್ಯನನ್ನು ಹೊಂದಿರುವುದು ಒಂದು ತಂಡಕ್ಕೆ ಸಂಭವಿಸಬಹುದಾದ ಅತ್ಯಂತ ಕೆಟ್ಟ ಸಂಗತಿ. ಅತ್ಯುತ್ತಮ ಅಭ್ಯರ್ಥಿಗಳು ತಮ್ಮ ಭಾಗವಹಿಸುವಿಕೆಯಿಂದ ಸದಾ ಸ್ಪಷ್ಟತೆಯನ್ನು ಹುಟ್ಟುಹಾಕಲು ಸಹಾಯ ಮಾಡುತ್ತಾರೆ.

2. ಈ ವ್ಯಕ್ತಿ ಧನಾತ್ಮಕ ಶಕ್ತಿಯನ್ನು ಉಂಟು ಮಾಡುತ್ತಿದ್ದಾನೆಯೇ?

ನಮ್ಮನ್ನು ಉಲ್ಲಾಸಗೊಳಿಸುವವರ ಕಡೆಗೆ ನಾವೆಲ್ಲರೂ ಆಕರ್ಷಿತರಾಗುತ್ತೇವೆ. ಅದೇ

ರೀತಿ, ಋಣಾತ್ಮಕ ಶಕ್ತಿಗಳಿಂದಲೇ ಸುತ್ತುವರೆದ ಜನರೊಂದಿಗೆ ಕೆಲಸ ಮಾಡುವುದು ಹಿತಕರವೆನ್ನಿಸುವುದಿಲ್ಲ. ವೃತ್ತಿಪರ ಯೋಜನೆಯೇ ಆಗಿರಲಿ ಅಥವಾ ವೈಯುಕ್ತಿಕವಾದುದೇ ಆಗಿರಲಿ, ನಮ್ಮ ಜೀವನದಲ್ಲಿ ಸಕಾರಾತ್ಮಕ ಶಕ್ತಿಯನ್ನು ತರಬಲ್ಲವರು ಮಾತ್ರ ಅತ್ಯುತ್ತಮ ಅಭ್ಯರ್ಥಿಯಾಗಿರುತ್ತಾರೆ.

ಅಜಯ್ ವಿ. ಭಟ್ : ಯು.ಎಸ್.ಬಿ.ಯ ಸಹಸಂಶೋಧಕ

ಭಾರತದಲ್ಲಿ ಜನಿಸಿದ ಅಜಯ್ ವಿ. ಭಟ್ ಅವರು ಅಮೆರಿಕಾ ಸಂಯುಕ್ತ ಸಂಸ್ಥಾನಕ್ಕೆ ತೆರಳಿದ ನಂತರ 1990ರಲ್ಲಿ ಇಂಟೆಲ್‌ನಲ್ಲಿ ಕೆಲಸ ಮಾಡಲು ಪ್ರಾರಂಭಿಸಿದರು. ಇಪ್ಪತ್ತೈದು ವರ್ಷಗಳಿಗೂ ಹೆಚ್ಚು ಕಾಲದ ಅವಧಿಯಲ್ಲಿ ಈ ಬಹುರಾಷ್ಟ್ರೀಯ ಕಂಪನಿಯಲ್ಲಿ ಅವರು ತಮ್ಮ ನೂರಕ್ಕೂ ಹೆಚ್ಚು ಸಂಶೋಧನೆಗಳಿಗೆ ಪೇಟೆಂಟ್ ಪಡೆದಿದ್ದಾರೆ. ಇಂದು ಬಹುಪಾಲು ಇಲೆಕ್ಟ್ರಾನಿಕ್ ಸಾಧನಗಳಲ್ಲಿ ಜಾಗತಿಕವಾಗಿ ಬಳಸುವ ಯುಎಸ್‌ಬಿ ಪ್ಲಗ್ ಕೂಡ ಅವುಗಳಲ್ಲಿ ಒಂದು.

ಈಗ ವ್ಯಾಪಕವಾಗಿ ಬಳಕೆಯಲ್ಲಿರುವ, ಈ ಅವಿಷ್ಕಾರದ ದೈನಂದಿನ ಮೂಲವನ್ನು ತಿಳಿದುಕೊಳ್ಳುವುದು ಮನಮೋಹಕವಾಗಿದೆ.

1990ರ ಆರಂಭದಲ್ಲಿ, ಭಟ್ ಅವರ ಪತ್ನಿಯು ತಮ್ಮ ಮಗನ ಶಾಲೆಯ ಮನೆಗೆಲಸದ ಕೆಲವು ವಿಷಯದ ಭಾಗಗಳನ್ನು ಮುದ್ರಿಸಲು ಇಚ್ಛಿಸಿದರು, ಆದರೆ ಅವರ ಹೊಸ ಕಂಪ್ಯೂಟರ್‌ಗೆ ಹೊಂದಿಕೊಳ್ಳುವ ಕೇಬಲ್ ಇಲ್ಲದೇ ಇದ್ದುದರಿಂದ ಅದು ಸಾಧ್ಯವಾಗಲಿಲ್ಲ. ತನ್ನ ಹೆಂಡತಿಯ ಹತಾಶೆಯನ್ನು ನೋಡಿದಾಗ, ಭಟ್ ಅವರಿಗೆ ಕೇವಲ ತಮ್ಮ ಹೆಂಡತಿ ಮಾತ್ರವಲ್ಲ, ಬಹುತೇಕ ಎಲ್ಲರೂ ಪ್ರಿಂಟರ್‌ಗೆ ಸರಿಯಾಗಿ ಹೊಂದಿಕೊಳ್ಳದ ಕೇಬಲ್‌ಗಳಿಂದ ಹತಾಶರಾಗಿದ್ದಾರೆ ಎಂದು ಅರ್ಥವಾಯಿತು.

ಇದು ಭಟ್ ಅವರಲ್ಲಿ ಸೃಜನಶೀಲತೆಯ ಕಿಡಿ ಹೊತ್ತಿಸಿ ಯು.ಎಸ್.ಬಿ. (USB: universal Serial Bus)ಯ ಮೂಲ ಆಕಾರವನ್ನು ನಿರ್ಧರಿಸುವ ತಂಡವನ್ನು ಮುನ್ನಡೆಸಲು ಅವರಿಗೆ ಪ್ರೇರಣೆ ನೀಡಿತು. ಯಾವುದೇ ರೀತಿಯ ಪ್ರಿಂಟರ್‌ಗಳಿಗೂ ಬಳಸಬಹುದಾದ ಒಂದೇ ರೀತಿಯ ಕೇಬಲ್ ಅನ್ನು ಸೃಷ್ಟಿಸುವ ಯೋಜನೆ ಇದಾಗಿತ್ತು. ಈ ತಂಡದ ಪರಿಶ್ರಮದಿಂದ ತಯಾರಾದ ಉತ್ಪನ್ನವನ್ನು 1996 ರಲ್ಲಿ ವಾಣಿಜ್ಯ ಉದ್ದೇಶಕ್ಕಾಗಿ ಬಿಡುಗಡೆಗೊಳಿಸಲಾಯಿತು, ಮತ್ತು ವಾಸ್ತವವಾಗಿ ಕಾಲಾಂತರದಲ್ಲಿ ಇದು ಕೇವಲ ಮುದ್ರಕಗಳಿಗೆ (ಪ್ರಿಂಟರ್) ಮಾತ್ರವಲ್ಲದೆ ಯಾವುದೇ ರೀತಿಯ ಎಲೆಕ್ಟ್ರಾನಿಕ್ ಸಾಧನಗಳ ಸಂಪರ್ಕ ಸಾಧಿಸಲು ಉಪಯೋಗಿಸುವ ಕೇಬಲ್ ಆಯಿತು.

ಪ್ರಿಂಟರ್ ಮೂಲಕ ಉಂಟಾದ ತನ್ನ ಕುಟುಂಬದ ದಿನನಿತ್ಯದ ಸಮಸ್ಯೆಯನ್ನು ಪರಿಹರಿಸಲು ಭಟ್ ಅವರು ಮಾಡಿದ ಈ ಸಂಶೋಧನೆ ಈಗ ನಾವು ನಮ್ಮ ಮೊಬೈಲ್ ಫೋನ್‌ಗಳನ್ನು ಚಾರ್ಜ್ ಮಾಡಿಕೊಳ್ಳುವ ಕೇಬಲ್‌ನ ಸೃಷ್ಟಿಯಲ್ಲಿ ಕೊನೆಗೊಂಡಿತು.

ಇತರ ಭಾರತೀಯ ತಂತ್ರಜ್ಞಾನ ನಾಯಕರು

ರಾಮಾನುಜನ್ ಅವರ ಸಹಜ ಪ್ರತಿಭೆಯ ತರುವಾಯ, ಗಣಿತ ಮತ್ತು ಕಂಪ್ಯೂಟರ್ ಪ್ರೋಗ್ರಾಮಿಂಗ್ ಕ್ಷೇತ್ರಗಳಲ್ಲಿ ಭಾರತದ ಪ್ರಭಾವವು ಸಂಪೂರ್ಣ ಒಂದು ಪುಸ್ತಕವನ್ನು ತುಂಬಬಹುದಾದಷ್ಟು ದೊಡ್ಡದಾಗಿ ಬೆಳೆದಿದೆ. ಆಪಲ್ ಕಂಪೆನಿಯಲ್ಲಿ ಬಹಳ ವರ್ಷಗಳ ಕಾಲ ಕೆಲಸ ಮಾಡಿದ ನಂತರ ಶಾಂತನು ನಾರಾಯಣ್ ಅವರು 2007 ರಲ್ಲಿ ಅಡೋಬ್ ನ ಸಿಇಒ ಆಗಿದ್ದರು. 2023 ರಲ್ಲಿ ವಿಶ್ವ ಬ್ಯಾಂಕ್‌ನ ಮುಖ್ಯಸ್ಥರಾಗಿ ಚುಕ್ಕಾಣಿ ಹಿಡಿಯುವ ಇತ್ತೀಚಿನ ತನಕ ಅಜಯ್ ಬಂಗಾ ಅವರು ಮಾಸ್ಟರ್ ಕಾರ್ಡ್‌ನ ಸಿಇಒ ಆಗಿದ್ದರು ಮತ್ತು 2014 ರ ತನಕ ರಾಜೀವ್ ಸೂರಿ ಅವರು ನೋಕಿಯಾದ ಸಿಇಒ ಆಗಿದ್ದರು.

ತಂತ್ರಜ್ಞಾನ ಗುರುಗಳ ಕುರಿತ ಅಧ್ಯಾಯವನ್ನು ಮುಗಿಸುವ ಮುನ್ನ ಇನ್ನೊಂದಿಬ್ಬರು ವ್ಯಕ್ತಿಗಳ ಕುರಿತು ನಾವು ತಿಳಿದುಕೊಳ್ಳೋಣ.

- **ಅರವಿಂದ್ ಕೃಷ್ಣ : ಐಬಿಎಂ ನ ಸಿಇಒ.** ಭಾರತದಲ್ಲಿ ಜನಿಸಿದ ಇವರು ಯು.ಎಸ್.ಎ ಗೆ ತೆರಳುವ ಮುನ್ನ ಕಾನ್ಪುರದ ತಾಂತ್ರಿಕ ವಿದ್ಯಾಲಯದಲ್ಲಿ ವಿದ್ಯಾಭ್ಯಾಸ ಮಾಡಿದರು. 1990 ರಲ್ಲಿ ಐಬಿಎಂ ನಲ್ಲಿ ಕೆಲಸ ಮಾಡಲು ಪ್ರಾರಂಭಿಸಿದರು, ಹಲವಾರು ವರ್ಷಗಳ ನಂತರ ಐಬಿಎಂ ನ ಸಂಶೋಧನೆಯಲ್ಲಿ ಬಹಳಷ್ಟು ಪೇಟೆಂಟ್‌ಗಳನ್ನು ಪಡೆದ ನಂತರ ಮೊದಲ ಹಿರಿಯ ಉಪಾಧ್ಯಕ್ಷರಾಗಿ ತದನಂತರ ಕಂಪೆನಿಯ ಸಿಇಒ ಮತ್ತು ಅಧ್ಯಕ್ಷರಾದರು.

- **ಸುಂದರ್ ಪಿಚಾಯ್ :** ಗೂಗಲ್ ಮತ್ತು ಅಲ್ಫಾಬೆಟ್‌ನ ಸಿಇಒ. ಪಿಚಾಯ್ ಅವರು ಜನಿಸಿದ್ದು ಮದ್ರಾಸ್‌ನಲ್ಲಿ, ನಂತರ ಸ್ಟಾನ್ಫೋರ್ಡ್ ವಿಶ್ವವಿದ್ಯಾಲಯದಲ್ಲಿ ವಿದ್ಯಾಭ್ಯಾಸಕ್ಕಾಗಿ ಯು.ಎಸ್. ಗೆ ತೆರಳಿದರು. ಪದವಿ ಪಡೆದ ನಂತರ ಅವರು ಮೊದಲು ಮೆಟೀರಿಯಲ್ ಇಂಜಿನಿಯರ್ ಆಗಿ ಉದ್ಯೋಗ ಮಾಡಿ, 2004 ರಲ್ಲಿ ಗೂಗಲ್ ನಲ್ಲಿ ಕೆಲಸ ಮಾಡಲು ಪ್ರಾರಂಭಿಸಿದರು. 2015 ರಲ್ಲಿ ಕೇವಲ 11 ವರ್ಷಗಳಲ್ಲೇ ಬಹುರಾಷ್ಟ್ರೀಯ ಕಂಪೆನಿಯ ಸಿಇಒ ಆಗಿ ನೇಮಿಸಲ್ಪಟ್ಟರು. ಜಗತ್ತಿನ ನೂರು ಅತ್ಯಂತ ಪ್ರಭಾವೀ ವ್ಯಕ್ತಿಗಳಲ್ಲಿ ಒಬ್ಬರು ಎಂದು ಇವರನ್ನು ಟೈಮ್ಸ್ ಪತ್ರಿಕೆಯು ಎರಡು ಬಾರಿ ಆಯ್ಕೆ ಮಾಡಿದೆ.

ಜುಗಾಡ್

ಸಮಸ್ಯೆಗಳು ಎದುರಾದಾಗ ಅದರಲ್ಲಿ ಇತರರಿಗೆ ಅಡೆತಡೆಗಳು ಮಾತ್ರ ಕಾಣಿಸುವಾಗ, ಈ ಅಧ್ಯಾಯದಲ್ಲಿ ಪರಿಚಯಿಸಲಾದ ವ್ಯಕ್ತಿಗಳಿಗೆ, ಆ ಅಡೆತಡೆಗಳಿಗೆ ಹೊಸ ಪರಿಹಾರಗಳನ್ನು ಹುಡುಕಿ ಪರಿಹರಿಸುವ ವಿಶೇಷ ಸಾಮರ್ಥ್ಯ ಇದೆ. ಅಂತಹವರ ರಹಸ್ಯವೇನು?

ಇದಕ್ಕೆ ಉತ್ತರಿಸಬಹುದಾದ ಒಂದು ಪ್ರಮುಖ ಪದ ಇದೆ.

ಭಾರತೀಯ ಸಂಸ್ಕೃತಿಯ ರಹಸ್ಯಗಳನ್ನು ಶೋಧಿಸುವ ನಮ್ಮ ಪ್ರಯತ್ನದಲ್ಲಿ, ಜುಗಾಡ್ ಅಥವಾ ಜುಗಾರ್ ಎನ್ನುವ ಪರಿಕಲ್ಪನೆಯಿಂದ ನಾವು ಆಕರ್ಷಿತರಾದೆವು. ಬಹಳಷ್ಟು ಬಾರಿ ಈ ಆಡುಭಾಷೆಯ ಹಿಂದಿ ಪದವು ಆ ಸಮಯದಲ್ಲಿ ನಮ್ಮ ಬಳಿ ಏನಿದೆಯೋ ಅಷ್ಟೇ ಕನಿಷ್ಠ ಸಂಪನ್ಮೂಲಗಳೊಂದಿಗೆ ನಾವು ಹೊರತರುವ ರಚನಾತ್ಮಕ ಪರಿಹಾರಗಳನ್ನು ಸೂಚಿಸುತ್ತದೆ.

ಇದಕ್ಕೆ ಒಂದು ಸುಲಭದ ಉದಾಹರಣೆಯೆಂದರೆ – ಮೇಜು ಅಲುಗಾಡದೆ ಗಟ್ಟಿಯಾಗಿ

ನಿಲ್ಲದೆ ಇದ್ದರೆ, ತಕ್ಷಣದ ಪರಿಹಾರ ಎಂದರೆ ಮೇಜಿನ ಚಿಕ್ಕದಾದ ಕಾಲಿನ ಕೆಳಗೆ ಒಂದು ಕಾಗದವನ್ನು ಮಡಚಿ ಇಡುವುದು.

ಒಂದು ಹೊಸ ಸಮಸ್ಯೆಯನ್ನು ಎದುರಿಸಿದಾಗ ಸಾಧ್ಯವಾಗುವ ಪರಿಹಾರಗಳ ಬಗ್ಗೆ ಯೋಚಿಸುತ್ತಾ ಕೆಲವೊಮ್ಮೆ ನಾವು ಸ್ತಬ್ಧರಾಗಿಬಿಡುತ್ತೇವೆ, ಈ ಸ್ಥಿತಿ ನಮ್ಮನ್ನು ಕಾರ್ಯಪ್ರವೃತ್ತರಾಗುವುದರಿಂದ ದೂರ ಇಡುತ್ತದೆ. ಸಾಮಾನ್ಯವಾಗಿ ಇದನ್ನು 'ವಿಶ್ಲೇಷಣೆಯ ನಿಷ್ಕ್ರಿಯ ಸ್ಥಿತಿ' ಎಂದು ಕರೆಯುತ್ತಾರೆ.

ಇದನ್ನು ತಪ್ಪಿಸಲು ಇರುವ ಮಾರ್ಗವೆಂದರೆ ಒಂದು ತಾತ್ಕಾಲಿಕವಾದ, ತ್ವರಿತವಾದ ಮತ್ತು ಸುಲಭದ ಪರಿಹಾರವನ್ನು ಆಯ್ಕೆ ಮಾಡುವುದು. ಈ ಜುಗಾಡ್ ಪರಿಹಾರವು ಅಲ್ಪಾವಧಿಗೆ ಆಸರೆಯಾಗಿ ನಾವು ಸುಧಾರಣೆಗೊಳ್ಳುತ್ತಾ ಮುಂದುವರೆಯಲು ಅನುವು ಮಾಡಿಕೊಡುತ್ತದೆ.

ಇತರ ಭಾಷಗಳಲ್ಲಿ ಜುಗಾಡ್‌ಗೆ ಸಮಾನವಾದ ಪದಗಳು :

- ***ಹ್ಯಾಕ್ (ಇಂಗ್ಲೀಷ್)*** : ಸಂಕೀರ್ಣ ಸಮಸ್ಯೆಗಳಿಗೆ ಸುಲಭವಾದ ಸೃಜನಾತ್ಮಕ ಪರಿಹಾರಗಳನ್ನು ಕಂಡುಕೊಳ್ಳುವುದಕ್ಕೆ ಈ ಪದವನ್ನು ಇಂಜಿನೀಯರಿಂಗ್ ವಿಭಾಗದಲ್ಲಿ ಬಳಸಲಾಗುತ್ತದೆ. ನಿಮ್ಮ ಸಮಸ್ಯೆಗೆ ಅತ್ಯಂತ ಸರಳವಾದ ಸಂಭಾವ್ಯ ಪರಿಹಾರವೇನು?
- ***ಚಪುಜ್ಞಾ (ಸ್ಪಾನಿಷ್)*** : ಚಪೂಜ್ಞಾ ಎನ್ನುವುದು 'ತ್ವರಿತ ಮತ್ತು ಕೆಟ್ಟದ್ದು' ಮತ್ತು ಅಪ್ರಯೋಜಕ ಎನ್ನುವ ಅರ್ಥವನ್ನು ಕೊಡುತ್ತದೆಯಾದರೂ, ಗುಲಾಬಿ ಬಣ್ಣದ ಛಾಯೆಯಲ್ಲಿ ಒಂದು ಒಳ್ಳೆಯ ಚಪೂಜ್ಞಾವನ್ನು ನೋಡುವುದಾದರೆ ಎಲ್ಲಿಯವರೆಗೆ ನಿಶ್ಚಿತ ಪರಿಹಾರವು ಸಿಗುವುದಿಲ್ಲವೋ ಅಲ್ಲಿಯವರೆಗೆ ನಿಷ್ಕ್ರಿಯ ಸ್ಥಿತಿಯಿಂದ ಹೊರಬರಲು ಇದು ಒಂದು ದಾರಿಯಾಗುತ್ತದೆ.
- ***ಉರವಾಜಾ (ಜಪಾನ್)*** : ಇದು 'ರಹಸ್ಯ ತಂತ್ರ' ಎಂಬ ಅರ್ಥವನ್ನು ಹೊಂದಿದ್ದು, ಕಲೆಗಳಲ್ಲಿ, ಇಂಜಿನಿಯರಿಂಗ್‌ನಲ್ಲಿ ಮತ್ತು ದಿನನಿತ್ಯದ ಜೀವನದಲ್ಲಿ ಬಳಸಲಾಗುತ್ತದೆ.

ಭಾರತದಲ್ಲಿ ಜುಗಾಡ್‌ನ ಪರಿಕಲ್ಪನೆ ಮತ್ತು ನಾವು ಇಕಿಗಾಯ್ ನಲ್ಲಿ ವಿಸ್ತಾರವಾಗಿ ವಿವರಿಸಿರುವ ಜಪಾನಿನ ಪರಿಕಲ್ಪನೆ ಕೈಸೆನ್ (ನಿರಂತರ ಸುಧಾರಣೆ) ಇವೆರಡನ್ನೂ ಸೇರಿಸಿದರೆ, ಈ ಕೆಳಗೆ ತಿಳಿಸಿದಂತೆ ನಾವು ಯಾವುದೇ ಸಮಸ್ಯೆಯನ್ನು ಎದುರಿಸಲು ಮತ್ತು ಪರಿಹಾರವನ್ನು ಕಂಡುಹಿಡಿಯಲು ಸಾಧ್ಯ:

ಸಮಸ್ಯೆಯನ್ನು ತಾತ್ಕಾಲಿಕವಾಗಿ ಪರಿಹರಿಸಲು **ಜುಗಾಡ್** ಅನ್ನು ಬಳಸಿಕೊಳ್ಳಿ

↓

ತಾತ್ಕಾಲಿಕ ಪರಿಹಾರವನ್ನು ಹಂತ ಹಂತವಾಗಿ ಸುಧಾರಿಸಲು **ಕೈಸೆನ್** ಅಳವಡಿಸಿಕೊಳ್ಳಿ

↓

ಶಾಶ್ವತವಾದ ಅಥವಾ ಶಾಶ್ವತಕ್ಕೆ ಬಲು ಹತ್ತಿರವಾದ ಪರಿಹಾರ;
ನಾವು ಸದಾ ಸುಧಾರಿಸುತ್ತಿರಬಹುದು.

ಸಮಸ್ಯೆಯ ಬಗ್ಗೆ ಕೊರಗುತ್ತಾ ಪರಿಪೂರ್ಣ ಪರಿಹಾರದ ಕುರಿತು ಚಿಂತಿಸುತ್ತಾ ಇರುವ ಬದಲು ಜುಗಾಡ್ ತತ್ವವನ್ನು ಅನುಸರಿಸುವುದು ಜೀವನದ ಅಡಚಣೆಗಳನ್ನು ಎದುರಿಸಲು ಇರುವ ಅತ್ಯುತ್ತಮ ಮಾರ್ಗವಾಗಿದೆ. ನಾನು ಇಂದು / ಈಗ ಸ್ವೀಕರಿಸಲು ಸಾಧ್ಯವಾಗುವ ತ್ವರಿತ ಪರಿಹಾರ ಯಾವುದು ಎನ್ನುವ ಪ್ರಶ್ನೆಗೆ ಉತ್ತರಿಸುವ ಮೂಲಕ ನಾವು ಈ ಪ್ರಬಲ ಸಂಪನ್ಮೂಲವನ್ನು ಸಕ್ರಿಯಗೊಳಿಸಿಕೊಳ್ಳಬಹುದು.

ಜುಗಾಡ್ ಪರಿಹಾರ ಅಥವಾ ಅರ್ಧದಲ್ಲೇ ಕೆಲಸ ಮಾಡುವ ಹ್ಯಾಕ್‌ನ್ನು ಹೊಂದಿದ್ದಾಗ, ನಾವು ಹೆಚ್ಚು ಆತ್ಮವಿಶ್ವಾಸವನ್ನು ಅನುಭವಿಸುತ್ತೇವೆ ಮತ್ತು ಇದರಿಂದ ಮುಂದುವರಿಯಲು ಸಾಧ್ಯವಾಗುತ್ತದೆ.

ಜುಗಾಡ್ ತತ್ವವನ್ನು ಜೀವನದಲ್ಲಿ ಅನೇಕ ಕ್ಷೇತ್ರಗಳಿಗೆ ಅನ್ವಯಿಸಿಕೊಳ್ಳಬಹುದು. ಉದಾಹರಣೆಗೆ – ಒಂದು ಸರಳ ರಾಗದಿಂದ ಅಥವಾ ನಾಲ್ಕು ಸ್ವರಮೇಳಗಳಿಂದ ಒಂದು ಹಾಡನ್ನು ಬರೆಯಲು ಪ್ರಾರಂಭಿಸಬಹುದು; ಒಂದು ಕರಡು ಬರಹದೊಂದಿಗೆ ಒಂದು ಬ್ಲಾಗ್‌ನ ಲೇಖನ ಬರೆಯಲು ಪ್ರಾರಂಭಿಸಬಹುದು; ಒಂದು ಅಥವಾ ಎರಡು ಕಲ್ಪನೆಯಿಂದ ನಾವು ಹೊಸ ವೃತ್ತಿಪರ ಯೋಜನೆಯನ್ನು ಪ್ರಾರಂಭಿಸಿ ಅದರಿಂದ ಮುನ್ನಡೆಯಬಹುದು.

ಮುಂದಕ್ಕೆ ಹೋಗುತ್ತಿರುವುದು ಮತ್ತು ವಾಸ್ತವಿಕವಾಗಿರುವುದು ಮುಖ್ಯವಾದ ವಿಷಯವಾಗುತ್ತದೆ. 'ಪರಿಪೂರ್ಣತೆಯು ಸ್ಪಷ್ಟತೆಯ ಶತ್ರು' ಎಂದು ಒಂದು ನಾಣ್ಣುಡಿಯು ಉಲ್ಲೇಖಿಸುತ್ತದೆ. ಜಪಾನಿನ ಚಿಕಿತ್ಸಕ ಶೋಮಾ ಮೋರಿತಾ ಅವರು ಹೇಳುವಂತೆ 'ನಿಮಗೆ ಸಾಧ್ಯವಾದಷ್ಟು ನೀವು ಉತ್ತಮ ಅಸಂಪೂರ್ಣ ವ್ಯಕ್ತಿಯಾಗಿರಿ.'

‘ಓಂ’, ಒಂದು ಪವಿತ್ರ ಅಕ್ಷರ

‘ಓಂ’ ಅಥವಾ ಕೆಲವೊಮ್ಮೆ ‘ಅಉಮ್’ ಎಂದು ಬರೆಯಲ್ಪಡುವ ಈ ಪದವು ಬ್ರಹ್ಮಾಂಡದ ಧ್ವನಿಯ ಪ್ರತಿನಿಧಿಯಾಗಿದೆ, ಆದ್ದರಿಂದ ಇದು ವಿಶ್ವದಲ್ಲಿರುವ ಎಲ್ಲವನ್ನೂ ಒಳಗೊಂಡಿದೆ. ಆಧುನಿಕ ಖಗೋಳ ಭೌತಶಾಸ್ತ್ರದಲ್ಲಿ ‘ಓಂ’ ಅನ್ನು ಮಹಾಸ್ಫೋಟದೊಂದಿಗೆ (ಬಿಗ್ ಬ್ಯಾಂಗ್) ಸಮೀಕರಿಸಬಹುದು. ಏಕೆಂದರೆ, ಅದು ಅನಂತತೆಯಲ್ಲಿ ವಿಸ್ತಾರಗೊಂಡು ನಂತರ ಸಂಕುಚಿತಗೊಳ್ಳುವ ದೈವೀಕ ಉಸಿರಾಟದಂತೆ.

ಅದೇ ಸಮಯಕ್ಕೆ ಇದು ನಮ್ಮನ್ನು ಜೀವನಕ್ಕೆ ಬೆಸೆಯುವ ನಮ್ಮದೇ ಉಸಿರಾಟವನ್ನು ಸೂಚಿಸುತ್ತದೆ ಜೊತೆಗೆ ಇತರರ ಮೇಲೆ ಪರಿಣಾಮ ಬೀರುವಂತಹ ಪದಗಳು, ಪ್ರೀತಿ ಮತ್ತು ಕಂಪನಗಳನ್ನು ಹೊರಹೊಮ್ಮಿಸುತ್ತದೆ. ಭಾರತೀಯ ಅಧ್ಯಾತ್ಮಿಕ ಗುರು ಅಮಿತ್ ರೇ ಅವರು ವಿವರಿಸುವಂತೆ, ನಾವು ಎಷ್ಟು ಸಮಯ ಬದುಕುತ್ತೇವೆ, ಎಷ್ಟು ಹಣ ಗಳಿಸುತ್ತೇವೆ ಅಥವಾ ಎಷ್ಟು ಪ್ರಸಿದ್ಧರಾಗಿದ್ದೇವೆ ಎನ್ನುವುದು ಮುಖ್ಯವಲ್ಲ. ನಮ್ಮ ಜೀವಿತದ ಸಮಯದಲ್ಲಿ ನಾವು ಸೃಷ್ಟಿಸಿರುವ ಸಕಾರಾತ್ಮಕ ಸ್ಪಂದನೆಗಳು ಮಾತ್ರ ಮುಖ್ಯ ಮತ್ತು ಅವು ಉಳಿದುಕೊಳ್ಳುತ್ತವೆ.

‘ಓಂ’ ಎಂಬ ಪವಿತ್ರ ಶಬ್ದಕ್ಕೆ ಹತ್ತಕ್ಕೂ ಹೆಚ್ಚು ಅನುವಾದಗಳಿವೆ, ಅವುಗಳಲ್ಲೊಂದು, ‘ದೈವತ್ವಕ್ಕೆ ಸ್ವಾಗತ’.

ಸಂಪೂರ್ಣ ಬ್ರಹ್ಮಾಂಡ

‘ಓಂ’ ಎನ್ನುವುದು ಸೃಷ್ಟಿಕರ್ತ ಬ್ರಹ್ಮನನ್ನು ಪ್ರತಿನಿಧಿಸುವ ಹಾಗೂ ಬ್ರಹ್ಮಾಂಡದ ಮೂಲವಾಗಿರುವ ತತ್ವವಾಗಿದ್ದು, ‘ಓಂಕಾರ’ ಅಥವಾ ‘ಓಂ’ ಧ್ವನಿಯು ಧಾರ್ಮಿಕ ಸಿದ್ಧಾಂತಗಳಾದ ಹಿಂದೂ ಮತ್ತು ಬೌದ್ಧ ಧರ್ಮಗಳಲ್ಲಿ ಅತ್ಯಂತ ಪ್ರಬಲವಾದ ನಾದವಾಗಿದೆ.

‘ಓಂ’ ಎನ್ನುವ ನಾದವನ್ನು ದೇಹ ಮತ್ತು ಆತ್ಮವನ್ನು ಏಕೀಕರಿಸುವ ಹಾಗೂ ಎಲ್ಲಾ ಧ್ವನಿಗಳೂ ಉಗಮವಾಗುವ ಮೂಲ ಕಂಪನವಾಗಿ ಅರ್ಥೈಸಲಾಗುತ್ತದೆ. ಆದ್ದರಿಂದ ಈ ಶಬ್ದವಿಲ್ಲದೆ ಯಾವುದೇ ಮಂತ್ರವೂ ಪೂರ್ಣವಾಗಲಾರದು.

“ಓಂಕಾರದ ಶಕ್ತಿ ಎಷ್ಟರ ಮಟ್ಟಿಗೆ ಇದೆಯೆಂದರೆ, ಅನೇಕ ಆಧ್ಯಾತ್ಮಿಕ ಗುರುಗಳು

ಅದರ ಕಂಪನವು ಮಾನವನ ಪಾಪಗಳನ್ನು ನಿವಾರಿಸುತ್ತದೆ, ಕರ್ಮವನ್ನು ತೊಳೆದು ಮುಕ್ತಿಯ ಮಾರ್ಗವನ್ನು ತೆರೆಯುತ್ತದೆ ಎಂದು ನಂಬುತ್ತಾರೆ" ಎಂದು ಧ್ಯಾನ ತಜ್ಞೆಯಾದ ಬಾನನಿ ರೇ ವಿವರಿಸುತ್ತಾರೆ.

ಮಹಾ ಗುರು ಪರಮಹಂಸ ಯೋಗಾನಂದ ಅವರ ಅಭಿಪ್ರಾಯದಲ್ಲಿ ಭೂತ, ವರ್ತಮಾನ, ಭವಿಷ್ಯ ಮತ್ತು ಎಲ್ಲಾ ಚೇತನ ಸ್ಥಿತಿಗಳೂ ಓಂಕಾರದ ಮೂಲಕವೇ ಸಾಗಿ ಕೊನೆಗೆ ಮೌನದ ಶಾಂತಿಗೆ ತಲುಪುತ್ತವೆ.

ಭಾರತದಲ್ಲಿ ಬ್ರಹ್ಮ, ವಿಷ್ಣು ಮತ್ತು ಶಿವ ಎಂದು ಕರೆಯುವ ಬ್ರಹ್ಮಾಂಡದ ತ್ರಿಮೂರ್ತಿಗಳನ್ನು ಆಹ್ವಾನಿಸಲು ಈ ಮಂತ್ರವನ್ನು ಮೂರು ಬಾರಿ ಪಠಿಸಲಾಗುತ್ತದೆ. ಈ ತ್ರಿಕೂಟ ಮತ್ತು ಸೃಜನಾತ್ಮಕ ಧ್ವನಿಯ ತತ್ವವನ್ನು ನಾವು ಇತರ ಧರ್ಮಗಳಲ್ಲಿಯೂ ಕೂಡ ಕಾಣಬಹುದು. ಪವಿತ್ರತೆಯಲ್ಲಿ ತಮಗೆ ಇರುವ ನಂಬಿಕೆಯನ್ನು ದೃಢಪಡಿಸಲು ಇತರ ಧರ್ಮಗಳಲ್ಲಿ 'ಆಮೆನ್','ಆಮೀನ್', ,ಅಥವಾ 'ಹಮ್' ಎಂಬ ಪದಗಳನ್ನು ಉಚ್ಚರಿಸಲಾಗುತ್ತದೆ.

ಧ್ವನಿ ಎಂಬುದು ಒಂದು ಜನಪ್ರಿಯ ಹಚ್ಚೆ (ಟ್ಯಾಟೂ)

ಓಂ ಅಥವಾ ಅಉಮ್ ಎನ್ನುವುದನ್ನು ಐದು ಭಾಗಗಳು ಸೇರಿ ಆಗಿರುವ ಒಂದು ಸಂಕೇತವಾಗಿ ವ್ಯಕ್ತಪಡಿಸಲಾಗುತ್ತದೆ: ಇವುಗಳಲ್ಲಿ ಎರಡು ರೇಖೆಗಳು '3' ರ ಆಕಾರವನ್ನು ರೂಪಿಸುತ್ತವೆ, ಇದನ್ನು ಮೂರನೇ ಅರ್ಧವೃತ್ತಾಕಾರದ ರೇಖೆಯು ಬಲಬದಿಯಿಂದ ಪೂರ್ಣಗೊಳಿಸುತ್ತದೆ. ಈ '3' ರ ಆಕಾರದ ಮೇಲ್ಭಾಗದಲ್ಲಿ ಒಂದು ಬಿಂದು ಮತ್ತು ಒಂದು ರೇಖೆ ಇರುತ್ತದೆ.

ಈ ಸಂಕೇತವು ಬಹಳಷ್ಟು ಪ್ರಸಿದ್ಧ ನಟರ ಮತ್ತು ಸಂಗೀತಕಾರರ ಮೆಚ್ಚಿನ ಹಚ್ಚೆ (ಟ್ಯಾಟೂ) ಆಗಿದೆ. ಅವರು ಓಂ ಚಿಹ್ನೆಯನ್ನು ಶಾಯಿಯಿಂದ ತಮ್ಮ ಚರ್ಮಕ್ಕೆ ಹಾಕಿಸಿಕೊಂಡಾಗ ಅವರು ಜಾಗೃತಿಯ ಸ್ಥಿತಿಗಳನ್ನು ಆಹ್ವಾನಿಸುತ್ತಾರೆ:

- '3' ರ ಆಕಾರದ ಕೆಳಗಿನ ರೇಖೆಯು ನಮ್ಮ ಇಂದ್ರಿಯಗಳು ಎಲ್ಲವನ್ನೂ ಗ್ರಹಿಸುವಾಗಿನ ಅರಿವಿನ ಸ್ಥಿತಿಯಾದ ಜಾಗೃತಾವಸ್ಥೆಯನ್ನು ಅಥವಾ ಜಾಗೃತ ಮನಸ್ಸನ್ನು ಪ್ರತಿನಿಧಿಸುತ್ತದೆ.

- ಮೇಲಿನ ರೇಖೆಯು ಜಾಗೃತಾವಸ್ಥೆ ಮತ್ತು ನಿದ್ರೆಯ ನಡುವಿನ, ಮನಸ್ಸು ಇನ್ನೂ ಚಟುವಟಿಕೆಯಿಂದ ಕೂಡಿರುವ ಮಧ್ಯದ ಸ್ಥಿತಿಯನ್ನು ಸೂಚಿಸುತ್ತದೆ.
- ಅರ್ಧವೃತ್ತಾಕಾರದ ರೇಖೆಯಲ್ಲಿ ಅಡಗಿರುವ ನಿದ್ರಾವಸ್ಥೆಯ ಮನಸ್ಸು ಮೂರನೇ ಪ್ರಜ್ಞಾಸ್ಥಿತಿಯಾದ ಆಳವಾದ ನಿದ್ರೆ ಹಾಗೂ ಶೂನ್ಯ ಮಾನಸಿಕ ಗ್ರಹಿಕೆ ಸ್ಥಿತಿಯನ್ನು ಸೂಚಿಸುತ್ತದೆ.
- ಬಿಂದುವು ನಾಲ್ಕನೇ ಪ್ರಜ್ಞಾಸ್ಥಿತಿಯಾಗಿದ್ದು, ಮನಸ್ಸಿನ ಶಾಂತಿ, ನಿಶ್ಚಲತೆ ಹಾಗೂ ಆನಂದವನ್ನು ಪ್ರತಿನಿಧಿಸುತ್ತದೆ. ಇದು ಧ್ಯಾನದ ಮೂಲಕ ತಲುಪುವ ಸ್ಥಿತಿಯಾಗಿದ್ದು, ಅಲ್ಲಿ ಓಂ ಎನ್ನುವುದು ಬರಿಯ ಮೌನವಾಗಿದ್ದು, ಸಂಪರ್ಕವಿಲ್ಲದ ಸ್ಥಿತಿಯಾಗಿರುತ್ತದೆ.
- ಅಂತಿಮವಾಗಿ, ಬಿಂದುವಿನ ಕೆಳಭಾಗದಲ್ಲಿರುವ ಅಡ್ಡರೇಖೆಯು 'ಓಂ' ನ ನಿಶ್ಶಬ್ದವಾದ ಆನಂದ ಸ್ಥಿತಿಗೆ ತಲುಪುವುದನ್ನು ತಡೆಯುವ ಅಜ್ಞಾನವನ್ನು ಸೂಚಿಸುತ್ತದೆ. ಇದು ಬಾಂಧವ್ಯ, ದುಃಖ ಮತ್ತು ಮನಸ್ಸಿಂದ ಉಂಟಾಗುವ ಭ್ರಮೆ ಅಥವಾ ಮಾಯೆಯಾಗಿದೆ.

ಮಂತ್ರಗಳ ರಾಜ 'ಓಂ' ನ ಶಕ್ತಿಯು ಜೀವಂತವಾಗಲು ಮೂರೂ ಧ್ವನಿಗಳನ್ನು ಸರಿಯಾಗಿ ಉಚ್ಚರಿಸಬೇಕು:

- **ಅ**, ಬ್ರಹ್ಮಾಂಡದ ಸೃಜನಶೀಲತೆ, ಕ್ಷಿಪ್ರವಾಗಿ ಉಚ್ಚಾರಣೆ ಮಾಡಲಾಗುತ್ತದೆ, ಮತ್ತು ಧ್ಯಾನಾವಸ್ಥೆಯಲ್ಲಿ ಪರಮೋಚ್ಚ ತಾರಸ್ಥಾಯಿ ಸ್ವರವಾಗಿದೆ.
- **ಉ**, ಸಮತೋಲನ, ಇದನ್ನು ಮಧ್ಯಮ ಸ್ವರದಲ್ಲಿ ಹೆಚ್ಚು ದೀರ್ಘ ಕಾಲ ಉಚ್ಚ-ರಿಸಲಾಗುತ್ತದೆ.
- **ಮ್**, ವಿಲೀನ: ಆಳವಾದ, ಗಂಭೀರ ಸ್ವರದಲ್ಲಿ ಮ್ ಎಂಬ ಶಬ್ದದಂತೆ ಉಚ್ಚ-ರಿಸಲಾಗುವ ಇದು ನಮ್ಮನ್ನು ಸೃಷ್ಟಿಯ ಚಕ್ರದ ಆರಂಭದ ಕಡೆಗೆ ತಿರುಗಿ ತಂದು ನಿಲ್ಲಿಸುತ್ತದೆ.

ಮಂತ್ರಗಳು : ಮನಸ್ಸಿನ ರಕ್ಷಕರು

ಸಂಸ್ಕೃತದ ಮಂತ್ರ ಎನ್ನುವ ಪದವು ಮನಸ್ (ಮನಸ್ಸು) ಮತ್ತು ತ್ರಂ (ರಕ್ಷಣೆ) ಎಂಬ ಎರಡು ಪದಗಳ ಸಂಯೋಜನೆಯಿಂದ ಆಗಿದೆ. ಮಂತ್ರಗಳ ಉಚ್ಚಾರಣೆಯನ್ನು ಪುನರಾವರ್ತಿಸಿದಾಗ, ಅದು ಆತ್ಮದ ರಕ್ಷಣೆ ಮತ್ತು ಪೋಷಣೆಗಾಗಿ ಹಾಗೂ ಮೋಕ್ಷ ಸಾಧನೆಗಾಗಿ ಒಂದು ವೈಯಕ್ತಿಕ ಔಷಧಿಯಂತೆ ಕಾರ್ಯನಿರ್ವಹಿಸುತ್ತವೆ.

ನಮ್ಮ ಧ್ವನಿಯು ಮಂತ್ರದೊಡನೆ ಅನುರಣಿಸುವಂತೆ ಮಾಡುವ ಪ್ರಕ್ರಿಯೆಯು ನಮ್ಮನ್ನು ಪುನಶ್ಚೇತನಗೊಳಿಸುತ್ತದೆ. ಟಿಬೇಟಿಯನ್ ಭಿಕ್ಷುಗಳು ಹೇಳುವಂತೆ, ಇದು ಬುದ್ಧ ಅಥವಾ ಬೋಧಿಸತ್ವನನ್ನು ಭೇಟಿಯಾದಂತೆ ಇರುತ್ತದೆ. ಹೊಲದಲ್ಲಿ ಬೆಳೆದ ಬೆಳೆಯನ್ನು ಒಂದು

ಬೇಲಿಯು ಪ್ರಾಣಿಗಳ ತುಳಿತದಿಂದ ರಕ್ಷಿಸುವಂತೆ, ಮನಸ್ಸು ಪ್ರಲೋಭನೆಗೆ ಒಳಗಾಗದಂತೆ ಮಂತ್ರವು ರಕ್ಷಿಸುತ್ತದೆ.

ಈ ಪುಸ್ತಕದ ಎರಡನೇ ಭಾಗದಲ್ಲಿ ನಾವು ನೋಡುವಂತೆ, ದೈವೀಕವಾಗಿರಲಿ ಅಥವಾ ನಿರ್ವಾಣದ ಅನ್ವೇಷಣೆಯಲ್ಲಿಯೇ ಆಗಲಿ, ಹಿಂದೂಧರ್ಮ ಮತ್ತು ಬೌದ್ಧ ಧರ್ಮದ ಚೌಕಟ್ಟುಗಳೆರಡರಲ್ಲಿಯೂ ಮಂತ್ರಗಳು ನಂಬಿಕೆಯನ್ನು ತುಂಬಿಕೊಂಡಿರುತ್ತವೆ. ಮಂತ್ರಗಳು ಪರಿಕಲ್ಪನೆಯಲ್ಲ, ಹಾಗಾಗಿ ಆತ್ಮಕ್ಕೆ ಅವುಗಳಿಂದ ದೊರೆಯುವ ಪ್ರಯೋಜನವು ಪರಿಶುದ್ಧವಾಗಿರುತ್ತದೆ: ಅವು ಚಿಂತನೆಯ ಮೂಲಕ ಹಾದುಹೋಗುವುದಿಲ್ಲ.

ಮಂತ್ರಗಳಲ್ಲಿ ಓಂ ಎನ್ನುವುದು, ಪ್ರಾರ್ಥನೆ ಮತ್ತು ಏಕಾಗ್ರತೆ ಮೂಡಿಸುವ ಮೂಲ ತತ್ವದ ಬೀಜಾಕ್ಷರವಾಗಿದೆ. ಓಂ ಎನ್ನುವ ಅತೀಂದ್ರಿಯ ಜಪವು ಆಂತರಿಕವಾಗಿ ನಮ್ಮನ್ನು ನಾವು ವೀಕ್ಷಣೆ ಮಾಡಿಕೊಂಡು ಏಕಾಗ್ರತೆಯನ್ನು ಸಾಧಿಸಲು ಸಹಾಯ ಮಾಡುತ್ತದೆ. ಶಾಂತಿ ಮತ್ತು ಆನಂದದ ಸ್ಥಿತಿಯನ್ನು ವಿವರಿಸುವ ಇದನ್ನು ಸಂಸ್ಕೃತದಲ್ಲಿ ಧಾರಣಿ ಎಂದು ಕರೆಯುತ್ತಾರೆ.

ವೇದಗಳ ನಂತರ ಬಂದ ಪವಿತ್ರ ಗ್ರಂಥಗಳಾದ ಪುರಾಣಗಳ ಪ್ರಕಾರ, ಓಂ ಎಂಬ ಶಬ್ದವು ಜಗತ್ತಿನ ಸೃಷ್ಟಿಕ್ರಿಯೆಯ ಎಲ್ಲಾ ಅವಿಭಾಜ್ಯ ರೂಪಗಳನ್ನೂ ಒಗ್ಗೂಡಿಸಿಕೊಂಡು, ಬ್ರಹ್ಮಾಂಡದ ಧ್ವನಿಯಾಗಿ ಅಭಿವ್ಯಕ್ತಗೊಂಡು ಜನ್ಮ ನೀಡುವ ತಾಯಿಯಂತೆ ಎಲ್ಲವನ್ನೂ ಸಾಕಾರಗೊಳಿಸುತ್ತದೆ.

ಓಂ ಎಂದು ಉಚ್ಚರಿಸಿದಾಗ ಆ ಧ್ವನಿ ಮತ್ತು ಗಾಳಿ ಎರಡೂ ನಮ್ಮ ದೇಹ ಮತ್ತು ಮನಸ್ಸನ್ನು ಕಂಪಿಸುವಂತೆ ಮಾಡುತ್ತದೆ.

ಬೌದ್ಧ ಮತದಲ್ಲಿ ತುಂಬಾ ಚಿರಪರಿಚಿತವಾದ ಮಂತ್ರವೆಂದರೆ **ಓಂ ಮಣಿ ಪದ್ಮೇ ಹಂ**. ಇದರಲ್ಲಿ ಇರುವ ಆರು ಅಕ್ಷರಗಳು, ಸಂಸ್ಕೃತದಲ್ಲಿ ಅವಲೋಕಿತೇಶ್ವರ ಎಂತಲೂ, ಟಿಬೆಟಿಯನ್ ಭಾಷೆಯಲ್ಲಿ ಚೆನ್‌ರೆಝಿಗ್ ಎಂದೂ ಕರೆಯಲ್ಪಡುವ ಕರುಣಾಮಯಿ ಬೋಧಿಸತ್ವನಿಗೆ ಸಂಬಂಧಿಸಿದವು. ಅಕ್ಷರಶಃ 'ಪದ್ಮದಲ್ಲಿ ರತ್ನ' ಎಂಬ ಅರ್ಥ ಹೊಂದಿರುವ ಈ ಮಂತ್ರವು, ಬೌದ್ಧರ ಅಸ್ತಿತ್ವದ ಆರು ಲೋಕಗಳ ಮೂಲಕ ಸಾಗುವಿಕೆಯಿಂದ ಉಂಟಾಗುವ ಶುದ್ಧೀಕರಣದ ಭಾವನೆಯನ್ನು ವ್ಯಕ್ತಪಡಿಸುತ್ತದೆ: ಸಂತೋಷವು(ಓಂ) ಅಹಂಕಾರವನ್ನು ತೊಡೆದು ಹಾಕುತ್ತದೆ; ತಾಳ್ಮೆಯು(ಮ) ಈರ್ಷ್ಯೆಯನ್ನು ಕೊನೆಗೊಳಿಸುತ್ತದೆ; ಶಿಸ್ತು(ಣಿ) ಉದ್ವೇಗವನ್ನು ಶಾಂತಗೊಳಿಸುತ್ತದೆ; ಜ್ಞಾನವು(ಪದ್) ಮೂರ್ಖತ್ವವನ್ನು ತಟಸ್ಥಗೊಳಿಸುತ್ತದೆ; ತ್ಯಾಗವು(ಮೇ) ಆಸ್ತಿ ಗಳಿಸುವ ಆಸೆಯನ್ನು ತೊಡೆದು ಹಾಕುತ್ತದೆ; ಮತ್ತು ನಿಷ್ಠೆಯು(ಹಂ) ಹಿಂಸೆ ಮತ್ತು ದ್ವೇಷವನ್ನು ನಿವಾರಿಸುತ್ತದೆ.

ಜೆಡೈ ಮಂತ್ರ

ಬೌದ್ಧ ಧರ್ಮದಿಂದ ಪ್ರಭಾವಿತನಾದ ನಿರ್ದೇಶಕ ಜಾರ್ಜ್ ಲೂಕಸ್ ಅವರು ತಮ್ಮ ಸ್ಟಾರ್ ವಾರ್ಸ್ ಸರಣಿಗಾಗಿ ರೂಪಿಸಿದ ಮಂತ್ರವು ಅದರ ಅಭಿಮಾನಿಗಳಿಗೆ ಪರಿಚಿತವಾಗಿರಬಹುದು. ಸ್ಟಾರ್ ವಾರ್ಸ್ ಜಗತ್ತಿನಲ್ಲಿ, ಜೆಡೈಗಳ ಧ್ಯಾನದಲ್ಲಿ **ಓಂ ಮಣಿ ಪದ್ಮೇ ಹಂ** ಎಂಬ ಮಂತ್ರವೂ ಸೇರಿದೆ.

ಬೌದ್ಧ ಧರ್ಮದಲ್ಲಿ ಮಹತ್ವವಾದ ಅಷ್ಟಾಂಗ ಮಾರ್ಗದ ಅವಶ್ಯಕತೆಯಾದ, ಪ್ರಮಾಣಿಕತೆಯಿಂದ ಬದುಕುವ ಕಲ್ಪನೆಯನ್ನು ಜೆಡೈಗಳು ಪ್ರಚೋದಿಸುತ್ತಾರೆ. ಮರಣದ ಭಯದಿಂದ ತನ್ನ ಪರಿಶುದ್ಧತೆ ಮತ್ತು ದಯೆಯನ್ನು ಕಳೆದುಕೊಂಡಾಗ, ಅನಾಕಿನ್ ಸ್ಕೈವಾಕರ್ ದಾರಿ ತಪ್ಪಿ ಡಾರ್ತ್ ವೇಡರ್ ಆಗುತ್ತಾನೆ.

ಹೆದರಿಕೆ, ಕೋಪ ಮತ್ತು ನಿಗ್ರಹಿಸಲಾಗದ ಬಯಕೆ ಇವುಗಳಿಂದ ಬಿಡುಗಡೆ ಹೊಂದುವುದಕ್ಕೆ ಜೆಡೈಗಳಿಗೆ ಮಾರ್ಗದರ್ಶನ ನೀಡುವ ಲ್ಯೂಕ್ ಸ್ಕೈವಾಕರ್ ಮತ್ತು ವಿಶಿಷ್ಟವಾದ ಯೋಡಾ ಪಾತ್ರದ ಉಪದೇಶಗಳು ಮತ್ತು ಚಿಂತನೆಗಳಿಂದ ಪ್ರೇರಿತರಾಗಿ, ಬಹಳಷ್ಟು ಸ್ಟಾರ್ ವಾರ್ಸ್ ಚಲನಚಿತ್ರಗಳ ಕಟ್ಟಾ ಅಭಿಮಾನಿಗಳು ಧ್ಯಾನಪೂರ್ವಕ ಅಭ್ಯಾಸಗಳನ್ನು ಅಳವಡಿಸಿಕೊಂಡು ಆಂತರಿಕ ಶಾಂತಿಯತ್ತ ಮುಖ ಮಾಡಿದ್ದಾರೆ.

ಇತ್ತೀಚಿನ ದಿನಗಳಲ್ಲಿ, ಜಗತ್ತಿನಾದ್ಯಂತ ಲೆಕ್ಕವಿಲ್ಲದಷ್ಟು ಅನುಯಾಯಿಗಳು ಜೆಡೈ ಚರ್ಚಿಗೆ ಇದ್ದಾರೆ.

ಧ್ಯಾನದ ಆನಂದ

ಘಂಟೆಗಟ್ಟಲೆ ಓಂ ಉಚ್ಚಾರಣೆ ಮಾಡುವ ಸಾಮರ್ಥ್ಯವನ್ನು ದಾಖಲಿಸುವ ಹಬ್ಬಗಳು ಮತ್ತು ಪರೀಕ್ಷೆಗಳಿವೆ, ಆದರೆ ಈ ರೀತಿಯ ಅಭ್ಯಾಸವು ಮಾನಸಿಕ ಆತ್ಮಶೋಧನೆಯತ್ತ ಕರೆದೊಯ್ಯುವ 'ಓಂ' ಎಂಬ ಪವಿತ್ರ ಅಕ್ಷರದ ನಿಜವಾದ ಅರ್ಥದಿಂದ ದೂರವಾಗಿರುತ್ತದೆ.

ಪುನಶ್ಚೇತನ ನೀಡುವ ಓಂ ಎಂಬ ಸೃಜನಾತ್ಮಕ ಧ್ವನಿಯು ಒಂದು ಪರಿಹಾರವಲ್ಲ, ಬದಲಿಗೆ ಅದು, ಅತ್ಯುನ್ನತ ಮನಃಸ್ಥಿತಿಯನ್ನು ತಲುಪುವ ಒಂದು ಸಾಧನವಾಗಿದೆ.

ಮೆದುಳಿನ ಮೇಲೆ ಈ ಧ್ವನಿಯ ಅಭ್ಯಾಸವು ಬೀರುವ ಪರಿಣಾಮಗಳ ಬಗ್ಗೆ ವಿಜ್ಞಾನವು ಕೂಡ ತನ್ನ ಗಮನ ಹರಿಸಿದೆ. ಓಂ ಎನ್ನುವ ಧ್ವನಿಯ ಕಂಪನದ ಮೇಲೆ ನಡೆಸಿರುವ ಒಂದು ಅಧ್ಯಯನವು, ಮಿದುಳಿನಲ್ಲಿರುವ ಲಿಂಬಿಕ್ ಸಿಸ್ಟಂ ಅನ್ನು ಅದು ನಿಷ್ಕ್ರಿಯಗೊಳಿಸುತ್ತದೆ ಎಂದು ತೋರಿಸಿದೆ, ಇದರಿಂದ ಒತ್ತಡದಂತಹ ಪ್ರಚೋದನೆಗಳಿಗೆ ಪ್ರತಿಕ್ರಿಯಿಸಿ, ಡಿಪ್ರೆಷನ್ ಮತ್ತು ಆಘಾತಕ್ಕೆ ಕಾರಣವಾಗುವ ಮೆದುಳಿನ ಅಂಗಗಳಾದ ಅಮಿಗ್ಡಾಲಾ ಮತ್ತು ಹಿಪೋಕ್ಯಾಂಪಸ್ ಇವುಗಳಿಗೆ ವಿಶ್ರಾಂತಿ ದೊರೆಯುತ್ತದೆ.

ಈ ಕಾರಣಕ್ಕಾಗಿಯೇ 'ಓಂ'ನ ಉಚ್ಚಾರಣೆಯೊಂದಿಗೆ ಧ್ಯಾನ ಮಾಡುವುದು ನರವ್ಯೂಹದ ನಿಯಂತ್ರಣಕ್ಕೆ ಪ್ರಮುಖ ಸಾಧನವಾಗಿದೆ.

ಧ್ವನಿಯ ಚಿಕಿತ್ಸಕಾ ಶಕ್ತಿ

ಓಂ ಎನ್ನುವುದು ಮಾತ್ರ ಏಷ್ಯಾದಿಂದ ಬಂದಂತಹ ಏಕೈಕ ಚಿಕಿತ್ಸಾ ಶಬ್ದವಲ್ಲ. ಕ್ರಿಸ್ತ ಪೂರ್ವ 480 ರಿಂದಲೂ, ಪೂರ್ವದೇಶಗಳ ವೈದ್ಯಕೀಯ ಪದ್ಧತಿಯು ಟಿಬೇಟಿಯನ್ ಸಿಂಗಿಂಗ್ ಬೌಲ್‌ಗಳ ಧ್ವನಿಯನ್ನು ಒಳಗೊಂಡಿದೆ. ಗ್ರಹಗಳಿಗೆ ಸಂಬಂಧಿಸಿದ ಏಳು ಲೋಹಗಳ (ಶನಿಗೆ

ಸೀಸ; ಸೂರ್ಯನಿಗೆ ಚಿನ್ನ; ಚಂದ್ರನಿಗೆ ಬೆಳ್ಳಿ; ಶುಕ್ರನಿಗೆ ತಾಮ್ರ; ಮಂಗಳನಿಗೆ ಕಬ್ಬಿಣ; ಬುಧನಿಗೆ ಪಾದರಸ; ಗುರುವಿಗೆ ತವರ) ಮಿಶ್ರಣದಿಂದ ತಯಾರಾದ ಈ ಲೋಹದ ಬೌಲ್‌ಗಳು ಓಂ ಎಂಬ ನಾದಕ್ಕೆ ಕಂಪಿಸಿ ಏಕಾಗ್ರತೆಯನ್ನು ಬಲಪಡಿಸುತ್ತವೆ.

ಕ್ವಿಗಾಂಗ್ ಎಂಬ ತಂತ್ರದ ಆರು ಚಿಕಿತ್ಸಕಾ ಧ್ವನಿಗಳನ್ನು ಸಹ ಪಾರಂಪರಿಕ ಚೀನೀ ವೈದ್ಯಶಾಸ್ತ್ರವು ಶಿಫಾರಸು ಮಾಡುತ್ತದೆ. ಷ್ಯೂ (Xu), ಹೊ (He), ಹ್ಯು (Hu), ಸಿ (Si), ಚ್ಯುಯ್ (Chui) ಮತ್ತು ಷಿ (Xi) ಎಂಬ ಈ ಆರು ಶಬ್ದಗಳು ದೇಹದ ಅಂಗಾಂಗಗಳಲ್ಲಿ ಹಾಗೂ ಅವುಗಳಿಗೆ ಸಂಬಂಧಿಸಿದ ಭಾವನೆಗಳಲ್ಲಿ ಸ್ಪಂದನೆಯನ್ನು ಉಂಟುಮಾಡಿ ಶಕ್ತಿಯ ಸಮತೋಲನವನ್ನು ಪುನಸ್ಥಾಪಿಸುತ್ತವೆ.

ಅನೇಕ ಯೋಗಾಭ್ಯಾಸಿಗಳು ಓಂ ಮಂತ್ರದಿಂದ ಲಾಭಗಳಿವೆ ಎಂದು ದೃಢಪಡಿಸುತ್ತಾರೆ; ಅವುಗಳಲ್ಲಿ ಕೆಲವನ್ನು ಕೆಳಗೆ ಕೊಡಲಾಗಿದೆ:

- ಶರೀರದಿಂದ ವಿಷವಸ್ತುಗಳನ್ನು ಹೊರಹಾಕಿ, ಹಾರ್ಮೋನ್ ಹಾಗೂ ಪ್ರತಿರೋಧಕ ವ್ಯವಸ್ಥೆಯ ಸಮತೋಲನವನ್ನು ಕಾಪಾಡುವುದು
- ಇದು ಮನಸ್ಸನ್ನು ಏಕಾಗ್ರಗೊಳಿಸಿ, ಒತ್ತಡಮುಕ್ತಗೊಳಿಸಲು ಸಹಕಾರಿಯಾಗುವುದರಿಂದ ಭಾವನೆಗಳನ್ನು ಶಾಂತಗೊಳಿಸಲು ಸಹಾಯ ಮಾಡುವುದು
- ಧ್ವನಿ ಪೆಟ್ಟಿಗೆ ಮತ್ತು ಉಸಿರಾಟದ ಕ್ಷಮತೆಯನ್ನು ಉತ್ತಮಗೊಳಿಸಿ ಬಲಪಡಿಸುವುದು.
- ನೆಮ್ಮದಿಯ ಸ್ಥಿತಿಗೆ ಕೊಂಡೊಯ್ಯುವುದು

ಹಿಂದೂ ಸಂಪ್ರದಾಯದ ಪ್ರಕಾರ, ಓಂ ಎಂಬ ಪವಿತ್ರ ಅಕ್ಷರದ ಫಲಗಳನ್ನು ಅನುಭವಿಸಲು ಅದನ್ನು ಕನಿಷ್ಠ 108 ಬಾರಿ ಜಪಿಸಬೇಕು. ಆದರೆ, ಮನಸ್ಸನ್ನು ದಿವ್ಯಶಾಂತಿಯಿಂದ ತುಂಬಿಕೊಳ್ಳಲು ಓಂ ಎಂಬ ಪವಿತ್ರ ಶಬ್ದವನ್ನು ಹತ್ತು ಅಥವಾ ಇಪ್ಪತ್ತು ಬಾರಿ ಉಚ್ಚರಿಸಿದರೆ ಸಾಕು ಎಂದು ಇತರ ಸಂಪ್ರದಾಯಗಳು ಸಮರ್ಥಿಸುತ್ತವೆ.

ಕೆಲವೊಮ್ಮೆ, ಸೂಕ್ತ ಸಮಯದಲ್ಲಿ ಉಚ್ಚರಿಸುವ ಒಂದೇ ಒಂದು ಓಂ ಎನ್ನುವ ಶಬ್ದವು ನಾವು ಕಳೆದುಕೊಂಡ ಶಾಂತಿಯ ಸ್ಥಿತಿಗೆ ನಮ್ಮನ್ನು ಕರೆದೊಯ್ಯಲು ಸಾಕಾಗಬಹುದು.

II

ಆನಂದದ ತತ್ವಶಾಸ್ತ್ರ

•• •• •• •• •• •• •• •• ••

ವೈಯಕ್ತಿಕ ಸಾರ್ಥಕತೆ ಹೊಂದಲು ಭಾರತೀಯ ಮಾರ್ಗಗಳು

ಸ್ವಯಂ ಅನ್ವೇಷಣೆಯ ಶಕ್ತಿ

ಪರಸ್ಪರ ಸಂಪರ್ಕವಿಲ್ಲದಿದ್ದರೂ ಚಿಂತಕರು ಸಮಾನ ಅಭಿಪ್ರಾಯಗಳನ್ನು ಇಟ್ಟುಕೊಂಡು ಒಂದೇ ರೀತಿಯ ನಿರ್ಣಯಗಳಿಗೆ ತಲುಪಿದ ಕಾಲದ ಅವಧಿಯನ್ನು ಮಾನವೀಯತೆಯ ಇತಿಹಾಸದಲ್ಲಿ ವಿವರಿಸಲು ಅಕ್ಷೀಯ ಯುಗ (Axial Age) ಎಂಬ ಪದವನ್ನು ಜರ್ಮನ್ ದಾರ್ಶನಿಕ ಕಾರ್ಲ್ ಜಾಸ್ಪರ್ಸ್ ಅವರು 1948 ರಲ್ಲಿ ರೂಪಿಸಿದರು.

ಗ್ರೀಕ್ ತತ್ವಶಾಸ್ತ್ರದ ಸುವರ್ಣ ಯುಗವು ಚೀನಾದಲ್ಲಿ ಲಾವೋ–ತ್ಸು ಹಾಗೂ ಕನ್ಫ್ಯೂಷಿಯಸ್ ಮತ್ತು ಭಾರತದಲ್ಲಿ ಬುದ್ಧನಂತಹ ಚಿಂತಕರ ಉಗಮದೊಂದಿಗೆ ತಾಳೆಯಾಗುತ್ತದೆ. ಅವರೆಲ್ಲರ ಉಪದೇಶಗಳನ್ನು ಹೋಲಿಸಿ ನೋಡಿದಾಗ, ಕೆಲವು ಆಶ್ಚರ್ಯಕರವಾದ ಸಾಮ್ಯತೆಗಳು ಕಂಡುಬರುತ್ತವೆ.

'ದಿ ಆರಿಜಿನ್ ಅಂಡ್ ಗೋಲ್ ಆಫ್ ಹಿಸ್ಟರಿ' ಎಂಬ ತನ್ನ ಪುಸ್ತಕದಲ್ಲಿ ಜಾಸ್ಪರ್ಸ್ ಅವರು, ಅಕ್ಷೀಯ ಯುಗದ (Axial Age) ಈ ತತ್ವಚಿಂತಕರ ಗಮನವು, ಸಮುದಾಯದ ಕಲ್ಯಾಣಕ್ಕೆ ಸಂಬಂಧಿಸಿದ ನೈತಿಕತೆ ಮತ್ತು ಸ್ವತಃ ತನ್ನನ್ನು ತಾನು ಅರಿತುಕೊಳ್ಳುವ ಆತ್ಮಜ್ಞಾನ, ಈ ಎರಡು ಪ್ರಮುಖ ಅಂಶಗಳತ್ತ ಹರಿದಿತ್ತು ಎಂದು ಸೂಚಿಸುತ್ತಾರೆ.

ಧಾರ್ಮಿಕ ಇತಿಹಾಸಕಾರರಾದ ಕರೇನ್ ಆರ್ಮ್‌ಸ್ಟ್ರಾಂಗ್ ಅವರು 'ದಿ ಗ್ರೇಟ್ ಟ್ರಾನ್ಸ್‌ಫಾರ್ಮೇಶನ್' ಎಂಬ ತಮ್ಮ ಗ್ರಂಥದಲ್ಲಿ ಈ ಆಸಕ್ತಿ ಹುಟ್ಟಿಸುವ ಅಂಶದ ಕುರಿತು ಹೇಳುವಂತೆ ಇದುವರೆಗೂ ಗ್ರೀಸ್, ಚೀನಾ ಮತ್ತು ಭಾರತದ ಈ ತತ್ವಜ್ಞಾನಿಗಳ ಜ್ಞಾನವನ್ನು ಮೀರಿ ಸಾಗುವುದು ಮನುಕುಲಕ್ಕೆ ಇನ್ನೂ ಸಾಧ್ಯವಾಗಿಲ್ಲ. ನಮ್ಮ ದಿನನಿತ್ಯದ ಜೀವನದಲ್ಲಿ ಇವರನ್ನು ಕುರಿತು ಇನ್ನೂ ಅಧ್ಯಯನವನ್ನು ಮುಂದುವರೆಸಿಕೊಂಡು ಹೋಗುತ್ತಿರುವುದೇ ಇದಕ್ಕೆ ಸಾಕ್ಷಿಯಾಗಿದೆ.

ಆರ್ಮ್‌ಸ್ಟ್ರಾಂಗ್ ಅವರು ತಮ್ಮ ಪುಸ್ತಕದಲ್ಲಿ, ಅಕ್ಷೀಯ ಯುಗದ ಈ ಮಾರ್ಗದರ್ಶಕರ ಲಕ್ಷಣಗಳ ಸಾಮ್ಯತೆಗಳನ್ನು ಪುಷ್ಟೀಕರಿಸಿದ್ದಾರೆ:

1. ಹಳೆಯ ನಂಬಿಕೆಗಳನ್ನು ಅವು ಇದ್ದಂತೆ ಒಪ್ಪಿಕೊಳ್ಳುವ ಬದಲು ಅವರು ಎಲ್ಲವನ್ನೂ ಪ್ರಶ್ನಿಸಲು ಪ್ರಾರಂಭಿಸಿದರು.

2. ಪುನರಾವರ್ತಿತ ಆಚರಣೆಗಳನ್ನು ಚಿಂತನೆಯಿಂದ ಬದಲಿಸಲಾಯಿತು, ನಂಬಿಕೆಗಳನ್ನು ಪರಿಶೋಧನೆಯಿಂದ ಬದಲಿಸಲಾಯಿತು.

3. ಯಾವುದೇ ಪ್ರಮುಖ ವಿಚಾರಗಳನ್ನು ಸಾರ್ವಜನಿಕವಾಗಿ ಎಲ್ಲರ ಎದುರಿಗೆ ಒಪ್ಪಿಕೊಳ್ಳದೇ ಇರುವಂತಹ ಧೈರ್ಯ ತತ್ವಶಾಸ್ತ್ರಜ್ಞರಿಗೆ ಇರುತ್ತದೆ.

ನಮ್ಮ ಕಾಲದಲ್ಲಿ ಆಗುವಂತೆಯೇ, ಬಹಳಷ್ಟು ಸಮಯದಲ್ಲಿ ತಮ್ಮ ಸಮಾಜದಲ್ಲಿ ಉಂಟಾದ ಅತೀ ಸಂಕಷ್ಟದ ಅಥವಾ ಮಹತ್ತರವಾದ ಬದಲಾವಣೆಯ ಸಂದರ್ಭಗಳಲ್ಲಿ ಈ ಚಿಂತಕರು ಕಾಣಿಸಿಕೊಂಡಿದ್ದರು ಎಂದು ಆರ್ಮ್‌ಸ್ಟ್ರಾಂಗ್ ಅವರು ಗುರುತಿಸುತ್ತಾರೆ. ಸುಲಭದ ಮಾರ್ಗವಾದರೂ ಕೂಡ ಹೆಚ್ಚಿನ ಆತ್ಮಜ್ಞಾನವನ್ನು ಅನ್ವೇಷಿಸುವ ಮತ್ತು ಸಾರ್ವಜನಿಕ ಹಿತದ ಕಡೆಗೆ ಗಮನ ಹರಿಸುವ ಮೂಲಕ ಮಾತ್ರ ಮಾನವತೆಯನ್ನು ಉಳಿಸಬಹುದು ಎಂದು ಅವರು ತೀರ್ಮಾನಿಸಲು ಇದು ಕಾರಣವಾಯಿತು, ಏಕೆಂದರೆ ಎಲ್ಲರೂ ಒಂದೇ ದೋಣಿಯಲ್ಲಿ ತೇಲುತ್ತಿದ್ದೇವೆ.

ತೀರ್ಥಯಾತ್ರೆಯ ಶೂನ್ಯ ಮೈಲಿ (ಮೈಲ್ ಜೀರೋ)

ತೀರ್ಥಯಾತ್ರೆ ಆರಂಭಿಸುವ ಮೊದಲು, ತೀರ್ಥಯಾತ್ರಿಯು ಪ್ರತಿದಿನ ಎಷ್ಟು ಮೈಲಿ ನಡೆಯಬೇಕು ಮತ್ತು ವಿವಿಧ ಹಂತಗಳ ನಿರ್ವಹಣೆ ಹೇಗೆ ಮಾಡಬೇಕು ಎಂಬುದನ್ನು ಯೋಜಿಸುವಾಗ, ತನ್ನ ಸಾಮರ್ಥ್ಯ ಮತ್ತು ದುರ್ಬಲತೆಗಳ ಬಗ್ಗೆಯೂ ಅರಿವು ಇಟ್ಟುಕೊಂಡಿರಬೇಕು. ದೈಹಿಕ ಆಯಾಸವನ್ನು ನಿರಂತರವಾಗಿ ತಡೆದುಕೊಳ್ಳಬಲ್ಲ ಒಬ್ಬ ಕ್ರೀಡಾಪಟುವಿಗೂ, ಕಡಿಮೆ ದೇಹ ದಾರ್ಢ್ಯತೆ ಹೊಂದಿರುವ ವ್ಯಕ್ತಿಗೂ ದಾರಿ ವಿಭಿನ್ನವಾಗಿರುತ್ತದೆ.

ಯಾತ್ರೆಯ ಯಶಸ್ಸು ಹೆಜ್ಜೆ ಹಾಕುವವರ ಸ್ವಯಂ ಜ್ಞಾನದ ಮೇಲೆ ಅವಲಂಬಿತವಾಗಿರುತ್ತದೆ. ನಮ್ಮ ಸ್ವಸಂತೋಷದ ಶೋಧನೆಯನ್ನೂ ಒಳಗೊಂಡಂತೆ, ನಮ್ಮ ಜೀವನದಲ್ಲಿ ನಾವು ಮಾಡುವ ಯಾವುದೇ ಅನ್ವೇಷಣೆ ಕೂಡ ಹೀಗೆಯೇ ಇರುತ್ತದೆ.

ಇಕಿಗಾಯ್ ಪುಸ್ತಕವನ್ನು ಪ್ರಕಟಿಸಿದ ನಂತರ, ಹಲವಾರು ದೇಶಗಳಲ್ಲಿ ನಾವು ಸಾವಿರಾರು ಸಂದರ್ಶನಗಳು, ನಿರೂಪಣೆಗಳು ಮತ್ತು ಭಾಷಣಗಳನ್ನು ಮಾಡಿದ್ದೇವೆ. ಒಂದು ಪ್ರಶ್ನೆಯನ್ನು ಎಲ್ಲರೂ ಸಾಮನ್ಯವಾಗಿ ಕೇಳುತ್ತಿದ್ದರು, ಅದೇನೆಂದರೆ– ನಮ್ಮ ಜೀವನದ ಉದ್ದೇಶವೇ ನಮಗೆ ತಿಳಿಯದಿದ್ದಾಗ ನಾವು ನಮ್ಮ ಅನ್ವೇಷಣೆಯನ್ನು ಎಲ್ಲಿಂದ ಪ್ರಾರಂಭಿಸಬೇಕು?

ಆ ಪ್ರಶ್ನೆಗೆ ಉತ್ತರವಾಗಿ, 'ಇದಕ್ಕಾಗಿ ಮೊದಲು ನಿಮ್ಮನ್ನು ನೀವು ತಿಳಿದುಕೊಳ್ಳಬೇಕು' ಎಂಬುದು ನಮ್ಮ ವಿವರಣೆ ಆಗಿರುತ್ತಿತ್ತು. ನೀವು ಯಾರೆಂದು ನಿಮಗೆ ತಿಳಿಯದೇ ಇದ್ದರೆ, ಉದ್ದೇಶವನ್ನು ಹೊಂದಿದ್ದರೂ ಉಪಯೋಗವಿಲ್ಲ ಏಕೆಂದರೆ, ಅದು ನಿಮ್ಮ ಮೌಲ್ಯಗಳು ಮತ್ತು ಜೀವನದ ಆದ್ಯತೆಗಳೊಂದಿಗೆ ನಿಕಟ ಸಂಬಂಧ ಹೊಂದಿದೆ; ಹಾಗಾಗಿ ನೀವು ಅಲ್ಲಿಂದಲೇ ಪ್ರಾರಂಭಿಸಬೇಕು.

ಸಂಪತ್ತುಗಳಲ್ಲಿ ಶ್ರೇಷ್ಠವಾದ ಸಂಪತ್ತು

ಕ್ರಿಸ್ತಶಕ ಎರಡನೇ ಶತಮಾನದಲ್ಲಿ ಪೌಸಾನಿಯಸ್ ಹೇಳಿದಂತಹ, ಈಗ ಪ್ರಸಿದ್ಧವಾಗಿರುವ, 'ನಿನ್ನನ್ನು ನೀನು ತಿಳಿ' ಎಂಬ ಶಿಲಾಶಾಸನವೊಂದನ್ನು ನೂರಾರು ಯಾತ್ರಿಕರು ತಮ್ಮ ಭವಿಷ್ಯವನ್ನು ಕೇಳಲು ಹೋಗುತ್ತಿದ್ದ ಡೆಲ್ಫಿಯ ಅಪೋಲೋ ದೇವಾಲಯದ ಪ್ರವೇಶದ್ವಾರದ ಬಳಿ ನಾವು ನೋಡಬಹುದು.

'ನಿನ್ನನ್ನು ನೀನು ತಿಳಿ' ಎನ್ನುವುದು, ಬಾಲ್ಯದಿಂದಲೇ ಭವಿಷ್ಯವಾಣಿಗಳ ಸಂದೇಶಗಳನ್ನು ತಿಳಿಸಲು ತರಬೇತಿ ಪಡೆದಿದ್ದ ಮಹಿಳಾ ಪ್ರವಾದಿಗಳಾದ ಸಿಬಿಲ್‌ಗಳ ಕೋಣೆಯಲ್ಲಿ ಕಂಡುಬರುವ, ದೀರ್ಘವಾದ ಹಾಗೂ ಕಡಿಮೆ ಪ್ರಸಿದ್ಧವಾದ ಶಿಲಾಶಾಸನವಾಗಿದೆ.

ಪ್ರಶ್ನೆ

ಈ ಪುಸ್ತಕದ ಎರಡನೇ ಭಾಗದಲ್ಲಿ ರಮಣ ಮಹರ್ಷಿಗಳ ಬಗ್ಗೆ ಬಹಳಷ್ಟು ಬಾರಿ ನಾವು ಉಲ್ಲೇಖಿಸುತ್ತೇವೆ, ಏಕೆಂದರೆ, ಮುಂದೆ ನಾವು ಅರಿತುಕೊಳ್ಳಲಿರುವ ಆಧ್ಯಾತ್ಮಿಕ ಮಾರ್ಗವಾದ ಅದ್ವೈತದ ಭೂತಕಾಲ ಮತ್ತು ವರ್ತಮಾನದ ಮಧ್ಯೆ ಈ ಜ್ಞಾನಿಯು ಕೊಂಡಿಯಂತೆ ಕಾರ್ಯ ನಿರ್ವಹಿಸಿದವರು.

1879 ರಲ್ಲಿ ದಕ್ಷಿಣ ಭಾರತದ ಒಂದು ಸಣ್ಣ ಹಳ್ಳಿಯಲ್ಲಿ ಜನಿಸಿದ ರಮಣರು 12 ವರ್ಷ ವಯಸ್ಸಿನವರಾಗಿದ್ದಾಗ, ತಮ್ಮ ತಂದೆಯ ನಿಧನದ ನಂತರ ಅವರನ್ನು ಮಧುರೈನಲ್ಲಿ ಇರುವ ಅವರ ಮಾವನ ಜೊತೆ ಇರಲು ಕಳುಹಿಸಲಾಯಿತು ಎಂದು ಸಧ್ಯಕ್ಕೆ ಇಷ್ಟು ತಿಳಿದುಕೊಂಡರೆ ಸಾಕು.

ಅವರು ಇಡೀ ಭಾರತ ಮತ್ತು ಪಾಶ್ಚಾತ್ಯ ದೇಶಗಳಲ್ಲಿ ಪೂಜ್ಯ ಗುರುವಾಗುತ್ತಾರೆ. ಆಧ್ಯಾತ್ಮಿಕ ಜ್ಞಾನೋದಯಕ್ಕಾಗಿ ಸಾವಿರಾರು ಜನರು ಅವರ ಆಶ್ರಮಕ್ಕೆ ಬಂದರು. ರಮಣರು ಅವರಿಗೆ 'ಆತ್ಮ ವಿಚಾರ'ವನ್ನು ಅಭ್ಯಾಸ ಮಾಡುವಂತೆ ಸಲಹೆ ನೀಡಿದರು. ಇದನ್ನು 'ಆತ್ಮ ಶೋಧನೆ' ಎಂದು ಅನುವಾದಿಸಬಹುದು.

ಆತ್ಮ ಶೋಧನೆ ಮಾಡಲು 'ನಾನು ಯಾರು?' ಎಂಬ ಪ್ರಶ್ನೆಯಿಂದ ಪ್ರಾರಂಭಿಸಿ, ನಿಮ್ಮೊಡನೆಯೇ ಸಂಭಾಷಣೆಯಲ್ಲಿ ತೊಡಗಿಸಿಕೊಳ್ಳಬೇಕು. ಇದು ಉತ್ತರಿಸಲು ಕಷ್ಟವಾಗಿರುವ, ಸ್ಪಷ್ಟವಾದ ಸುಲಭದ ಪ್ರಶ್ನೆ. ಇದೇ ಕಾರಣಕ್ಕಾಗಿ, ಈ ಪ್ರಶ್ನೆಯನ್ನು ಪದೇ ಪದೇ ನಾವು ನಮ್ಮ ಮನಸ್ಸಿನ ಆಳಕ್ಕೆ ತಲುಪುವ ತನಕ ಕೇಳಿಕೊಳ್ಳಬೇಕು ಎಂದು ರಮಣ ಮಹರ್ಷಿಯವರು ಸಲಹೆ ನೀಡಿದರು.

ಈ ಅಸಾಮಾನ್ಯ ಗುರುಗಳ ಸಮ್ಮುಖದಲ್ಲಿ ನಾವಿದ್ದೇವೆ, ಮತ್ತು ನಾನು ಯಾರು ಎನ್ನುವ ಪ್ರಶ್ನೆಗೆ ನಾವು ನೀಡುವ ಉತ್ತರಗಳನ್ನು ಕೇಳಿ ಅವರು ಪ್ರತಿಕ್ರಿಯಿಸುತ್ತಿದ್ದಾರೆ ಎಂದು ಊಹಿಸಿಕೊಳ್ಳೋಣ:

ಹೆ: ನಾನು ಹೆಕ್ಟರ್.

ಫ್ರಾ: ನಾನು ಫ್ರಾನ್ಸಿಸ್.

ರಮ: ಅಲ್ಲ, ಅದು ಬರೀ ನಿಮ್ಮ ಹೆಸರು. ನೀನು ಯಾರು?

ಫ್ರಾ: ನಾನೊಬ್ಬ ಬಹುಭಾಷಾ ತಜ್ಞ, ಆದರೆ ನಾನು ಒಬ್ಬ ಬರಹಗಾರ ಮತ್ತು ಉಪನ್ಯಾಸಕನಾಗಿ ಕೆಲಸ ನಿರ್ವಹಿಸುತ್ತಿದ್ದೇನೆ.

ಹೆ: ನಾನೊಬ್ಬ ಕಂಪ್ಯೂಟರ್ ಇಂಜಿನಿಯರ್ ಮತ್ತು ಅದನ್ನು ನಾನು ನನ್ನ ಹವ್ಯಾಸವಾಗಿರುವ ಬರವಣಿಗೆಯೊಂದಿಗೆ ಸೇರಿಸಿಕೊಂಡಿದ್ದೇನೆ.

ರಮ: ನೀವು ನನ್ನ ಪ್ರಶ್ನೆಗೆ ಉತ್ತರಿಸಲೇ ಇಲ್ಲ! ಅವು ನಿಮ್ಮ ತರಬೇತಿ, ನಿಮ್ಮ ವೃತ್ತಿ ಮತ್ತು ನಿಮ್ಮ ಕೆಲಸ. ಅದಕ್ಕಿಂತಲೂ ಮುಖ್ಯವಾದ ಹಾಗೂ ಅವಶ್ಯಕವಾದ ಯಾವುದಾದರೊಂದು ಉತ್ತರ ನೀವು ಹೇಳಲೇಬೇಕು. 'ನಾನು ಯಾರು?' ಎಂದು ಮತ್ತೊಮ್ಮೆ ನಿಮ್ಮನ್ನು ನೀವೇ ಕೇಳಿಕೊಳ್ಳಿ.

ವಾಸ್ತವವಾಗಿ ಇಲ್ಲಿ ಆತ್ಮ ಪರಿಶೋಧನೆಯ ಸವಾಲು ಪ್ರಾರಂಭವಾಗುತ್ತದೆ, ಒಂದುವೇಳೆ, ನಾನು ಯಾರು ಎಂಬುದು ನನ್ನ ಹೆಸರು ಅಥವಾ ನಾನು ಜನಿಸಿದ ಕುಟುಂಬ, ನನ್ನ ವಿದ್ಯೆ, ನನ್ನ ಹವ್ಯಾಸ ಅಥವಾ ಕೆಲಸ, ಅಥವಾ ನನ್ನ ಆಸ್ತಿ ಇದ್ಯಾವುದಕ್ಕೂ ಸಂಬಂಧಿಸಿಲ್ಲ ಅಂದಮೇಲೆ ನಾನು ಯಾರು?

ಈ ಪ್ರಶ್ನೆಗೆ ಉತ್ತರಿಸಲು, 'ನೌಕೆಯ ಅಪಘಾತದಲ್ಲಿ ನೀವು ಕಳೆದುಕೊಳ್ಳಲು ಸಾಧ್ಯವಾಗದ ವಸ್ತುವನ್ನು ನೀವು ನಿಜವಾಗಿಯೂ ಹೊಂದಿರುತ್ತೀರಿ' ಎಂಬ ಉಲ್ಲೇಖವನ್ನು ನಾವು ಆಧಾರವಾಗಿ ಬಳಸಬಹುದು. ಹಾಗಾದರೆ, ಆ ರೀತಿ ಕಳೆದುಕೊಳ್ಳಲು ಸಾಧ್ಯವಾಗದ ವಸ್ತು ಯಾವುದು?

ಇದರ ಬಗ್ಗೆ ನಮಗೆ ಸ್ವಲ್ಪ ಕಲ್ಪನೆ ಇದೆ, ಆದರೆ ನಾವು ನಿಮ್ಮ ಮೇಲೆ ಪ್ರಭಾವ ಬೀರಲು ಇಚ್ಛಿಸುವುದಿಲ್ಲ. ಜೀವನವನ್ನು ಬದಲಾಯಿಸುವ ಇಂತಹ ಪ್ರಶ್ನೆಗಳನ್ನು ನಿಮ್ಮನ್ನು ನೀವೇ ಕೇಳಿಕೊಳ್ಳಲು ಸಾಧ್ಯವಾಗುವಂತೆ ಸ್ವಲ್ಪ ಪ್ರಶಾಂತವಾದ ಕ್ಷಣಗಳನ್ನು ಕಂಡುಕೊಳ್ಳಲು ನಿಮ್ಮನ್ನು ಆಹ್ವಾನಿಸುತ್ತಿದ್ದೇವೆ.

ನಾಲ್ಕು ವೈರಾಗ್ಯಗಳು

ಬಹಳಷ್ಟು ಜಪಾನೀಯರು ತಮ್ಮ ಜೀವಿತಾವಧಿಯಲ್ಲಿ ಮೂರು ಧರ್ಮಗಳನ್ನು ಹಾದು ಬರುತ್ತಾರೆ ಎಂದು ಹೇಳುತ್ತಾರೆ. ಅವರು ಹುಟ್ಟಿದಾಗ ಶಿಂಟೋ ಧರ್ಮದವರಾಗಿರುತ್ತಾರೆ ಏಕೆಂದರೆ ಆಗ ಅವರು ತಮ್ಮ ದೇಶದ ಪುರಾತನ ಆಧ್ಯಾತ್ಮಿಕ ಆಚರಣೆಗಳನ್ನು ಸ್ವೀಕರಿಸುತ್ತಾರೆ; ಬಹುಶಃ ಹಾಲಿವುಡ್ ಚಿತ್ರಗಳಲ್ಲಿ ನೋಡಿರುವ ವಿವಾಹ ಸಮಾರಂಭಗಳನ್ನು ಪುನರಾವರ್ತನೆ ಮಾಡುವುದರಿಂದ ಮದುವೆಯಾಗುವಾಗ ಅವರು ಕ್ರಿಶ್ಚಿಯನ್ ಆಗಿರುತ್ತಾರೆ ಮತ್ತು ವೈರಾಗ್ಯವನ್ನು ಅಭ್ಯಾಸ ಮಾಡುತ್ತಾ ಮರಣ ಹೊಂದುವಾಗ ಅವರು ಬೌದ್ಧ ಧರ್ಮದವರಾಗಿರುತ್ತಾರೆ.

ಈಗ ನಾವು ಕ್ಷಣ ಕಾಲ ಬೌದ್ಧ ಧರ್ಮವನ್ನು ಪರಿಗಣಿಸೋಣ. ಇದು, ಕಾಲಾನಂತರ 'ಬುದ್ಧ'ನಾದ ಭಾರತೀಯ ರಾಜಕುಮಾರ ಸಿದ್ದಾರ್ಥ ಗೌತಮನಿಂದ ಸ್ಥಾಪಿಸಲ್ಪಟ್ಟಿತು. 'ಬುದ್ಧ'ನಾದ ಅಂದರೆ 'ಎಚ್ಚರಗೊಂಡವನು' ಅಥವಾ 'ಜ್ಞಾನಪ್ರಾಪ್ತಿ ಪಡೆದವನು' ಎಂದು ಅರ್ಥ. ವಿಶ್ವದಾದ್ಯಂತ ಈಗ ಈ ಧರ್ಮವನ್ನು 500 ಮಿಲಿಯನ್ ಗಿಂತ ಹೆಚ್ಚು ಜನರು ಅನುಸರಿಸುತ್ತಿದ್ದಾರೆ.

ಮಕ್ಕಳ ನಗುವಿನಲ್ಲಿ ಕಾಣಿಸುವಂತೆ ಸಂತೋಷ ಎನ್ನುವುದು ನಮ್ಮ ಸ್ವಾಭಾವಿಕ ಸ್ಥಿತಿ ಎಂದು ನಾವು ಭಾವಿಸುವುದಾದರೆ, ಉಸಿರುಗಟ್ಟಿಸುವ ಎಲ್ಲದಕ್ಕೂ ಕಡಿಮೆ ಬೆಸೆದುಕೊಳ್ಳುವುದು ಸಂತೋಷವನ್ನು ಮರಳಿ ಪಡೆದುಕೊಳ್ಳುವ ಒಂದು ಮಾರ್ಗವಾಗಿದೆ.

ಈರುಳ್ಳಿಯ ಪದರಗಳನ್ನು ಬಿಡಿಸುವ ರೀತಿ, ಪ್ರತೀ ಬಾರಿಯೂ ಒಂದೊಂದು ಬಂಧನಗಳಿಂದ ಬಿಡಿಸಿಕೊಳ್ಳುತ್ತಾ ಹೋದಂತೆ ನಾವು ಸುಖದ ಮನಸ್ಥಿತಿಗೆ ಹತ್ತಿರವಾಗುತ್ತಾ ಹೋಗುತ್ತೇವೆ.

ಭೌತಿಕ ವಿಷಯಗಳಿಂದ ವೈರಾಗ್ಯ : ಈ ಮಾರ್ಗದಲ್ಲಿ ಬುದ್ಧ

ಲೋಕದ ಕಷ್ಟಗಳಿಂದ ರಕ್ಷಿಸುವ ಸಲುವಾಗಿ ತನ್ನ ತಂದೆ ನೀಡಿದ್ದ ಅರಮನೆಯ ಎಲ್ಲ ಸೌಲಭ್ಯಗಳನ್ನೂ ತ್ಯಜಿಸಿ ಸಿದ್ಧಾರ್ಥ ಗೌತಮನು ಸನ್ಯಾಸತ್ವದ ಹಾದಿಯಲ್ಲಿ ಹೆಜ್ಜೆಯಿಟ್ಟಾಗ ಅವನ ಆಧ್ಯಾತ್ಮಿಕ ಶಿಕ್ಷಣದ ಅಭ್ಯಾಸವು ಪ್ರಾರಂಭವಾಯಿತು.

ಘನದಿಂದ ದ್ರವದ ಕಡೆಗೆ ಸಾಗುವುದು, ಭದ್ರತೆಯ ಬದಲಾಗಿ ಸಾಹಸವನ್ನು ಆಯ್ಕೆಮಾಡುವುದು ಎಲ್ಲಾ ಸತ್ಯಾನ್ವೇಷಕರ ಜೀವನದಲ್ಲೂ ನಿರಂತರವಾಗಿ ನಡೆಯುವ ಸಂಗತಿಯಾಗಿದೆ.

ಇಂದಿನ ನೇಪಾಳ ದೇಶದ ಭಾಗವಾದ ಲುಂಬಿನಿಯಲ್ಲಿ ಜನಿಸಿದ ಈ ಯುವಕನನ್ನು ಅಲ್ಲಿಂದ ಹೊರಡುವಂತೆ ಮಾಡಿದ್ದು, ಜೆಕ್ ಕೆರುಯಾಕ್ ಅವರ 'ಆನ್ ದ ರೋಡ್' ಕಾದಂಬರಿಯಲ್ಲಿ ಬರುವ ಪಾತ್ರಧಾರಿಗಳನ್ನು ಅನುಭವ ಮತ್ತು ಬುದ್ಧಿವಂತಿಕೆಯನ್ನು ಹುಡುಕಿಕೊಂಡು ಅಮೆರಿಕಾ ಮತ್ತು ಮೆಕ್ಸಿಕೋದಲ್ಲಿ ತಿರುಗಾಡುವಂತೆ ಮಾಡಿದ್ದ ವಿಷಯಕ್ಕಿಂತ ಬೇರೇನೂ ಅಲ್ಲ. ನೋವಿನಿಂದ ಬಿಡುಗಡೆ ಹೊಂದುವುದು ಹೇಗೆ ಎಂಬ ಪ್ರಶ್ನೆಗೆ ಉತ್ತರವನ್ನು ಹುಡುಕಿಕೊಂಡು ಸಿದ್ದಾರ್ಥನು ಹೋದ ರೀತಿಯಲ್ಲೇ 1947 ರಿಂದ 1950 ರ ಅವಧಿಯಲ್ಲಿ ತಮ್ಮ ಅಸ್ತಿತ್ವದ ಜಟಿಲತೆಯನ್ನು ಹುಡುಕಿಕೊಂಡು ಪಯಣಿಸುವ, ಅದರಲ್ಲಿ ಕೆಲವರು ಶ್ರೀಮಂತ ಹಿನ್ನೆಲೆಯಿರುವ, ಬೊಹಿಮಿಯನ್ ಜನರ ಒಂದು ಗುಂಪಿನ ಕಥೆಯನ್ನು ಕೆರುಯಾಕ್ ಈ ಕಾದಂಬರಿಯಲ್ಲಿ ಹೇಳುತ್ತಾನೆ.

ಕೆರುಯಾಕ್‌ನ ಸುರುಳಿ (ಸ್ಕ್ರೋಲ್)

'ಆನ್ ದಿ ರೋಡ್' ಕಾದಂಬರಿಯು ಬೀಟ್ ಜನರೇಷನ್‌ನ ಒಂದು ಶ್ರೇಷ್ಠಕೃತಿ ಎಂದು ಪರಿಗಣಿಸಲ್ಪಟ್ಟ ಪುಸ್ತಕ. ಕೆರುಯಾಕ್ ತಮ್ಮ ಎರಡನೇ ಪತ್ನಿಯ ಜೊತೆ ಹಂಚಿಕೊಂಡ ಮ್ಯಾನ್‌ಹಟನ್‌ನ ಒಂದು ವಸತಿಸಮುಚ್ಚಯದಲ್ಲಿ (ಅಪಾರ್ಟ್‌ಮೆಂಟ್‌ನಲ್ಲಿ) ಇದ್ದಾಗ, ಕೇವಲ ಮೂರೇ ವಾರಗಳ ಅವಧಿಯಲ್ಲಿ ಇದನ್ನು ಬರೆದರು.

ಕಾಗದದ ಹಾಳೆಗಳ ಮೇಲೆ ಕಾದಂಬರಿಯನ್ನು ಬರೆಯುವ ಬದಲು, ಕೆರುಯಾಕ್ ಒಂದು ಉದ್ದವಾದ ಕಾಗದದ ಸುರುಳಿಯನ್ನು (ರೋಲ್) ಬಳಸಿ, ಅದರಲ್ಲಿ ಮಾರ್ಜಿನ್, ಪ್ಯಾರಾಗಳ ವಿಭಜನೆ ಯಾವುದೂ ಇಲ್ಲದೆ ಟೈಪ್ ಮಾಡಿದರು.

ತಾನು ನಡೆಸಿದ ದೀರ್ಘ್ಷೆಯ ಪ್ರವಾಸಗಳಿಗೆ ಕಾದಂಬರಿಯ ರೂಪವನ್ನು ತರಲು ಬರೆಯುವ ಸಂದರ್ಭದಲ್ಲಿ ಕೆರೋಯಾಕ್ ಬಳಸಿದ ಏಕೈಕ ಔಷಧಿ ಎಂದರೆ, ಅದು ಕಾಫಿ ಮಾತ್ರ ಆಗಿತ್ತು. ಅವನ ತಾಯಿ-ತಂದೆ ಕ್ಯೂಬೆಕ್‌ನವರಾಗಿದ್ದ ಕಾರಣದಿಂದಲೇ ಇಂಗ್ಲಿಷ್‌ನಲ್ಲಿ ಮುಂದುವರೆಸುವ ಮೊದಲು, ಮಾತೃಭಾಷೆಯಾಗಿದ್ದ ಫ್ರೆಂಚ್ ಭಾಷೆಯಲ್ಲಿ ಆತನ ಲೇಖನವನ್ನು ಪ್ರಾರಂಭಿಸಿದ್ದಾನೆ ಎಂದು ತೋರುತ್ತದೆ.

ನಮ್ಮ ಆಧ್ಯಾತ್ಮಿಕ ಶೋಧನೆಯಲ್ಲಿ ಮುನ್ನಡೆಯಲು, ನಾವು ಈ ಪುಸ್ತಕದ ಒಂದು ಸಂಪೂರ್ಣ ಅಧ್ಯಾಯವನ್ನೇ ಮೀಸಲಾಗಿಟ್ಟಿದ್ದ ಸಾಧು ಸನ್ಯಾಸಿಗಳು ಮಾಡಿದಂತೆ, ಯಾವುದೇ ಭೌತಿಕ ವಸ್ತುಗಳ ಬಗ್ಗೆ ಇರುವ ಆಸಕ್ತಿಯನ್ನು ತ್ಯಜಿಸಬೇಕಾಗುತ್ತದೆ. ಹಾಗಂತ ಅರ್ಧ ಬೆತ್ತಲೆಯಾಗಿ, ಅಪೌಷ್ಟಿಕತೆಯಿಂದ ಸಿದ್ದಾರ್ಥನಂತೆ ಬಡವನಾಗಿ ರಸ್ತೆಗಳಲ್ಲಿ ಅಲೆಯುವುದು ಅನಿವಾರ್ಯ ಎಂದು ಇದರ ಅರ್ಥವಲ್ಲ; ಬದಲಾಗಿ ಸಂತೋಷದ ದಾರಿಯಲ್ಲಿ ಸಾಗುವುದಕ್ಕೆ ಭೌತಿಕ ವಸ್ತುಗಳು ಅಡ್ಡಿ ಪಡಿಸದ ಹಾಗೆ ನೋಡಿಕೊಳ್ಳುವುದು ಎಂದರ್ಥ.

ಈ ರೀತಿಯ ಬಂಧನಗಳ ಬಗ್ಗೆ ಮಾತನಾಡುವಾಗ ಕೊಡಬಹುದಾದ ಒಂದು ಉದಾಹರಣೆ ಎಂದರೆ ಅದು ಹೊಸ ಕಾರು. ವಾಣಿಜ್ಯ ಪ್ರಕಟಣೆ ಮತ್ತು ಜಾಹೀರಾತುಗಳನ್ನು ನೋಡಿದ ತಕ್ಷಣವೇ ಒಬ್ಬ ವ್ಯಕ್ತಿಯು ಹೊಸ ವಿನ್ಯಾಸಕ್ಕೆ ಮಾರುಹೋಗುತ್ತಾನೆ. ಅದು ಬಹಳ ಹೆಚ್ಚಿನ ಬೆಲೆಯ ಕಾರು ಆಗಿರುವುದರಿಂದ ನಾಲ್ಕು ವರ್ಷಗಳ ಹಣ ಪಾವತಿಯ ಆಧಾರದ ಮೇಲೆ ಕೊಳ್ಳುವುದಕ್ಕೂ ಮೊದಲು ಸ್ವಲ್ಪ ಅನುಮಾನದಿಂದ ಬಹಳಷ್ಟು ಲೆಕ್ಕ ಹಾಕುತ್ತಾನೆ.

ಹೊಳೆಯುತ್ತಿರುವ ಕಾರಿನೊಂದಿಗೆ ಡೀಲರ್ ಬಳಿಯಿಂದ ಆಚೆ ಬಂದಮೇಲೆ ತನ್ನ ಆನಂದೋನ್ಮಾದ ಶಾಶ್ವತ ಎನ್ನುವ ರೀತಿ ಅವನು ಇರುತ್ತಾನೆ. ಅದಾದ ನಂತರ, ರಸ್ತೆಯಲ್ಲಿ ಓಡಿಸಿದ ಕೆಲವೇ ದಿನಗಳಲ್ಲಿ ಆ ಕಾರಿನ ಬಾಗಿಲಿನ ಮೇಲೆ ಒಂದು ಗೀಚು ಕಾಣಿಸುತ್ತದೆ. ಅದನ್ನು ಯಾರಾದರೂ ಬೇಕೆಂತಲೇ ಮಾಡಿರುತ್ತಾರೋ ಅಥವಾ ಅದೊಂದು ಆಕಸ್ಮಿಕವೋ, ಯಾವುದೇ ಕಾರಣವಿರಲಿ, ಆಗಿನಿಂದ ಆ ಕಾರು ಕೊರತೆ ಇಲ್ಲದ್ದು ಮತ್ತು ಹೊಸದು ಎಂದು ಅನ್ನಿಸುವುದಿಲ್ಲ.

ಆ ಮಾಲೀಕನ ಆತ್ಮದಲ್ಲಿ ಏನೋ ಅಂಧಕಾರ ಕಾಣಿಸುತ್ತದೆ.

ಒಂದಿಷ್ಟು ತಿಂಗಳುಗಳ ನಂತರ, ಕಾರಿನ ಮೇಲೆ ಕೆಲವು ಸಣ್ಣ ಪುಟ್ಟ ನೆಗ್ಗು ತಗ್ಗುಗಳು ಆಗುತ್ತವೆ. ಕಾರಿಗೆ ಹೆಚ್ಚೇನೂ ಹಾನಿಯಾಗದಿದ್ದರೂ ಕೂಡ ಈಗ ಅವನು ಅದನ್ನು ಮಾರಾಟ ಮಾಡಬೇಕು ಎಂದರೆ, ಅವನು ನೀಡಿದ ಬೆಲೆಯ ಅರ್ಧದಷ್ಟು ಮಾತ್ರ ಸಿಗುತ್ತದೆ. ಅದು ಈಗ ಹೊಸದಲ್ಲ, ಮಾಲೀಕ ಮುಂದಿನ ಕೆಲವು ವರ್ಷಗಳವರೆಗೆ ಅದರ ಕಂತಿನ ಹಣವನ್ನು ಪಾವತಿಸುತ್ತಿದ್ದರೂ ಸಹ ಪ್ರತಿದಿನ ಅದು ಬೆಲೆಯನ್ನು ಕಳೆದುಕೊಳ್ಳುತ್ತಿರುತ್ತದೆ.

ಶೋರೂಂ ನಿಂದ ಹೊರಟಾಗ ಅವನ ಹೃದಯವನ್ನು ಬೆಚ್ಚಗಾಗಿಸಿದ್ದ ಬೆಳಕು ಈಗ ನಂದಿ ಹೋಗಿದ್ದು, ಅವನು ಕೇವಲ ದುಃಖ ಮತ್ತು ನಿರಾಶೆ ಅನುಭವಿಸುತ್ತಿದ್ದಾನೆ. ಇದು ಭೌತಿಕ ವಸ್ತುಗಳ ಬಯಕೆ.

ಶಾಶ್ವತವಲ್ಲದ ವಸ್ತುಗಳಲ್ಲಿ ಶಾಶ್ವತವಾದ ತೃಪ್ತಿಯನ್ನು ಹುಡುಕುವ ಪ್ರಯತ್ನವೇ ದುಃಖಕ್ಕೆ ಹೆದ್ದಾರಿ ಎನ್ನುವುದು ಬುದ್ಧನು ಏಳು ಹಗಲು ಮತ್ತು ಏಳು ರಾತ್ರಿ ಅತ್ತಿ ಮರದಡಿಯಲ್ಲಿ ಕುಳಿತು ಧ್ಯಾನ ಮಾಡಿದಾಗ ಪಡೆದ ಒಂದು ಜ್ಞಾನವಾಗಿದೆ.

ಕಾರಿನ ಮಾಲೀಕ ಸಾಲ ತೆಗೆದುಕೊಳ್ಳದೆ 20 ವರ್ಷ ಹಳೆಯದಾದ, ಸ್ವಲ್ಪ ಸವೆದಿರುವ ವಾಹನವನ್ನು ಖರೀದಿ ಮಾಡಿದ್ದರೆ, ನೆಗ್ಗು ತಗ್ಗುಗಳು ಅಷ್ಟೊಂದು ಮುಖ್ಯವಾಗುತ್ತಿರಲಿಲ್ಲ. ಪ್ರಯಾಣಿಸುವ ಆಸೆ ಹೊರತುಪಡಿಸಿ ಬೇರೆ ಏನನ್ನೂ ಹೊಂದಿರದೆ ಒಂದು ಬಸ್‌ನಿಂದ ಇನ್ನೊಂದಕ್ಕೆ ಜಿಗಿಯುವ 'ಆನ್ ದ ರೋಡ್' ಕಾದಂಬರಿಯ ಪ್ರಮುಖ ಪಾತ್ರಧಾರಿಗಳಿಗೆ ಇದು ಇನ್ನೂ ಕಡಿಮೆ ಮಹತ್ವದ್ದಾಗಿರುತ್ತದೆ.

ಅತೀ ಕಡಿಮೆ ವಸ್ತುಗಳು ನಿಮ್ಮ ಸ್ವಾಧೀನದಲ್ಲಿ ಇದ್ದರೆ ನೀವು ಹೆಚ್ಚು ಸಂತೋಷವಾಗಿರುತ್ತೀರಿ ಎಂದು ಇದರ ಅರ್ಥವೆ?

ಇದನ್ನು ಹೌದು ಎಂದು ಹೇಳುವುದು ಸುಲಭವೇ ಸರಿ, ಆದರೆ 'ಅತೀ ಹೆಚ್ಚು ಹೊಂದಿರುವವನು ಶ್ರೀಮಂತನಲ್ಲ, ಅತೀ ಕಡಿಮೆ ಅಗತ್ಯತೆ ಇರುವವನೇ ನಿಜವಾದ ಶ್ರೀಮಂತ' ಎಂಬ ಮಾತು ನಮಗೆಲ್ಲಾ ಚಿರಪರಿಚಿತವಾಗಿದೆ. ಭೌತಿಕ ವಸ್ತುಗಳು ಶಾಶ್ವತ ಸುಖವನ್ನು ಕೊಡುತ್ತವೆ ಎಂಬ ಭಾವನೆ ನಿಜಕ್ಕೂ ಒಂದು ಗಂಭೀರವಾದ ದೋಷ, ಏಕೆಂದರೆ ಶಾಶ್ವತ

ಸುಖವು ಬರುವುದು ಕೇವಲ ನಿಮ್ಮೊಳಗಿನಿಂದ, ಬುದ್ಧಿಗೆ ನಿಲುಕಲಾಗದ ಮೂಲಗಳಿಂದ.

'ಕಡಿಮೆ ಇದ್ದರೆ ಹೆಚ್ಚು' ಎಂಬ ತತ್ವದ ದೃಷ್ಟಿಕೋನವನ್ನು ಮುಂದಿಟ್ಟುಕೊಂಡ ಇತ್ತೀಚಿನ ಕಾಲದ 'ಮಿನಿಮಲಿಸಮ್' ಇದನ್ನು ಒಪ್ಪಿಕೊಳ್ಳುತ್ತದೆ. ಕಪಾಟಿನ ತುಂಬಾ ತುಂಬಿಕೊಂಡು ಧೂಳು ಹಿಡಿಯುತ್ತಿರುವ ಉಡುಪುಗಳ ಬದಲಾಗಿ ನಮಗೆ ಹಿತಕರವಾಗಿರುವ, ನೂರಾರು ಬಾರಿ ಧರಿಸುವ ಮೂರು ಆರಾಮದಾಯಕ ಉಡುಪುಗಳನ್ನು ಹೊಂದಿರುವುದು ಉತ್ತಮವಾಗಿರುತ್ತದೆ. ನೂರಾರು ಪರಿಚಿತರ ಗದ್ದಲವನ್ನು ಹೊಂದಿರುವುದಕ್ಕಿಂತ ಒಬ್ಬ ಒಳ್ಳೆಯ ಗೆಳೆಯ ಇದ್ದರೆ ಉತ್ತಮ.

ಶಾಂತಿಯಿಂದ ಬದುಕಲು ಬೇಕಾದದ್ದು ಒಂದೊಮ್ಮೆ ನಿಮ್ಮ ಬಳಿ ಇದೆ ಎಂದಾದರೆ, ವಿಷಯಗಳನ್ನು ಏಕೆ ಗೊಂದಲಮಯವಾಗಿಸಿಕೊಳ್ಳಬೇಕು?

ಕನಿಷ್ಠವಾದಿಗಳು (ಮಿನಿಮಲಿಸ್ಟ್‌ಗಳು)

2015 ರಲ್ಲಿ ನೆಟ್ ಫ್ಲಿಕ್ಸ್ ವಾಹಿನಿಯು 'ದ ಮಿನಿಮಲಿಸ್ಟ್: ಲೆಸ್ ಈಸ್ ನೌ' ಎಂಬ ಒಂದು ಸಾಕ್ಷ್ಯಚಿತ್ರವನ್ನು ಬಿತ್ತರಿಸಿತು. ಇದರಲ್ಲಿ theminimalists.com ಎಂಬ ವೆಬ್‌ಸೈಟ್ ಅನ್ನು ಪ್ರಾರಂಭಿಸಿದ ರಯನ್ ನಿಕೊಡಿಮಸ್ ಮತ್ತು ಜೋಷುವಾ ಫೀಲ್ಡ್ಸ್ ಮಿಲ್‌ಬರ್ನ್ ಅವರು ಅಭಿನಯಿಸಿದ್ದರು.

ಬಾಲ್ಯದಿಂದಲೇ ಗೆಳೆಯರಾಗಿದ್ದ ಇವರಿಬ್ಬರೂ ಹಣ ಸಂಪಾದನೆಯ ಜ್ವರದ ಬಂಧನದಲ್ಲಿ ಸಿಲುಕಿದ್ದರು, ಆರು ಅಂಕಿಗಳ ಸಂಬಳ ಗಳಿಸಲು ಅವರು ಬೆಳಗ್ಗೆಯಿಂದ ಸಂಜೆಯವರೆಗೆ ದುಡಿಯುತ್ತಿದ್ದರು, ಅದು ಅವರಲ್ಲಿ ಅನಾರೋಗ್ಯಕರವಾದ ಒತ್ತಡ ಹಾಗೂ ಆತಂಕ ಮೂಡಿಸಿ, ಅಗತ್ಯವಿಲ್ಲದ ವಸ್ತುಗಳನ್ನು ಕೂಡಿಸಿಕೊಳ್ಳುವ ಚಟದತ್ತ ಕರೆದುಕೊಂಡು ಹೋಗಿತ್ತು. ನಿಕೊಡಿಮಸ್‌ಗೆ ತನ್ನ ಜೀವನವನ್ನು ವಸ್ತುಗಳಿಂದ ತುಂಬಿಕೊಂಡಿದ್ದೇನೆ ಎಂದು ಭಾಸವಾಯಿತು.

ಈ ರೀತಿಯ ಜೀವನಶೈಲಿಯಿಂದ ಫೀಲ್ಡ್ಸ್ ಮಿಲ್‌ಬರ್ನ್ ತನ್ನನ್ನು ಮೊದಲು ಬಿಡಿಸಿಕೊಂಡನು. ದಿನವಿಡೀ ಅವನನ್ನು ಕೊಲ್ಲುತ್ತಿದ್ದ ಕೆಲಸವನ್ನು ತೊರೆದಮೇಲೆ ಅವನು ತನ್ನ ಕುರುಡು ಬಳಕೆಯನ್ನು ಬಿಟ್ಟು ತನ್ನ ಸಂತೋಷವನ್ನು ಮತ್ತೆ ಪಡೆದುಕೊಳ್ಳಲು ಪ್ರಾರಂಭಿಸಿದನು. ತನ್ನ ಬೆನ್ನಿನ ಮೇಲಿದ್ದ ಕಲ್ಲುಗಳಿಂದ ತುಂಬಿದ ಹೊರೆಯನ್ನು ಇಳಿಸಿ ಮುಕ್ತಗೊಳಿಸಿಕೊಂಡ ತೀರ್ಥಯಾತ್ರಿಯಂತೆ ಹಗುರವಾಗಿ ಪ್ರಯಾಣಿಸಿದಂತೆ ಅವನಿಗೆ ಅನ್ನಿಸತೊಡಗಿತು. ನಿಕೊಡಿಮಸ್ ಕೂಡ ಬಹುಬೇಗ ಅದೇ ರೀತಿ ಮಾಡಿದ. ಇಬ್ಬರೂ ಸಣ್ಣ ಮನೆಗಳಿಗೆ ಬದಲಾಯಿಸಿಕೊಂಡರು ಮತ್ತು ತಮ್ಮ ಬಹಳಷ್ಟು ವಸ್ತುಗಳನ್ನು ಮಾರಿದರು.

ಪ್ರೀತಿಸುವುದು ನೋವು ನೀಡಿದಾಗ ಸಂಬಂಧಗಳಿಂದ ನಮ್ಮನ್ನು ನಾವು ಬೇರ್ಪಡಿಸಿಕೊಳ್ಳುವುದು

ಶಾಶ್ವತವಲ್ಲದೇ ಇರುವುದರಲ್ಲಿ ಶಾಶ್ವತತೆಯನ್ನು ಹುಡುಕುವುದು ಅವಶ್ಯವಾಗಿ ದುಃಖಕ್ಕೆ ಕಾರಣವಾಗುವುದಾದರೆ, ತಪ್ಪಾಗಿ ಅರ್ಥೈಸಿಕೊಳ್ಳುವ ವೈಯುಕ್ತಿಕ ಸಂಬಂಧಗಳು ಕೂಡ ಕಲ್ಲಿನಿಂದ ತುಂಬಿದ ಹೊರೆಯನ್ನು ಬೆನ್ನಿನ ಮೇಲೆ ಹೊತ್ತ ಭಾವನೆಯನ್ನು ಮೂಡಿಸುವುದರಲ್ಲಿ ಆಶ್ಚರ್ಯವೇನಿಲ್ಲ.

ಒಬ್ಬನು ಐವತ್ತು ಜನ ಸ್ನೇಹಿತರನ್ನು ಹೊಂದಿದ್ದರೆ, ಅವನಿಗೆ ಐವತ್ತು ಬಗೆಯ ತಲೆನೋವುಗಳು ಇರುತ್ತದೆ ಎಂದು ಹೇಳುತ್ತಾರೆ. ಶೇಖರಿಸಿ ಇಟ್ಟುಕೊಳ್ಳುವ ಒತ್ತಡ ಬರೀ ವಸ್ತುಗಳ ಪ್ರಪಂಚಕ್ಕಷ್ಟೇ ಸೀಮಿತವಾಗದೆ ಸಂಬಂಧಗಳಲ್ಲಿಯೂ ಕಾಣಿಸಿಕೊಳ್ಳಬಹುದು. ನಮ್ಮ ವಸ್ತುಗಳು ಹಳೆಯದಾಗಿ, ಮುರಿದುಹೋಗಿ ಅಥವಾ ಆಸಕ್ತಿದಾಯಕವಾಗಿ ಕಾಣುವುದು ಮುಗಿದುಹೋಗುವ ರೀತಿಯಲ್ಲಿಯೇ ಕಾಲ ಕಳೆದಂತೆ ಸಂಬಂಧಗಳಲ್ಲಿ ಕೂಡ ಏರುಪೇರಾಗಬಹುದು. ನಮ್ಮ ಮಧ್ಯೆ ಎಷ್ಟೋ ಸಾಮ್ಯತೆಯಿದ್ದ ಹಾಸ್ಯಮಯಿ ಸ್ನೇಹಿತ ಬದಲಾಗಿದ್ದಾನೆ — ಅದು ದ್ರೋಹದಂತೆ ಅನ್ನಿಸಬಹುದು — ಮತ್ತು ಈಗ ಅವನು ಚಿಟ್ಟು ಹಿಡಿಸುವವನಾಗಿದ್ದಾನೆ, ನಮಗಾಗಿ ಸಮಯವೇ ಇಲ್ಲ, ಭೇಟಿಯಾದಾಗಲೂ ಕೂಡ ಬರೀ ದೂರುವುದೇ ಕೆಲಸ. ಭೌತಿಕವಾಗಿ ಅಷ್ಟೊಂದು ಹಚ್ಚಿಕೊಂಡಿದ್ದ ವ್ಯಕ್ತಿ ಈಗ ನಮಗೆ ಬೇಸರ ಮೂಡಿಸುತ್ತಾನೆ, ನಾವು ಬೇರೆಯವರ ಕಡೆ ಕಣ್ಣು ಹಾಯಿಸಲು ಪ್ರಾರಂಭಿಸುತ್ತೇವೆ.

ಎಲ್ಲಾ ಸಂಬಂಧಗಳೂ ಕೆಡುತ್ತವೆ ಎಂದು ಇದರ ಅರ್ಥವಲ್ಲ. ಇದಕ್ಕೆ ವಿರುದ್ಧವಾಗಿ, ಪ್ರತೀ ವ್ಯಕ್ತಿಯೂ ಯಾವ ಕ್ಷಣದಲ್ಲಿ ಹೇಗಿರುತ್ತಾನೋ ಅದನ್ನು ಒಪ್ಪಿಕೊಂಡು ನಿರ್ಲಿಪ್ತತೆಯಿಂದ ಅವನನ್ನು ಪ್ರೀತಿಸಿದರೆ, ಜೀವನದ ಸಾಹಸವನ್ನು ನಾವು ಹಂಚಿಕೊಳ್ಳಬಹುದು.

ಬದಲಾವಣೆ ಎನ್ನುವುದು ಮಾತ್ರ ಶಾಶ್ವತವಾದದ್ದು ಎಂದು ಗ್ರೀಕ್ ತತ್ವಜ್ಞಾನಿಗಳಲ್ಲಿ ಒಬ್ಬನಾದ ಹೆರಾಕ್ಲೈಟಸ್ ಒತ್ತಿಹೇಳಿದ್ದರು. ಯಾರಾದರೂ ಯಾವಾಗಲೂ ಒಂದೇ ರೀತಿ ಇರಬೇಕು ಎಂದು ಭಾವಿಸುವುದು, ಅತಿರೇಕದ ಕಲ್ಪನೆಯಷ್ಟೇ ಅಲ್ಲದೆ ಜೀವನದ ಅಗತ್ಯವಾದ ಚಲನಶೀಲತೆಯನ್ನು ಕೂಡಾ ಅಪಾರ್ಥ ಮಾಡಿಕೊಂಡಂತೆ ಆಗುತ್ತದೆ.

ಇದಾರಾಚೆಗೆ, ನಿರೀಕ್ಷೆ ಎನ್ನುವುದು ಸಂಬಂಧಗಳಲ್ಲಿ ನೋವು ಉಂಟುಮಾಡುವ ಪ್ರಮುಖವಾದ ಕಾರಣವಾಗುತ್ತದೆ. ಬೇರೆಯವರು ಯಾವುದಾದರೊಂದು ರೀತಿಯಲ್ಲಿ ಪ್ರತಿಕ್ರಿಯೆ ನೀಡಬೇಕು ಅಥವಾ ನಮ್ಮ ಭಾವನೆಗಳಿಗೆ ಸ್ಪಂದಿಸಬೇಕು ಎಂದು ನಿರೀಕ್ಷಿಸಿದ ಕ್ಷಣದಿಂದಲೇ ನಾವು ನೋವಿನ ಬೀಜವನ್ನು ಮನಸ್ಸಿನಲ್ಲಿ ಬಿತ್ತುತ್ತೇವೆ.

ನಿಮ್ಮ ಸ್ನೇಹಿತನಿಗೆ ಒಂದು ಸಂದೇಶವನ್ನು ಕಳುಹಿಸುತ್ತೀರಿ, ನೀವು ನಿರೀಕ್ಷಿಸಿದಷ್ಟು ಬೇಗ ಅಥವಾ ನಿಮಗೆ ಬೇಕಾದ ರೀತಿ ಅವನು ಪ್ರತಿಕ್ರಿಯೆ ನೀಡದೇ ಹೋದರೆ ನೀವು ಹುಚ್ಚನಂತಾಗಿ, "ನಾನು ಅವನಾಗಿದ್ದಿದ್ದರೆ, ನಾನು ಹೀಗೆ ಮಾಡುತ್ತಿದ್ದೆ...." ಎಂಬಂತಹ ಮಾತುಗಳನ್ನು ಆಡುತ್ತೀರಿ.

ಪ್ರಣಯ ಸಂಬಂಧದಲ್ಲಿ ಯಾವಾಗಲೂ ಇನ್ನೊಬ್ಬ ವ್ಯಕ್ತಿಯು ಬದಲಾಗಿ ನಮ್ಮ ಅವಶ್ಯಕತೆಗೆ ಸರಿ ಹೊಂದಬೇಕು ಎನ್ನುವುದು, ಚರ್ಚೆ ಮತ್ತು ಟೀಕೆಗೆ ನಿರಂತರವಾದ ಮೂಲಕಾರಣವಾಗಿರುತ್ತದೆ.

ನಿರೀಕ್ಷೆ ದುಃಖಕ್ಕೆ ಮತ್ತೊಂದು ದಾರಿಯನ್ನು ಸೃಷ್ಟಿಸುತ್ತದೆ.

ನಮ್ಮ ಸಂಗಾತಿಗಳು ನಾವು ಬಯಸದ ರೀತಿಯಲ್ಲಿ ಬದಲಾದಾಗ ನಾವು ನೋವು ಅನುಭವಿಸುತ್ತೇವೆ.

ನಮ್ಮ ಸಂಗಾತಿಗಳು ನಾವು ಬಯಸುವ ರೀತಿಯಲ್ಲಿ ಬದಲಾಗದಿದ್ದರೆ ನಾವು ನೋವು ಅನುಭವಿಸುತ್ತೇವೆ.

ಎರಡೂ ಸಂದರ್ಭಗಳಲ್ಲಿ ನಿಮ್ಮ ದುಃಖಕ್ಕೆ ನೀವು ಬೇರೆಯವರ ಮೇಲೆ ಆರೋಪ ಹೊರಿಸುತ್ತೀರಿ, ಆದರೆ ಸಮಸ್ಯೆ ಇದ್ದದ್ದು ನಿಮ್ಮೊಳಗೇಯೇ, ಅದನ್ನೇ ನಂಟು ಅಥವಾ ಆಸಕ್ತಿ ಎಂದು ಕರೆಯುತ್ತಾರೆ.

ಜೆಸ್ಟಾಲ್ಟ್ ಥೆರಪಿಯ ಸಹಸಂಸ್ಥಾಪಕರಾಗಿದ್ದ ಫ್ರಿಟ್ಜ್ ಪೆರ್ಲ್ಸ್ ಅವರು ಈ ಯಾತನಾಮಯ ಬಲೆಯೊಳಗಿಂದ ಮುಕ್ತರಾಗಲು ನಮಗೆ ಒಂದು ಪ್ರಾರ್ಥನೆಯನ್ನು ಕೊಟ್ಟಿದ್ದಾರೆ. ಇದು ಈ ರೀತಿಯಾಗಿದೆ:

ನಾನು ನನ್ನದನ್ನು ಮಾಡುತ್ತೇನೆ ಮತ್ತು ನೀನು ನಿನ್ನದನ್ನು ಮಾಡು,
ನಿನ್ನ ನಿರೀಕ್ಷೆಯಂತೆ ಬದುಕುವುದಕ್ಕಾಗಿ ನಾನು ಈ ಜಗತ್ತಿಗೆ ಬಂದಿಲ್ಲ
ಮತ್ತು ನನ್ನ ನಿರೀಕ್ಷೆಯಂತೆ ಬದುಕಲು ನೀನು ಈ ಜಗತ್ತಿಗೆ ಬಂದಿಲ್ಲ
ನೀನು ನೀನೇ, ಮತ್ತು ನಾನು ನಾನೇ

ಆಕಸ್ಮಾತ್ ನಾವಿಬ್ಬರೂ ಭೇಟಿಯಾದರೆ ಅದು ಬಹಳ ಸುಂದರ, ಆಗದಿದ್ದರೆ ಏನೂ ಮಾಡಲು ಆಗುವುದಿಲ್ಲ.

ಜ್ಞಾನದಿಂದ ನಮ್ಮನ್ನು ದೂರ ಇರಿಸಿಕೊಳ್ಳುವುದು

ವಸ್ತುಗಳು ಮತ್ತು ಸಂಬಂಧಗಳಾಚೆಗೆ, ಇವುಗಳ ರೀತಿಯಲ್ಲಿಯೇ ನೋವು ಉಂಟುಮಾಡುವ ಮೂರನೇ ಬಗೆಯ ಒಂದು ನಂಟು ಇದೆ; ಎಲ್ಲರಿಗಿಂತ ಹೆಚ್ಚು ತಿಳಿದುಕೊಳ್ಳಬೇಕು ಅಥವಾ ಯಾವಾಗಲೂ ಸರಿಯಾಗಿರಬೇಕು ಎನ್ನುವ ಇಚ್ಛೆಯಿಂದ ಈ ಬಗೆಯ ನಂಟು ಮೂಡುತ್ತದೆ. ಜಗತ್ತಿನ ಬಗ್ಗೆ ಪೂರ್ವಾಗ್ರಹ ಕಲ್ಪನೆಗಳನ್ನು ಹೊಂದಿರುವುದು ಅಥವಾ ಇನ್ನೊಂದು ಬಗೆಯಲ್ಲಿ ಹೇಳುವುದಾದರೆ ನಮ್ಮ ಜ್ಞಾನದ ಅರಿವಿಗೆ ಗಟ್ಟಿಯಾಗಿ ಅಂಟಿಕೊಳ್ಳುವುದು– ಇದು ಇತರರೊಂದಿಗೆ ಉಂಟಾಗುವ ನಿರಂತರ ತಿಕ್ಕಾಟಕ್ಕೆ ಇನ್ನೊಂದು ಮೂಲವಾಗುತ್ತದೆ.

ಈ ಮೂರನೇ ರೀತಿಯ ನಂಟಿನಿಂದ ಚಿಗುರೊಡೆಯುವ ಬಹಳಷ್ಟು ಭಿನ್ನಾಭಿಪ್ರಾಯಗಳನ್ನು ನಮ್ಮ ದಿನನಿತ್ಯದ ಜೀವನದಲ್ಲಿ ನಾವು ನೋಡುತ್ತಿರುತ್ತೇವೆ. ಒಂದೆರಡು ಉದಾಹರಣೆಗಳು:

- ರಾಜಕೀಯ ಮತ್ತು ಧರ್ಮದ ಬಗ್ಗೆ ವಾದ ವಿವಾದಗಳಲ್ಲಿ, ತಮ್ಮದು ಕೇವಲ ಒಂದು ಅಭಿಪ್ರಾಯ ಮಾತ್ರ ಎಂದು ಮನವರಿಕೆ ಮಾಡಿಕೊಳ್ಳದೆ ಪ್ರತಿಯೊಬ್ಬ ವ್ಯಕ್ತಿಯೂ ತಮ್ಮ 'ಸತ್ಯ'ಕ್ಕಾಗಿ ಹೋರಾಡುವುದು.

- ವಿಷಯಗಳು ಹೀಗೆಯೇ ಇರಬೇಕು ಎನ್ನುವ ನಮ್ಮ ಪೂರ್ವನಿರ್ಧಾರಿತ ಕಲ್ಪನೆಗಳಿಗೆ ಸರಿ ಹೊಂದುವುದಿಲ್ಲ ಎನ್ನುವ ಕಾರಣಕ್ಕಾಗಿ ನಮ್ಮ ಸುತ್ತಮುತ್ತಲೂ ನಡೆಯುವ ವಿಷಯಗಳ ಬಗ್ಗೆ ಕೋಪ ತಾಳುವುದು.

ನಮ್ಮ ಯೋಚನೆಗಳು ಹೆಚ್ಚು ಬಿಗಿಯಾದಷ್ಟೂ ನಮ್ಮ ದುಃಖ ಹೆಚ್ಚಾಗುತ್ತದೆ, ಏಕೆಂದರೆ, ಹೇಗಿರಬೇಕು ಎಂದು ನಾವು ಯೋಚಿಸುತ್ತೇವೆಯೋ, ಅದಕ್ಕೆ ವಾಸ್ತವತೆಯು ಹೊಂದಿಕೆಯಾಗುವುದಿಲ್ಲ, ಹಾಗಾಗಿ ಪ್ರತೀ ಬಾರಿಯೂ ನಮ್ಮ ದುಃಖ ಹೆಚ್ಚಾಗುತ್ತಾ ಹೋಗುತ್ತದೆ.

ನಮ್ಮ ಅಚಲ ಮನೋಭಾವವನ್ನು ತ್ಯಜಿಸಿ, ನನ್ನದೇ ಸರಿ ಎನ್ನುವುದರ ಬದಲಿಗೆ ಶಾಂತಿಯಿಂದ ಜೀವಿಸುವುದು ಉತ್ತಮ ಎಂದು ಭಾವಿಸುವುದು ಪ್ರಶಾಂತ ಜೀವನಕ್ಕೆ ನಮ್ಮನ್ನು ಮತ್ತಷ್ಟು ಹತ್ತಿರವಾಗಿಸುವ ಮೂರನೇ ಬಗೆಯ ನಿರ್ಲಿಪ್ತತೆಯಾಗಿದೆ.

ದಾಟುವುದು, ಅಂಟಿಕೊಳ್ಳುವುದಲ್ಲ

"ಭಿಕ್ಷುಗಳೇ, ನಾನು ನಿಮಗೆ ಕಲಿಸುವ ಕಲಿಕೆಯ ಉಪಮೆಯಾಗಿ ತೆಪ್ಪದ ಉದಾಹರಣೆ ತೆಗೆದುಕೊಳ್ಳುತ್ತೇನೆ: ತೆಪ್ಪವು ಒಂದು ದಡದಿಂದ ಇನ್ನೊಂದು ದಡಕ್ಕೆ ನದಿಯನ್ನು ದಾಟಲು ಉಪಯೋಗಿಸಬೇಕೇ ಹೊರತು ಅದಕ್ಕೆ ಅಂಟಿಕೊಳ್ಳಬಾರದು. ನಿಮ್ಮ ಮನಸ್ಸನ್ನು ಚೆನ್ನಾಗಿ ಬಳಸಿಕೊಳ್ಳಿ, ನಾನು ಮಾತನಾಡುತ್ತೇನೆ, ಕೇಳಿರಿ."

"ಆಗಲಿ ಸ್ವಾಮಿ" ಎಂದು ಅವರು ಉತ್ತರಿಸಿದರು. ಬುದ್ಧನು ಮುಂದುವರೆಸುತ್ತಾ ಹೀಗೆ ಹೇಳಿದನು:

ಓರ್ವ ವ್ಯಕ್ತಿ ಪ್ರಯಾಣಿಸುತ್ತಿದ್ದಾರೆ ಎಂದು ಭಾವಿಸೋಣ. ಅವರು ನದಿಯಲ್ಲಿ ಒಂದು ದೊಡ್ಡ ಪ್ರವಾಹವನ್ನು ನೋಡುತ್ತಾರೆ, ಅವರಿಗೆ ಸಮೀಪದಲ್ಲಿರುವ ದಂಡೆ ಸಂಶಯಾಸ್ಪದವಾಗಿದ್ದು, ಅಪಾಯಗಳಿಂದ ಕೂಡಿರುತ್ತದೆ, ಆದರೆ ದೂರದಲ್ಲಿರುವ ದಂಡೆ ಸುರಕ್ಷಿತವಾಗಿದ್ದು ಅಪಾಯರಹಿತ ಆಶ್ರಯಸ್ಥಾನವಾಗಿದೆ. ಆದರೆ ನದಿ ದಾಟಲು ಅಲ್ಲಿ ಹಾಯಿದೋಣಿ ಅಥವಾ ಸೇತುವೆ ಇಲ್ಲ. 'ನಾನೇಕೆ ಹುಲ್ಲು, ಕೋಲುಗಳು, ಮರದ ರೆಂಬೆಗಳು ಮತ್ತು ಎಲೆಗಳನ್ನು ಬಳಸಿಕೊಂಡು ಒಂದು ತೆಪ್ಪವನ್ನು ತಯಾರು ಮಾಡಬಾರದು? ತೆಪ್ಪದಲ್ಲಿ ತೇಲುತ್ತಾ, ನನ್ನ ಕೈ ಕಾಲುಗಳಿಂದ ಹುಟ್ಟು ಹಾಕುತ್ತಾ, ಸುರಕ್ಷಿತವಾಗಿ ನಾನು ದೂರದ ತೀರವನ್ನು ತಲುಪಬಹುದು' ಎಂದು ಯೋಚಿಸಿ, ಹಾಗೆಯೇ ಮಾಡುತ್ತಾರೆ. ಅವರು ಪ್ರವಾಹವನ್ನು ದಾಟಿ ದೂರದ ತೀರವನ್ನು ತಲುಪಿದ ನಂತರ 'ಈ ತೆಪ್ಪ ನನಗೆ ಬಹಳ ಅನುಕೂಲಕರವಾಗಿತ್ತು. ತೆಪ್ಪದ ಮೇಲೆ ಸವಾರಿ ಮಾಡುತ್ತಾ ನನ್ನ ಕೈ ಕಾಲುಗಳಿಂದ ಹುಟ್ಟುಹಾಕುತ್ತಾ ನಾನು ಸುರಕ್ಷಿತವಾಗಿ ದೂರದ ತೀರವನ್ನು ತಲುಪಿದ್ದೇನೆ. ಇದನ್ನು ಏಕೆ ನನ್ನ ತಲೆಯ ಮೇಲೆ ಅಥವಾ ಭುಜದ ಮೇಲೆ ಇಟ್ಟುಕೊಂಡು ನಾನು ಮುಂದೆ ಹೋಗಬಾರದು?' ಎಂದು ಅವರು ಯೋಚಿಸುತ್ತಾರೆ. ನಿಮಗೇನನ್ನಿಸುತ್ತದೆ ಭಿಕ್ಷುಗಳೇ? ನಾವೆಯ ವಿಷಯದಲ್ಲಿ ಆ ವ್ಯಕ್ತಿ ಏನು ಮಾಡಬೇಕಿತ್ತೋ ಅದನ್ನು ಮಾಡುತ್ತಿದ್ದಾರೆಯೇ?"

"ಇಲ್ಲ ಸ್ವಾಮಿ"

"ಭಿಕ್ಷುಗಳೇ, ಆ ವ್ಯಕ್ತಿ ತೆಪ್ಪದ ವಿಷಯದಲ್ಲಿ ಏನು ಮಾಡಬೇಕು? ನದಿ ದಾಟಿದ ಮೇಲೆ 'ಆ ತೆಪ್ಪ ನನಗೆ ತುಂಬಾ ಸಹಾಯಕವಾಗಿತ್ತು. ಇದನ್ನು ಇಲ್ಲೇ ದಡದಲ್ಲಿ ನಿಲ್ಲಿಸಲೇ ಅಥವಾ ನೀರಿನಲ್ಲೇ ಕೊಚ್ಚಿಕೊಂಡು ಹೋಗಲು ಬಿಟ್ಟು ನನ್ನ ದಾರಿಯಲ್ಲಿ ನಾನು ಹೋಗಲೇ?' ಎಂದು ಅವರು ಯೋಚಿಸಬೇಕು. ಆ ವ್ಯಕ್ತಿಯು ತೆಪ್ಪದ ವಿಷಯದಲ್ಲಿ ಹೀಗೆ ನಡೆದುಕೊಳ್ಳಬೇಕು.

ಅದೇ ರೀತಿ, ತೆಪ್ಪದ ಉಪಮೆಯಿಂದ ನಾನು ಹೇಳಬಯಸುವುದೇನೆಂದರೆ 'ಉಪದೇಶಗಳಿರುವುದು ದಾಟಿಕೊಂಡು ಹೋಗಿ ದಡ ಸೇರಲಿಕ್ಕಾಗಿ, ಅವುಗಳಿಗೆ ಅಂಟಿಕೊಂಡಿರುವುದಕ್ಕಲ್ಲ'. ತೆಪ್ಪದ ಉಪಮೆಯನ್ನು ಅರ್ಥ ಮಾಡಿಕೊಂಡು ನೀವು ಉಪದೇಶಗಳಿಗೆ ವಿರುದ್ಧವಾದುದನ್ನು ಮಾತ್ರವಲ್ಲ, ಉಪದೇಶಗಳನ್ನೂ ಸಹ ತ್ಯಜಿಸುತ್ತೀರಿ"

(ಧಮ್ಮ ಎಂಬ ಪದವು ಬಹುವಚನವಾಗಿದ್ದು "ಒಂಬತ್ತು ವರ್ಗಗಳ ಆ ಧರ್ಮೋಪದೇಶಗಳು[ತೇಸಂ ಧಮ್ಮಾನಂ]" ಎಂದು ಅರ್ಥ ನೀಡುತ್ತದೆ. ಅದಕ್ಕೆ ಅನುಗುಣವಾಗಿ ಈ ಉಪಮೆಯನ್ನು MN 38:14.1 ರ ರಚನೆಯ ಪ್ರಕಾರ ಇದನ್ನು ನೋಡಿದಾಗ 'ದೃಷ್ಟಿಕೋನಗಳು' ಎಂಬ ಅರ್ಥವನ್ನು ಸೂಚಿಸುತ್ತದೆ. 'ಧಮ್ಮ' ಮತ್ತು 'ಅಧಮ್ಮ' ಎಂಬ ಜೋಡಿ ಪದಗಳು ಸಾಮಾನ್ಯವಾಗಿ 'ಉಪದೇಶ' ಮತ್ತು 'ಉಪದೇಶಕ್ಕೆ ವಿರೋಧವಾದದ್ದು' ಎಂಬ ಅರ್ಥಗಳನ್ನು ಹೊಂದಿವೆ [ಉದಾ: AN 2.104]. ಈ ಸಂದರ್ಭದಲ್ಲಿ 'ಅಧಮ್ಮ' ಎಂಬ ನಕಾರಾತ್ಮಕ ಪದವು ಕೇವಲ 'ಉಪದೇಶವಲ್ಲ' ಎನ್ನುವುದಕ್ಕಿಂತ ಹೆಚ್ಚಾಗಿ ಜಗತ್ತು ಇರುವ ರೀತಿಗೆ ಅಸಹಜವಾದದ್ದು ಎಂಬ ಬಲವಾದ ಅರ್ಥವನ್ನು ಸೂಚಿಸುತ್ತದೆ.)

— ಬುದ್ಧ, ಮಜ್ಝಿಮ ನಿಕಾಯ*

ಅಹಂನಿಂದ (ಅಹಂಕಾರದಿಂದ) ನಮ್ಮನ್ನು ಬಿಡುಗಡೆಗೊಳಿಸಿಕೊಳ್ಳುವುದು

ನಮ್ಮ ಅಹಂಕಾರ ನಾವು ರಕ್ಷಿಸಿಕೊಳ್ಳಬೇಕಾದಂತಹ ಕೋಟೆಯಂತೆ ಇರುತ್ತದೆ. ಅದು ಚಿಕ್ಕದಾಗಿದ್ದಷ್ಟೂ ಅದರ ಮೇಲೆ ದಾಳಿ ಉಂಟಾಗಬಹುದಾದ ಜಾಗಗಳು ಕಡಿಮೆ ಇರುತ್ತವೆ. ಅದು ವ್ಯಾಪಕವಾಗಿ, ಹಿಡಿತಕ್ಕೆ ಸಿಗದಂತೆ ಇದ್ದರೆ ರಕ್ಷಣೆ ನೀಡಲು ಅದರ ಪ್ರತಿಯೊಂದು ದ್ವಾರದಲ್ಲೂ ನಾವು ಬಲವಂತವಾಗಿ ನಿಲ್ಲಬೇಕಾಗುತ್ತದೆ, ಅದು ತುಂಬಾ ಪ್ರಯಾಸಕರವಾಗಿರುತ್ತದೆ.

ಬೇರೆಯವರ ಗಮನವನ್ನು ಸೆಳೆದು ಪ್ರತ್ಯೇಕವಾಗಿ ನಿಲ್ಲುವಂತಹ ವ್ಯಕ್ತಿಯಾಗಬೇಕೆಂಬ ಇಚ್ಛೆಯು, ನೋವು ಮತ್ತು ಬಳಲಿಕೆಗೆ ಕಾರಣವಾಗುವ ನಾಲ್ಕನೇ ರೀತಿಯ ನಂಟಾಗಿದೆ. ಇತರರೂ

---

*ಭಿಕ್ಕು ಸುಜಾತೊ (ಆಸ್ಟ್ರೇಲಿಯಾ ಸುಟ್ಟಾ ಕೇಂದ್ರ, 2018) ಅವರ ಮಧ್ಯಭಾಗದ ಪ್ರವಚನಗಳಿಂದ.

ಕೂಡ ತಮ್ಮದೇ ಆದ ಅಹಂಕಾರ ಇಟ್ಟುಕೊಂಡು ತಮ್ಮ ಕೋಟೆಗಳನ್ನು ರಕ್ಷಿಸಿಕೊಳ್ಳುತ್ತಿರುವುದ-ರಿಂದ, ಬೇರೆಯವರು ನಮ್ಮನ್ನು ನಿಕೃಷ್ಟವಾಗಿ ಕಂಡಂತಹ, ನಮ್ಮ ಮೇಲೆ ಆಕ್ರಮಣ ಮಾಡಿದ ಅಥವಾ ಅವಮಾನಕ್ಕೊಳಪಡಿಸಿದ ಸಂದರ್ಭಗಳು ಕಡಿಮೆ ಏನೂ ಇರುವುದಿಲ್ಲ.

ನೋವು ಮತ್ತು ಅಪಾರ್ಥಗಳಿಗೆ ಮೂಲ ಕಾರಣವೇನೆಂದರೆ ನಾನು ಜಗತ್ತಿನಿಂದ ಬೇರ್ಪಟ್ಟಿರುವ ಪ್ರತ್ಯೇಕ ಅಸ್ತಿತ್ವ ಎನ್ನುವ ಭ್ರಮೆ. ಆದರೆ ನಾವೆಲ್ಲರೂ ಅರ್ಥಮಾಡಿಕೊಳ್ಳಬೇಕಾದುದು ಏನೆಂದರೆ ನಮಗೆಲ್ಲರಿಗೂ ಒಂದೇ ರೀತಿಯ ಮೂಲಭೂತ ಅಗತ್ಯಗಳಿರುತ್ತವೆ, ಅವೆಂದರೆ -ನಮಗೆಲ್ಲರಿಗೂ ಆಹಾರ ಮತ್ತು ಆಶ್ರಯ ಬೇಕು, ಇತರರಿಂದ ಪ್ರೀತಿ ಮತ್ತು ಗೌರವ ಬೇಕು ಹಾಗೂ ಜಗತ್ತಿನಲ್ಲಿ ನಮ್ಮ ಇರುವಿಕೆಗೆ ಒಂದು ಅರ್ಥವಿದೆ ಎಂದು ಭಾವನೆ ಬೇಕು.

ಆತ್ಮಜ್ಞಾನಕ್ಕೆ ಸಂಬಂಧಿಸಿದ ಅಧ್ಯಾಯದಲ್ಲಿ ನಾವು ಪರಿಚಯ ಮಾಡಿಕೊಂಡ ರಮಣ ಮಹರ್ಷಿಯನ್ನು ಒಬ್ಬ ಯಾತ್ರಿಕನು ಭೇಟಿಯಾದ ಪ್ರಖ್ಯಾತ ಘಟನೆಯೊಂದಿದೆ. ಆ ಯಾತ್ರಿಕನು ಅವರ ಬಳಿ ಬಂದು "ಇತರರೊಂದಿಗೆ ನಾವು ಹೇಗೆ ವರ್ತಿಸಬೇಕು?" ಎಂದು ಕೇಳಿದನು.

ಮಹರ್ಷಿಯು "ಇತರರು ಅಸ್ತಿತ್ವದಲ್ಲಿಲ್ಲ" ಎಂದು ಉತ್ತರಿಸಿದರು.

ವಾಸ್ತವವಾಗಿ ನಾವೆಲ್ಲರೂ ಒಂದೇ ಎನ್ನುವುದು ಅವರ ಈ ಹೇಳಿಕೆಯ ಅರ್ಥ. ಈ ವಿಷಯವನ್ನು ಮುಂದಿನ ಅಧ್ಯಾಯದಲ್ಲಿ ಇನ್ನೂ ಹೆಚ್ಚು ಆಳವಾಗಿ ಅನ್ವೇಷಿಸೋಣ.

ಅದ್ವೈತ

ಏಕತ್ವ

'ಅದ್ವೈತ' ಎಂಬ ಪದವನ್ನು ಸಾಮಾನ್ಯವಾಗಿ 'ಬೇಧವಿಲ್ಲದ್ದು' ಎಂದು ಅನುವಾದಿಸಲಾಗುತ್ತದೆ. ನಾನು ಅರ್ಥಾತ್ ಆತ್ಮ ಮತ್ತು ಬ್ರಹ್ಮ ಅರ್ಥಾತ್ ಪರಮಾತ್ಮ ಇವೆರಡೂ ಒಂದೇ, ಅವುಗಳ ನಡುವೆ ಯಾವುದೇ ಬೇಧವಿಲ್ಲ ಎಂದು ಇದರ ಅರ್ಥ. ಹಿಂದೂ ಧರ್ಮದ ಈ ಶಾಖೆಯು 'ದಿ ಮ್ಯಾಟ್ರಿಕ್ಸ್' ಚಲನಚಿತ್ರದಂತೆ, ಪ್ರಜ್ಞಾವಸ್ಥೆಯ ಮೂರು ಸ್ಥಿತಿಗಳಾದ ಜಾಗೃತವಸ್ಥೆ (wakefulness), ಸ್ವಪ್ನಾವಸ್ಥೆ (dreaming) ಮತ್ತು ಗಾಢ ನಿದ್ರಾವಸ್ಥೆ (deep sleep) ಇವುಗಳ ವಿಶ್ಲೇಷಣೆಯ ಮೂಲಕ ಸತ್ಯತೆಯ ಮೂಲ ತತ್ವವನ್ನೇ ಪ್ರಶ್ನಿಸುತ್ತದೆ.

ನಾವು ಕನಸು ಕಾಣುವಾಗ ಭ್ರಮಾತ್ಮಕ ಜಗತ್ತಿಗೆ ಪ್ರವೇಶಿಸುವಂತೆ, ಎಚ್ಚರದಲ್ಲಿದ್ದಾಗ ನಾವು ಅನುಭವಿಸುವುದು ಒಂದು ಕನಸಲ್ಲ ಎನ್ನುವುದು ನಮಗೆ ಹೇಗೆ ಗೊತ್ತಾಗುತ್ತದೆ?

ಮಾಯೆಯ ಮುಸುಕಿನಿಂದ ಮೋಕ್ಷದ ಕಡೆಗೆ

ಅದ್ವೈತದ ಈ ವಿಷಯವನ್ನು ದೃಷ್ಟಿಯಲ್ಲಿ ಇಟ್ಟುಕೊಂಡೇ ಬೀಟಲ್ಸ್ ಬ್ಯಾಂಡ್ ನವರು 'ಸ್ಟ್ರಾಬೆರ್ರಿ ಫೀಲ್ಡ್ಸ್ ಫೋರೆವರ್' ಹಾಡಿನಲ್ಲಿ 'ನಥಿಂಗ್ ಈಸ್ ರಿಯಲ್' ಎಂದು ಹಾಡಿದ್ದರು. ಎರಡು ಸಾವಿರ ವರ್ಷಗಳ ಹಿಂದೆಯೇ ಪ್ಲಾಟೋ ಅವರು ತಮ್ಮ 'ಗುಹೆಯ ಸಿದ್ಧಾಂತ'ದಲ್ಲಿ 'ನಾವು ಕಾಣುವುದೆಲ್ಲವೂ ವಾಸ್ತವಿಕ ಸತ್ಯದ ಕೇವಲ ನೆರಳುಗಳಷ್ಟೇ' ಎಂದು ಪ್ರತಿಪಾದಿಸಿದ್ದರು.

ಈ ದೃಷ್ಟಿಕೋನದಿಂದ ನೋಡಿದಾಗ ವಸ್ತು ವಿಷಯಗಳು, ಜನರು ಮತ್ತು ಇಡೀ ಬ್ರಹ್ಮಾಂಡ, ಎಲ್ಲವೂ ನಮ್ಮಿಂದ ಬೇರೆಯವು ಎಂದು ಪರಿಗಣಿಸಿದರೆ ಅವೆಲ್ಲಾ ಬರಿಯ ಭ್ರಮೆಯಾಗುತ್ತವೆ. 'ಪರಿಪೂರ್ಣತೆ' ಒಂದೇ ಅಸ್ತಿತ್ವದಲ್ಲಿ ಇರುವುದು, ನಾವೆಲ್ಲಾ ಅದರ ಅಂಶವಾಗಿದ್ದೇವೆ. ಈ ದೃಷ್ಟಿಯಲ್ಲಿ ನೋಡಿದರೆ ಅಹಂಕಾರವು ಅರ್ಥ ಕಳೆದುಕೊಳ್ಳುತ್ತದೆ.

ಮಾಯೆ ಎನ್ನುವುದು, ಭ್ರಮೆ ಎಂದು ಅರ್ಥೈಸುವ ಸಂಸ್ಕೃತ ಪದವಾಗಿದ್ದು, ಅವಿದ್ಯೆಯಲ್ಲಿ ಅಂದರೆ 'ಅಜ್ಞಾನ' ಅಥವಾ 'ತಪ್ಪು ಜ್ಞಾನ' ದಲ್ಲಿ ನೆಲೆಯೂರಿರುವ ಮಾನವನ ಬುದ್ಧಿಶಕ್ತಿಯ ಕಲ್ಪನೆಯಿಂದ ಸೃಷ್ಟಿಯಾದ ಭ್ರಾಂತಿಯನ್ನು ವರ್ಣಿಸಲು ಮಾಯೆ ಎಂಬ ಪದವನ್ನು ಬಳಸುತ್ತಾರೆ. ಮಾಯೆ ಮತ್ತು ಅವಿದ್ಯೆಯ ಅಧೀನದಲ್ಲಿ, ಮನುಷ್ಯ ಬುದ್ಧಿಯು

ಪರಿಪೂರ್ಣತೆಯಿಂದ ಬೇರ್ಪಟ್ಟು ತನ್ನ ಆತ್ಮ ಮತ್ತು ದೇಹದ ಜೊತೆ ಗುರುತಿಸಲ್ಪಡುತ್ತದೆ. ಈ ಕಾರಣಕ್ಕಾಗಿ ವಾಸ್ತವತೆಯು ದ್ವೈತ ಭಾವದಂತೆ, ದೇವರಿಂದ ಪ್ರತ್ಯೇಕವಾದದ್ದು ಎಂಬಂತೆ ಕಾಣಿಸುತ್ತದೆ.

ಮನುಷ್ಯನು ಆತ್ಮಸಾಕ್ಷಾತ್ಕಾರದ ಮುಖಾಂತರ, ಅಜ್ಞಾನದಿಂದ ತನ್ನನ್ನು ಮುಕ್ತಗೊಳಿಸಿಕೊಂಡ ಮೇಲೆ, ಮೋಕ್ಷದ ಸ್ಥಿತಿಯಲ್ಲಿ ಜೀವಿಸುತ್ತಾನೆ- ಮೋಕ್ಷವೆಂದರೆ ಆಸೆ ಆಕಾಂಕ್ಷೆಗಳಿಂದ ಬಿಡುಗಡೆ ಹೊಂದಿದ ಮೇಲೆ ಸಿಗುವ ಸ್ವಾತಂತ್ರ್ಯ.

ಈ ರೀತಿಯಾಗಿ ಮನುಷ್ಯರು ತಾನು 'ಇವನು ಅಥವಾ ಆವನು ಅಲ್ಲ', ಬದಲಾಗಿ ತಾನೇ ಶುದ್ಧ ಅಸ್ತಿತ್ವ, ಶುದ್ಧ ಪ್ರಜ್ಞೆ, ಶುದ್ಧ ಪ್ರೀತಿ ಎಂದು ತಿಳಿದುಕೊಳ್ಳುತ್ತಾರೆ. ದ್ವೈತದಿಂದ ಅನುಭವಿಸುವ ತೊಳಲಾಟವನ್ನು ತ್ಯಜಿಸಿ ಅವರು ಮಿತಿಯಿಲ್ಲದ ಸ್ವಾತಂತ್ರ್ಯವನ್ನು ಪಡೆದುಕೊಳ್ಳುತ್ತಾರೆ. ಅನುಭವಿಸುವುದಕ್ಕೂ ಮತ್ತು ಪ್ರತ್ಯೇಕಿಸುವುದಕ್ಕೂ ಅಲ್ಲಿ ಅಹಂಕಾರ ಎನ್ನುವುದು ಇರುವುದೇ ಇಲ್ಲ.

ಆಗ ಅವರು ಎಚ್ಚರಗೊಳ್ಳುತ್ತಾರೆ.

ಚಿಂತನೆ, ಧಾರ್ಮಿಕ ಅಭ್ಯಾಸ ಅಥವಾ ಧ್ಯಾನದ ಅಭ್ಯಾಸ ಹಾಗೂ ಪ್ರಕೃತಿಯ ಜೊತೆಗಿನ ಸಾಂಗತ್ಯ ಇವುಗಳಿಂದ ಅದ್ವೈತವನ್ನು ತಲುಪಬಹುದು.

ಈ ಅಭ್ಯಾಸಗಳು ನಾವು ನಮಗಿಂತ ಆಗಾಧವಾದ ಯಾವುದೋ ಒಂದರ ಭಾಗ ಎನ್ನುವ ಭಾವನೆಯನ್ನು ಅನುಭವಿಸಲು ಅನುವು ಮಾಡಿಕೊಡುತ್ತವೆ. ನಾವು ರಾತ್ರಿಯಲ್ಲಿ ಆಕಾಶವನ್ನು ರೆಪ್ಪೆ ಮಿಟುಕಿಸದೆ ನೋಡುವಾಗ, ದಟ್ಟವಾದ ಕಾಡಿನಲ್ಲಿ ನಡೆದು ಹೋಗುವಾಗ, ಒಂದು ಕಲಾಕೃತಿಯನ್ನು ನೋಡಿ ಮಾರುಹೋದಾಗ, ನಮಗೆ ನೋಡುಗರ ಮತ್ತು ನೋಡಿಸಿಕೊಳ್ಳುವುದರ ಮಧ್ಯೆ ಇರುವ ಗೆರೆ ಕಾಣಿಸದ, ನಾವು ಬಹುತೇಕ ಸಂಪೂರ್ಣ ಅನುಭವದೊಂದಿಗೆ ಬೆಸೆದುಹೋಗಿರುವ ಭಾವನೆ ಮೂಡುತ್ತದೆ.

ಇವು ಏಕತ್ವ ಅಥವಾ ಅದ್ವೈತದ ಕ್ಷಣಗಳು, ಇಲ್ಲಿ ನಮ್ಮನ್ನು ನಾವು ಪರಿಪೂರ್ಣತೆಯಿಂದ ಪ್ರತ್ಯೇಕವಾಗಿ ನೋಡುವುದನ್ನು ನಿಲ್ಲಿಸಿ ಅದರ ಸಮಗ್ರತೆಯ ಭಾಗವಾಗುತ್ತೇವೆ.

ಅದ್ವೈತ ಮತ್ತು ಹರಿವು

ಅದ್ವೈತಕ್ಕೆ ಭೌತಿಕ ವಸ್ತುಗಳು, ಜನರು ಮತ್ತು ಕಾಲ ಇವುಗಳು ಭ್ರಮೆಯಾಗಿವೆ. ಕಾಲವೆನ್ನುವುದು ಗೊಂದಲದಲ್ಲಿ ಕಳೆದುಹೋಗದೇ ಇರುವುದಕ್ಕೆ ಮಾನವನ ವಿಧಾನವಾಗಿದೆಯೇ ವಿನಃ ಎಲ್ಲಾ ಸಾಧ್ಯತೆಗಳೂ ಏಕಕಾಲದಲ್ಲಿ ಜೊತೆಯಾಗಿರುತ್ತವೆ.

ನಾವು ಜೀವನದ ಜೊತೆ ಬೆರೆತು ಹೋದಾಗ ಹೇಗಿದ್ದರೂ ಕಾಲ ಎನ್ನುವುದು ಮುಖ್ಯವಾಗುವುದಿಲ್ಲ. ಮಿಹಾಯ್ ಚಿಕ್ಸೆಂಟ್‌ಮಿಹಾಯಿ ಅವರು ತಮ್ಮ 'ದಿ ಎಕ್ಸ್ಪೀರಿಯನ್ಸ್ ಆಫ್ ಫ್ಲೋ' ಪುಸ್ತಕದಲ್ಲಿ ವಿವರಿಸಿರುವಂತೆ, ನಾವು ನಮ್ಮ ಅಹಂಕಾರ ಮತ್ತು ಅದರ ಮಾನಸಿಕ ಗದ್ದಲದಿಂದ, ಸಮಯದಿಂದ ನಮ್ಮನ್ನು ಬೇರ್ಪಡಿಸಿಕೊಳ್ಳುವುದಕ್ಕೆ ಹರಿವಿನ ಅನುಭವವು ಅವಕಾಶ ನೀಡುತ್ತದೆ. ಕರ್ತೃ (ಮಾಡುವವನು) ತಾನು ಮಾಡುವ ಕೆಲಸದಲ್ಲಿ ಒಂದಾಗುತ್ತಾನೆ. ಈ ರೀತಿಯಾಗಿ ನಾವು ದ್ವೈತ ಮನೋಭಾವನೆಯನ್ನು ಮೀರಿ ನಿಂತಾಗ ಒಂದು ಘಂಟೆಯು ಒಂದು ಕ್ಷಣದಂತೆ ಭಾಸವಾಗುತ್ತದೆ.

ದ್ವೈತವನ್ನು ನಿವಾರಿಸುವುದರ ಜೊತೆಗೆ ನಮ್ಮನ್ನು ಶ್ರೇಷ್ಠತೆ ಮತ್ತು ಆನಂದದ ಕಡೆಗೆ ಸೆಳೆದೊಯ್ಯುವ ಈ ಅಮೂಲ್ಯ ಹರಿವಿನ ಭಾವನೆಯನ್ನು ಪಡೆದುಕೊಳ್ಳಲು ಕೆಲವು ಸಲಹೆಗಳು ಇಲ್ಲಿವೆ:

1. ನಿಮ್ಮ ಆಸಕ್ತಿ ಮತ್ತು ಪಂಚೇಂದ್ರಿಯಗಳನ್ನೂ ಒಗ್ಗೂಡಿಸಿ ಒಂದು ಸಮಯದಲ್ಲಿ ಒಂದೇ ಕೆಲಸವನ್ನು ಮಾಡಿ. ಹಲವಾರು ಕೆಲಸಗಳನ್ನು ಒಟ್ಟಿಗೆ ಮಾಡುವುದು ಹರಿವಿಗೆ ಕಡು ಶತ್ರುವಾಗಿದೆ.

2. ಸಂಪೂರ್ಣ ಗಮನ ಹರಿಸಿ. ಪುಸ್ತಕ ಓದುವಂತಹ ಸಾಮಾನ್ಯ ವಿಷಯದ ಮೂಲಕ ಇದನ್ನು ಅಭ್ಯಾಸ ಮಾಡಿಕೊಳ್ಳಬಹುದು. ಪ್ರತೀ ಬಾರಿ ನಿಮ್ಮ ಓದಿನ ಪ್ರಕ್ರಿಯೆಗೆ ಏನಾದರೊಂದು ಅಡ್ಡಿ ಉಂಟಾದರೆ ಶಿಸ್ತಿನಿಂದ ಅದೇ ಪ್ರಕ್ರಿಯೆಗೆ ಹಿಂತಿರುಗಿ.

3. ಹರಿವಿನ ಅನುಭವಕ್ಕಾಗಿ ಅಂತರ್ಜಾಲ ಸಂಪರ್ಕ ಹೊಂದಿರುವ ಮೊಬೈಲ್ ಫೋನ್ ಅಥವಾ ಬೇರೆ ಯಾವುದಾದರೂ ಸಾಧನಗಳು; ಭೂತ ಹಾಗೂ ಭವಿಷ್ಯ ಕಾಲಕ್ಕೆ ನಮ್ಮನ್ನು ಸೆಳೆದೊಯ್ಯುವ ಯೋಚನೆಗಳು; ಇಂತಹ ಅಡೆತಡೆಗಳನ್ನು ತೆಗೆದುಹಾಕಿ. ಇವೆಲ್ಲವೂ ಹರಿವಿಗೆ ಅಡ್ಡಿಪಡಿಸುತ್ತವೆ. ಏನಾದರೂ ವಿಷಯ ನಿಮಗೆ ತೊಂದರೆ ಕೊಟ್ಟರೆ ಅಥವಾ ಗೊಂದಲ ಉಂಟುಮಾಡಿದರೆ ಅದನ್ನು ಎಲ್ಲಿಯಾದರೂ ಬರೆದಿಟ್ಟುಕೊಂಡು ಅದರಿಂದ ಬಿಡುಗಡೆ ಹೊಂದಿ ನಿಮ್ಮನ್ನು ನಿಮ್ಮ ಆ ಅನುಭವಕ್ಕೆ ಒಪ್ಪಿಸಿಕೊಳ್ಳಿ.

4. ಮಿಹಾಯ್ ಚಿಕ್ಸೆಂಟ್‌ಮಿಹಾಯಿ ಅವರ ಪ್ರಕಾರ, ನೀವು ಏನು ಮಾಡುತ್ತಿದ್ದೀರೋ ಅದು ತುಂಬಾ ಸುಲಭವಾಗಿಯೂ ಅಥವಾ ತುಂಬಾ ಕಠಿಣವಾಗಿಯೂ ಇರಬಾರದು. ತುಂಬಾ ಸುಲಭವಾಗಿದ್ದರೆ, ನೀವು ಅದಕ್ಕೆ ಗಮನ ನೀಡದೆ ಯಾಂತ್ರಿಕವಾಗಿ ಅದನ್ನು ಮಾಡುವ ಅಪಾಯ ಇರುತ್ತದೆ. ತುಂಬಾ ಕಷ್ಟವಾಗಿದ್ದರೆ, ನಿಮಗೆ ಅದು ಒಂದು ರೀತಿಯ ತಡೆಯ ಅನುಭವ ಕೊಡುತ್ತದೆ. ನೀವು ಹಿಂದೆ ಸಾಧಿಸಿದುದಕ್ಕಿಂತ ಸ್ವಲ್ಪ ಹೆಚ್ಚಿನದಕ್ಕೆ ಗುರಿಯನ್ನು ಇರಿಸಿಕೊಂಡರೆ ಅದು ನಿಮಗೆ ಉತ್ತೇಜನ ನೀಡುತ್ತದೆ. ಇದರ ಬಗ್ಗೆ ಹೆಮಿಂಗ್ವೇ ಅವರು "ಕೆಲವು ಬಾರಿ ನನಗೆ ಅದೃಷ್ಟ ಇರುತ್ತದೆ ಮತ್ತು ನಾನು ಬರೆಯುವುದಕ್ಕಿಂತ ಉತ್ತಮವಾಗಿ ಬರೆಯುತ್ತೇನೆ" ಎಂದು ಒಮ್ಮೆ ಹೇಳಿದ್ದರು.

ಪ್ರಾಚೀನ ಶಿಕ್ಷಕರು ಮತ್ತು ಆಧುನಿಕ ಶಿಕ್ಷಕರು

ಅದ್ವೈತ ವೇದಾಂತವು ಎಂಟನೇ ಶತಮಾನದಲ್ಲಿ ಜನಿಸಿದ ಭಾರತೀಯ ಚಿಂತಕ ಆದಿಶಂಕರರಿಂದ ರೂಪಿತವಾಗಿದೆ ಮತ್ತು ಇದು ಹಿಂದೂ ಧರ್ಮದ ಆಧಾರವಾಗಿರುವ ಉಪನಿಷತ್‌ಗಳಿಂದ ಪ್ರೇರಿತವಾಗಿದೆ.

"ವಿನಾಶವೂ ಇಲ್ಲ, ಸೃಷ್ಟಿಯೂ ಇಲ್ಲ, ಯಾರೂ ಮುಕ್ತಿಯನ್ನು ಎದುರು ನೋಡುತ್ತಿಲ್ಲ, ಯಾರೂ ಮುಕ್ತಿಯನ್ನು ಪಡೆದಿಲ್ಲ ಮತ್ತು ಯಾರೂ ಅಡಿಯಾಳಾಗಿಲ್ಲ" ಎಂದು ಖಚಿತವಾಗಿ ಪ್ರತಿಪಾದಿಸಿದ ಗೌಡಪಾದರ ಶಿಷ್ಯರಾದ ಶಂಕರರಿಗೆ ಬಹಳ ಮಂದಿ ಅನುಯಾಯಿಗಳಿದ್ದರು. ಅವರಲ್ಲಿ ಪದ್ಮಪಾದ, ಸುರೇಶ್ವರ, ಹಸ್ತಾಮಲಕ ಮತ್ತು ತೋಟಕ ಎಂಬ ನಾಲ್ಕು ಜನ ಶಿಷ್ಯರು ವಿಶೇಷವಾಗಿ ಪ್ರಖ್ಯಾತರಾದರು.

ಪ್ರತಿಯೊಬ್ಬರೂ ಭಾರತದಲ್ಲಿ ಸ್ಥಾಪಿತವಾದ ಮತ್ತು ಇಂದಿಗೂ ಅಸ್ತಿತ್ವದಲ್ಲಿರುವ ನಾಲ್ಕು ಮಹಾನ್ ಮಠಗಳಿಗೆ (ಚತುರಾಮ್ನಾಯ ಪೀಠಗಳು) ಹೆಸರನ್ನು ನೀಡಿದರು.

ಸಂಸ್ಕೃತ ಭಾಷೆಯ ಮೊದಲ ಚಲನಚಿತ್ರ

ಸಂಪೂರ್ಣವಾಗಿ ಸಂಸ್ಕೃತ ಭಾಷೆಯಲ್ಲಿ ತಯಾರಾದ 'ಅದಿ ಶಂಕರಾಚಾರ್ಯ' ಎಂಬ ಚಲನಚಿತ್ರವು ಭಾರತದಲ್ಲಿ 1983ರಲ್ಲಿ ಬಿಡುಗಡೆಯಾಗಿ ಹಲವಾರು ಪ್ರಶಸ್ತಿಗಳನ್ನು ಮುಡಿಗೇರಿಸಿಕೊಂಡಿತು. ಎರಡು ಘಂಟೆಗಳ ಈ ವಿಶೇಷ ವ್ಯಕ್ತಿಚಿತ್ರವು ಅದ್ವೈತದ ಪ್ರವರ್ತಕರಾದ ಶಂಕರರ ಜೀವನದ ಕಥೆಯನ್ನು ಹೇಳುತ್ತದೆ. ಶ್ರೀಮಂತಿ-ಕೆ, ಸಂತೋಷ ತುಂಬಿದ ಕುಟುಂಬದಲ್ಲಿ ಜನಿಸಿದ ಶಂಕರರು, ತಮ್ಮ ತಂದೆಯ ಮರಣಾನಂತರ ಬಾಲ್ಯದಲ್ಲೇ ಆಗಾಧವಾದ ಜ್ಞಾನದಾಹವನ್ನು ಬೆಳೆಸಿಕೊಂಡರು. ತಮ್ಮ ನಿರ್ಧಾರವನ್ನು ತಮ್ಮ ತಾಯಿಗೆ ತಿಳಿಸಿದ ನಂತರ ಆಶ್ರಮವನ್ನು ಸೇರಿ ತಮ್ಮ ಆಧ್ಯಾತ್ಮಿಕ ಶೋಧನೆಯನ್ನು ಪ್ರಾರಂಭಿಸಿದರು.

ಹಿಂದಿನ ಅಧ್ಯಾಯದಲ್ಲಿ ಮತ್ತು ಆತ್ಮ ಜ್ಞಾನಕ್ಕೆ ಸಂಬಂಧಿಸಿದ ಅಧ್ಯಾಯದಲ್ಲಿ ನಾವು ಹೆಸರಿಸಿದ ರಮಣ ಮಹರ್ಷಿಗಳು ಆಧುನಿಕ ಕಾಲಘಟ್ಟದಲ್ಲಿ ಅದ್ವೈತ ಪರಂಪರೆಯನ್ನು ಸ್ವೀಕರಿಸಿದರು.

ಸಂಪೂರ್ಣ ಆತ್ಮಚಿಂತನೆಯಲ್ಲಿ ಮುಳುಗಿದ್ದ ಹದಿಹರೆಯದ ನಂತರ, ಮಹರ್ಷಿಗಳು ಹದಿನಾರನೇ ವಯಸ್ಸಿನಲ್ಲಿ ತಮ್ಮದೇ ಮರಣ ಮತ್ತು ಪುನರ್ಜನ್ಮವನ್ನು ಅನುಭವಿಸಿದರು. ಆಗ 'ಅರುಣಾಚಲ' ಎಂಬ ಒಂದು ರಹಸ್ಯ ಪದವು ಅವರ ಮನಸ್ಸಿನಲ್ಲಿ ತೇಲಿಬಂತು. ಇದು ತಮಿಳುನಾಡಿನಲ್ಲಿರುವ ಒಂದು ಬೆಟ್ಟದ ಹೆಸರು ಎಂದು ನಂತರ ಅವರು ಪತ್ತೆ ಮಾಡಿ ತಿಳಿದುಕೊಂಡರು.

ಒಂದು ವರ್ಷದ ನಂತರ, 1896 ರಲ್ಲಿ ಆ ನಿಗೂಢ ಸ್ಥಳಕ್ಕೆ ಹೋಗಿ ಶುದ್ಧೀಕರಣ, ನಿಶ್ಶಬ್ದತೆ ಮತ್ತು ನಿರ್ಲಿಪ್ತತೆಗಾಗಿ ದೇವಸ್ಥಾನಗಳಲ್ಲಿ, ಗುಹೆಗಳಲ್ಲಿ ತಪಸ್ಸು ಮಾಡಿದರು. ಅವರು ತಮ್ಮದೇ ಆದ ಆಶ್ರಮವನ್ನು ಸ್ಥಾಪಿಸುವವರೆಗೂ ಇದು ಮುಂದುವರೆಯಿತು.

ರಮಣ ಮಹರ್ಷಿಗಳ ಅತ್ಯಂತ ಪ್ರಸಿದ್ಧ ಶಿಷ್ಯರಲ್ಲಿ ಒಬ್ಬರಾದ ಪಾಪಾಜಿ ಅವರು ಪಂಜಾಬಿನಲ್ಲಿ ಹುಟ್ಟಿದ್ದರು. 1944ರಲ್ಲಿ ಅವರು ಮಹರ್ಷಿಗಳನ್ನು ಭೇಟಿಯಾಗಿ, ತಮ್ಮ ಆತ್ಮಶೋಧನೆಯ ಸಮಯದಲ್ಲಿ ಭೇಟಿಯಾದ ಎಲ್ಲಾ ಗುರುಗಳಿಗೂ ಕೇಳಿದ ಅದೇ ಪ್ರಶ್ನೆಯನ್ನು ಮಹರ್ಷಿಗಳಿಗೆ ಕೂಡ ಕೇಳಿದರು.

"ನೀವು ನನಗೆ ದೇವರನ್ನು ತೋರಿಸಬಲ್ಲಿರಾ? ಅದಾಗದಿದ್ದರೆ, ದೇವರನ್ನು ತೋರಿಸಬಲ್ಲ ಯಾರಾದರೂ ನಿಮಗೆ ಗೊತ್ತಿದ್ದಾರೆಯೇ?"

"ನಾನು ನಿಮಗೆ ದೇವರನ್ನು ತೋರಿಸಲು ಸಾಧ್ಯವಿಲ್ಲ ಅಥವಾ ನೀವು ಅವನನ್ನು ನೋಡಲು ಬಿಡಲಾರೆ; ಯಾಕೆಂದರೆ ದೇವರು ನೋಡುವಂಥ ವಸ್ತುವಲ್ಲ. ದೇವರು ಒಬ್ಬ ನೋಡುಗ / ನೋಡುತ್ತಿರುವವನು. ನೋಡಬಹುದಾದ ವಸ್ತುಗಳ ಬಗ್ಗೆ ಚಿಂತೆ ಮಾಡಬೇಡಿ,

ಬದಲಾಗಿ ನೋಡುತ್ತಿರುವವನು ಯಾರೋ ಅವನನ್ನು ಕಂಡುಹಿಡಿಯಿರಿ" ಎಂದು ಮಹರ್ಷಿ ಹೇಳಿದರು.

ಎರಡನೇ ಭೇಟಿಯಲ್ಲಿ ಮಹರ್ಷಿಯ ಕಣ್ಣಿನಲ್ಲಿ ದೃಷ್ಟಿ ನೆಟ್ಟು ನೋಡಿದಾಗ, ದ್ವೈತಭಾವವನ್ನು ಶಾಶ್ವತವಾಗಿ ತ್ಯಜಿಸಿ ಅಂತಿಮವಾಗಿ ಪಾಪಾಜಿಯು ಜ್ಞಾನೋದಯ ಪಡೆದರು.

ಮಹರ್ಷಿಯವರ ಎರಡು ಮುಖ್ಯ ಸೂಚನೆಗಳು:

- ಪದಗಳು / ಮಾತುಗಳು ಸತ್ಯದ ಕಡೆಗೆ ತೋರಿಸಬಹುದು, ಆದರೆ ಅವು ಸತ್ಯವಲ್ಲ. ಪವಿತ್ರತೆಯ ಕಡೆಗೆ ಪ್ರವೇಶಿಸಲು ಮೌನವು ನಿಜವಾದ ದ್ವಾರ.
- ಯಾವುದೇ ಆಲೋಚನೆಯನ್ನು ಉತ್ತೇಜಿಸದೆ ಅಥವಾ ತಿರಸ್ಕರಿಸದೆ ಇದ್ದರೆ ಅದ್ವೈತದ ಅನುಭವ (ಜ್ಞಾನೋದಯ) ನಿರಾಯಾಸವಾಗಿ ಬರುತ್ತದೆ.

ಪಾಪಾಜಿ ಅವರ ಇನ್ನೊಬ್ಬ ಪ್ರಖ್ಯಾತ ಶಿಷ್ಯ ಮೂಜಿ. ಇವರು ಮೂಲತಃ ಜಮೈಕಾದವರು, ಆದರೆ ಅವರ ಆಶ್ರಮವು ಪೋರ್ಚುಗಲ್‌ನ ಅಲೆನ್ ಟೆಜೊ ಪ್ರದೇಶದಲ್ಲಿದೆ. ಮೂಜಿಯು ಮಹರ್ಷಿಯವರ ಆತ್ಮಶೋಧನೆಯ ವಿಧಾನವಾದ, 'ನಾನು ಯಾರು?' ಎಂಬ ಪ್ರಶ್ನೆಯನ್ನು ತಮ್ಮನ್ನೇ ಪದೇ ಪದೇ ಕೇಳಿಕೊಳ್ಳುವ, ಮತ್ತು ಪಾಪಾಜಿಯ ದೃಢ ನಂಬಿಕೆಯಾದ ಗುರುತನ್ನು ಉಳಿಸಿಕೊಳ್ಳಲು ಹೋರಾಟವನ್ನು ನಿಲ್ಲಿಸಿದಾಗ ದ್ವೈತ ಅಂತ್ಯಗೊಳ್ಳುತ್ತದೆ ಎನ್ನುವ ಎರಡು ವಿಚಾರಗಳನ್ನೂ ಸಹ ಹಂಚಿಕೊಳ್ಳುತ್ತಾರೆ.

ಮೂಜಿಯವರ ಪ್ರಕಾರ, ಜ್ಞಾನೋದಯ ಎನ್ನುವುದು ಕಠಿಣ ಪರಿಶ್ರಮದಿಂದ ತಲುಪಬೇಕಾದ ಗಮ್ಯವಲ್ಲ, ಅದು ನಾವು ನಮ್ಮೊಳಗೆ ಇರಿಸಿಕೊಂಡಿರುವಂತಹದ್ದು. ಜಗತ್ತಿನ ಬಗ್ಗೆ ನಮಗೆ ಇರುವ ದೃಷ್ಟಿಯನ್ನು ವಕ್ರಗೊಳಿಸುವ ನಮ್ಮೊಳಗಿನ ಪೂರ್ವಾಗ್ರಹ ಪೀಡಿತ ಕಲ್ಪನೆಗಳು; ಅದರಲ್ಲೂ ಮುಖ್ಯವಾಗಿ ನೋಡುವವನು ಮತ್ತು ನೋಡಲಾಗುತ್ತಿರುವ ವಸ್ತುವಿನ ನಡುವೆ ಬೇಧವಿದೆ ಎನ್ನುವ ಕಲ್ಪನೆಯನ್ನು ಬಿಟ್ಟುಬಿಡುವುದಷ್ಟೇ ನಾವೆಲ್ಲರೂ ಮಾಡಬೇಕಾದ ಕೆಲಸವಾಗಿದೆ.

ಲಂಡನ್‌ನ ಅದ್ವೈತ ಶಾಲೆ

ಬ್ರಿಟೀಷ್ ಪತ್ರಕರ್ತ ಟೋನಿ ಪಾರ್ಸನ್ಸ್ ತಮ್ಮ 'ಆಸ್ ಇಟ್ ಈಸ್' (As It Is) ಎನ್ನುವ ಪುಸ್ತಕದಲ್ಲಿ ವಿವರಿಸಿರುವಂತೆ, ಲಂಡನ್‌ನ ಪಾರ್ಕ್‌ನಲ್ಲಿ ನಡೆದು ಹೋಗುತ್ತಿದ್ದಾಗ ಅವರ ಅಧ್ಯಾತ್ಮ ಪ್ರಜ್ಞೆಯು ಈ ಎಲ್ಲಾ ಗುರುಗಳ ರೀತಿಯಲ್ಲೇ ಸ್ವಯಂಪ್ರೇರಿತವಾಗಿ ಉದ್ಭವಿಸಿತು.

ಜೀವನಪರ್ಯಂತ ಆತಂಕ, ಏನಾಗಬಹುದು ಎನ್ನುವ ಸತತ ಯೋಚನೆಗಳ ನಂತರ, ತಾನು ಏನನ್ನು ನಿರೀಕ್ಷಿಸುತ್ತಿದ್ದೇನೆಯೋ ನಾನಾಗಲೇ ಅದಾಗಿದ್ದೇನೆ ಎಂಬುದು ಅವರಿಗೆ ಅರಿವಾಗಿತ್ತು. ಅವರು ಯಾವಾಗಲೂ ಅದೇ ಆಗಿದ್ದರು, ಆದರೆ, ಆ ಕ್ಷಣದವರೆಗೆ ಅದು ಅವರಿಗೆ ಮನವರಿಕೆಯಾಗಿರಲಿಲ್ಲ. ಈ ಆತ್ಮಜ್ಞಾನವನ್ನು ಪಡೆಯಲು ಅವರು ತಮ್ಮ ಮನಸ್ಸಿನ ಆಟಗಳನ್ನೆಲ್ಲ ಪಕ್ಕಕ್ಕೆ ಇಟ್ಟು, ಎಲ್ಲಾ ಗಮನವನ್ನು ತಮ್ಮ ನಡಿಗೆಯ ಕಡೆಗೆ ತಿರುಗಿಸುವುದು ಮಾತ್ರ ಮಾಡಬೇಕಿತ್ತು.

ಮೊಟ್ಟಮೊದಲ ಬಾರಿ ಪಾರ್ಸನ್ಸ್, ಪ್ರತೀ ಹೆಜ್ಜೆಯೂ ವಿಭಿನ್ನ ಮತ್ತು ವಿಶಿಷ್ಟವಾದುದು

ಮತ್ತು ಅವು ಒಂದೇ ರೀತಿಯಲ್ಲಿ ಪುನರಾವರ್ತನೆ ಆಗುವುದೇ ಇಲ್ಲ ಎಂದು ಕಂಡುಕೊಂಡರು. ಮಾನವನ ಲಕ್ಷಣವಾದ ಸಾಮಾನ್ಯ ನಡಿಗೆಯಲ್ಲಿ ಗಾಢವಾಗಿ ಮುಳುಗಿಹೋದಾಗ ಅವ-ರಿಗೆ ಎಲ್ಲವೂ ಸ್ಪಷ್ಟವಾಗತೊಡಗಿತು, ಅವರು ಸಂಪೂರ್ಣ ಶಾಂತಿ ಮತ್ತು ವಾಸ್ತವತೆಯ ಭಾವನೆಯನ್ನು ಪಡೆದುಕೊಂಡರು.

ಆಗ, ಸಮಯ, ಅವರ ಮನಸ್ಸಿನ ಕಲ್ಪನೆಗಳು, ಜೊತೆಗೆ ಅವರೊಳಗಿದ್ದ ಒಬ್ಬ ಪಾದಚಾರಿ ಎಲ್ಲವೂ ಮಾಯವಾಗಿಹೋಯಿತು. ಪಾರ್ಸನ್ಸ್, ಈಗ ತನ್ನ ಪ್ರತಿಯೊಂದು ಹೆಜ್ಜೆಯ ಜೊತೆಗಷ್ಟೇ ಅಲ್ಲದೆ, ಅದರೊಂದಿಗೆ ಜಗತ್ತಿನಲ್ಲಿ ಇರುವ ಎಲ್ಲವುಗಳ ಜೊತೆಗೂ ಸೇರಿಹೋಗಿದ್ದರು. ಅವರು ಏಕತೆಯನ್ನು (ಅದ್ವೈತ) ಪಡೆದುಕೊಂಡಿದ್ದರು.

ಲಂಡನ್‌ನ ಪಬ್‌ನಂತಹ ಸಾಮಾನ್ಯ ಜಾಗಗಳಲ್ಲಿ ಅವರು ತಮ್ಮ ಅನುಭವಗಳ ಬಗ್ಗೆ ಮಾತನಾಡತೊಡಗಿದರು, ಅಲ್ಲಿಯೇ ಬಹುಬೇಗ ಒಂದು ಅನೌಪಚಾರಿಕ ಅದ್ವೈತ ಕಾರ್ಯಕ್ಷೇತ್ರವನ್ನು ಸ್ಥಾಪಿಸಿದರು. ಅವರ ಶಿಷ್ಯರಾದ ರಿಚರ್ಡ್ ಸಿಲ್ವೆಸ್ಟರ್ ಕೂಡ ಒಂದು ರೈಲ್ವೆ ನಿಲ್ದಾಣದಲ್ಲಿ ಇಂತಹುದೇ ಪ್ರಜ್ಞಾಜಾಗೃತಿಯನ್ನು ಅನುವಿಸಿದ್ದರು.

ಪಾರ್ಸನ್ಸ್ ಅವರು ಸಿಲ್ವೆಸ್ಟರ್ ಜೊತೆಗಿನ ತಮ್ಮ ಒಂದು ಭೇಟಿಯ ಕೊನೆಯಲ್ಲಿ ಅವರನ್ನು ಆಲಂಗಿಸಿಕೊಂಡು "ನೀನು ಬಹುಬೇಗ ಮರಣ ಹೊಂದು ಎಂದು ಆಶಿಸುತ್ತೇನೆ" (I hope you die soon) ಎನ್ನುವ ಒಂದು ವಿಚಿತ್ರವಾದ ಮಾತನ್ನು ಹೇಳಿದ್ದರು. ಇದನ್ನೇ ಸಿಲ್ವೆಸ್ಟರ್ ತಮ್ಮ ಪುಸ್ತಕದ ಶೀರ್ಷಿಕೆಯಾಗಿ ಸ್ವೀಕರಿಸಿದರು. ಪಾರ್ಸನ್ಸ್ ಅವರು ಏನು ಹೇಳಲು ಬಯಸಿದ್ದರು?

ಹೊಸ ಜೀವನ ಜಾಗೃತವಾಗಲು ಹಳೆಯದನ್ನು ನೀನು ಕೊಲ್ಲವುದು ಅವಶ್ಯಕ ಎಂದು ಅವರು ಹೇಳುತ್ತಿದ್ದರು. ಅಹಂಕಾರದ ಮರಣವು, ಅದ್ವೈತದ ಹುಟ್ಟಿಗೆ ಕಾರಣವಾಗುತ್ತದೆ, ಅಲ್ಲಿ ನಾವು ಅಗಲಿಕೆಯ ನೋವಿನಿಂದ ಮುಕ್ತರಾಗಿರುತ್ತೇವೆ.

ಅದ್ವೈತದಿಂದ ನನಗೇನು ಪ್ರಯೋಜನ?

ಮಹರ್ಷಿ ಮತ್ತು ಪಾಪಾಜಿ ಅಥವಾ ನಗರ ಪ್ರದೇಶದ ಈ ಅದ್ವೈತದ ಅನ್ವೇಷಕರ ಅನುಭವಗಳು ಬಹುಶಃ ಪ್ರತಿಯೊಬ್ಬರಿಗೂ ಅಲ್ಲದಿರಬಹುದು, ಆದರೆ, ಸಾಧ್ಯವಾದಷ್ಟೂ ಮುಕ್ತವಾದ ಮತ್ತು ಸಂತೋಷದ ಬದುಕನ್ನು ಜೀವಿಸುವ ಮಹತ್ವಾಕಾಂಕ್ಷೆ ಇಟ್ಟುಕೊಂಡಿರುವ ಯಾರಿಗೇ ಆಗಲಿ, ಇದು ಪ್ರಯೋಜನಕಾರಿಯಾಗಿದೆ ಮತ್ತು ಅದು ಈ ಪುಸ್ತಕದ ಉದ್ದೇಶವೂ ಆಗಿದೆ.

ಇದರ ಕೊನೆಯಲ್ಲಿ ನಾವು ಈ ಶತಮಾನದ ಪರಂಪರೆಯನ್ನು ದೈನಂದಿನ ಜೀವನದ ಪ್ರಪಂಚಕ್ಕೆ ತರಲಿದ್ದೇವೆ:

- ಅಹಂಕಾರದಿಂದ ತುಂಬಿಕೊಂಡಿದ್ದಷ್ಟೂ ನೀವು ಹೆಚ್ಚಿನ ರೀತಿಯ ನರಳಿಕೆ, ನಂಟು, ಭಯ ಮತ್ತು ಚಿಂತೆಗಳನ್ನು ಅನುಭವಿಸುತ್ತೀರಿ. ಉದ್ಯಾನದಲ್ಲಿ ಸಾಮಾನ್ಯ ನಡಿಗೆಯ ರೀತಿಯಲ್ಲೇ ನಿಮ್ಮನ್ನು ನೀವು ಮರೆಯುವಂತೆ ಮಾಡುವ ಯಾವುದಾದರೊಂದು ಚಟುವಟಿಕೆಯು ನಿಮ್ಮ ಜೀವನದಲ್ಲಿ ಪ್ರಸನ್ನತೆ ಮತ್ತು ಹೆಚ್ಚಿನ ಸ್ವಾತಂತ್ರ್ಯವನ್ನು ತಂದು ಕೊಡುತ್ತದೆ.

- ನಿಮ್ಮಿಂದ ನಿಮ್ಮನ್ನು ಖಾಲಿ ಮಾಡಿಕೊಳ್ಳುವ ಮತ್ತೊಂದು ವಿಧಾನವೆಂದರೆ ಬೇರೆಯವರನ್ನು ನಿಮ್ಮಲ್ಲಿ ತುಂಬಿಕೊಳ್ಳುವುದು. ಪರರ ಹಿತಚಿಂತನೆ ನಿಮ್ಮ ಅಹಂಕಾರವನ್ನು ಕರಗಿಸಲು ತನ್ನ ಕೊಡುಗೆಯನ್ನು ನೀಡುತ್ತದೆ ಮತ್ತು ಅದರ ಜೊತೆಗೆ ನೀವು ಶಾಂತಿ ಮತ್ತು ಸಮಾಧಾನವನ್ನು ಹೊಂದಲು ಸಹಾಯ ಮಾಡುತ್ತದೆ. ನೀವು ಕುಗ್ಗಿ ಹೋಗಿದ್ದಾಗ, ದುಃಖದಲ್ಲಿರುವ ಯಾರಿಗಾದರೂ ಸಹಾಯ ಮಾಡುವ ಅವಶ್ಯಕತೆಯೇ ನಿಮ್ಮ ಮನೋಭಾವನೆಯನ್ನು ಪುನಶ್ಚೇತನಗೊಳಿಸಿ, ಸ್ಫೂರ್ತಿಯಾಗುವಂತಹ ಅನುಭವವನ್ನು ನೀವು ಎಂದಾದರೂ ಅನುಭವಿಸಿದ್ದೀರಾ? ಬೇರೆಯವರು ತುಂಬಿಸುವ ಒಂದು ಖಾಲಿ ಕೋಶದಂತೆ ಇರುವುದು ಪೂರ್ಣತೆಯ ಕಡೆಗೆ ಹೋಗಲು ಇರುವ ಮತ್ತೊಂದು ಹೆದ್ದಾರಿಯಾಗಿದೆ.

- ನಾವು ಒಂದು ಹರಿವಿನ ಸ್ಥಿತಿಯನ್ನು ತಲುಪಿದಾಗ, 'ಮಾಡುವವ ಮತ್ತು ಮಾಡುತ್ತಿರುವ ಕೆಲಸ' ಇವುಗಳ ಮಧ್ಯೆ ಇರುವ ಅಂತರವನ್ನು ಮುರಿದುಕೊಂಡು, ನಾವು ಮಾಡುತ್ತಿರುವ ಚಟುವಟಿಕೆಯ ಜೊತೆಗೆ ಸೇರಿಹೋಗುತ್ತೇವೆ. ಇದನ್ನು ಸಾಧಿಸಲು, ಪಂಚೇಂದ್ರಿಯಗಳೊಂದಿಗೆ ಯಾವುದೇ ಚಿತ್ತ ಚಾಂಚಲ್ಯಕ್ಕೆ ಅವಕಾಶವಿಲ್ಲದಂತೆ, ಯಾವುದೇ ಕಾರ್ಯಸೂಚಿ, ನಿರೀಕ್ಷೆಗಳು ಇಲ್ಲದೆ ನಿಮ್ಮ ಆಸಕ್ತಿಗೆ ನಿಮ್ಮನ್ನು ಸಂಪೂರ್ಣವಾಗಿ ಸಮರ್ಪಿಸಿಕೊಳ್ಳಬೇಕು.

- ಈ ಬ್ರಹ್ಮಾಂಡದ ಬಗ್ಗೆ ಅರಿವು ಇಟ್ಟುಕೊಳ್ಳುವುದು ದ್ವೈತದಿಂದ ಹೊರಬರುವ ಮತ್ತೊಂದು ದಾರಿಯಾಗಿದೆ. ಪುಸ್ತಕಗಳನ್ನು ಓದುವುದು ಅಥವಾ ನಿಮ್ಮಿಂದಾಚೆ ಹೋಗಲು ಬೇರೆ ಮಾರ್ಗಗಳನ್ನು ಅನುಸರಿಸುವುದು; ತೃಣ ಸಮಾನವಾದ ನಿಮ್ಮ ಪ್ರಾಮುಖ್ಯತೆಯನ್ನು ಅರಿತುಕೊಳ್ಳುವುದು; ಲಕ್ಷಾಂತರ ಗ್ಯಾಲಕ್ಸಿಗಳ ಮಧ್ಯೆ ತುದಿಯಲ್ಲಿ ಇರುವ ಒಂದು ಗ್ಯಾಲಕ್ಸಿಯ ಸಣ್ಣ ಸೂರ್ಯನ ಬೆಚ್ಚಗಿನ ವಾತಾವರಣವನ್ನು ಊಹಿಸಿಕೊಳ್ಳುವುದು – ಇವೆಲ್ಲವೂ ಅಹಂಕಾರ ಮತ್ತು ಅದರಿಂದ ಮೂಡುವ ತೊಂದರೆಗಳಿಗೆ ಮರುಮದ್ದಿನಂತೆ (antidote) ಇರುತ್ತದೆ.

ಈ ಜಾಗೃತಿ ಅಥವಾ ಪ್ರಜ್ಞೆಯು ನಮ್ಮನ್ನು ಸಣ್ಣವರನ್ನಾಗಿ ಮಾಡುವುದಿಲ್ಲ. ಬದಲಾಗಿ, ವಿಶಾಲವಾದ ಆಟದ ಮೈದಾನದಲ್ಲಿ ನಮ್ಮ ಸಾಧ್ಯತೆಗಳು ಹೆಚ್ಚಾಗುವಂತೆ, ಅಸ್ತಿತ್ವದಲ್ಲಿರುವ ಎಲ್ಲಾ ಭವ್ಯತೆಗಳ ಜೊತೆಗೆ ಒಂದಾಗುವುದಕ್ಕೆ ಅನುವು ಮಾಡಿಕೊಡುತ್ತದೆ.

1928ರಲ್ಲಿ ಫೆರ್ನಾಂಡೋ ಪೆಸೋವಾ ಅವರು 'ಆಲ್ವಾರೊ ಡೆ ಕ್ಯಾಂಪೋಸ್' ಎಂಬ ಕಾವ್ಯನಾಮದೊಂದಿಗೆ ಬರೆದ ಒಂದು ಕವನದ ಆರಂಭದ ಸಾಲುಗಳೊಂದಿಗೆ ಇದನ್ನು ಹೋಲಿಸಲು ನಾವು ಬಯಸುತ್ತೇವೆ. ಅದು ಹೀಗಿದೆ:

"ನಾನು ಏನೂ ಅಲ್ಲ.

ನಾನು ಎಂದಿಗೂ ಏನೂ ಆಗಲಾರೆ.

ನಾನು ಏನೂ ಆಗಬೇಕೆಂದು ಬಯಸಲಾರೆ.

ಅದರ ಹೊರತಾಗಿ, ನನ್ನೊಳಗೆ ಇಡೀ ಲೋಕದ ಕನಸುಗಳಿವೆ."

ಸಂತೋಷದ ವಿಶ್ವವ್ಯಾಪಿ ನಿಯಮಗಳು

ವಿಶ್ವ ಪರ್ಯಟನೆ ಮಾಡುತ್ತಾ, ವೈವಿಧ್ಯತೆ ಎನ್ನುವುದು ಬದುಕಿಗೆ ಮಸಾಲೆ ಇದ್ದಂತೆ ಎಂದು ನಾವು ಅರಿತುಕೊಂಡೆವು. ಆದರೆ ಒಂದು ಸಂಸ್ಕೃತಿಯನ್ನು ವೈಶಿಷ್ಟ್ಯಪೂರ್ಣವಾಗಿಸುವುದು ಯಾವುದು ಎಂದು ಅನ್ವೇಷಣೆ ಮಾಡುವುದನ್ನು ಅಸ್ವಾದಿಸುವುದಕ್ಕಿಂತ ಪ್ರಪಂಚದಲ್ಲಿರುವ ಎಲ್ಲಾ ಸಂಸ್ಕೃತಿಗಳನ್ನೂ ಬೆಸೆಯುವ ಸೂತ್ರಗಳನ್ನು ಕಂಡುಹಿಡಿಯಲು ನಾವು ಹೆಚ್ಚು ಇಷ್ಟಪಟ್ಟೆವು.

ಉದಾಹರಣೆಗೆ, ಪ್ರಪಂಚದ ಬೇರೆ ಬೇರೆ ಭಾಗಗಳಲ್ಲಿ ಇರುವ ಬಹುತೇಕ ಎಲ್ಲಾ ಸ್ನೇಹಪೂರ್ಣ ಅಭಿನಂದನೆಗಳೂ ಕೈಗಳ ಸಂಕೇತದೊಂದಿಗೇ ನಡೆಸಲಾಗುತ್ತವೆಯೇ?

ಭಾರತದಲ್ಲಿ ನಾವು ನಮಸ್ತೆ ಎಂದು ಹೇಳಿದಾಗ ನಮ್ಮ ಕೈಗಳನ್ನು ಮುಂದಕ್ಕೆ ಜೋಡಿಸುತ್ತೇವೆ. ಕೊರಿಯಾ ಮತ್ತು ಜಪಾನ್ ಸಂಸ್ಕೃತಿಯಲ್ಲಿ ತಮ್ಮ ಕೈಗಳು ಬೇರೆಯವರಿಗೆ ಕಾಣುವಂತೆ ಮುಂದಕ್ಕೆ ಅಥವಾ ಪಕ್ಕಕ್ಕೆ ಇಟ್ಟುಕೊಂಡು ಬಾಗುತ್ತಾರೆ. ಚೀನಾ ಮತ್ತು ಇತರ ಸಂಸ್ಕೃತಿಗಳಲ್ಲಿ ನಾವು ಕೈಕುಲುಕುತ್ತೇವೆ.

ದೈಹಿಕ ಸ್ಪರ್ಶ ಇದ್ದರೂ ಅಥವಾ ಇಲ್ಲದಿದ್ದರೂ ಹಾಗೂ ಪ್ರತೀ ಅಭಿನಂದನೆಯ ರೀತಿ ಮತ್ತು ಅರ್ಥದಲ್ಲಿ ವೈವಿಧ್ಯತೆ ಇದ್ದರೂ, ನಾವು ಗಮನಿಸಬಹುದಾದ ಒಂದು ಸಾಮಾನ್ಯ ವಿಧಾನ ಎಂದರೆ ಇಬ್ಬರು ವ್ಯಕ್ತಿಗಳೂ ತಮ್ಮ ಕೈಗಳನ್ನು ಪರಸ್ಪರ ತೋರಿಸುತ್ತಾರೆ. ಇದು ಏಕೆ?

ನಾವು ಯಾವುದೇ ಆಯುಧವನ್ನು ಹಿಡಿದಿಲ್ಲ ಎಂಬುದನ್ನು ತೋರಿಸಲು ಈ ಕೈಗಳನ್ನು ತೋರಿಸುವ ವಿಧಾನ ಬಳಕೆಯಲ್ಲಿದೆ ಎನ್ನುವುದು ನಮ್ಮನ್ನು ಸಾಕಷ್ಟು ಅಚ್ಚರಿಗೊಳಿಸಬಹುದು. ಆಯುಧವನ್ನು ಕೊಂಡೊಯ್ಯುವುದು ಈಗಿನ ಸಮಾಜದಲ್ಲಿ ಅಪರೂಪವಾದರೂ, ನಮ್ಮ ಖಾಲಿ ಕೈಗಳನ್ನು ತೋರಿಸುವುದು ಮಾನವನ ಅಂತಃಪ್ರಜ್ಞೆಯಲ್ಲಿ ಉಳಿದುಕೊಂಡಿದೆ. ಈ ಕಾರಣ- ಕ್ಕಾಗಿ, ಕೈಗಳನ್ನು ಜೇಬಿನಲ್ಲಿ ಇಟ್ಟುಕೊಂಡು ಬಾಯಿಯಲ್ಲಿ ಯಾರನ್ನಾದರೂ ಅಭಿನಂದಿಸಿದರೆ ವಾಸ್ತವವಾಗಿ ಅದನ್ನು ಎಲ್ಲೆಡೆಯೂ ಅಸಭ್ಯ ವರ್ತನೆ ಎಂದು ಪರಿಗಣಿಸಲಾಗುತ್ತದೆ.

ಮಾನವನ ವರ್ತನೆಗಳು ವಿಶ್ವದಾದ್ಯಂತ ಏಕರೂಪವಾಗಿ ವಿಕಸಿತವಾಗಿವೆ ಎನ್ನುವುದಕ್ಕೆ ಇದೊಂದು ಉದಾಹರಣೆಯಾಗಿದೆ.

ಅಭಿನಂದನೆಯ ರೀತಿಯಲ್ಲೇ ಸಾವಿರಾರು ವರ್ಷಗಳಿಂದ ಕೆಲವು ನಿಯಮಗಳು,

ನಡುವಳಿಕೆಗಳು ಮತ್ತು ಸಂಪ್ರದಾಯಗಳು ಮೌಖಿಕವಾಗಿ ಅಥವಾ ಬರೆದಿಟ್ಟಿರುವ ಕಥೆಗಳ ಮುಖಾಂತರ, ಧಾರ್ಮಿಕ ಹಾಗೂ ತತ್ವಶಾಸ್ತ್ರದ ಮೂಲಕ ಸಾವಿರಾರು ಮೈಲಿಗಳ ಅಂತರದಲ್ಲಿರುವ ಪ್ರದೇಶಗಳಿಂದ ಹರಿದು ಬಂದಿದ್ದರೂ ಕೂಡ, ಇವುಗಳಲ್ಲಿ ನಾವು ಜಾಗತಿಕ ಸಮಾನತೆಯನ್ನು ಕಾಣುತ್ತೇವೆ.

ಮನುಷ್ಯರು ಎಲ್ಲೆಡೆಯೂ ಒಂದೇ ರೀತಿ ಇರುವುದರಿಂದ, ನಾವು ಎಲ್ಲಿ ವಾಸಿಸುತ್ತೇವೆ ಎನ್ನುವ ಬೇಧವಿಲ್ಲದೆ ಒಂದೇ ರೀತಿಯ ಸಮಸ್ಯೆಗಳನ್ನು ಎದುರಿಸುತ್ತೇವೆ. ಆದ್ದರಿಂದ, ಎಲ್ಲೆಡೆಯೂ ಮನುಷ್ಯರು ಶಾಂತಿ ಮತ್ತು ಸಂತೋಷದಲ್ಲಿ ಒಂದೇ ರೀತಿಯ ಮಾರ್ಗಗಳನ್ನು ಕಂಡುಕೊಂಡಿರುವುದು ಅರ್ಥಪೂರ್ಣವಾಗಿದೆ.

ಅರಿಷಡ್ವರ್ಗಗಳು ಮತ್ತು ಸಪ್ತ ಘೋರ ಪಾತಕಗಳು

ಕ್ಯಾಥೊಲಿಕ್ ಚರ್ಚ್ ವ್ಯಾಖ್ಯಾನಿಸುವ ಏಳು ಮಹಾ ಪಾತಕಗಳಂತೆ, ಹಿಂದೂ ಧರ್ಮ ಶಾಸ್ತ್ರವು ಅರಿಷಡ್ವರ್ಗಗಳು ಎಂದು ಹೇಳಲ್ಪಡುವ, ಮನಸ್ಸಿನ ಆರು ಶತ್ರುಗಳನ್ನು ತಿಳಿಸಿಕೊಡುತ್ತದೆ.

'ಮನುಷ್ಯನ ಸ್ವಭಾವವು ಯಾವುದರ ಕಡೆಗೆ ಹೆಚ್ಚು ವಾಲುತ್ತವೆ'ಯೋ ಅವನ್ನು ಘೋರ ಪಾತಕಗಳೆಂದು ಸೇಂಟ್ ಥಾಮಸ್ ಆಕ್ವಿನಸ್ ವಿವರಿಸಿದ್ದಾನೆ.

ಮನುಷ್ಯನಿಗೆ ತನ್ನ ನಾಲ್ಕನೇ ಪುರುಷಾರ್ಥವಾದ ಮೋಕ್ಷ ಅಥವಾ ಅಜ್ಞಾನದಿಂದ ಮುಕ್ತಿ ಪಡೆಯುವುದಕ್ಕೆ ಅಡ್ಡಿಪಡಿಸುವ ಆಮಿಷ ಅಥವಾ ಪ್ರಲೋಭನೆಗಳನ್ನೇ ಹಿಂದೂ ಧರ್ಮದಲ್ಲಿ ಆರು ರೀತಿಯ ಮಾನಸಿಕ ಶತ್ರುಗಳು ಎಂದು ಹೇಳಿದ್ದಾರೆ.

ಆರು ಶತ್ರುಗಳು	ಏಳು ಘೋರ ಪಾತಕಗಳು
ಕೋಪ (ಕ್ರೋಧ)	ಕೋಪ
ಅಹಂಕಾರ ಅಥವಾ ಗರ್ವ (ಮದ)	ಗರ್ವ
ಬಯಕೆ ಅಥವಾ ಕಾಮನೆ (ಕಾಮ)	ಕಾಮ
ಹೊಟ್ಟೆಕಿಚ್ಚು ಅಥವಾ ಅಸೂಯೆ (ಮತ್ಸರ)	ಅಸೂಯೆ
ದುರಾಸೆ (ಲೋಭ)	ದುರಾಸೆ
ಮರುಳು (ಮೋಹ)	–
–	ಹೊಟ್ಟೆಬಾಕತನ
–	ಆಲಸ್ಯ

ಮೊದಲ ಐದು ವಿಷಯಗಳು ಒಂದಕ್ಕೊಂದು ತಾಳೆಯಾಗಿ ಬಹಳ ಸರಿಯಾಗಿ ಹೊಂದಿಕೊಳ್ಳುತ್ತವೆ. ವಿಶ್ವದ ಬೇರೆಬೇರೆ ಭಾಗಗಳಲ್ಲಿ ಸಾವಿರಾರು ವರ್ಷಗಳಿಂದ ಬೆಳೆದುಬಂದ ಎರಡು ಬೇರೆಬೇರೆ ಧರ್ಮಗಳಲ್ಲಿ, ಮನುಷ್ಯ ಕುಲವನ್ನು ಅಧೋಗತಿಗೆ ತಳ್ಳುವ ದುರ್ಗುಣಗಳು ಎಂದು ವಿವರಿಸಿರುವ ನಂಬಿಕೆಗಳು ಒಂದಕ್ಕೊಂದು ಹೊಂದಾಣಿಕೆಯಾಗಿರುವುದು ತುಂಬಾ ಕುತೂಹಲಕಾರಿಯಾಗಿದೆ. ಕೋಪವು ನಮ್ಮನ್ನು ಸೆಳೆದುಕೊಂಡು ಹೋಗಲು ಬಿಟ್ಟರೆ ನಾವು ಸಂತೋಷದ ಜೀವನವನ್ನು ನಡೆಸುವುದು ಸಾಧ್ಯವಿಲ್ಲ. ಅದೇ ರೀತಿ, ಅತೀ ಹೆಚ್ಚು ಗರ್ವ

ನಮ್ಮನ್ನು ಅಹಂಕಾರಿಗಳನ್ನಾಗಿ ಮಾಡುತ್ತದೆ. ನಮ್ಮ ಆಸೆಗಳ ಮೇಲೆ ಹಿಡಿತ ಸಾಧಿಸದೇ ನಮ್ಮನ್ನು ಅವು ನಿಯಂತ್ರಿಸಲು ಅವಕಾಶ ಮಾಡಿಕೊಟ್ಟರೆ ನಾವು ಕಾಮನೆಗೆ ಬಲಿಯಾಗುತ್ತೇವೆ. ಅದರಂತೆಯೇ, ಬೇರೆಯವರ ಬಳಿ ಏನಿದೆ ಎನ್ನುವುದರ ಬಗ್ಗೆ ಹೊಟ್ಟೆಕಿಚ್ಚು ಪಡುವುದಕ್ಕಿಂತ ನಮ್ಮ ಸ್ವಂತ ಜೀವನದ ಮೇಲೆ ಗಮನ ಹರಿಸುವುದು ಆರೋಗ್ಯಕರ ಎಂದು ನಾವು ಅರ್ಥ ಮಾಡಿಕೊಂಡಿದ್ದೇವೆ. ಯಾವಾಗ ನಮ್ಮ ಬಳಿ ಸಾಕಷ್ಟು ಇದೆ ಎಂದು ಮನವರಿಕೆ ಮಾಡಿಕೊಂಡು ದುರಾಸೆ ನಮ್ಮನ್ನು ಸೆಳೆಯುವುದಕ್ಕೆ ಬಿಡುವುದಿಲ್ಲವೋ ಆಗ ಅದು ಶಾಂತಿ ಮತ್ತು ಔದಾರ್ಯದ ಕಡೆಗೆ ಹೋಗುವ ಮಾರ್ಗವಾಗಿರುತ್ತದೆ.

ಬಹುಶಃ ನಾವೆಲ್ಲರೂ ಇವೆಲ್ಲವುಗಳ ಬಗ್ಗೆ ಒಮ್ಮತವನ್ನು ಹೊಂದಿದ್ದೇವೆ.

'ಭ್ರಮೆ' ಅಥವಾ 'ತಾತ್ಕಾಲಿಕ ಮನಸ್ಸಿನ ಅಸ್ಥಿರತೆ' ಎಂದು ಕೆಲವೊಮ್ಮೆ ಅರ್ಥೈಸುವ ಮೋಹಕ್ಕೆ ಹೊಂದಾಣಿಕೆಯಾಗುವ ಘೋರ ಪಾತಕವು ಇಲ್ಲ. ವಾಸ್ತವವಾಗಿ, ಇದು ಹಿಂದೂ ಅವಲೋಕನಕ್ಕೆ ಸೀಮಿತವಾದ ಒಂದು ಪರಿಕಲ್ಪನೆಯಾಗಿದೆ. ನಾವು ವಾಸ್ತವಿಕತೆಯನ್ನು ಬಹುತೇಕ ಯಾವಾಗಲೂ ಮಂಜು ಮುಸುಕಿದ ಕಿಟಕಿಯ ಮೂಲಕವೇ ನೋಡುತ್ತೇವೆ, ಆದ್ದರಿಂದ ನಾವು ಮೋಸಹೋಗಿದ್ದೇವೆ ಎಂಬುದನ್ನು ಇದು ಸೂಚಿಸುತ್ತದೆ.

ನಮ್ಮದೇ ದೃಷ್ಟಿಕೋನದಿಂದ ನಾವು ಜಗತ್ತನ್ನು ನೋಡಿದಾಗ ಅದು ಯಾವಾಗಲೂ ಬಣ್ಣದ ಛಾಯೆಯಿಂದ ಕೂಡಿರುತ್ತದೆ.

ವಾಸ್ತವತೆಯನ್ನು ಅದಿರುವಂತೆಯೇ ನೋಡುವುದು ನಮಗೆ ಕಷ್ಟಸಾಧ್ಯ, ಏಕೆಂದರೆ ನಮ್ಮ ಅನುಭವಗಳು, ನಮ್ಮ ಅಹಂಕಾರ ಮತ್ತು ಭಾವನೆಗಳಿಂದ ವಾಸ್ತವತೆಯು ಬಣ್ಣ ತುಂಬಿಕೊಳ್ಳುತ್ತದೆ. ನಮ್ಮ ಪರಿಸ್ಥಿತಿಯನ್ನು ಇನ್ನೂ ಹೆಚ್ಚಿನ ಸ್ಪಷ್ಟತೆಯಿಂದ ನೋಡಲು ಸಹಾಯಕವಾಗುವ ನಿರ್ಧಾರಗಳನ್ನು ತೆಗೆದುಕೊಳ್ಳುವ ಸಲುವಾಗಿ ಇದನ್ನು ನಾವು ತಿಳಿದುಕೊಂಡಿರಬೇಕಾದುದು ಬಹಳ ಮುಖ್ಯವಾಗುತ್ತದೆ.

ಜಗತ್ತನ್ನು ನಾವು ಅದು ಇರುವ ರೀತಿ ನೋಡುವುದಿಲ್ಲ, ನಾವಿರುವಂತೆ ಅದನ್ನು ನೋಡುತ್ತೇವೆ. ಆದರೆ ಉತ್ತಮ ವಿಚಾರವೇನೆಂದರೆ, ನಾವು ಇರುವ ರೀತಿಯನ್ನೂ ಹಾಗೂ ಜೀವನದ ಬಗ್ಗೆ ನಮಗೆ ಇರುವ ದೃಷ್ಟಿಕೋನವನ್ನೂ ಕಾಲಕಾಲಕ್ಕೆ ರೂಪಿಸಿಕೊಳ್ಳಬಹುದು.

ಪಟ್ಟಿಯನ್ನು ಮುಗಿಸುವ ಮುನ್ನ, ಏಳು ಘೋರಪಾತಕಗಳಲ್ಲಿ ಹೊಟ್ಟೆಬಾಕತನ ಮತ್ತು ಆಲಸ್ಯ ಕೂಡ ಬರುತ್ತವೆ, ಆದರೆ ಅವು ಆರು ಶತ್ರುಗಳಲ್ಲಿ ಯಾವುದಕ್ಕೂ ಸರಿಯಾಗಿ ಹೊಂದಿಕೆಯಾಗುವುದಿಲ್ಲ.

ಹಿಂದೂ ಧರ್ಮದಲ್ಲಿ ಅವುಗಳನ್ನು ಪರಿಗಣಿಸದಿದ್ದರೂ ಅವು ಥೇರವಾಡ ಬೌದ್ಧ ಧರ್ಮದ ಪಾಲಿ ಸಿದ್ಧಾಂತದಲ್ಲಿ ಐದು ಅಡಚಣೆಗಳ ಪಟ್ಟಿಯಲ್ಲಿ ಬರುತ್ತವೆ.

ಐದು ಅಡಚಣೆಗಳು

ಬೌದ್ಧ ಧರ್ಮದ ಪ್ರಾಚೀನ ಪರಂಪರೆಯ ಥೇರವಾಡ ಪದ್ಧತಿಯಲ್ಲಿ ಬರುವ ಐದು ಅಡಚಣೆಗಳು ನಿಸ್ಸಂಶಯವಾಗಿ ಸಚ್ಚಾರಿತ್ರ್ಯದ ಹಾದಿಯಿಂದ ನಮ್ಮನ್ನು ಹೊರತಳ್ಳುವ ಸಾಮರ್ಥ್ಯವನ್ನು ಹೊಂದಿವೆ. ಧ್ಯಾನ ಮಾಡುವಾಗ ಮತ್ತು/ಅಥವಾ ನೈತಿಕ ಮತ್ತು ಉದ್ದೇಶಪೂರ್ವಕ ಜೀವನವನ್ನು ನಡೆಸುವಾಗ –ಈ ಎರಡೂ ಸಂದರ್ಭಗಳಲ್ಲೂ ಹೀಗಾಗುವ ಸಾಧ್ಯತೆ ಇರುತ್ತದೆ.

ಐದು ಅಡಚಣೆಗಳು ಯಾವುವೆಂದರೆ :

1. **ಆಲಸ್ಯ ಅಥವಾ ಜಡತ್ವ** (ಥಿನ –ಮಿದ್ದ) : ನಾವು ಏನು ಮಾಡಬಹುದೋ ಅಥವಾ ಮಾಡಬೇಕೋ ಅದನ್ನು ಮಾಡುವ ಬದಲು, ಕನಿಷ್ಠ ಪ್ರಯತ್ನದ ನಿಯಮವು ನಮ್ಮನ್ನು ಮುನ್ನಡೆಸಲು ಬಿಡುವುದು. ಇದು ಮಹಾ ಪಾತಕಗಳಲ್ಲಿ ಒಂದಾದ ಆಲಸ್ಯಕ್ಕೆ ಸರಿಹೊಂದುತ್ತದೆ.

2. **ಇಂದ್ರಿಯಗಳ ಬಯಕೆಗಳು** (ಕಾಮ) : ಪಂಚೇಂದ್ರಿಯಗಳ (ದೃಷ್ಟಿ, ಸ್ಪರ್ಶ, ಶಬ್ದ, ವಾಸನೆ ಮತ್ತು ರುಚಿ) ಸುಖಕ್ಕೆ ಒಳಗಾಗಿ ನಡೆಯುವುದು. ಇದರಲ್ಲಿ ಜಿಹ್ವಾಸಕ್ತಿಯಿಂದ ಉಂಟಾಗುವ ಆನಂದವು ಏಳು ಘೋರ ಪಾಪಗಳಲ್ಲಿ ಒಂದಾದ ಹೊಟ್ಟೆಬಾಕತನಕ್ಕೆ ಹೊಂದಿಕೆಯಾಗುತ್ತದೆ.

3. **ಹಗೆ, ಮುನಿಸು, ಶತ್ರುತ್ವ** (ಬ್ಯಾಪಾದ): ಜಗತ್ತಿನ ಬಗ್ಗೆ ಅಥವಾ ಇತರರ ಬಗ್ಗೆ ಹಗೆತನದ ಭಾವನೆಯನ್ನು ಇಟ್ಟುಕೊಳ್ಳುವುದು.

4. **ಚಿಂತೆ ಅಥವಾ ಅನ್ಯಮನಸ್ಕತೆ** (ಉದ್ದಚ್ಚ–ಕುಕ್ಕುಚ್ಚ): ನಮ್ಮ ಹೃದಯ ಮತ್ತು ಮನಸ್ಸಿನಲ್ಲಿ ಪ್ರಶಾಂತತೆ ತಂದುಕೊಳ್ಳುವುದನ್ನು ತಡೆಯುವ ಚಿಂತೆಗಳನ್ನು ಪೋಷಿಸುವುದು.

5. **ಅನುಮಾನ** (ವಿಚಿಕಿಚ್ಚಾ): ಸ್ವಯಂ ನಿರ್ಧಾರ ತೆಗೆದುಕೊಳ್ಳುವ ನಮ್ಮ ಶಕ್ತಿಯ ಮೇಲೆ ನಂಬಿಕೆ ಇಲ್ಲದಿರುವುದು, ಇದು ನಿಷ್ಕ್ರಿಯ ಸ್ಥಿತಿಗೆ ತಳ್ಳಬಹುದು.

ಈ ಐದು ಅಡಚಣೆಗಳು ಜೀವನದ ಉದ್ದೇಶದಿಂದ ನಮ್ಮನ್ನು ವಿಮುಖಗೊಳಿಸುತ್ತವೆ.

ಹೊರಬರಲು ಕೆಲವೇ ದಾರಿಗಳಿರುವ ಪರಿಸ್ಥಿತಿಯಲ್ಲಿ ಯಾವಾಗ ನಾವು ಸಿಲುಕಿಕೊಂಡಿರುತ್ತೇವೆಯೋ ಆಗ ಈ ಐದು ಅಡಚಣೆಗಳನ್ನು ತಟಸ್ಥಗೊಳಿಸಲು ಥೇರವಾಡ ಸಂಪ್ರದಾಯವು ಐದು ಮರುಮದ್ದುಗಳನ್ನು ವಿವರಿಸುತ್ತದೆ.

ಆ ಐದು ಮರುಮದ್ದುಗಳು ಯಾವುವೆಂದರೆ:

1. **ಉದ್ದೇಶಪೂರ್ವಕವಾಗಿ ಅಲಸ್ಯವನ್ನು ನಿವಾರಿಸುವ ಕ್ರಮದ ಬಗ್ಗೆ ಯೋಚಿಸುವುದು:** ನಾವು ಆಲಸ್ಯಕ್ಕೆ ಒಳಗಾಗುತ್ತಿರುವ ಕಾರಣಗಳನ್ನು ಪರಿಶೀಲಿಸುವುದರಿಂದ, ನಾವು ಚುರುಕಾಗುವ, ಮುಂಚಿತವಾಗಿಯೇ ಕ್ರಿಯಾಶೀಲರಾಗುವ ಮತ್ತು ನಮ್ಮನ್ನು ಜಡತ್ವಕ್ಕೆ ತಳ್ಳುವ ಯಾಂತ್ರಿಕತೆ ಮತ್ತು ನಿಷ್ಕ್ರಿಯತೆಯನ್ನು ಜಯಿಸಲು ನಿರ್ಧಾರಗಳನ್ನು ತೆಗೆದುಕೊಳ್ಳಬಹುದು.

2. **ದೈಹಿಕ ಮತ್ತು ಇಂದ್ರಿಯ ಬಯಕೆಗಳನ್ನು ತೊಡೆದುಹಾಕಲು ಒಂದೇ ಒಂದು ಮುಖ್ಯವಾದ ವಿಷಯದ ಮೇಲೆ ಗಮನ ಕೇಂದ್ರೀಕರಿಸುವುದು** (ಏಕಾಗ್ಗತಾ) : ನಮ್ಮ ಸುಖಗಳು ನಮ್ಮನ್ನು ಸೆಳೆದುಕೊಂಡು ಹೋಗಲು ನಾವು ಬಿಡುತ್ತಿದ್ದೇವೆ ಎಂದು ಅನ್ನಿಸಿದಾಗ, ಆ ಬಯಕೆಗೆ ಸಂಬಂಧವಿಲ್ಲದ ವಿಷಯದ ಮೇಲೆ ನಮ್ಮ ಗಮನವನ್ನು ಹರಿಸಿ ಮಾನವ ದೌರ್ಬಲ್ಯವಾದ ಇಂದ್ರಿಯ ಬಯಕೆಯ ಪ್ರಲೋಭನೆಯಿಂದ ನಾವು ಹೊರಬರಬಹುದು.

3. **ಹಗೆತನ ಮತ್ತು ವೈರತ್ವವನ್ನು ತೊಡೆದುಹಾಕಲು ಸೌಖ್ಯದ ಮೇಲೆ ಗಮನ ಹರಿಸುವುದು** (ಪಿತಿ) : ಕೋಪ, ಮುನಿಸು ಅಥವಾ ಪಶ್ಚಾತ್ತಾಪ ಮುಂತಾದ ಭಾವನೆಗಳು ನಮ್ಮಲ್ಲಿ ಮೇಲುಗೈ ಸಾಧಿಸುತ್ತಿವೆ ಎಂದು ಭಾಸವಾದ ಕೂಡಲೇ ನಾವು ನಮ್ಮ ಗಮನವನ್ನು

ಜೀವನದಲ್ಲಿರುವ ಒಳ್ಳೆಯ ವಿಷಯಗಳ ಕಡೆಗೆ ಹರಿಯುವಂತೆ ಮಾಡಬೇಕು. ಬೇರೆಯವರ ಬಗ್ಗೆ ಇರುವ ಹಗೆತನ, ಅಥವಾ ಹೊಟ್ಟೆಕಿಚ್ಚಿನ ವಿಷಯದಲ್ಲಿ ಸಹ ಇದೇ ರೀತಿಯ ವಿಚಾರವನ್ನು ಅಳವಡಿಸಿಕೊಂಡು ಅವರ ಒಳ್ಳೆಯತನವನ್ನು ಪಟ್ಟಿ ಮಾಡಬೇಕು. ನಾವು ಅವರನ್ನು ನೋಡುವ ರೀತಿಯನ್ನು ಇದು ಬದಲಾಯಿಸುತ್ತದೆ.

4. **ಇಂದ್ರಿಯೇತರ ಸುಖಗಳಿಂದ** (ಸುಖ) **ಚಿಂತೆಗಳನ್ನು ದೂರವಿರಿಸುವುದು** : ಇಂದ್ರಿಯೇತರ ಸುಖಗಳನ್ನು ಅರಸುವುದು (ಆತ್ಮದ ಅನ್ವೇಷಣೆ ಮಾಡಿಕೊಳ್ಳುವುದು, ಓದುವುದ-ರಿಂದ ಅಥವಾ ಶಿಕ್ಷಕರು ಮತ್ತು ಸಲಹೆಗಾರರ ಮಾರ್ಗದರ್ಶನದಿಂದ ಜಗತ್ತಿನ ಬಗ್ಗೆ ತಿಳಿದುಕೊಳ್ಳುವುದು, ನಮ್ಮ ಕಲಾತ್ಮಕ ಕೌಶಲ್ಯವನ್ನು ಬೆಳೆಸಿಕೊಳ್ಳುವುದು, ನಮ್ಮ ಪ್ರೀತಿಪಾತ್ರರ ಬಗ್ಗೆ ಕಾಳಜಿ ವಹಿಸುವುದು ಮುಂತಾದವು) – ಇದರಿಂದ ನಾವು ಎಂತಹುದೇ ಪರಿಸ್ಥಿತಿಯಲ್ಲಿ ಇದ್ದರೂ ಯಾವುದೇ ಚಿಂತೆಯಿಲ್ಲದೆ ಚೆನ್ನಾಗಿದ್ದೇವೆ ಎಂಬ ಭಾವನೆಯನ್ನು ಮೂಡಿಸಲು ಸಹಾಯ ಮಾಡುತ್ತದೆ.

5. **ಅನುಮಾನಗಳನ್ನು ತೊಡೆದುಹಾಕಲು ಪರಿಸ್ಥಿತಿಯ ಕೂಲಂಕಷ ವಿಶ್ಲೇಷಣೆ** (ವಿಚಾರ) : ಅನಿಶ್ಚಿತತೆಯಿಂದ ಹೊರಬರಲು ಬಹಳ ಸುಲಭವಾದ ಮತ್ತು ಪ್ರಾಯೋಗಿಕವಾದ ವಿಧಾನ ಎಂದರೆ, ನಮ್ಮ ಮುಂದಿರುವ ಎರಡು ಆಯ್ಕೆಗಳ ಅನುಕೂಲಗಳು, ಅನಾನುಕೂಲಗಳನ್ನು ಪಟ್ಟಿ ಮಾಡುವುದು. ಪಟ್ಟಿ ಮಾಡುವ ಈ ಸರಳ ವಿಧಾನವು ನಿರ್ಧಾರ ತೆಗೆದುಕೊಳ್ಳಲು ನಮಗೆ ಸಹಾಯ ಮಾಡುತ್ತದೆ.

ಅಡಚಣೆ	**ಮರುಮದ್ದು**
ಆಲಸ್ಯ	ಅಲಸ್ಯವನ್ನು ನಿವಾರಿಸುವ ಕ್ರಮದ ಬಗ್ಗೆ ಗಮನ ಹರಿಸುವುದು ಹಾಗೂ ಅಲಸ್ಯವನ್ನು ತೊಡೆದುಹಾಕಲು ಚಟುವಟಿಕೆಯಿಂದಿರುವುದು
ಇಂದ್ರಿಯ ಬಯಕೆಗಳು	ಇಂದ್ರಿಯ ಬಯಕೆಗಳನ್ನು ತೊಡೆದುಹಾಕುವ ಸಲುವಾಗಿ ಒಂದೇ ಒಂದು ಮುಖ್ಯವಾದ ವಿಷಯದ ಮೇಲೆ ಗಮನ ಕೇಂದ್ರೀಕರಿಸುವುದು
ಹಗೆತನ, ಶತ್ರುತ್ವ	ಹಗೆತನ ಮತ್ತು ವೈರತ್ವವನ್ನು ತೊಡೆದುಹಾಕಲು ನಮ್ಮ ಹಾಗೂ ಇತರರ ಸೌಖ್ಯದ ಮೇಲೆ ಗಮನ ಹರಿಸುವುದು
ಅನ್ಯಮನಸ್ಕತೆ ಮತ್ತು ಚಿಂತೆ	ಚಿಂತೆಗಳನ್ನು ದೂರವಿರಿಸಲು ಇಂದ್ರಿಯೇತರ ಸುಖಗಳನ್ನು/ಚಟುವಟಿಕೆಗಳನ್ನು ಬೆಳೆಸಿಕೊಳ್ಳುವುದು
ಅನುಮಾನ	ಅನುಮಾನಗಳನ್ನು ತೊಡೆದುಹಾಕಲು ಪರಿಸ್ಥಿತಿಯ ಕೂಲಂಕಷ ವಿಶ್ಲೇಷಣೆ ಮಾಡುವುದು

ನಾಲ್ಕು ಪುರುಷಾರ್ಥಗಳನ್ನು ಸಮತೋಲನದಲ್ಲಿ ಇರಿಸಿಕೊಳ್ಳುವುದು

ವಿಮರ್ಶಾತ್ಮಕ ಮನಸ್ಥಿತಿಯ ಓದುಗರು ನಾವು ಹೇಳುತ್ತಿರುವುದರಲ್ಲಿ ತದ್ವಿರುದ್ಧವಾಗಿ ಕಾಣುತ್ತಿರುವ ವಿಚಾರಗಳನ್ನು ಗಮನಿಸಿರಬಹುದು.

- ಈ ಪುಸ್ತಕದ ಮೊದಲ ಅಧ್ಯಾಯದಲ್ಲಿ ಕಾಮ (ಜೀವನದ ಬಯಕೆಗಳು) ಎನ್ನುವುದು ಪುರುಷಾರ್ಥಗಳಲ್ಲಿ (ಮಾನವನ ಉದ್ದೇಶಗಳು) ಒಂದು ಎಂದು ಹೇಳಲಾಗಿದೆ, ಆದರೆ ಅದನ್ನು ಐದು ಅಡಚಣೆಗಳ ಪೈಕಿ ಒಂದು ಎಂದೂ ಕೂಡ ಪರಿಗಣಿಸಲಾಗಿದೆ.
- ಯಾರು ಮೋಕ್ಷ (ಆತ್ಮ ಸಾಧನೆ ಅಥವಾ ಜ್ಞಾನೋದಯ) ವನ್ನು ಪಡೆದುಕೊಳ್ಳುವ ಉದ್ದೇಶಕ್ಕೆ ತಮ್ಮ ಗಮನ ಕೇಂದ್ರೀಕರಿಸುತ್ತಾರೋ, ಅವರು ಜೀವನದ ಬೇರೆಲ್ಲಾ ವಿಚಾರಗಳನ್ನು ತ್ಯಜಿಸಬೇಕು.

ಈ ಆತಂಕವನ್ನು ಗಮನಕ್ಕೆ ತಂದುಕೊಂಡವರಲ್ಲಿ ನೀವೇನೂ ಮೊದಲಿಗರಲ್ಲ. ನಾಲ್ಕು ಪುರುಷಾರ್ಥಗಳು ಎನ್ನುವುದು ಹಲವಾರು ವರ್ಷಗಳಿಂದ ಪಂಡಿತರು ಮತ್ತು ತತ್ವಜ್ಞಾನಿಗಳ ನಡುವೆ ಚರ್ಚೆಯ ವಿಷಯವಾಗಿದೆ. ನಮಗೆ ಸಂದೇಹ ಉಂಟಾದಾಗ ಧರ್ಮಕ್ಕೆ (ನೀತಿವಂತಿ-ಕೆ/ಸದಾಚಾರ/ನ್ಯಾಯಪರತೆ) ಆದ್ಯತೆ ಕೊಡಬೇಕು ಎನ್ನುವುದು ಸಾಮಾನ್ಯ ಅಭಿಪ್ರಾಯವಾಗಿದೆ.

ತತ್ವಶಾಸ್ತ್ರಜ್ಞ ದಯಾಕೃಷ್ಣ ಅವರು ತಮ್ಮ 'ಇಂಡಿಯನ್ ಫಿಲಾಸಫಿ: ಎ ಕೌಂಟರ್ ಪರ್ಸ್ಪೆಕ್ಟಿವ್' (Indian Philosophy: A Counter Perspective) ಎನ್ನುವ ಪುಸ್ತಕದಲ್ಲಿ ಪುರುಷಾರ್ಥದ ಬಗ್ಗೆ ಹೆಚ್ಚು ಸೂಕ್ಷ್ಮತೆಯೊಂದಿಗೆ ವಿವರಿಸಿದ್ದಾರೆ.

ಉದಾಹರಣೆಗೆ, ಪುರುಷಾರ್ಥ ಎನ್ನುವುದನ್ನು ಮಾನವರು ತಮ್ಮ ಜೀವನದಲ್ಲಿ ವಾಸ್ತವವಾಗಿ ಯಾವುದನ್ನು ಅನುಸರಿಸುತ್ತಾರೆ ಎನ್ನುವ ವಿವರಣಾತ್ಮಕ ಅರ್ಥದಲ್ಲಿ ಪರಿಗಣಿಸಬೇಕೇ ಅಥವಾ ಮಾನವರು ಯೋಗ್ಯರೆಂದು ಕರೆಸಿಕೊಳ್ಳಲು ಯಾವುದನ್ನು ಬೆಂಬಲಿಸಲೇಬೇಕು ಎಂಬ ದೃಷ್ಟಿಕೋನವನ್ನು ಸೂಚಿಸುವ ಪದ ಎಂಬುದಾಗಿ ಪರಿಗಣಿಸಬೇಕೆ? ಪುರುಷಾರ್ಥದ ಎರಡು ಉದಾಹರಣೆಗಳಾದ ಅರ್ಥ ಮತ್ತು ಕಾಮ ಇವು ಮೊದಲನೆಯ ವ್ಯಾಖ್ಯಾನವನ್ನು ಸೂಚಿಸಿದರೆ, ಇನ್ನೆರಡು ಉದಾಹರಣೆಗಳಾದ ಧರ್ಮ ಮತ್ತು ಮೋಕ್ಷ ಇವು ನಂತರದ ವ್ಯಾಖ್ಯಾನದ ಕಡೆಗೆ ಕರೆದೊಯ್ಯುತ್ತದೆ. ಅರ್ಥ ಅಥವಾ ಕಾಮವನ್ನು ಅನುಸರಿಸಬೇಕೆಂದು ಹೇಳುವುದರಲ್ಲಿ ಯಾವುದೇ ಅರ್ಥವಿಲ್ಲವೆಂದು ತೋರುತ್ತದೆ, ಏಕೆಂದರೆ ಯಾರೇ ಆದರೂ ಸ್ವಾಭಾವಿಕವಾಗಿ ಅವುಗಳನ್ನು ಅನುಸರಿಸುತ್ತಾರೆ ಮತ್ತು ಅದಕ್ಕೆ ಯಾವುದೇ ರೀತಿಯ ದೊಡ್ಡ ಪ್ರೇರಣೆಯ ಅಗತ್ಯವಿರುವುದಿಲ್ಲ.

ಇನ್ನೊಂದು ರೀತಿಯಲ್ಲಿ ಹೇಳುವುದಾದರೆ, ಅರ್ಥ ಮತ್ತು ಕಾಮವನ್ನು ಬೆನ್ನಟ್ಟುವ ಸ್ವಾಭಾವಿಕ ಪ್ರವೃತ್ತಿಯನ್ನು ನಾವು ಹೊಂದಿದ್ದೇವೆ, ಆದರೆ, ಧರ್ಮ ಮತ್ತು ಮೋಕ್ಷಕ್ಕಾಗಿ ನಾವು ಉದ್ದೇಶಪೂರ್ವಕವಾಗಿ ಶಿಸ್ತನ್ನು ಅಳವಡಿಸಿಕೊಳ್ಳಬೇಕಾಗುತ್ತದೆ.

ನಾಲ್ಕು ಪುರುಷಾರ್ಥಗಳನ್ನೂ ಗಮನದಲ್ಲಿಟ್ಟುಕೊಂಡು ನಿಮ್ಮನ್ನು ನೀವೇ ಈ ರೀತಿ ಕೇಳಿಕೊಳ್ಳಿ:

- ನನ್ನ ಜೀವನವು ಸಮತೋಲನ ತಪ್ಪಿದೆಯೇ?

ಇದಕ್ಕೆ ಉತ್ತರ ಹೌದು ಎಂದಾದರೆ, ಮುಂದೆ ನೀಡಿರುವ ಪ್ರಶ್ನೆಗಳಿಗೆ ಉತ್ತರಗಳನ್ನು ಬರೆದುಕೊಳ್ಳಿ:

- ಕೇವಲ ಸುಖ ಮತ್ತು ಪ್ರೀತಿ (ಕಾಮ) ಇವುಗಳ ಮೇಲೆ ಗಮನ ಹರಿಸುವ ಜೀವನವನ್ನು ನಾನು ಜೀವಿಸುತ್ತಿದ್ದೇನೆಯೇ?
- ಕೇವಲ ಆಸ್ತಿ ಮತ್ತು ಹಣಕಾಸು (ಅರ್ಥ) ಇವುಗಳ ಮೇಲೆ ಗಮನ ಹರಿಸುವ ಜೀವನವನ್ನು ನಾನು ಬದುಕುತ್ತಿದ್ದೇನೆಯೇ?
- ನನ್ನ ಕರ್ತವ್ಯದ (ಧರ್ಮ) ಮೇಲೆ ಮಾತ್ರ ಗಮನ ಹರಿಸುವ ಜೀವನವನ್ನು ಬದುಕುತ್ತಿದ್ದೇನೆಯೇ?
- ನಾನು ನನ್ನ ಆತ್ಮೋದ್ಧಾರ (ಮೋಕ್ಷ) ದ ಮೇಲೆ ಮಾತ್ರ ಗಮನ ಹರಿಸುವ ಜೀವನವನ್ನು ಬದುಕುತ್ತಿದ್ದೇನೆಯೇ?

ಈ ಪ್ರಶ್ನೆಗಳಿಗೆ ನೀವು ಕೊಡುವ ಉತ್ತರವು, ನಿಮ್ಮ ಒಲವು ಯಾವುದರ ಕಡೆ ಇದೆ ಎಂಬುದನ್ನು ಗಮನಿಸಿ ಹೊಂದಾಣಿಕೆಗಳನ್ನು ಮಾಡಿಕೊಳ್ಳಲು ನಿಮಗೆ ಸಹಾಯ ಮಾಡುತ್ತದೆ. ನಿಮ್ಮ ಮತ್ತು ನಿಮ್ಮ ಪ್ರೀತಿಪಾತ್ರರ ಯೋಗಕ್ಷೇಮ ಮತ್ತು ಸಂತೋಷದಲ್ಲಿ ಸಮತೋಲನ ಕಾಣಬಹುದು.

"ಒಂದೆಡೆ ಅತಿರೇಕ ಮತ್ತು ಮತ್ತೊಂದೆಡೆ ಕೊರತೆ – ಈ ಎರಡು ದುರ್ಗುಣಗಳ ನಡುವೆ ಇರುವ ಚಿನ್ನದಂತಹ ಸ್ಥಿತಿಯೇ ಸದ್ಗುಣ" – ಅರಿಸ್ಟಾಟಲ್

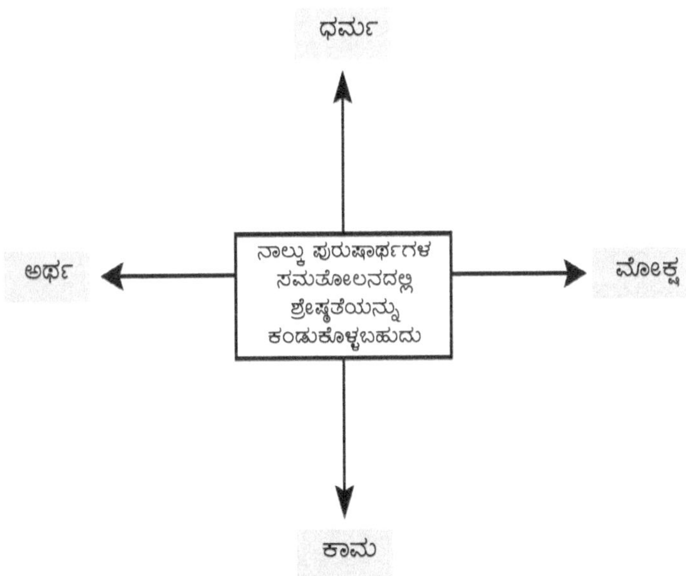

ನಾಲ್ಕು ಒಪ್ಪಂದಗಳು (The Four Agreements)

ನಾಲ್ಕು ಒಪ್ಪಂದಗಳು ಯಾವುದೇ ಧರ್ಮಕ್ಕೆ ಒಳಪಡದೆ ಮನೋವಿಜ್ಞಾನ ಮತ್ತು ವೈಯುಕ್ತಿಕ ವಿಕಾಸ ಕ್ಷೇತ್ರಕ್ಕೆ ಸೇರಿದವಾದರೂ, ಅವುಗಳ ಕೆಲವು ಒಳನೋಟಗಳನ್ನು ನಾವು ನಿಮ್ಮೊಂದಿಗೆ ಹಂಚಿಕೊಳ್ಳಲು ಬಯಸುತ್ತೇವೆ, ಏಕೆಂದರೆ ಒಂದಕ್ಕಿಂತ ಹೆಚ್ಚು ಸಂದರ್ಭಗಳಲ್ಲಿ ಅವು ನಮ್ಮನ್ನು ಮಾನಸಿಕ ವೇದನೆಯಿಂದ ಮುಕ್ತಗೊಳಿಸಿವೆ. ನಾವು ನೋಡಲಿರುವ ಎರಡನೆಯ ಮೂಲತತ್ವವು ವಿಶೇಷವಾಗಿ ಸಹಾಯಕವಾಗಿದೆ, ಆದರೆ ಇತರ ಮೂರೂ ಸಿದ್ಧಾಂತಗಳೂ ಕೂಡ ಅಮೂಲ್ಯವಾದವುಗಳೆಂದು ನಾವು ಪರಿಗಣಿಸುತ್ತೇವೆ.

ಡಾನ್ ಮಿಗೇಲ್ ರೂಯಿಸ್ ತನ್ನ ಪುಸ್ತಕ ದಿ ಫೋರ್ ಅಗ್ರಿಮೆಂಟ್ಸ್ (The Four Agreements) ನಲ್ಲಿ, ಟೋಲ್‌ಟೆಕ್ ಸಂಸ್ಕೃತಿಯ ಆಧಾರದ ಮೇಲೆ ಸಂತೋಷಕರ ಜೀವನಕ್ಕೆ ನಾಲ್ಕು ತತ್ವಗಳನ್ನು ಪ್ರತಿಪಾದಿಸುತ್ತಾರೆ. ನಾವು ಈ ಲೇಖಕರೊಂದಿಗೆ ಸ್ನೇಹಪರ ಹಾಗೂ ದೀರ್ಘವಾದ ದೂರವಾಣಿ ಸಂಭಾಷಣೆಯನ್ನು ನಡೆಸಿದೆವು. ಅವರ ಪ್ರಕಾರ, ನಾವು ಅನುಭವಿಸುತ್ತಿರುವ ಕಷ್ಟಗಳಿಂದ ಪಾರಾಗಲು ಈ ಒಪ್ಪಂದಗಳಿಗೆ ನಾವು ಬದ್ಧರಾಗಿರಬೇಕು.

ಅವುಗಳು ಏನು ಎಂದು ನೋಡೋಣ :

1. **ನಿಮ್ಮ ಮಾತುಗಳ ಬಗ್ಗೆ ಎಚ್ಚರವಿರಲಿ :** ನೀವು ಹೇಳುವ ಎಲ್ಲ ವಿಷಯಗಳಲ್ಲೂ ದೋಷರಹಿತವಾಗಿರಲು ಪ್ರಯತ್ನಿಸಿ. ರೂಯಿಸ್ ಅವರ ಪ್ರಕಾರ, ನಮಗೆ ಹಾನಿಯನ್ನು ಉಂಟುಮಾಡದ ಪದಗಳೇ 'ದೋಷರಹಿತ ಪದಗಳು'. ಶಾಂತಿಯುತವಾಗಿ ಜೀವಿಸಲು ನಾವು ನಮ್ಮೊಂದಿಗೆ ಮತ್ತು ಇತರರಿಗೆ ಏನು ಹೇಳುತ್ತೇವೆಯೋ ಅದರಂತೆ ನಡೆದುಕೊಳ್ಳುವ ಮೂಲಕ, ನಮ್ಮ ನಿಷ್ಠೆಯನ್ನು ಕಾಪಾಡಿಕೊಳ್ಳುವ ಅಗತ್ಯವಿದೆ.

   ಇತರ ಸಂಪ್ರದಾಯಗಳಿಗೆ ಹೋಲಿಕೆ :

   - ಸುಳ್ಳು ಹೇಳದಿರುವುದು ಕ್ರಿಶ್ಚಿಯನ್ ಮತ್ತು ಯಹೂದಿ ಧರ್ಮದ ಆಜ್ಞೆಗಳಲ್ಲಿ ಒಂದಾಗಿದೆ.
   - ಇತರ ಸಂಪ್ರದಾಯಗಳಲ್ಲಿ ಸುಳ್ಳು ಹೇಳುವುದು ಒಂದು ಪಾಪವೆಂದು ಪರಿಗಣಿಸಲಾಗುವುದಿಲ್ಲ, ಆದರೆ ಪ್ರತಿ ಬಾರಿ ನಾವು ಒಂದು ಸುಳ್ಳನ್ನು ಹೇಳಿದಾಗ ಅಥವಾ ಇತರರಿಗೆ ಹಾನಿಕಾರಕವಾದದ್ದನ್ನು ಹೇಳಿದಾಗ, ಅದು ನಮ್ಮ ಕರ್ಮದ ಮೇಲೆ ಪರಿಣಾಮ ಬೀರುತ್ತದೆ.
   - ಇದನ್ನು ಇನ್ನೊಂದು ರೀತಿಯಲ್ಲಿ ಗಾಂಧೀಜಿಯವರು ಹೀಗೆ ಹೇಳಿದ್ದಾರೆ, "ನೀವು ಏನನ್ನು ಆಲೋಚಿಸುವಿರೋ ಏನನ್ನು ಮಾಡುವಿರೋ, ಏನನ್ನು ಹೇಳುವಿರೋ ಇವೆಲ್ಲಾ ಸಾಮರಸ್ಯದಿಂದ ಕೂಡಿದ್ದರೆ ಅದೇ ಸಂತೋಷ".

2. **ಯಾವುದನ್ನೂ ವೈಯಕ್ತಿಕವಾಗಿ ತೆಗೆದುಕೊಳ್ಳಬೇಡಿ :** ಯಾರಾದರೂ ಅಥವಾ ಯಾವುದಾದರೂ ನಿಮ್ಮ ಮೇಲೆ ಆಕ್ರಮಣ ಮಾಡುತ್ತಿದೆ ಎಂದು ನಿಮಗೆ ಅನ್ನಿಸಿದಾಗ ಅದನ್ನು ವೈಯುಕ್ತಿಕವಾಗಿ ತೆಗೆದುಕೊಳ್ಳಬೇಡಿ. ಪ್ರತಿಯೊಬ್ಬರೂ ಜೀವನದಲ್ಲಿ ಅವರ ಪರಿಸ್ಥಿತಿಗೆ ಅನುಗುಣವಾಗಿ ಈ ಜಗತ್ತನ್ನು ನೋಡುತ್ತಿರುತ್ತಾರೆ ಮತ್ತು ಅವರೇನು ಮಾಡುತ್ತಾರೆ ಅಥವಾ ಮಾತನಾಡುತ್ತಾರೆ ಎನ್ನುವುದು ಅದು ಆ ವ್ಯಕ್ತಿಗೆ ಸಂಬಂಧಿಸಿದ್ದೇ

ಹೊರತು ನಮಗಲ್ಲ. ಈ ಎರಡನೇ ಒಪ್ಪಂದವು ನಮ್ಮಲ್ಲಿರುವ ಕೋಪ, ದ್ವೇಷ, ಹೊಟ್ಟೆಕಿಚ್ಚು ಮತ್ತು ಅಸೂಯೆಯಂತಹ ಭಾವನೆಗಳನ್ನು ತೊಡೆದುಹಾಕಲು ಸಹಾಯ ಮಾಡುತ್ತದೆ ಎಂದು ರೂಯಿಸ್ ಅವರು ಹೇಳುತ್ತಾರೆ.

ಇತರ ಸಂಪ್ರದಾಯಗಳಿಗೆ ಹೋಲಿಕೆ :

- ಈ ಅಧ್ಯಾಯದ ಮೊದಲ ಭಾಗದಲ್ಲಿ ತಿಳಿಸಿದಂತೆ ಕೋಪ, ಹೊಟ್ಟೆಕಿಚ್ಚು ಮತ್ತು ಅಸೂಯೆ ಇವುಗಳು ಘೋರ ಪಾತಕಗಳಲ್ಲಿ ಮತ್ತು ಹಿಂದೂ ಧರ್ಮದ ಆರು ಶತ್ರುಗಳಲ್ಲಿ ಸೇರಿದೆ. ಈ ತತ್ವವು ಅನಪೇಕ್ಷಿತ ಭಾವನೆಗಳನ್ನು ದೂರಮಾಡಲು ನಮಗೆ ಸಹಾಯ ಮಾಡುತ್ತದೆ.

3. **ಊಹೆ ಮಾಡಿಕೊಳ್ಳಬೇಡಿ :** ಇತರ ಜನರು ನಿಮ್ಮ ಬಗ್ಗೆ ಅಥವಾ ಬೇರೆಯವರ ಬಗ್ಗೆ ಏನು ಯೋಚಿಸುತ್ತಿದ್ದಾರೆ ಎಂದು ಊಹಿಸುವುದು ತಪ್ಪು, ಏಕೆಂದರೆ ಅದೇನೆಂದು ನಿಮಗೆ ಗೊತ್ತಿರುವುದಿಲ್ಲ. ಬೇರೆಯವರು ಏನು ಯೋಚಿಸುತ್ತಾರೆ ಎಂದು ಕಲ್ಪನೆ ಮಾಡಿಕೊಳ್ಳಲು ಪ್ರಯತ್ನಿಸುವುದು ನಮ್ಮ ಯಾತನೆಯನ್ನೇ ಹೆಚ್ಚು ಮಾಡುತ್ತದೆ. ಬಹುತೇಕ ನಾವು ಯಾವಾಗಲೂ ತಿರುಚಲ್ಪಟ್ಟ ಮಸೂರದ ಮೂಲಕ ನೋಡುವ ಜಗತ್ತನ್ನು ಸತ್ಯವೆಂದು ನಂಬುತ್ತೇವೆ.

ಇತರ ಸಂಪ್ರದಾಯಗಳಿಗೆ ಹೋಲಿಕೆ :

- ಈ ಒಪ್ಪಂದವು ಹಿಂದೂ ಧರ್ಮದ ಆರು ಶತ್ರುಗಳಲ್ಲಿ ಒಂದಾದ ಮೋಹಕ್ಕೆ (ಮರುಳು) ಸಂಬಂಧಿಸಿದೆ. ನಮ್ಮ ಸುತ್ತಲಿನ ಜಗತ್ತಿನ ಬಗ್ಗೆ ಮತ್ತು ಇತರ ಜನರ ಬಗ್ಗೆ ಅತಿಯಾಗಿ ವಿಷಯಗಳನ್ನು ಊಹಿಸುವುದು ವೇದನೆಯನ್ನು ಉಂಟುಮಾಡುವುದರಿಂದ ನಮ್ಮ ಮನಸ್ಸಿಗೆ ಅದು ವಿಷವಾಗುತ್ತದೆ.

4. **ಸಾಧ್ಯವಾದಷ್ಟೂ ಚೆನ್ನಾಗಿ ಮಾಡಿ :** ನಿಮ್ಮ ಜೀವನದ ಪ್ರತಿ ಕ್ಷಣದಲ್ಲೂ ಗರಿಷ್ಠ ಪ್ರಯತ್ನವನ್ನು ಮಾಡುವುದಕ್ಕೆ ಈ ಒಪ್ಪಂದವು ಒಂದು ಆಹ್ವಾನವಾಗಿದೆ. ಜಪಾನೀಯರು ಇದಕ್ಕೆ 'ಗನ್ ಬಟ್ಟೆ' ಎಂಬ ಒಂದು ಪದವನ್ನು ಹೊಂದಿದ್ದಾರೆ, ಇದನ್ನು "ನಿಮಗೆ ಸಾಧ್ಯವಾದಷ್ಟು ಅತ್ಯುತ್ತಮವಾಗಿ ಮಾಡಿ" ಎಂದು ಅನುವಾದಿಸಬಹುದು.

ಇತರ ಸಂಪ್ರದಾಯಗಳಿಗೆ ಹೋಲಿಕೆ :

- ಸಾಧ್ಯವಿರುವಷ್ಟರ ಮಟ್ಟಿಗೆ ಚೆನ್ನಾಗಿ ಮಾಡುವುದು ಮತ್ತು ಇತರರನ್ನು ಸಾಧ್ಯವಾದಷ್ಟೂ ಉತ್ತಮವಾದ ರೀತಿಯಲ್ಲಿ ನಡೆಸಿಕೊಳ್ಳುವುದು ಬಹುತೇಕ ಎಲ್ಲ ಧರ್ಮಗಳಲ್ಲಿಯೂ ಅಂತರ್ಗತವಾಗಿದೆ. "ನಿನ್ನ ನೆರೆಯವನನ್ನು ನಿನ್ನಂತೆಯೇ ಪ್ರೀತಿಸಬೇಕು" ಎಂದು ಹೇಳುವ ಕ್ರೈಸ್ತ ಧರ್ಮದ ಈ ಆಜ್ಞೆಯನ್ನು ನಾವು ಸ್ಮರಿಸೋಣ.
- ಜೀವನದಲ್ಲಿ ಉತ್ತಮವಾದುದ್ದನ್ನು ಮಾಡಲು, ನಾವು ಹಿಂದೂ ಧರ್ಮದ ಆರು ಶತ್ರುಗಳಲ್ಲಿ ಅಥವಾ ಏಳು ಘೋರ ಪಾತಕಗಳಲ್ಲಿ ಯಾವುದೇ ಒಂದರ ಪ್ರಲೋಭನೆಗೂ ಬಲಿಯಾಗಬಾರದು, ಅಥವಾ ಐದು ಅಡಚಣೆಗಳಿಂದ ನಿಷ್ಕ್ರಿಯಗೊಳ್ಳಬಾರದು.

ಫ್ರಾಂಕ್ಲಿನ್ ವಿಧಾನದಿಂದ ನಿಮ್ಮ ಮೊದಲನೆಯ ಪುರುಷಾರ್ಥ(ಧರ್ಮ)ವನ್ನು ಸುಧಾರಿಸಿಕೊಳ್ಳಿ

ಮೊದಲನೆಯ ಪುರುಷಾರ್ಥ 'ಧರ್ಮ' ಎಂದರೆ ಕಾನೂನಿನ ಪ್ರಕಾರ, ನ್ಯಾಯಬದ್ಧತೆಯಿಂದ, ನೈತಿಕ ಕರ್ತವ್ಯ ಮತ್ತು ಸದ್ಗುಣದೊಂದಿಗೆ ನಡೆದುಕೊಳ್ಳುವುದು.

ಸದ್ಗುಣಶೀಲ ವ್ಯಕ್ತಿಯಾಗಿರುವುದು ಸುಲಭದ ಮಾತಲ್ಲ. ನಾವೆಲ್ಲರೂ ನಮ್ಮ ಭಾವನೆಗಳು ಮತ್ತು ಹಿತಾಸಕ್ತಿಗಳನ್ನು ಸಮತೋಲನದಲ್ಲಿ ಇರಿಸಿಕೊಳ್ಳಲು ಹೆಣಗಾಡುತ್ತೇವೆ, ಅದೇ ಸಮಯದಲ್ಲಿ ನಾವೇನು ಮಾಡಬೇಕು ಎಂಬುದನ್ನೂ ಗಣನೆಗೆ ತೆಗೆದುಕೊಳ್ಳುತ್ತೇವೆ.

ಬೆಂಜಮಿನ್ ಫ್ರಾಂಕ್ಲಿನ್ ಅವರು ತಾನು ಬೆಳೆಸಿಕೊಳ್ಳಲೇಬೇಕು ಎಂದು ಭಾವಿಸಿದ ಹದಿಮೂರು ಸದ್ಗುಣಗಳಿಗೆ ಮೀಸಲಾಗಿರುವ ಒಂದು ವ್ಯವಸ್ಥೆಯನ್ನು ರೂಪಿಸಿದರು. ಬಹಳಷ್ಟು ವಿಷಯಗಳನ್ನು ಅರಿತಿದ್ದ ಈ ಅಮೆರಿಕಾದ ಸಂಸ್ಥಾಪಕ ಪ್ರತಿ ವಾರವನ್ನೂ ಒಂದು ನಿರ್ದಿಷ್ಟ ಸದ್ಗುಣವನ್ನು ಬೆಳೆಸಿಕೊಳ್ಳಲು ಮುಡಿಪಾಗಿಟ್ಟು, ವಾರದ ಏಳು ದಿನಗಳ ಸುತ್ತಲೂ ಚಟುವಟಿ-ಕೆಯನ್ನು ಆಯೋಜಿಸಲು ಒಂದು ನೋಟ್ ಪುಸ್ತಕವನ್ನು ಬಳಸಿದರು. ಪ್ರತಿ ದಿನವೂ ಅವರು ಈ ಸದ್ಗುಣಗಳಲ್ಲಿ ಒಂದನ್ನು ಅಭ್ಯಾಸ ಮಾಡಿದ್ದೇನೆ ಎಂದು ತನ್ನ ಕೆಲಸಗಳ ಮೂಲಕ ತೋರಿಸಬೇಕಾಗಿತ್ತು (ಉದಾಹರಣೆಗೆ ತಾಳ್ಮೆ) ಮತ್ತು ನಂತರ ಆ ದಿನದ ಕಾರ್ಯವನ್ನು ಪೂರೈಸಿದ್ದೇನೆ ಎಂದು ತಿಳಿಸುವ ಬಾಕ್ಸ್ ಒಂದನ್ನು ಗುರುತು ಮಾಡಬೇಕಿತ್ತು.

ಅವರು ಒಂದು ವಾರದಲ್ಲಿ ಏಳು ಬಾಕ್ಸ್‌ಗಳನ್ನು ಗುರುತು ಮಾಡಿದ್ದರೆ ಮಾತ್ರ ಮುಂದಿನ ವಾರ ಹೊಸ ಸದ್ಗುಣವನ್ನು ನಿರ್ವಹಿಸಲು ಅನುಮತಿ ಕೊಟ್ಟುಕೊಳ್ಳುತ್ತಿದ್ದರು. ಹದಿಮೂರು ಸದ್ಗುಣಗಳನ್ನು ಬೆಳೆಸಿಕೊಳ್ಳುವುದರಲ್ಲಿ ಯಶಸ್ವಿಯಾದ ನಂತರ ಅವರು ಇದೇ ಅಭ್ಯಾಸವನ್ನು ಪುನಃ ಪ್ರಾರಂಭಿಸುತ್ತಿದ್ದರು.

"ಜೀವನದಲ್ಲಿ ಅಪರೂಪವಾಗಿ ಸಂಭವಿಸುವ ದೊಡ್ಡ ಅದೃಷ್ಟಕರ ಘಟನೆಗಿಂತ ದೈನಂದಿನ ಜೀವನದಲ್ಲಿ ಉಂಟಾಗುವ ಸಣ್ಣ ಸುಖಕರ ಅನುಕೂಲಗಳಲ್ಲಿ ಮನುಷ್ಯನಿಗೆ ಸಂತೋಷ ಎನ್ನುವುದು ಹೆಚ್ಚಾಗಿ ಇರುತ್ತದೆ" ಎಂದು ಫ್ರಾಂಕ್ಲಿನ್ ಅವರು ಹೇಳಿದ್ದಾರೆ.

ಒಂದು ಕೊನೆಯ ಪ್ರಯೋಗವಾಗಿ, ನೀವು ನಿಮ್ಮ ಬಗ್ಗೆ ಇಷ್ಟಪಡದ ಒಂದು ವಿಷಯದ ಮೇಲೆ ಕೇಂದ್ರೀಕರಿಸಿ, ಫ್ರಾಂಕ್ಲಿನ್ ವಿಧಾನದ ಸರಳ ಆವೃತ್ತಿಯನ್ನು ಪ್ರಯತ್ನಿಸಿ ಎಂದು ನಾವು ಸಲಹೆ ನೀಡುತ್ತೇವೆ.

- ನೀವು ಬಿಡಲೇಬೇಕೆಂದು ಬಯಸುವ ಅಭ್ಯಾಸ ಅಥವಾ ಮನೋಭಾವವನ್ನು ಆರಿಸಿಕೊಳ್ಳಿ, ಏಕೆಂದರೆ, ಇದು ನಿಮ್ಮ ಜೀವನಕ್ಕೆ ಯಾವುದೇ ರೀತಿಯ ಸಕಾರಾತ್ಮಕ ಕೊಡುಗೆಯನ್ನು ನೀಡುವುದಿಲ್ಲ, ಸಂತೋಷದ ವಿಷಯಕ್ಕೆ ಬಂದರೆ ಇದು ಇನ್ನೂ ಕಡಿಮೆ ಮಟ್ಟದಲ್ಲಿ ಇರುತ್ತದೆ.
- ಈ ಹೊರೆಯಿಂದ ಬಿಡುಗಡೆ ಹೊಂದಲು ನೀವು ಬದಲಿಸಬಹುದಾದ ಸಣ್ಣ ವಿಷಯಗಳು ಮತ್ತು ತೆಗೆದುಕೊಳ್ಳಬಹುದಾದ ಕೆಲವು ಕ್ರಿಯೆಗಳ ಪಟ್ಟಿಯನ್ನು ಮಾಡಿ.
- ನಿಮಗೆ ಇಷ್ಟವಾಗದ ಈ ವಿಷಯದಿಂದ ಮುಕ್ತರಾಗಲು ಆ ಕ್ರಮಗಳಲ್ಲಿ ಒಂದನ್ನು ನಿಮ್ಮ ಗುರಿಯನ್ನಾಗಿ ಮಾಡಿಕೊಳ್ಳಿ.
- ಏಳು ದಿನಗಳವರೆಗೆ ಇದನ್ನು ಮಾಡಲು ಯಶಸ್ವಿಯಾದರೆ, ನಿಮಗೆ ನೀವೇ ಒಂದು ಬಹುಮಾನ ಕೊಟ್ಟುಕೊಳ್ಳಿ.

ಕರ್ಮ

ನಿಮ್ಮ ಜನ್ಮಗಳ ಚರಿತ್ರೆ

ಕರ್ಮ ಎನ್ನುವ ಪದದ ಅರ್ಥದ ಬಗ್ಗೆ ಹಲವಾರು ದೃಷ್ಟಿಕೋನಗಳಿವೆ. ಕೆಲವು ಭಾರತೀಯ ಧರ್ಮಗಳ ಪ್ರಕಾರ, ಇದು ಪ್ರತಿಯೊಬ್ಬರ ಜೀವನವನ್ನೂ ಮೀರಿ, ಮುಂದಿನ ಜನ್ಮದ ಮೇಲೆ ಪ್ರಭಾವ ಬೀರುವಂತಹ ಕಾರಣ ಮತ್ತು ಪರಿಣಾಮದ ನಿಯಮವಾಗಿದೆ. ಇದನ್ನು ಸರಳವಾಗಿ ಹೇಳುವುದಾದರೆ, ನಾವು ಈ ಜನ್ಮದಲ್ಲಿ ಆಧ್ಯಾತ್ಮಿಕವಾಗಿ ಪ್ರಗತಿ ಸಾಧಿಸಿದ್ದರೆ ಮುಂದಿನ ಜನ್ಮದಲ್ಲಿ ಉತ್ತಮರಾಗಿ ಜನಿಸುತ್ತೇವೆ, ನಾವು ಜೀವನ್ಮರಣದ ಚಕ್ರದಿಂದ ಬಿಡುಗಡೆ ಹೊಂದುವ ತನಕ ಇದು ನಡೆಯುತ್ತದೆ. ಒಂದುವೇಳೆ ನಾವು ನೈತಿಕ ಜೀವನವನ್ನು ನಡೆಸದೇ ಇದ್ದರೆ ನಾವು ಕೀಳು ಜನ್ಮದಲ್ಲಿ ಜನಿಸುತ್ತೇವೆ, ಬಹುಶಃ ಅದು ಪ್ರಾಣಿಯ ಜನ್ಮವೂ ಆಗಿರಬಹುದು.

ಆದಾಗ್ಯೂ, ಈ ಅಧ್ಯಾಯದಲ್ಲಿ ನೋಡುವಂತೆ, ಜೀವನವನ್ನು ದಾಟಿ ಕರ್ಮವು ಪ್ರಭಾವ ಬೀರುವುದರಲ್ಲಿ ನಮಗೆ ನಂಬಿಕೆಯಿಲ್ಲದಿದ್ದರೂ, ಕರ್ಮದ ನಿಯಮವು ನಾವು ಜಗತ್ತನ್ನು ಅರ್ಥಮಾಡಿಕೊಳ್ಳುವ ರೀತಿಯನ್ನು ಬದಲಾಯಿಸುವುದಕ್ಕೆ ಮತ್ತು ಜೀವನದಲ್ಲಿ ಮುಂದುವರಿಯುವುದಕ್ಕೆ ಸಂಬಂಧವನ್ನು ಹೊಂದಿದೆ.

ಕರ್ಮ ಪೊಲೀಸ್

ಬ್ರಿಟಿಷ್ ಸಂಗೀತದ ಬ್ಯಾಂಡ್ ರೇಡಿಯೋಹೆಡ್ ಅವರು ತಮ್ಮ 'ಕರ್ಮ ಪೊಲೀಸ್' ಎಂಬ ಹಾಡಿನಲ್ಲಿ, ಬೀಜ ಬಿತ್ತಿದಂತೆಯೇ ನಾವು ಫಲವನ್ನು ಹೊಂದುತ್ತೇವೆ ಎಂದು ಪ್ರತಿಫಲದ ಬಗ್ಗೆ ತಮ್ಮದೇ ಆದ ವಿಭಿನ್ನ ರೀತಿಯಲ್ಲಿ ಎಚ್ಚರಿಸಿದ್ದಾರೆ.

ನಮ್ಮ ಪ್ರತಿಯೊಂದು ಕ್ರಿಯೆಗೂ ಅದರದ್ದೇ ಆದ ಪರಿಣಾಮ ಇರುತ್ತದೆ ಎಂದು ನಾವು ಭಾವಿಸಿದಾಗ, ಪ್ರತಿದಿನವೂ ನಾವು ತೆಗೆದುಕೊಳ್ಳುವ ಸಾವಿರಾರು ನಿರ್ಧಾರಗಳ ಫಲವೇ ನಮ್ಮ ಭವಿಷ್ಯವಾಗುತ್ತದೆ. ಗೊತ್ತುಗುರಿಯಿಲ್ಲದೇ ಸಂದಿಗ್ಧ ಭಾವನೆ ಹೊಂದಿರುವ ಜನರು, ತಮ್ಮ ಜೀವನವನ್ನು ನಿಯಂತ್ರಿಸುವಂತಹ ಈ ಕಾರಣ-ಪರಿಣಾಮದ ನಿಯಮದ ಅರಿವಿನ ಕೊರತೆಯಿಂದ ಗುರುತಿಸಲ್ಪಡುತ್ತಾರೆ.

ಒಂದು ವೇಳೆ ಏನಾದರೂ ಕೆಟ್ಟದ್ದು ಸಂಭವಿಸಿದರೆ, ಅವರು ಅದಕ್ಕೆ ತಮ್ಮ ದುರಾದೃಷ್ಟ, ಇತರರ ನಿರ್ದಯತೆ, ಅಥವಾ ಜಗತ್ತನ್ನು ದೊಡ್ಡದಾಗಿ ಆಳುತ್ತಿರುವ ಅನ್ಯಾಯ ಇವುಗಳೇ ಕಾರಣವೆಂದು ಹೇಳುತ್ತಾರೆ. ನಮ್ಮ ಭವಿಷ್ಯದ ಮೇಲಿನ ಈ ಜವಾಬ್ದಾರಿಯ ಕೊರತೆ ನಮ್ಮನ್ನು ಪರಿಸ್ಥಿತಿಯ ಗುಲಾಮರನ್ನಾಗಿ ಮತ್ತು ಕೆಲವೊಮ್ಮೆ ಮೂಢನಂಬಿಕೆಯ ದಾಸರನ್ನಾಗಿ ಕೂಡಾ ಮಾಡುತ್ತದೆ.

ಪ್ರತೀಕ್ಷಣವೂ ನಾವು ಮಾಡುವ ಪ್ರತಿಯೊಂದು ಕೆಲಸ, ಮಾತು ಮತ್ತು ನಂಬಿಕೆಗಳಿಂದ ನಮ್ಮ ಅದೃಷ್ಟವನ್ನು ನಾವೇ ಸೃಷ್ಟಿಸಿಕೊಳ್ಳುತ್ತೇವೆ ಎಂಬುದನ್ನು ಮರೆತು ಅದೃಷ್ಟವನ್ನು ಬರಮಾಡಿಕೊಳ್ಳಲು ಹತ್ತಿರದಲ್ಲಿ ಇರುವ ಮರದ ವಸ್ತುಗಳನ್ನು ತಟ್ಟುವ ಅಥವಾ ಇನ್ಯಾವುದಾದರೂ ಆಚರಣೆಗಳನ್ನು ಮಾಡುವ ಜನರು ನಮಗೆಲ್ಲರಿಗೂ ಗೊತ್ತಿರುತ್ತಾರೆ.

ಕರ್ಮವು ನಿಮ್ಮ ಪರವಾಗಿ ಇರಬೇಕೆಂದು ನೀವು ಬಯಸುವಿರಾದರೆ, ನೀವು ಅದರ ನಿಯಮಕ್ಕೆ ಶರಣಾಗಬೇಕು. ತದನಂತರ ಏನಾದರೂ ಕೆಟ್ಟದ್ದು ಸಂಭವಿಸಿದರೆ ಅಥವಾ ನಿಮಗೆ ನೋವುಂಟಾದರೆ, ಈ ಪ್ರಶ್ನೆಗಳನ್ನು ನಿಮಗೆ ನೀವೇ ಕೇಳಿಕೊಳ್ಳಿ:

- ಈ ಪರಿಸ್ಥಿತಿ ಬರಲು ನಾನು ಏನನ್ನು ಮಾಡಿದ್ದೇನೆ?/ಈ ಪರಿಸ್ಥಿತಿ ಬರಲು ನಾನು ಹೇಗೆ ಕಾರಣನಾಗಿರುವೆ?
- ಬೇರೆ ರೀತಿಯ ಫಲಿತಾಂಶವನ್ನು ಪಡೆಯಲು ನಾನು ಇನ್ಯಾವ ರೀತಿ ವರ್ತಿಸಬಹುದಿತ್ತು?
- ಜೀವನಚಕ್ರವು ನನ್ನ ಪರವಾಗಿ ತಿರುಗುವಂತೆ ಮಾಡಲು ಭವಿಷ್ಯದಲ್ಲಿ ನಾನು ಏನನ್ನು ಬದಲಾಯಿಸಿಕೊಳ್ಳಬೇಕು?

ನಮ್ಮ ಕ್ರಿಯೆಗಳ ಪರಿಣಾಮಗಳನ್ನು ನಾವು ಸ್ಪಷ್ಟವಾಗಿ ನೋಡಲಾರಂಭಿಸಿದಾಗ, 'ಕರ್ಮ' ಎನ್ನುವುದು ನಮ್ಮ ಸ್ವಂತ ಸ್ವಭಾವ ಮತ್ತು ಪ್ರಗತಿಯ ಸಂಪೂರ್ಣ ಪರಿಧಿಯನ್ನು ಕಂಡುಕೊಳ್ಳಲು ಅನುವು ಮಾಡಿಕೊಡುವ ಬೆಳಕು ಎಂದು ತಿಳಿಯುತ್ತದೆ.

ನಮ್ಮ ಕರ್ಮವನ್ನು ಹೊಂದಿಸಿಕೊಳ್ಳಲು ಪ್ರಶ್ನೆಗಳು

ವಿಯೆಟ್ನಾಮ್ ನ ಭಿಕ್ಷು ಥಿಕ್ ನಾಟ್ ಹಾನ್ ಅವರು ಬುದ್ಧನ ಐದು ಸ್ಮರಣೆಗಳಲ್ಲಿ ಒಂದಾದ ಐದನೆಯ ಸ್ಮರಣೆಯನ್ನು ಉಲ್ಲೇಖಿಸುತ್ತಾ "ನನ್ನ ಕ್ರಿಯೆಗಳು ನನ್ನ ನಿಜವಾದ ಏಕೈಕ ಆಸ್ತಿ. ನಾನು ಮಾಡಿದ ಕರ್ಮದ ಪರಿಣಾಮಗಳಿಂದ ತಪ್ಪಿಸಿಕೊಳ್ಳಲು ಸಾಧ್ಯವಿಲ್ಲ. ಅವುಗಳೇ ನಾನು ನಿಲ್ಲುವ ನೆಲವಾಗಿದೆ" ಎಂದು ನಮಗೆ ನೆನಪಿಸುತ್ತಾರೆ.

ಅನೇಕ ಪಾಶ್ಚಾತ್ಯರು ಕರ್ಮದ ನಿಯಮವನ್ನು ಬೌದ್ಧ ಧರ್ಮದ ತತ್ವಶಾಸ್ತ್ರಕ್ಕೆ ಜೋಡಿಸುತ್ತಾರಾದರೂ, ವಾಸ್ತವವಾಗಿ ಇದು ಬೌದ್ಧಧರ್ಮದ ಕಾಲಮಾನಕ್ಕೂ ಹಿಂದಕ್ಕೆ ಹೋಗುತ್ತದೆ. ಕ್ರಿಸ್ತ ಪೂರ್ವ ಎಂಟರಿಂದ ಆರನೇ ಶತಮಾನದ ಮಧ್ಯದ ಕಾಲಮಾನಕ್ಕೆ ಸರಿಹೊಂದುವ ಛಾಂದೋಗ್ಯೋಪನಿಷತ್‌ನಲ್ಲಿ ಇದರ ಉಲ್ಲೇಖವಿದೆ. ಹಿಂದೂ ಪವಿತ್ರ ಗ್ರಂಥಗಳಲ್ಲಿ ಎರಡನೆಯದಾದ ಉಪನಿಷತ್ತುಗಳು ಬೌದ್ಧ, ಜೈನ ಮತ್ತು ಇನ್ನಿತರ ಧರ್ಮಗಳಲ್ಲಿ ಆಳವಾಗಿ ಬೇರೂರಿದೆ.

ಉಪನಿಷತ್ತುಗಳು ಮತ್ತು ಎಲ್ಲಾ ವೇದಗ್ರಂಥಗಳ ಭಾಷೆಯಾದ ಸಂಸ್ಕೃತದಲ್ಲಿ ಕರ್ಮ

ಎಂದರೆ 'ಕ್ರಿಯೆ' ಎಂದರ್ಥ. ಎಲ್ಲಾ ಧಾರ್ಮಿಕ ಸಂಸ್ಕೃತಿಗಳೂ ಕರ್ಮವನ್ನು ಪ್ರತಿಯೊಂದು ಕ್ರಿಯೆಗೆ ಪರಿಣಾಮವನ್ನು ಉಂಟುಮಾಡುವ ಬ್ರಹ್ಮಾಂಡದ ಶಕ್ತಿಯಾಗಿ ಪರಿಗಣಿಸುತ್ತವೆ, ಮತ್ತು ಅದನ್ನು ಎಲ್ಲಾ ಧರ್ಮಗಳೂ ಅದೇ ರೀತಿಯಲ್ಲಿ ವ್ಯಾಖ್ಯಾನಿಸುತ್ತವೆ.

ನಮ್ಮ ಧಾರ್ಮಿಕ ನಿಲುವು ಯಾವುದೇ ಇರಲಿ, ತನ್ನ ಕರ್ಮವನ್ನು ರೂಪಿಸುವುದು ಪ್ರತಿಯೊಬ್ಬ ವ್ಯಕ್ತಿಯ ಬಹಳ ಮುಖ್ಯವಾದ ಜವಾಬ್ದಾರಿಯಾಗಿದೆ. ಕರ್ಮವು ಕೇವಲ ಕ್ರಿಯೆಗಳಲ್ಲಿ ಮಾತ್ರವಲ್ಲ, ಪದಗಳಲ್ಲಿ ಮತ್ತು ಆಲೋಚನೆಗಳಲ್ಲಿ ಕೂಡ ಇರುತ್ತದೆ, ಏಕೆಂದರೆ ಈ ಎರಡೂ ಭವಿಷ್ಯದ ಕ್ರಿಯೆಯ ಬೀಜಗಳಾಗಿ ಕರ್ಮವನ್ನು ಸೃಷ್ಟಿಸುತ್ತದೆ.

ನವಯುಗದ ಪ್ರತಿಭೆ ಲಿಯೊನಾರ್ಡೊ ಡಾ ವಿಂಚಿ ನಮಗೆ "ಎಲ್ಲವೂ ಎಲ್ಲಕ್ಕೂ ಬೆಸೆದುಕೊಂಡಿರುತ್ತದೆ" ಎಂದು ನೆನಪಿಸಿದ್ದಾರೆ.

ಅನಂತ ಗಂಟುಗಳ ಗುಚ್ಛ (Infinite knot)

ಅಂತಹ ಕರ್ಮಚಕ್ರವನ್ನು ಪ್ರತಿನಿಧಿಸಲು ಅನಂತ ಗಂಟುಗಳ ಗುಚ್ಛವನ್ನು (infinite knot) ಉಪಯೋಗಿಸಿರುವುದು ಕಾಕತಾಳೀಯವಲ್ಲ. ಲೇಖಕ ಮತ್ತು ವೈದ್ಯರಾದ ದೀಪಕ್ ಚೋಪ್ರಾ ಅವರು ವರ್ಣಿಸಿದಂತೆ ಇದು ನಿರಂತರ ಚಲನಶೀಲವಾಗಿದ್ದು, ಅನುಭವವಾಗಿ ಹ-ರಿಯುತ್ತದೆ, ಅನುಭವವು ಸ್ಮೃತಿಯನ್ನು ಹುಟ್ಟಿಸುತ್ತದೆ, ಸ್ಮೃತಿಯಿಂದ ಕಲ್ಪನೆ ಹಾಗೂ ಆಸೆಗಳು ಉತ್ಪತ್ತಿಯಾಗುತ್ತದೆ, ನಂತರ ಅವು ಹೊಸ ಕರ್ಮಗಳಿಗೆ ಪ್ರೇರಣೆಯಾಗುತ್ತವೆ.

ನಮ್ಮ ಕರ್ಮಗಳನ್ನು ನಿಯಂತ್ರಿಸಲು ನಾವು ಕೆಳಗಿನವುಗಳ ಸೂಕ್ತತೆಯನ್ನು ಪ್ರಶ್ನಿಸಿಕೊಳ್ಳಬೇಕು:

- ನಮ್ಮ ಕ್ರಿಯೆಗಳು – ಯಾವುದಾದರೊಂದು ನಿರ್ದಿಷ್ಟ ರೀತಿಯಲ್ಲಿ ಪ್ರತಿಕ್ರಿಯೆ ನೀಡಲು ನಮ್ಮನ್ನು ಒತ್ತಾಯಿಸುವ ಸಂದರ್ಭಗಳನ್ನು ಸೃಷ್ಟಿಸುವ ನಮ್ಮ ಕ್ರಿಯೆಗಳು. ನಾನು ಈ ಕ್ರಿಯೆಗಳನ್ನು ನನಗಾಗಿ ಮತ್ತು ಇತರರಿಗಾಗಿ ಅತ್ಯುತ್ತಮ ರೀತಿಯಲ್ಲಿ ನಿರ್ವಹಿಸುತ್ತಿದ್ದೇನೆಯೇ?
- ನಮ್ಮ ಮಾತುಗಳು – ಇವು ಸಂತೋಷ ಅಥವಾ ದುಃಖ, ಸಾಮೀಪ್ಯ ಅಥ-ವಾ ಅಂತರ, ಯಶಸ್ಸು ಅಥವಾ ವಿಫಲತೆಗೆ ಕಾರಣವಾಗಬಲ್ಲವು. ಡಾನ್ ಮಿಗೇಲ್ ರೂಯಿಸ್ ತಮ್ಮ 'ದಿ ಫೋರ್ ಅಗ್ರಿಮೆಂಟ್ಸ್' (The Four Agreements) ಪುಸ್ತಕದಲ್ಲಿ ಹೇಳುವಂತೆ, 'ನನ್ನ ಮಾತುಗಳಲ್ಲಿ ನಾನು ದೋಷರಹಿತನಾಗಿದ್ದೇನೆಯೇ?' ಎನ್ನುವ

ಪ್ರಶ್ನೆಯಂತೆ ನಮ್ಮ ಹಣೆಬರಹವು ನಮ್ಮ ಕ್ರಿಯೆಯ ಮೇಲೆ ಅವಲಂಬಿತವಾಗಿರುವಂತೆ ನಮ್ಮ ಮಾತಿನ ಮೇಲೆ ಕೂಡಾ ಅವಲಂಬಿತವಾಗಿರುತ್ತದೆ.

- ನಮ್ಮ ಆಲೋಚನೆಗಳು ಮತ್ತು ಆಸೆಗಳು – ಇವು ನಮ್ಮ ಮಾತು ಮತ್ತು ಕಾರ್ಯಗಳಿಗೆ ಮಾರ್ಗವನ್ನು ರೂಪಿಸಿ, ನಮ್ಮ ವಾಸ್ತವತೆಯನ್ನು ರೂಪಿಸುತ್ತವೆ. ನಾನು ಸರಿಯಾಗಿ ಆಲೋಚಿಸುತ್ತಿದ್ದೇನೆಯೇ? ನನ್ನ ಆಸೆಗಳು ನನಗೆ ನಿಜವಾದ ತೃಪ್ತ ಜೀವನವನ್ನು ನೀಡಲು ಮತ್ತು ಇತರರಿಗೆ ಸಂತೋಷವನ್ನು ಉಂಟುಮಾಡಲು ಅಗತ್ಯವಿರುವುದಕ್ಕೆ ಅನುಗುಣವಾಗಿವೆಯೆ?

ಕಾಲಕಾಲಕ್ಕೆ ಈ ಪ್ರಶ್ನೆಗಳಿಗೆ ಉತ್ತರಿಸುವುದು ನಮ್ಮ ಕರ್ಮವನ್ನು ಸರಿಹೊಂದಿಸಿಕೊಳ್ಳುವುದಕ್ಕೆ ಇರುವ ಅತ್ಯುತ್ತಮ ಮಾರ್ಗವಾಗಿದೆ.

ತತ್ಕ್ಷಣದ ಕರ್ಮ

ಕ್ರಿಯೆ ನಡೆಯುವ ಆಧಾರದ ಮೇಲೆ ಹಿಂದೂ ಧರ್ಮವು ಮೂರು ರೀತಿಯ ಕರ್ಮಗಳ ಬಗ್ಗೆ ತಿಳಿಸುತ್ತದೆ. ನಾವು ಕಾರ್ಯ ನಿರ್ವಹಿಸುವಾಗ ವ್ಯಕ್ತವಾಗುವಂತಹುದು ಪ್ರಾರಬ್ಧ ಕರ್ಮ; ನಮ್ಮ ಮನಸ್ಸಿನಲ್ಲಿ ಉಳಿದು, ಭವಿಷ್ಯದಲ್ಲಿ ಮೇಲೆದ್ದು ಆ ಮೂಲ ಕ್ರಿಯೆಗೆ ನಮ್ಮನ್ನು ಮತ್ತೆ ಕೊಂಡೊಯ್ಯುವುದು ಸಂಚಿತ ಕರ್ಮ; ಮತ್ತೆ ಮತ್ತೆ ಮಾಡಿದ ಕ್ರಿಯೆಯ ನಂತರ ಮುಂದಿನ ಅವಧಿಯಲ್ಲಿ ಉದ್ಭವಿಸುವುದು ಆಗಾಮಿ ಕರ್ಮ. ಅದು ಹೇಗೇ ನಡೆದಿದ್ದರೂ ಕೂಡ ಅದರ ಪರಿಣಾಮಗಳು ಹಿಂತಿರುಗಿ ಬಂದೇ ಬರುತ್ತವೆ.

ಈ ರೀತಿ ನಮಗೇ ತಿರುಗಿ ಬರುವ ಸಂದರ್ಭಗಳು (boomerang factor) ಹಾಸ್ಯ ಮತ್ತು ವಿರುದ್ಧವಾದ ಅಂಶಗಳನ್ನು ಹೊಂದಿರಬಹುದು. ಉದಾಹರಣೆಗೆ, ಇತರರಿಗೆ ಅಹಿತಕರವಾಗುವಂತೆ ನಡೆದುಕೊಂಡ ಜನರು, ತತ್ಕ್ಷಣ ಅದನ್ನೇ ಹಿಂದಕ್ಕೆ ಪಡೆಯುವುದನ್ನು ತೋರಿಸುವ ಹಾಸ್ಯಮಯ ವಿಡಿಯೋಗಳು ಇವೆ. ಈ ರೀತಿಯ ತತ್ಕ್ಷಣದ ಕರ್ಮವನ್ನು ವರ್ಣಿಸುವ, 'ಸಣ್ಣ ತಪ್ಪುಗಳಿಗೆ ದೇವರು ಆಗಿಂದಾಗಲೇ ಶಿಕ್ಷಿಸುತ್ತಾನೆ' ಎನ್ನುವ ಜರ್ಮನ್ ಗಾದೆ ಮಾತೊಂದಿದೆ. ಉದಾಹರಣೆಗೆ, ನಾವು ಯಾರ ಮೇಲಾದರೂ ಕಿರುಚಾಡಿದರೆ ಅಥವಾ ಸಿಟ್ಟಿನಿಂದ ವರ್ತಿಸಿದರೆ, ಅದಾದ ನಂತರ ಕೂಡಲೇ ನಮ್ಮ ತಲೆಗೆ ಪೆಟ್ಟು ಬೀಳುವುದು ಅಥವಾ ಯಾವುದಾದರೂ ವಸ್ತುವಿಗೆ ಹೊಡೆಸಿಕೊಳ್ಳುವುದು ನಡೆಯುತ್ತದೆ.

ಯಾರಾದರೂ ತಮ್ಮ ಕರ್ಮದ ಫಲವನ್ನು ಅನುಭವಿಸಬೇಕೆಂದು ಇಚ್ಛಿಸುವುದು ಕೂಡ ಅದನ್ನು ಬಯಸುವ ವ್ಯಕ್ತಿಯ ಕರ್ಮದ ಮೇಲೆ, ಸಕಾರಾತ್ಮಕವಾಗಿ ಅಥವಾ ನಕಾರಾತ್ಮಕವಾಗಿ, ಪರಿಣಾಮ ಬೀರುತ್ತದೆ.

'ಇನ್‌ಸ್ಟಂಟ್ ಕರ್ಮ!' ಎಂಬ ತನ್ನ ಹಾಡಿನಲ್ಲಿ ಜಾನ್ ಲೆನನ್ "ನಾವೆಲ್ಲರೂ ಪ್ರಕಾಶಿಸುತ್ತೇವೆ" ಎಂದು ಹಾಡುತ್ತಾನೆ, ಇದು ಜ್ಞಾನೋದಯದ (enlightenment) ಉಲ್ಲೇಖ, ಯಾವಾಗ ನಾವು ಕಾರಣ ಮತ್ತು ಪರಿಣಾಮಗಳ ಬಗ್ಗೆ ಸಂಪೂರ್ಣ ಅರಿವಿನಿಂದ ಇರುತ್ತೇವೆಯೋ, ಆಗ ಒಳ್ಳೆಯದನ್ನು ಮಾಡುತ್ತಾ ನಮ್ಮ ಜೀವನವನ್ನು ಸಾಗಿಸಬಹುದು.

ಚರಿತ್ರೆ ಪುನರಾವರ್ತನೆಯಾಗುವುದನ್ನು ತಪ್ಪಿಸಿ

ನಾವು ಈ ಜಗತ್ತಿಗೆ ಕೊಡುವ ಎಲ್ಲವೂ ನಮ್ಮ ಮೇಲೆ ಪ್ರಭಾವ ಬೀರುವುದರಿಂದ, ಒಳ್ಳೆಯ ಕರ್ಮವನ್ನು ನಮ್ಮದಾಗಿಸಿಕೊಳ್ಳಲು ನಮ್ಮ ಅನುಭವ, ಕಲ್ಪನೆ ಮತ್ತು ಬಯಕೆಗಳು / ಆಸೆಗಳು ಇವನ್ನೆಲ್ಲ ಸ್ವಇಚ್ಛೆಯಿಂದ ಒಳ್ಳೆಯತನದ ಕಡೆಗೆ ತಿರುಗಿಸಬೇಕು. ಇದನ್ನು ಸಾಧಿಸಲು ನಾವು ಸಕಾರಾತ್ಮಕ ಅಭ್ಯಾಸಗಳನ್ನು ಬೆಳೆಸಿಕೊಳ್ಳಬೇಕು. 'ಒಳ್ಳೆಯ ಕೆಲಸ ಮಾಡುವ ವ್ಯಕ್ತಿ ಒಳ್ಳೆಯವನಾಗುತ್ತಾನೆ' ಎಂದು ಬೃಹದಾರಣ್ಯಕ ಉಪನಿಷತ್ ತಿಳಿಸುತ್ತದೆ.

ಇದಕ್ಕೆ ವಿರುದ್ಧವಾಗಿ ತಕ್ಕಡಿಯ ಇನ್ನೊಂದು ಬದಿಯಲ್ಲಿ ಸದಾ ಅದೇ ಕಲ್ಲಿನ ಮೇಲೆ ಎಡವಿ ಬೀಳುವವರೂ ಇರುತ್ತಾರೆ. ಇದಕ್ಕೆ ಸಂಬಂಧಿಸಿದಂತೆ, ಬುದ್ಧನ ಮಾತುಗಳನ್ನು ಉಳಿಸಿಕೊಂಡಿರುವ ಧಮ್ಮಪದದಲ್ಲಿ 'ಅಲ್ಪ ಬುದ್ಧಿಯ ಮೂರ್ಖರು ಸ್ವತಃ ತಮಗೆ ತಾವೇ ಶತ್ರುಗಳಾಗುತ್ತಾರೆ; ಅವರು ಕೆಟ್ಟ ಕರ್ಮಗಳನ್ನು ಮಾಡುತ್ತಾ ಮುಂದುವರೆಯುತ್ತಾರೆ, ಅವುಗಳ ಫಲಗಳು ಕಹಿಯಾಗಿಯೇ ಇರುತ್ತವೆ' ಎಂದು ಓದುತ್ತೇವೆ.

ನಮ್ಮ ನಡತೆಯನ್ನು ಒಪ್ಪಿಕೊಂಡು ಅದಕ್ಕೆ ನಾವೇ ಜವಾಬ್ದಾರಿಯನ್ನು ತೆಗೆದುಕೊಂಡ ನಂತರ ಮಾತ್ರ ನಾವು ನಮ್ಮ ಕರ್ಮದ ಮೇಲೆ ಪ್ರಭಾವ ಬೀರಬಹುದು. ಕರ್ಮದ ಒಂದು ಸಿದ್ಧಾಂತವು ನಮಗೆ ನೆನಪಿಸುವಂತೆ: ಯಾವುದನ್ನು ನಾವು ಒಪ್ಪಿಕೊಳ್ಳುದಿಲ್ಲವೋ ಅದು ನಮ್ಮೊಂದಿಗೆ ಪದೇ ಪದೇ ನಡೆಯುತ್ತಿರುತ್ತದೆ.

ಆದ್ದರಿಂದ, ಕರ್ಮ–ನಮ್ಮ ಜೀವನದಲ್ಲಿ ನಮ್ಮೊಂದಿಗೆ ಸಂಭವಿಸುವ ಘಟನೆಗಳು– ಸ್ವಚ್ಛವಾದ ಅಂತರಾತ್ಮವನ್ನು ಹೊಂದುವುದನ್ನು ಕಲಿಸುವ ಒಂದು ವಿಧದ ಶಾಲೆಯಂತೆ.

ಲಾಮಾ ನೈಶುಲ್ ಖೆಂಪೋ ಐದು ಭಾಗಗಳಲ್ಲಿ ಹೇಳುತ್ತಿದ್ದ ಒಂದು ಟಿಬೆಟಿಯನ್ ನೀತಿಕಥೆ ಹೀಗಿದೆ.

1. ನಾನು ರಸ್ತೆಯಲ್ಲಿ ನಡೆದು ಹೋಗುತ್ತಿದ್ದೆ. ಪಾದಚಾರಿ ಮಾರ್ಗದಲ್ಲಿ ಒಂದು ಆಳವಾದ ಗುಂಡಿ ಇದೆ. ನಾನು ಅದರಲ್ಲಿ ಬಿದ್ದೆ... ನಾನು ಕಾಣೆಯಾದೆ... ನಾನು ಅಸಹಾಯಕನಾಗಿದ್ದೆ. ಅದು ನನ್ನ ತಪ್ಪಲ್ಲ... ಅದರಿಂದ ಹೊರಬರುವ ದಾರಿಯನ್ನು ಕಂಡುಕೊಳ್ಳಲು ನನಗೆ ಇಡೀ ಜೀವಮಾನದ ಸಮಯ ಬೇಕು.

2. ನಾನು ಅದೇ ರಸ್ತೆಯಲ್ಲಿ ಹೋಗುತ್ತಿದ್ದೆ. ಪಾದಚಾರಿ ಮಾರ್ಗದಲ್ಲಿ ಒಂದು ಆಳವಾದ ಗುಂಡಿ ಇದೆ. ನಾನು ಅದನ್ನು ನೋಡಲಿಲ್ಲ ಎನ್ನುವಂತೆ ನಟಿಸಿದೆ. ಮತ್ತೆ ಅದರಲ್ಲಿ ಬಿದ್ದೆ. ನಾನು ಅದೇ ಸ್ಥಳದಲ್ಲಿ ಇದ್ದೇನೆ ಎಂದು ನಂಬುವುದಕ್ಕೆ ಆಗುತ್ತಿಲ್ಲ, ಆದರೆ, ಅದು ನನ್ನ ತಪ್ಪಲ್ಲ. ಹೊರಗೆ ಬರಲು ಇನ್ನೂ ಬಹಳ ಸಮಯ ತೆಗೆದುಕೊಳ್ಳುತ್ತದೆ.

3. ನಾನು ಅದೇ ರಸ್ತೆಯಲ್ಲಿ ಹೋಗುತ್ತಿದ್ದೆ. ಪಾದಚಾರಿ ಮಾರ್ಗದಲ್ಲಿ ಒಂದು ಆಳವಾದ ಗುಂಡಿ ಇದೆ. ಅದು ಅಲ್ಲಿದೆ ಎನ್ನುವುದನ್ನು ನಾನು ನೋಡಿದೆ. ಆದರೂ ನಾನು ಅದರಲ್ಲಿ ಬಿದ್ದೆ... ಇದೊಂದು ರೀತಿಯ ಅಭ್ಯಾಸ. ನನ್ನ ಕಣ್ಣುಗಳು ತೆರೆದೇ ಇವೆ. ನಾನೆಲ್ಲಿದ್ದೇನೆ ಎಂದು ನನಗೆ ತಿಳಿದಿದೆ. ಇದು ನನ್ನದೇ ತಪ್ಪು. ತಕ್ಷಣ ನಾನು ಹೊರಬರುತ್ತೇನೆ.

4. ನಾನು ಅದೇ ರಸ್ತೆಯಲ್ಲಿ ಹೋಗುತ್ತಿದ್ದೆ. ಪಾದಚಾರಿ ಮಾರ್ಗದಲ್ಲಿ ಒಂದು ಆಳವಾದ ಗುಂಡಿ ಇದೆ. ನಾನು ಅದನ್ನು ಬಳಸಿಕೊಂಡು ನಡೆದೆ.

5. ನಾನು ಬೇರೆ ರಸ್ತೆಯಿಂದ ಹೋಗುತ್ತೇನೆ.

ಕರ್ಮಕ್ಕೆ ಸಂಬಂಧಿಸಿದ ಕೆಲವು ನಿಯಮಗಳು

ನಾವು ಇಲ್ಲಿಯವರೆಗೆ ನೋಡಿರುವಂತೆ ಕರ್ಮದ ನಿಯಮವು ಶಿಕ್ಷೆಯಲ್ಲ, ಬದಲಿಗೆ ಅದು ಕಲಿಯುವ ಸುಯೋಗ ಮತ್ತು ಪಾದಚಾರಿ ಮಾರ್ಗದಲ್ಲಿ ಆಳವಾದ ಗುಂಡಿಯನ್ನು ನೋಡುವ ಆ ದಂತಕಥೆಯಲ್ಲಿನ ವ್ಯಕ್ತಿಯಂತೆ, ಪ್ರಜ್ಞಾಪೂರ್ವಕವಾಗಿ ಬದುಕುವ ಮತ್ತು ತನ್ನ ದಾರಿಯನ್ನು ತಾನೇ ಆಯ್ಕೆಮಾಡಿಕೊಳ್ಳುವ ಸ್ವಾತಂತ್ರ್ಯ ಹೊಂದುವ ಸದವಕಾಶವಾಗಿದೆ. 'ಬ್ಯಾಕ್ ಟು ದಿ ಫ್ಯೂಚರ್' ಚಲನಚಿತ್ರದಲ್ಲಿ ತೋರಿಸಿರುವಂತೆ ನಮ್ಮ ಈಗಿನ ಕ್ರಿಯೆಗಳು ನಮ್ಮ ಭವಿಷ್ಯವನ್ನು ನಿರ್ಧರಿಸುತ್ತವೆ, ಅದರ ಜೊತೆಗೆ ನಮ್ಮ ಹಿಂದಿನ ತಪ್ಪುಗಳಿಗೆ ಪರಿಹಾರವನ್ನೂ ನೀಡುತ್ತವೆ.

ಆದಾಗ್ಯೂ ಚಲನಚಿತ್ರದಲ್ಲಿ ತೋರಿಸಿದಂತೆ ಆಗಿರುವ ತಪ್ಪುಗಳನ್ನು ಸರಿಪಡಿಸಲು ನಾವು ಹಿಂದಕ್ಕೆ ಹೋಗುವುದು ಸಾಧ್ಯವಿಲ್ಲ, ಬದಲಾಗಿ ಅದರಿಂದ ಪಾಠ ಕಲಿತು ಭವಿಷ್ಯದಲ್ಲಿ ವಿಭಿನ್ನವಾಗಿ ನಡೆದುಕೊಳ್ಳಬಹುದು.

ಹಾಗೆ ಮಾಡಲು ನಾವು ಈ ಕರ್ಮ ಸಿದ್ಧಾಂತದ ಕೆಲವು ನಿಯಮಗಳನ್ನು ಅನುಸ–ರಿಸಬಹುದು:

1. ನೀವು ಬಿತ್ತಿದ್ದನ್ನು ನೀವು ಬೆಳೆಯುತ್ತೀರಿ ಅಥವಾ ನೀವೇನು ಕೊಡುವಿರೋ ಅದನ್ನೇ ಪಡೆದುಕೊಳ್ಳುವಿರಿ. ಇದು ಕಾರಣ ಮತ್ತು ಪರಿಣಾಮ ನಿಯಮದ ಮೂಲತತ್ವವಾಗಿದೆ. ಕೆಲವು ಆಧ್ಯಾತ್ಮಿಕ ಪರಂಪರೆಗಳಲ್ಲಿ ಕೆಟ್ಟದ್ದರ ಪರಿಣಾಮವು ಹತ್ತು ಪಟ್ಟು ಹೆಚ್ಚಾಗಿ ಹಿಂತಿರುಗಿ ಬರುತ್ತದೆ ಎಂದು ಹೇಳಲಾಗಿದೆ.

2. ದಯೆ ಮತ್ತು ಔದಾರ್ಯವನ್ನು ಅಭ್ಯಾಸ ಮಾಡಿಕೊಳ್ಳಿ. ನಮಗೆ ಹಾಗೂ ನಮ್ಮಿಂದ ಬೇರ್ಪಡಿಸಲಾಗದ ನಮ್ಮ ಸುತ್ತಮುತ್ತಲಿನ ಪರಿಸರಕ್ಕೆ ಅತ್ಯುತ್ತಮವಾದುದನ್ನು ನೀಡುವುದು ನಮ್ಮ ಗುರಿಯಾಗಿದೆ.

3. ನೀವು ಏನನ್ನು ಒಪ್ಪಿಕೊಳ್ಳಲು ನಿರಾಕರಿಸುವಿರೋ ಅದು ಪದೇಪದೇ ನಿಮಗೆ ಆಗುತ್ತಲೇ ಇರುತ್ತದೆ. ಪಾದಚಾರಿ ಮಾರ್ಗದ ಹಳ್ಳವನ್ನು ನೋಡಿದ ಮನುಷ್ಯನ ಕಥೆಯಂತೆ, ನಮ್ಮ ತಪ್ಪುಗಳನ್ನು ಗುರುತಿಸಿಕೊಂಡು ಮನುಷ್ಯನಾಗಿ ಬೆಳೆಯುವ ನಿಟ್ಟಿನಲ್ಲಿ ನಮಗೆ ವಿನಮ್ರತೆ ಇರಬೇಕು.

4. ಜವಾಬ್ದಾರಿ ತೆಗೆದುಕೊಳ್ಳಿ. ನಮ್ಮ ಜೀವನದಲ್ಲಿ ಅನೇಕ ಅಹಿತಕರ ಘಟನೆಗಳು ಸಂಭವಿಸಿದಾಗ, ನಾವು ನಮ್ಮೊಳಗೆ ಏನನ್ನು ಹೊತ್ತುಕೊಂಡಿದ್ದೇವೆ ಎನ್ನುವುದನ್ನು ನೋಡಿಕೊಳ್ಳಬೇಕು, ಏಕೆಂದರೆ ನಮ್ಮ ಬಾಹ್ಯ ಜಗತ್ತಿನ ಜೀವನವು ನಾವು ಆಂತರ್ಯದಲ್ಲಿ ಹೇಗಿದ್ದೇವೆ ಎನ್ನುವುದರ ಕನ್ನಡಿಯಾಗಿರುತ್ತದೆ.

5. ಸಂಪರ್ಕವನ್ನು ಅರ್ಥ ಮಾಡಿಕೊಳ್ಳಿ. ಎಲ್ಲವೂ ಒಂದಕ್ಕೊಂದು ಬೆಸೆದುಕೊಂಡಿದೆ ಮತ್ತು ಬಟರ್ ಫ್ಲೈ ಪರಿಣಾಮದಂತೆ ಸಣ್ಣ ಕ್ರಿಯೆಯೂ ಕೂಡ ದೊಡ್ಡ ಸಕಾರಾತ್ಮಕ ಅಥವಾ ನಕಾರಾತ್ಮಕ ಫಲಿತಾಂಶವನ್ನು ಬೆಂಬತ್ತುತ್ತದೆ ಎನ್ನುವುದನ್ನು ಅರಿತುಕೊಳ್ಳಿ.

6. ಏಕಾಗ್ರರಾಗಿ. ಎಲ್ಲವನ್ನೂ ಒಂದೇ ಬಾರಿಗೆ ನಿಭಾಯಿಸಲು ಪ್ರಯತ್ನಿಸಬೇಡಿ. ನಮ್ಮ ಜೀವನದ ಪಾಠಗಳು ವಿಶ್ವಸಾರ್ಹವಾಗಿರಬೇಕು ಎಂದರೆ, ನಮಗೆ ಸುಧಾರಣೆ ಹೊಂದಲು ಸಹಾಯ ಮಾಡುವ ಸಣ್ಣ ಗುರಿಗಳೊಂದಿಗೆ ನಮ್ಮ ಪ್ರಯತ್ನಗಳನ್ನು ಕಿರಿದಾಗಿಸಿಕೊಳ್ಳಬೇಕು.

7. ವರ್ತಮಾನದಲ್ಲಿ ಇರಿ. ಇಲ್ಲಿ ಮತ್ತು ಈಗ ನೀವು ನಿಮ್ಮ ಕರ್ಮವನ್ನು ಬೆಳೆಸಿಕೊಳ್ಳುತ್ತೀರಿ. ಭೂತಕಾಲಕ್ಕೆ ಅಂಟಿಕೊಂಡಿರುವುದನ್ನು ನಿಲ್ಲಿಸಿ.

8. ಬದಲಾವಣೆಯನ್ನು ಸಾಧಿಸಲು ನಿಮ್ಮ ನಡುವಳಿಕೆಯನ್ನು ಸರಿಪಡಿಸಿಕೊಳ್ಳಿ. ಐನ್‌ಸ್ಟೈನ್‌ಗೆ ತಪ್ಪಾಗಿ ಸಂಬಂಧ ಕಲ್ಪಿಸುವ ಒಂದು ಪ್ರಸಿದ್ಧವಾಗಿರುವ ಮಾತು ಹೀಗಿದೆ: "ಪದೇಪದೇ ಅದೇ ಕೆಲಸವನ್ನು ಮಾಡುತ್ತಾ, ವಿಭಿನ್ನ ಫಲಿತಾಂಶಗಳನ್ನು ನಿರೀಕ್ಷಿಸುವುದು ಹುಚ್ಚುತನ."

9. ತಾಳ್ಮೆಯಿಂದ ಇರಿ. ಒಳ್ಳೆಯ ಕರ್ಮವು ನಿಧಾನವಾಗಿ, ನಿಶ್ಶಬ್ದವಾಗಿ ಬೆಳೆಯುತ್ತದೆ ಮತ್ತು ಅದು ಫಲ ಕೊಡಲು ಸಮಯ ತೆಗೆದುಕೊಳ್ಳುತ್ತದೆ.

10. ನಿಮ್ಮ ಪ್ರಯತ್ನವನ್ನು ಮುಂದುವರೆಸಿ. ಒಂದು ದಿನ ಮಾತ್ರ ಸದ್ಗುಣಶೀಲರಾಗಿರುವುದು ಸಮುದ್ರದಲ್ಲಿ ಒಂದು ಹನಿ ಇದ್ದಂತೆ. ಜಾಗೃತಿ ಮತ್ತು ಸ್ಥಿರ ನಿರಂತರ ಅಭ್ಯಾಸದ ಮೂಲಕವೇ ನಾವು ನಮ್ಮ ಜೀವನವನ್ನು ರೂಪಿಸಿಕೊಳ್ಳಬಹುದು.

ನಮ್ಮ ಜೀವನದ ಕಾರ್ಯವಿಧಾನ ವ್ಯವಸ್ಥೆಯನ್ನು (ಆಪರೇಟಿಂಗ್ ಸಿಸ್ಟಂ) ಮರುಪ್ರಾರಂಭಿಸುವುದು (ರೀಬೂಟ್ ಮಾಡುವುದು)

ಯಾವುದೇ ಪ್ರತಿಫಲಾಪೇಕ್ಷೆ ಇಲ್ಲದೆ, ನಮ್ಮಿಂದ ಸಾಧ್ಯವಾದಷ್ಟೂ ಅತ್ಯುತ್ತಮವಾದುದನ್ನು ನಾವು ನೀಡಿದಾಗ ಕರ್ಮವು ನಮ್ಮ ಹೆಜ್ಜೆಯಲ್ಲಿ ಹೆಜ್ಜೆ ಹಾಕಿ ನಮ್ಮನ್ನು ಹಿಂಬಾಲಿಸುತ್ತದೆ. ಟಾವೋ ತತ್ವಶಾಸ್ತ್ರಜ್ಞರಾದ ಲಾವೊ-ತ್ಸು ಅವರು ನಮ್ಮ ಜೀವನದ ಕಾರ್ಯವ್ಯವಸ್ಥೆಯನ್ನು ಮರುಪ್ರಾರಂಭಿಸುವ ಮಾರ್ಗವನ್ನು ಈ ರೀತಿ ವಿವರಿಸುತ್ತಾರೆ: "ಸಾರ್ವತ್ರಿಕ ಮಾರ್ಗವನ್ನು ಅನುಸರಿಸುವುದು ಎಂದರೆ ನಿಸ್ವಾರ್ಥವನ್ನು ಅಭ್ಯಾಸ ಮಾಡಿಕೊಳ್ಳುವುದು ಹಾಗೂ ಯಾವುದೇ ಪ್ರತಿಫಲಾಪೇಕ್ಷೆ ಇಲ್ಲದೆ ಜಗತ್ತಿನಲ್ಲಿ ಒಳ್ಳೆಯತನವನ್ನು ಹರಡುವುದಾಗಿದೆ. ಈ ರೀತಿಯಾಗಿ, ಒಬ್ಬ ವ್ಯಕ್ತಿಯು ಹಲವಾರು ಜನ್ಮಗಳಿಂದ ಒಗ್ಗೂಡಿರುವ ಭಾರವಾದ ಮಾಲಿನ್ಯವನ್ನು ತೊಡೆದು ಹಾಕುವುದಷ್ಟೇ ಅಲ್ಲದೆ ತನ್ನ ಮೂಲ ದೈವಸ್ವರೂಪವನ್ನು ಪುನಃ ಸ್ಥಾಪಿಸುವ ಸಾಧ್ಯತೆಯನ್ನೂ ತರಬಹುದು....."

ಕರ್ಮ ಎನ್ನುವುದು ವೈವಿಧ್ಯಮಯ ಶೈಲಿಯಲ್ಲಿ ವ್ಯಕ್ತಪಡಿಸುವ ಕಥೆಯಂತೆ ಇರುತ್ತದೆ. ಆ ಕಥೆಯೇ ಜೀವನ. ಶಿಕ್ಷೆ ಅಥವಾ ಬಹುಮಾನಗಳ ಬಗ್ಗೆ ಯೋಚಿಸದೆ, ಸ್ವಯಂಸುಧಾರಣೆಯನ್ನು ಆಧರಿಸಿದ ಜವಾಬ್ದಾರಿಯುತ ಜೀವನವು ಒಂದು ಖಾಲಿ ಪುಟದಂತೆ ಇರುತ್ತದೆ, ಇದನ್ನು ಪ್ರತಿಕ್ಷಣವೂ ಕರ್ಮವು ನಮಗೆ ನೆನಪಿಸಲು ಬಯಸುತ್ತದೆ.

ಈ ಖಾಲಿ ಪುಟದಲ್ಲಿ ನಕಾರಾತ್ಮಕತೆ ಮತ್ತು ಅಸಮಾಧಾನವನ್ನು ವ್ಯಕ್ತಪಡಿಸಬೇಕೋ ಅಥವಾ ಬೆಳಕು ಮತ್ತು ಪ್ರೀತಿಯನ್ನು ವ್ಯಕ್ತಪಡಿಸಬೇಕೋ ಎಂಬುದನ್ನು ನಾವು ಆಯ್ಕೆ ಮಾಡಿಕೊಳ್ಳಬಹುದು.

ಒಮ್ಮೆ ಬುದ್ಧನ ಶಿಷ್ಯನಾದ ಆನಂದನು ತನ್ನ ಗುರುವಿಗೆ ವಂದಿಸಿ, "ಭಗವಂತನೇ, ಶ್ಲಾಘನೀಯ ಸ್ನೇಹ, ಶ್ಲಾಘನೀಯ ಸಾಂಗತ್ಯ, ಶ್ಲಾಘನೀಯ ಸಹಚರತೆ ಇವು ಪವಿತ್ರ ಜೀವನದ ಅರ್ಧಭಾಗವಾಗಿದೆ" ಎಂದು ಹೇಳಿದನೆಂದು ಹೇಳಲಾಗುತ್ತದೆ.

"ಹಾಗೆ ಹೇಳಬೇಡ ಆನಂದ, ಹಾಗೆ ಹೇಳಬೇಡ," ಎಂದು ಹೇಳುತ್ತಾ ಗುರುವು ಮುಂದುವರೆಸಿ, "ಶ್ಲಾಘನೀಯ ಸ್ನೇಹ, ಶ್ಲಾಘನೀಯ ಸಾಂಗತ್ಯ, ಶ್ಲಾಘನೀಯ ಸಹಚರತೆ ಎನ್ನುವುದೆಲ್ಲಾ ನಿಜವಾಗಿಯೂ ಪವಿತ್ರ ಜೀವನದ ಪೂರ್ಣ ಭಾಗವೇ ಆಗಿದೆ" ಎಂದು ಉತ್ತರಿಸಿದರು.

ಪ್ರತಿಯೊಂದು ಕ್ರಿಯೆ, ಪ್ರತಿಯೊಂದು ಮಾತು ಮತ್ತು ಮನಸ್ಸಿನ ಪ್ರತಿಯೊಂದು ಆಲೋಚನೆಯೂ ಕರ್ಮಕ್ಕೆ ಆಹಾರ ಒದಗಿಸುತ್ತದೆ. ಅವುಗಳಲ್ಲಿ ಪ್ರತಿಯೊಂದೂ ದುಃಖದ ಅಥವಾ ಸಂತೋಷದ ಹೂವಾಗಿ ಬೆಳೆಯುವ ಒಂದು ಬೀಜವಾಗಿದೆ.

ಸಂಸಾರ ಮತ್ತು ನಿರ್ವಾಣ

ಈ ಜಗತ್ತಿನ ಸ್ವರೂಪವನ್ನು ಅನ್ವೇಷಿಸಿದಾಗ ನಾವು ಖಂಡಿತವಾಗಿಯೂ ಪರಿಗಣಿಸುವ ಮೊದಲ ಗುಣಲಕ್ಷಣವೆಂದರೆ, ಬೇರ್ಪಡಿಸಲಾಗದಂತಹ ಅದರ ದ್ವಂದ್ವ ಭಾವಗಳು: ಬೆಳಕು ಮತ್ತು ಕತ್ತಲು, ಜೀವನ ಮತ್ತು ಮರಣ, ಸಕಾರಾತ್ಮಕ ಮತ್ತು ನಕಾರಾತ್ಮಕ ಮುಂತಾದವು.

ಕಣ್ಣಿಗೆ ಕಾಣುವ ವೈವಿಧ್ಯಮಯ ಅಂಶಗಳನ್ನು ಸಮತೋಲನದಲ್ಲಿ ಇರಿಸಿಕೊಂಡು, ಈ ವಿಶ್ವವ್ಯಾಪಿ ಅನಂತತೆಯನ್ನು ನಿಖರವಾಗಿ ಪ್ರತಿನಿಧಿಸುವ ಒಂದು ಮಂಡಲದ ಶಾಂತಿಯುತ ಸೃಷ್ಟಿಯ ಬಗ್ಗೆ ಕ್ಷಣಕಾಲ ಯೋಚಿಸುತ್ತಾ, ವಿಭಿನ್ನತೆಯೇ ಎಲ್ಲವುಗಳ ಅರ್ಥಕ್ಕೆ ಅಡಿಪಾಯ ಎಂದು ನಾವು ಅರ್ಥಮಾಡಿಕೊಳ್ಳಲು ಯತ್ನಿಸಬಹುದು. ಉದಾಹರಣೆಗೆ, ನಾವು ಅತ್ಯಂತ ಪ್ರಸಿದ್ಧವಾದ ಮಂಡಲಗಳಲ್ಲಿ ಒಂದೆನಿಸಿದ, ಟಾವೊ ಧರ್ಮದಲ್ಲಿ ದ್ವಂದ್ವತೆಯ ಸಂಕೇತವಾದ, ಪರಸ್ಪರ ಪೂರಕವಾದ ಯಿನ್ ಮತ್ತು ಯಾಂಗ್ ಗಳನ್ನು ಹೊಂದಿರುವ ತೈಜಿತು ಮಂಡಲವನ್ನು ಕಲ್ಪಿಸಿಕೊಳ್ಳಬಹುದು.

ಅದೇ ರೀತಿ, ನೋವು ಮತ್ತು ಮುಕ್ತಿಯೂ ಕೂಡ ದ್ವಂದ್ವ ಸಮೀಕರಣದ ಭಾಗವಾಗಿದೆ ಎಂದು ನಾವು ಅರ್ಥಮಾಡಿಕೊಳ್ಳಬಹುದು. ಅಥವಾ, ಸಂಸಾರ ಮತ್ತು ನಿರ್ವಾಣ ಜೀವನಚಕ್ರವನ್ನು ಸೃಷ್ಟಿಸುತ್ತದೆ ಎನ್ನುವ ವಿಚಾರವನ್ನೂ ಇದಕ್ಕೆ ಹೋಲಿಸಬಹುದು. ಸಂಸಾರ ಎನ್ನುವ ಪದದ ಮೂಲ ಸಂಸ್ಕೃತ ಅರ್ಥ 'ಹಲವಾರು ಹಂತಗಳನ್ನು ಹಾದುಹೋಗುವುದು' ಅಥವಾ 'ಅಲೆದಾಡುವುದು' ಎಂದು ಕೂಡ ಆಗುತ್ತದೆ. ಏಕೆಂದರೆ ಅದು ನಂಟು ಮತ್ತು ಗೊಂದಲದಿಂದ ಪ್ರಾರಂಭವಾಗಿ, ಆಳವಾದ ಒಳಗಿನ ಪ್ರಸನ್ನತೆಯ ನಿರ್ವಾಣವನ್ನು ತಲುಪುವವರೆಗಿನ ದಾರಿಯನ್ನು ಸೂಚಿಸುತ್ತದೆ.

ದೀರ್ಘ ಮತ್ತು ಅಂಕುಡೊಂಕಾದ ಆತ್ಮದ ದಾರಿ

ಬೀಟಲ್ಸ್ ನವರ 'ದಿ ಲಾಂಗ್ ಅಂಡ್ ವೈಂಡಿಂಗ್ ರೋಡ್' ಎಂಬ ಹಾಡಿನಲ್ಲಿ ಪಾಲ್ ಮ್ಯಾಕ್ಕಾರ್ಟ್ನಿ ದುಃಖಭರಿತನಾಗಿ ಹಾಡಿದಂತೆ, ನಾವು ಜೀವನದ ಬಗ್ಗೆ, ಅದರಲ್ಲಿಯ ಏರುಪೇರುಗಳ ಬಗ್ಗೆ ಮತ್ತು ಸಾಲಾಗಿ ಬರುವ ಕಲಿಕೆಯ ಅನುಭವಗಳ ಕುರಿತು ಮಾತನಾಡಿದಾಗ, ಕೆಲವೊಮ್ಮೆ

ಜೀವನವು ನಾವು ನಿಭಾಯಿಸುವುದಕ್ಕೆ ಸಾಧ್ಯವಾಗುವುದಕ್ಕಿಂತ ಮೀರಿ ಹೋಗುತ್ತಿರುವಂತಿದೆ ಎಂಬ ಭಾವನೆ ಉಂಟಾಗಿ ನಾವು ನಿತ್ರಾಣಗೊಂಡ ಸ್ಥಿತಿಗೆ ತಲುಪುತ್ತೇವೆ.

ಕೆಲವು ಆಧ್ಯಾತ್ಮಿಕ ಪರಂಪರೆಗಳ ಪ್ರಕಾರ, ನಮ್ಮ ಅತ್ಯಂತ ಅನಿಶ್ಚಿತ ಕ್ರಿಯೆಗಳು, ಮಾತುಗಳು ಮತ್ತು ಆಲೋಚನೆಗಳಿಂದ ಹುಟ್ಟುವ ಸಂಚಿತ ಕರ್ಮದ ಋಣವು ನಮ್ಮನ್ನು ವಿವಿಧ ಶರೀರಗಳಲ್ಲಿ ಜನ್ಮ ತಾಳಿ, ಮರಣ ಹೊಂದುತ್ತಾ, ಆ ಋಣ ತೀರುವವರೆಗೂ ಪುನರ್ಜನ್ಮದ ಚಕ್ರದಲ್ಲಿ ಸುತ್ತುತ್ತಿರುವಂತೆ ಮಾಡುತ್ತದೆ.

ಪುನರ್ಜನ್ಮದ ಹರಿವು ನಮಗೆ ಜೀವನದ ಪಾಠಗಳನ್ನು ಕಲಿಸುತ್ತದೆ, ಹೀಗಾಗಿ ನಾವು ನಮ್ಮದೇ ಆದ ಶ್ರೇಷ್ಠ ರೂಪಗಳಿಗೆ ಪರಿವರ್ತನೆಯಾಗಬಹುದು. "ಎಚ್ಚರದಲ್ಲಿರುವವನಿಗೆ ರಾತ್ರಿಯು ಬಹಳ ದೀರ್ಘವೆನಿಸುತ್ತದೆ; ಆಯಾಸಗೊಂಡವನಿಗೆ ಒಂದು ಮೈಲಿ ದೂರವೆನಿಸುತ್ತದೆ, ನಿಜವಾದ ನಿಯಮವನ್ನು ತಿಳಿಯದ ಮೂರ್ಖನಿಗೆ ಜೀವನವು ದೀರ್ಘವೆನಿಸುತ್ತದೆ" ಎಂದು ಬುದ್ಧನು ಹೇಳಿದ್ದಾನೆ; ಇಲ್ಲಿ ನಿಯಮ ಎನ್ನುವುದು, ನಮ್ಮ ಮನಃಸಾಕ್ಷಿಯನ್ನು ಜಾಗೃತಗೊಳಿಸಿ, ನಮ್ಮಲ್ಲಿನ ಸಾಮರ್ಥ್ಯವನ್ನು ಸುಧಾರಿಸಿಕೊಂಡು ಈಡೇರಿಸಿಕೊಳ್ಳುವ ಹಂಬಲವಾಗಿದೆ.

ಆದರೆ, ಸಂಸಾರದಿಂದ ನಿರ್ವಾಣಕ್ಕೆ, ಅಜ್ಞಾನದಿಂದ ಪ್ರಜ್ಞೆಯವರೆಗೆ, ಕತ್ತಲಿನಿಂದ ಬೆಳಕಿನವರೆಗೆ ಪ್ರಯಾಣಿಸಲು ಸಾವಿನ ನಂತರದ ಜೀವನದ ಮೇಲೆ ನಂಬಿಕೆಯಿಡುವ ಅಗತ್ಯವಿಲ್ಲ. ನಮ್ಮ ಒಂದೇ ಜೀವಿತಾವಧಿಯಲ್ಲಿ, ನಾವೀಗ ಬದುಕುತ್ತಿರುವ ಒಂದೇ ದಿನದಲ್ಲಿ ಈ ಪಥದಲ್ಲಿ ಪ್ರಯಾಣಿಸಬಹುದು.

ನಮ್ಮ ಎದುರಿಗೆ ಇರುವ ಕಲ್ಲುಗಳನ್ನು ತೆಗೆದು ಹಾಕಿ, ದಾರಿಯನ್ನು ತೆರವುಗೊಳಿಸಲು ನಾವು ಈ ಕೆಳಗಿನ ಪ್ರಶ್ನೆಗಳನ್ನು ಕೇಳಿಕೊಳ್ಳಬಹುದು :

- ನನ್ನ ದಾರಿಗೆ ಅಡ್ಡಿಯಾಗುತ್ತಿರುವ ಕಲ್ಲುಗಳು ಯಾವುವು? (ಇವು ನಂಬಿಕೆಗಳು, ದುರಭ್ಯಾಸಗಳು, ತಪ್ಪಾಗಿ ಅರ್ಥೈಸಿಕೊಂಡ ಕ್ರಿಯೆಗಳು ಕೂಡ ಆಗಿರಬಹುದು).
- ಇವು ನನಗೆ ತಿಳಿದಿದ್ದರೆ, ನಾನೇಕೆ ಅವುಗಳನ್ನು ತೆಗೆದುಹಾಕಿಲ್ಲ?
- ನಿರ್ವಾಣದ ಕಡೆಗಿನ ನನ್ನ ಮಾರ್ಗವನ್ನು ತೆರವುಗೊಳಿಸಲು ಈಗಿನಿಂದ ನಾನು ಹೇಗೆ ವರ್ತಿಸಲಿ?

ಅಲೆಮಾರಿ ಪ್ರೇಮಿಗಳು

ಬ್ರಾಮ್ ಸ್ಟೋಕರ್ ಅವರ ಕಾದಂಬರಿಯನ್ನು ಆಧರಿಸಿ ಫ್ರಾನ್ಸಿಸ್ ಫೋರ್ಡ್ ಕಾಪೊಲಾ ಅವರು ನಿರ್ಮಿಸಿದ 'ಡ್ರಾಕುಲಾ' ಎಂಬ ಅತ್ಯದ್ಭುತ ಚಲನಚಿತ್ರದ ದೃಶ್ಯವೊಂದರಲ್ಲಿ, ಸರ್ವೋತ್ಕೃಷ್ಟ ರಕ್ತಪಿಶಾಚಿಯು ತನ್ನ ಪ್ರೀತಿಪಾತ್ರಳಾದ ಮೀನಾಳ ಬಳಿ ತನ್ನ ಪ್ರೀತಿಯನ್ನು ವ್ಯಕ್ತಗೊಳಿಸುತ್ತಾ "ನಾನು ನಿನ್ನನ್ನು ಹುಡುಕಲು ಸಮಯದ ಸಾಗರಗಳನ್ನೇ ದಾಟಿದ್ದೇನೆ" ಎಂದು ಹೇಳುತ್ತದೆ. ರಕ್ತಪಿಶಾಚಿಯ ಅಜರಾಮರತೆಯನ್ನು ಪರಿಗಣಿಸಿದರೆ, ಇದು ಅನೇಕ ಜನ್ಮಗಳ ಹಿಂದೆ ಹುಟ್ಟಿದ ಪ್ರೇಮ. ಹಾಗಿದ್ದರೂ ಕೂಡ, ಆ ಪ್ರೇಮಿಗಳು ಪರಸ್ಪರ ಗುರುತಿಸಿಕೊಳ್ಳುತ್ತಾರೆ.

ಆಧ್ಯಾತ್ಮಿಕ ದೃಷ್ಟಿಕೋನದಿಂದ ನೋಡಿದರೆ, ಅಮರ ಆಕಾಂಕ್ಷೆ ಎನ್ನುವುದು ನೋವಿನಿಂದ ಬಿಡುಗಡೆ ನೀಡುವ ಮತ್ತು ಬ್ರಹ್ಮಾಂಡದೊಡನೆ ಶಾಶ್ವತ ಪ್ರೀತಿಯಲ್ಲಿ

ಬದುಕುವಂತಹ ಶಕ್ತಿಯನ್ನು ನೀಡುವ ದೈವತ್ವದೊಂದಿಗಿನ ಐಕ್ಯತೆಯಾಗಿದೆ.

ಈ ರೀತಿ ಐಕ್ಯತೆ ಅಥವಾ ನಿರ್ವಾಣವನ್ನು ಪಡೆಯುವವರೆಗೆ, ಸಂಸಾರವೆಂಬ ಸಾಗರದಲ್ಲಿ ಅಲೆದಾಡುತ್ತಿರುವ ಪ್ರೇಮಿಗಳು ಕರ್ಮವನ್ನು ಹಂಚಿಕೊಳ್ಳುವ 'ಅವಳಿ ಆತ್ಮಗಳು' ಎಂಬಂತೆ ಮತ್ತೆ ಭೇಟಿಯಾಗಬಹುದು; ತಮ್ಮ ಮೊದಲ ಭೇಟಿಯಲ್ಲೇ ಪ್ರೀತಿಸಬಹುದು ಮತ್ತು ಈ ಕ್ಷಣವನ್ನು ಈಗಾಗಲೇ ಅನುಭವಿಸಿದ್ದೇವೆ ಎಂಬ ಪೂರ್ವಾನುಭವದ (déjà vu) ಭಾವನೆಯನ್ನು ಪಡೆದುಕೊಳ್ಳಬಹುದು. ಇಂತಹ ಕ್ಷಣಗಳಲ್ಲೇ "ಬಹಳ ಕಾಲದಿಂದ ನಾವು ಬಹುಶಃ ಪರಸ್ಪರ ಪರಿಚಿತರಾಗಿದ್ದೇವೆ ಎಂದು ಅನ್ನಿಸುತ್ತಿದೆ" ಎಂದು ಹೇಳುತ್ತೇವೆ.

ನಮ್ಮ ಪ್ರೀತಿ ಇನ್ನೊಂದು ಜನ್ಮದಿಂದ ಬಂದಿರುವುದಾಗಿದ್ದರೆ?

ಕೆಲವರು ಆಶ್ಚರ್ಯಚಕಿತರಾಗುತ್ತಾರೆ, ಆದರೆ, ಇನ್ನು ಕೆಲವರು, ಸಂಸಾರ ಅವರನ್ನು ಮತ್ತೆ ಒಂದುಗೂಡಿಸುತ್ತದೆ ಎಂಬ ಅರಿವಿರುವವರು ಆ ಭೇಟಿಗೆ ಅಡಿಪಾಯ ಹಾಕುತ್ತಾರೆ. ಉದಾಹರಣೆಗೆ, ಷಹಜಹಾನ್. 1631 ರಲ್ಲಿ ತನ್ನ ಪ್ರೀತಿಯ ಪತ್ನಿಯು ನಿಧನಳಾದಾಗ, ಅವಳ ಸ್ಮರಣಾರ್ಥವಾಗಿ ತಾಜ್ ಮಹಲ್ ನಿರ್ಮಿಸಿದನು. ನಂತರ ಎಂದೆಂದಿಗೂ ಒಂದೇ ದಾರಿಯಲ್ಲಿ ಜೊತೆಯಾಗಿ ಸಾಗಲು ಅವಳ ಪಕ್ಕದಲ್ಲೇ ಸಮಾಧಿಯಾದನು.

ಕರ್ಮದ ಹರಿವನ್ನು ಉತ್ತೇಜಿಸುವ ಭಾವನೆಗಳು, ಪ್ರಭಾವಗಳು ಮತ್ತು ಕ್ಷಣಗಳ ನಿರಂತರ ಅನುಕ್ರಮವನ್ನು ನಾವು ಅನುಭವಿಸುತ್ತೇವೆ. ದೈವದಿಂದ ಪ್ರತ್ಯೇಕವಾಗಲು ಸಾಧ್ಯವಿಲ್ಲ ಎಂಬ ವಾಸ್ತವವನ್ನು ಅರಿಯದೇ, ದೇಹ ಮತ್ತು ತಾತ್ಕಾಲಿಕ ಜಗತ್ತೇ ಎಲ್ಲವೂ ಆಗಿದೆ ಎಂಬ ಭ್ರಮೆ (ಮಾಯೆ) ಯಲ್ಲಿ ಆತ್ಮವು ಎಲ್ಲಿಯವರೆಗೆ ಬದುಕಿರುತ್ತದೆಯೋ, ಅಲ್ಲಿಯವರೆಗೆ ಅದು ಸಂಸಾರ ಸಾಗರದಲ್ಲೇ ನರಳುತ್ತಿರುತ್ತದೆ ಎಂದು ಹಿಂದೂಗಳು ನಂಬುತ್ತಾರೆ.

ವೃತ್ತಾಕಾರವಾಗಿ ನಡೆಯುವುದು : ಸಂಸಾರ ಚಕ್ರ (ಜೀವನ ಚಕ್ರ)

ನಿರ್ವಾಣದ ಹಂತಕ್ಕೆ ತಲುಪುವ ಮೊದಲು, ಸಂಸಾರಚಕ್ರ ಅಥವಾ ಜೀವನ ಚಕ್ರವು 'ಲೋಕಗಳು' ಎಂದು ಕರೆಯಲ್ಪಡುವ ಆರು ಸ್ಥಿತಿಗಳ ಮೂಲಕ ಹಾದುಹೋಗುವುದನ್ನು ವಿವರಿಸುತ್ತದೆ. ಪ್ರತಿಯೊಂದು ಲೋಕದಲ್ಲೂ ಕೂಡ ನಾವು ದುಃಖದಿಂದ ವಿಮೋಚನೆಯ ಕಡೆಗೆ ಮುನ್ನಡೆಯಲು ದುಷ್ಟಪ್ರವೃತ್ತಿಗಳನ್ನು ತ್ಯಜಿಸಿ, ಸದ್ಗುಣಗಳನ್ನು ಅಳವಡಿಸಿಕೊಳ್ಳುವುದನ್ನು ಕಲಿಯುತ್ತೇವೆ.

ಬುದ್ಧನು ತನ್ನ ಜ್ಞಾನೋದಯದ ಸಮಯದಲ್ಲಿ ತನ್ನ ಹಿಂದಿನ ಎಲ್ಲಾ ಜನ್ಮಗಳ ವಿವರಗಳನ್ನು ದಾಖಲಿಸಿದ್ದಾನೆ ಎಂದು ಹೇಳಲಾಗುತ್ತದೆ. ಇನ್ನೊಂದು ರೀತಿಯಲ್ಲಿ ಹೇಳುವುದಾದರೆ, ಆರು ಲೋಕಗಳಲ್ಲಿಯೂ ಅವನಿಗಾದ ಅನುಭವವು ಅವನ ನೆನಪಿನಲ್ಲಿ ಸ್ಪಷ್ಟವಾಗಿ ತೋರಿಬಂತು :

1. ಹೆಮ್ಮೆ ಮತ್ತು ಸಂತೋಷದಿಂದ ತುಂಬಿರುವ ದೇವತೆಗಳು ಅಥವಾ ದೇವಲೋಕ
2. ಹೊಟ್ಟೆಕಿಚ್ಚು ಮತ್ತು ಅಸೂಯೆಗೆ ಹೆಸರುವಾಸಿಯಾದ ರಾಕ್ಷಸರು ಅಥವಾ ಅಸುರಲೋಕ
3. ಬಾಂಧವ್ಯ, ಬಯಕೆ, ಅನುಮಾನ ಮತ್ತು ಉತ್ಸಾಹಗಳು ವಿಶಿಷ್ಟವಾಗಿರುವ ಮನುಷ್ಯರು ಅಥವಾ ಮಾನವಲೋಕ
4. ಪೂರ್ವಾಗ್ರಹಪೀಡಿತ ಹಾಗೂ ಮೂರ್ಖತೆಯು ಲಕ್ಷಣಗಳಿಂದ ಕೂಡಿರುವ ಪ್ರಾಣಿಗಳು ಅಥವಾ ತ್ರಿಯಕ್ ಲೋಕ
5. ಲೋಭ ಮತ್ತು ಸ್ವಾರ್ಥದಿಂದ ಕೂಡಿದ ಹಸಿದಿರುವ ದೆವ್ವಗಳು ಅಥವಾ ಪ್ರೇತಲೋಕ
6. ಸಂಪೂರ್ಣವಾಗಿ ಯಾತನೆ ಮತ್ತು ಕ್ರೋಧದಿಂದ ತುಂಬಿರುವ ನರಕವಾಸಿಗಳು ಅಥವಾ ನರಕಲೋಕ

ಈ ದೀರ್ಘ ಹಾಗೂ ತಿರುವು ಹೊಂದಿರುವ ಮಾರ್ಗದಲ್ಲಿ ನಾವು ಧ್ಯಾನ, ಕರುಣೆ ಮತ್ತು ಪರೋಪಕಾರಗಳಿಂದ/ನಿಸ್ವಾರ್ಥ ಸೇವೆಯಿಂದ ಆಧ್ಯಾತ್ಮಿಕವಾಗಿ ಅಭಿವೃದ್ಧಿ ಹೊಂದುತ್ತೇವೆ, ನಿರ್ಲಿಪ್ತತೆಯಿಂದ ಉಂಟಾಗುವ ಸಂತೋಷವನ್ನು ಕಂಡುಕೊಳ್ಳುತ್ತೇವೆ. ಸಂಸಾರಚಕ್ರದಲ್ಲಿ ಬೆಳಕಿನ ಕಡೆಗೆ ಹೋಗುವ ದಾರಿ ಎಂದು ವ್ಯಾಖ್ಯಾನಿಸಿರುವ ಇದು, ನಿರ್ವಾಣದ ಕಡೆಗೆ ಹೋಗುವ ಮೆಟ್ಟಿಲುಗಳನ್ನು ಹತ್ತುವ ಅವಕಾಶವನ್ನು ನಮಗೆ ನೀಡುತ್ತದೆ. ಹನ್ನೊಂದು ಮತ್ತು ಹನ್ನೆರಡನೆಯ ಶತಮಾನದ ಮಧ್ಯದಲ್ಲಿ ಜೀವಿಸಿದ್ದ ಟಿಬೇಟಿಯನ್ ಯೋಗಿ ಮಿಲಾರೆಪ ಅವರು ಇದನ್ನು ಈ ರೀತಿ ವಿವರಿಸಿದ್ದಾರೆ:

ನಿನ್ನ ಅಜಾತ ಮನಸ್ಸನ್ನು ನೋಡು ಮತ್ತು ಅನ್ವೇಷಿಸು;
ಸಂಸಾರದಲ್ಲಿ ತೃಪ್ತಿಯನ್ನು ಎದುರುನೋಡಬೇಡ.
ನನ್ನೊಳಗಿನ ಮನಸ್ಸನ್ನು ಗಮನಿಸುವ ಮೂಲಕ ನಾನು ನನ್ನೆಲ್ಲಾ ಜ್ಞಾನವನ್ನು ಪಡೆದುಕೊಂಡೆ –
ಯಾರು ತಮ್ಮ ಮನಸ್ಸಿನ ಸ್ವಭಾವವನ್ನು ಅರಿತುಕೊಳ್ಳುತ್ತಾರೋ ಅವರು,
ಮನಸ್ಸೇ ಜಾಗೃತ ಪ್ರಜ್ಞೆ ಎಂದು ತಿಳಿದಿರುತ್ತಾರೆ,
ಮತ್ತು ಅವರು ಮತ್ತೆಂದೂ ಬೇರೆ ನೆಲೆಗಳಿಂದ ಬುದ್ಧನನ್ನು ಹುಡುಕುವ ತಪ್ಪನ್ನು ಮಾಡುವುದಿಲ್ಲ.
ವಾಸ್ತವವಾಗಿ, ಹುಡುಕುವುದರಿಂದ ಬುದ್ಧನು ಸಿಗುವುದಿಲ್ಲ,
ಆದ್ದರಿಂದ ನಿನ್ನ ಮನಸ್ಸನ್ನೇ ಪರಿಶೀಲಿಸು.
ಇದು ಯಾರೊಬ್ಬರೂ ಅಭ್ಯಾಸ ಮಾಡಬಹುದಾದ ಅತ್ಯಂತ ಉನ್ನತ ಬೋಧನೆ.*

---

* From Benedict's Dharma, edited by Patrick Henry (New York: Riverhead Books, 2001): 106.

ಪ್ರಕಾಶಿಸುವುದಕ್ಕಾಗಿ ನಿನ್ನನ್ನು ನೀನು ನಾಶಮಾಡಿಕೋ

ನಮ್ಮ ಆಧ್ಯಾತ್ಮಿಕ ಸುರಂಗದ ಕೊನೆಯಲ್ಲಿರುವ ಬೆಳಕನ್ನು ಕಂಡುಕೊಳ್ಳುವುದನ್ನು ನಿರ್ವಾಣ ಎಂದು ಗುರುತಿಸಲಾಗಿದೆ. ಆದರೆ ಪಾಳಿ ಭಾಷೆಯ 'ನಿರ್ವಾಣ' ಎಂಬ ಈ ಪದವನ್ನು ಅಕ್ಷರಶಃ 'ನಂದಿಸಿಬಿಡುವುದು' ಅಥವಾ 'ಊದಿ ನಂದಿಸಿಬಿಡುವುದು' ಎಂದು ಅನುವಾದಿಸಬಹುದು.

ನಮ್ಮ ಪ್ರಜ್ಞೆಯು ನಮ್ಮೊಳಗೆ ಪ್ರಕಾಶಮಾನವಾದಾಗ, ಅಹಂಕಾರ ಮತ್ತು ಭೌತಿ-ಕ ಲೋಕದೊಂದಿಗಿನ ಬಂಧಗಳಿಂದ ವಿಮುಕ್ತರಾಗಿ, ದಿವ್ಯತೆಯನ್ನು ಅನುಭವಿಸಲು ನಾವು ನಿಸ್ಸಂಶಯವಾಗಿ ಆಸೆ, ದ್ವೇಷ ಮತ್ತು ಅಜ್ಞಾನವನ್ನು ನಂದಿಸುತ್ತೇವೆ.

ತತ್ವಜ್ಞಾನಿ ಅಲನ್ ವಾಟ್ಸ್ ಅವರ ಅಭಿಪ್ರಾಯದಲ್ಲಿ, ನಿರ್ವಾಣದ ಹಂತಕ್ಕೆ ಪ್ರವೇಶಿಸುವುದು ಅಂದರೆ ಆಧ್ಯಾತ್ಮಿಕ ಮಾರ್ಗದಲ್ಲಿರುವ ವ್ಯಕ್ತಿಗೆ ಬಿಡುಗಡೆಯ ಫಲ ದೊರೆತಂತೆ.

ಸಂಸ್ಕೃತದಲ್ಲಿ ನಿರ್ವಾಣ ಎಂದರೆ ಹೊರಕ್ಕೆ ಊದುವುದು, ಉಸಿರನ್ನು ಹೊರಬಿಡುವುದು ಎಂದರ್ಥ. ಅದರ ವಿರುದ್ಧಾರ್ಥವು ಬಯಕೆ, ಅಂದರೆ ಉಸಿರು ಒಳಗೆಳೆದುಕೊಳ್ಳುವುದು. ನೀವು ಉಸಿರನ್ನು ಎಳೆದುಕೊಂಡು ಅದನ್ನು ಹಿಡಿದಿಟ್ಟುಕೊಂಡರೆ, ಈಗ ನೀವು ನಿಮ್ಮ ಉಸಿರನ್ನು ಕಳೆದುಕೊಳ್ಳುತ್ತೀರಿ; ಒಂದುವೇಳೆ ಉಸಿರನ್ನು ಹೊರಗೆ ಬಿಟ್ಟರೆ, ಅದು ನಿಮಗೇ ಹಿಂತಿರುಗಿ ಬರುತ್ತದೆ. ಆದ್ದರಿಂದ, ನೀವು ಜೀವನವನ್ನು ಬಯಸುವುದಾದರೆ ಅದಕ್ಕೆ ಅಂಟಿಕೊಳ್ಳಬೇಡಿ, ಅದನ್ನು ಬಿಟ್ಟುಬಿಡಿ.*

ರಾಕ್ ಸಂಗೀತದ ಮೂಲಕ ಜ್ಞಾನೋದಯ

ಲೌಕಿಕ ಜಗತ್ತಿನಲ್ಲಿ, ಬಹಳಷ್ಟು ಜನರು ಸೃಜನಾತ್ಮಕತೆ ಮತ್ತು ಕಲೆಯ ಮುಖಾಂತರ ನೆಮ್ಮದಿಗೆ ಒಂದು ದಾರಿಯನ್ನು ಹುಡುಕುತ್ತಾರೆ. ಆಧುನಿಕ ಕಾಲದಲ್ಲಿ ನಿರ್ವಾಣ ಎಂಬ ಪದಕ್ಕೆ ಅನೇಕ ಬಾರಿ ಪುನರಾವರ್ತಿತವಾದ ಬಳಕೆಯನ್ನು ನೀಡಿದ, ಮತ್ತು ತಮ್ಮ ಹೆಸರು ಆಯ್ಕೆ ಮಾಡುವಾಗ ಆಧ್ಯಾತ್ಮಿಕ ಮುಕ್ತಿಯನ್ನು ಪರಿಗಣಿಸಿದಂತೆ ಕಾಣುವ 'ನಿರ್ವಾಣಾ' ಎಂಬ ಸಂಗೀತದ ಬ್ಯಾಂಡ್ ಬಗ್ಗೆ ಉಲ್ಲೇಖಿಸದೆ ನಾವು ಈ ಅಧ್ಯಾಯವನ್ನು ಮುಗಿಸಲು ಸಾಧ್ಯವಿಲ್ಲ.

'ನಿರ್ವಾಣಾ' ರಾಕ್ ಬ್ಯಾಂಡ್‌ನ ಯಾತನಾಮಯ ಮುಖ್ಯ ಗಾಯಕ ಕರ್ಥ್ ಕೊಬೇನ್, ಸಂಗೀತವನ್ನು ಸಂಸಾರದಿಂದ ಮುಕ್ತಿಗೆ ಮಾರ್ಗವೆಂದು ವರ್ಣಿಸಿ, "ಪಂಕ್ ಎಂದರೆ ಸಂಗೀತ ಸ್ವಾತಂತ್ರ್ಯ. ಅದು ನಿಮಗೆ ಇಷ್ಟವಾಗಿರುವುದನ್ನು ಹೇಳುವುದು, ಮಾಡುವುದು ಮತ್ತು ನುಡಿಸುವುದು. ವೆಬ್‌ಸ್ಟರ್ ಶಬ್ದಕೋಶದ ಪ್ರಕಾರ 'ನಿರ್ವಾಣ' ಅಂದರೆ ನೋವು, ದುಃಖ ಮತ್ತು ಬಾಹ್ಯ ಪ್ರಪಂಚದಿಂದ ಮುಕ್ತಿ. ಅದು ಪಂಕ್ ರಾಕ್‌ನ ನನ್ನ ವ್ಯಾಖ್ಯಾನಕ್ಕೆ ಬಹಳ ಹತ್ತಿರದ ಅರ್ಥವಾಗಿದೆ." ಎಂದು ಹೇಳಿದ್ದರು.

---

* From Alan Watts, The Way of Liberation (New York: Weatherhill, 1983).

ಇಡೀ ಜಗತ್ತನ್ನು ವ್ಯಾಪಿಸಿರುವ ಆಧ್ಯಾತ್ಮಿಕ ಅಭ್ಯಾಸಗಳಿಗೆ ಭಾರತವು ತೊಟ್ಟಿಲಾಗಿದೆ. ಮೋಕ್ಷ ಅಥವಾ ಸಮಾಧಿ ಎಂಬ ಅಮೂಲ್ಯವಾದ ಜ್ಞಾನೋದಯವನ್ನು ಸಾಧಿಸಲು, ನಾವು ಹಿಂದೂ ಸಂಪ್ರದಾಯದಿಂದ ಯೋಗ ಮತ್ತು ಧ್ಯಾನವನ್ನು ಮಾರ್ಗಗಳಾಗಿ ಸ್ವೀಕರಿಸಿಕೊಂಡಿದ್ದೇವೆ.

ಈ ಪುಸ್ತಕದ ಮೂರನೆಯ ಭಾಗದಲ್ಲಿ ನಾವು ವಿಶ್ಲೇಷಿಸುವಂತೆ, ಧ್ಯಾನವನ್ನು ಅಭ್ಯಾಸ ಮಾಡುವವನು ಉಸಿರಾಟಕ್ಕೆ ಪ್ರಮುಖ ಪಾತ್ರ ನೀಡುತ್ತಾ, ಚಿಂತನೆಯತ್ತ, ಮಂತ್ರಗಳ ಜಪ ಅಥವಾ ಮಂಡಲಗಳ ರಚನೆಯತ್ತ ತಿರುಗುತ್ತಾನೆ. ದೈಹಿಕ, ಭಾವನಾತ್ಮಕ ಹಾಗೂ ಮಾನಸಿಕ ಪ್ರಜ್ಞೆಯನ್ನು ಶುದ್ಧತೆಯತ್ತ ಸೆಳೆದೊಯ್ಯುವುದು ಇದರ ಮುಖ್ಯ ಉದ್ದೇಶವಾಗಿದೆ.

ನಿಮ್ಮ ಭಾವನೆಗಳ ಮೇಲೆ ಹಿಡಿತ ಸಾಧಿಸುವುದು, ನೀವು ಯಾರು ಎನ್ನುವುದನ್ನು ಅರಿತುಕೊಂಡು ಹೊಂದಿಕೊಳ್ಳುವುದು ಮತ್ತು ಭಿನ್ನಾಭಿಪ್ರಾಯಗಳನ್ನು ಒಪ್ಪಿಕೊಳ್ಳುವುದು – ಇವು ವೈಯುಕ್ತಿಕ ನಿರ್ವಾಣದ ಕಡೆ ಹೋಗುವ ದಾರಿಯ ಆರಂಭಿಕ ಹಂತವಾಗಿರುತ್ತದೆ. ನಿಯಮಿತವಾಗಿ ಧ್ಯಾನ ಮಾಡುವುದು, ಸಹನಶೀಲತೆ, ಕರುಣೆ ಮತ್ತು ಸಹಾನುಭೂತಿಯಂತಹ ಗುಣಗಳನ್ನು ಬೆಳೆಸಿಕೊಳ್ಳುವುದು, ಆಸಕ್ತಿಯನ್ನು ಕಡಿಮೆ ಮಾಡಿಕೊಳ್ಳಲು ಪ್ರೋತ್ಸಾಹಿಸುವುದು, ಪ್ರಸ್ತುತ ಕ್ಷಣದಲ್ಲಿ ಜೀವಿಸುವುದು ಮತ್ತು ಆರೋಗ್ಯಕರ ಅಭ್ಯಾಸಗಳನ್ನು ಅಳವಡಿಸಿಕೊಳ್ಳುವುದು –ಇವೆಲ್ಲಾ ನಿಮ್ಮ ಅತ್ಯಮೂಲ್ಯವಾದ 'ಆಸ್ತಿ'ಯಾದ ಮನಸ್ಸನ್ನು ಶುದ್ಧಗೊಳಿಸಲು ಸಹಾಯಕವಾಗುತ್ತವೆ.

ಅಂತಿಮವಾಗಿ, ಸಂಸಾರದಿಂದ ನಿರ್ವಾಣಕ್ಕೆ ಹೋಗುವ ಮಾರ್ಗವು ಸೌಂದರ್ಯದ ಕಡೆಗೆ ನಮ್ಮನ್ನು ಕರೆದೊಯ್ಯುವ ವೈಯಕ್ತಿಕ ಅವಿಷ್ಕಾರದ ಪ್ರಕ್ರಿಯೆಯಾಗಿದೆ.

ಕವಿ ಖಲೀಲ್ ಗಿಬ್ರಾನ್ ಅವರು ಅದ್ಭುತವಾಗಿ, ಅಷ್ಟೇ ಸರಳತೆಯಿಂದ ಇದರ ಸಾರಾಂಶವನ್ನು ಹೀಗೆ ಹೇಳುತ್ತಾರೆ, "ಹೌದು, ನಿರ್ವಾಣ ಎನ್ನುವುದು ಇದೆ; ಅದು ನಿಮ್ಮ ಕುರಿಗಳನ್ನು ಹಸಿರು ಹುಲ್ಲುಗಾವಲಿಗೆ ಕರೆದೊಯ್ಯುವಲ್ಲಿ, ನಿಮ್ಮ ಮಗುವನ್ನು ಮಲಗಿಸುವಲ್ಲಿ, ಮತ್ತು ನಿಮ್ಮ ಕವನದ ಕೊನೆಯ ಸಾಲು ಬರೆಯುವಲ್ಲಿ ಇದೆ."*

* From Sand and Foam by Kahlil Gibran (New York: Knopf, 1926): 217.

III

ಆನಂದದ ಅಭ್ಯಾಸ

.. ..

ಅವಶ್ಯಕ ಯೋಗಕ್ಷೇಮಕ್ಕೆ
ಭಾರತದಿಂದ ದೊರೆತಿರುವ
ಪ್ರಾಯೋಗಿಕ ಜ್ಞಾನ

ಪ್ರಾಣಾಯಾಮ

ಉಸಿರಾಟವೇ ಬದುಕು

ಫ್ರಾಮಿಂಗ್‌ಹ್ಯಾಮ್ ಹೃದಯದ ಅಧ್ಯಯನವು 1980ರ ದಶಕದಲ್ಲಿ ದೀರ್ಘಾಯುಷ್ಯವನ್ನು ನಿರ್ಧರಿಸುವ ಅಂಶಗಳ ಬಗ್ಗೆ ಗಮನ ಸೆಳೆಯುವ ಒಂದು ಆವಿಷ್ಕಾರವನ್ನು ಬಹಿರಂಗಪಡಿಸಿತು. ಹೃದಯ ರೋಗಕ್ಕೆ ಸಂಬಂಧಿಸಿದಂತೆ ಸುಮಾರು ಐದು ಸಾವಿರದ ಇನ್ನೂರು ಜನರಿಂದ ಎರಡು ದಶಕಗಳ ಕಾಲ ಮಾಹಿತಿಯನ್ನು ಸಂಗ್ರಹಿಸಿ ನಡೆಸಿದ ಈ ಸಂಶೋಧನೆಯು 'ಜೀವಿತಾವಧಿಯನ್ನು ನಿರ್ಧರಿಸುವ ಅತಿ ದೊಡ್ಡ ಸೂಚಕವು ಅನುವಂಶೀಯತೆ, ಆಹಾರ ಅಥವಾ ವ್ಯಾಯಾಮ ಇವು ಯಾವುವೂ ಅಲ್ಲ, ಬದಲಾಗಿ ಅದು ಶ್ವಾಸಕೋಶದ ಸಾಮರ್ಥ್ಯ' ಎಂದು ತೀರ್ಮಾನಿಸಿತು.

ಎಪ್ಪತ್ತು ವರ್ಷಗಳ ಸಂಶೋಧನೆಯ ನಂತರ, 'ದೊಡ್ಡ ಶ್ವಾಸಕೋಶಗಳು ಎಂದರೆ ದೀರ್ಘಾಯುಷ್ಯ' ಎಂದು ಸ್ಪಷ್ಟವಾದ ನಿರ್ಣಯ ಸಿಕ್ಕಿತು. ಅಸಾಧಾರಣ ಶ್ವಾಸಕೋಶ ಸಾಮರ್ಥ್ಯದ ಜೊತೆಗೆ ಹೆಚ್ಚಿನ ದೀರ್ಘಾಯುಷ್ಯ ಮತ್ತು ಉತ್ತಮ ಆರೋಗ್ಯ ಬರುತ್ತದೆ.

ಜೀವನಾಧಾರ ಶಕ್ತಿಯ ವಿಸ್ತರಣೆ

ಪಾಶ್ಚಿಮಾತ್ಯ ಜಗತ್ತಿನಲ್ಲಿ ಈ ಅಧ್ಯಯನದ ಬಗ್ಗೆ ಚರ್ಚೆ ನಡೆಸುವ ಕಾಲಮಾನಕ್ಕೆ ಐದು ಸಾವಿರ ವರ್ಷಗಳ ಹಿಂದೆಯೇ ಭಾರತದಲ್ಲಿ ಪ್ರಜ್ಞಾಪೂರ್ವಕ ಉಸಿರಾಟದ ಉಪಯೋಗಗಳ ಬಗ್ಗೆ ತಿಳುವಳಿಕೆ ಇತ್ತು.

ಶ್ವಾಸಕ್ರಿಯೆಗೆ ಸಂಬಂಧಿಸಿದ ಯೋಗದ ಪ್ರಕ್ರಿಯೆಯಲ್ಲಿ ಇದನ್ನು ಪ್ರಾಣಾಯಾಮ ಎಂದು ಕರೆಯುತ್ತಿದ್ದರು. ಸಂಸ್ಕೃತದಲ್ಲಿ ಪ್ರಾಣ ಎಂದರೆ 'ಜೀವನಾಧಾರವಾದ ಶಕ್ತಿ,' ಮತ್ತು ಆಯಾಮ ಎಂದರೆ 'ವಿಸ್ತರಣೆ' ಎಂಬ ಅರ್ಥವಿದೆ. ಫ್ರಾಮಿಂಗ್‌ಹ್ಯಾಮ್ ಅಧ್ಯಯನವು ಪ್ರಮಾಣೀಕರಿಸಿದಂತೆ, ಉಸಿರಾಟವು ಪ್ರತಿಯೊಬ್ಬರಲ್ಲೂ ಪ್ರಾಣಶಕ್ತಿಯನ್ನು ಹಿಗ್ಗಿಸಿ, ಆಯುಷ್ಯವನ್ನು ವೃದ್ಧಿಸುತ್ತದೆ.

'ಪ್ರಾಣಾಯಾಮ' ಎನ್ನುವ ಪದವು ಹುಟ್ಟಿಕೊಂಡ ಬಗ್ಗೆ ಮಾನ್ಯವಾಗಿರುವ ಇನ್ನೊಂದು ಸಿದ್ಧಾಂತವು ಇದನ್ನು ಪ್ರಾಣ ಮತ್ತು ಯಮ ಎನ್ನುವ ಎರಡು ಪದಗಳ ಸಂಯೋಜನೆ ಎಂದು ಪರಿಗಣಿಸುತ್ತದೆ. ಈ ಎರಡನೆಯ ಪದದ ಅರ್ಥ 'ನಿಯಂತ್ರಣ,' ಆದ್ದರಿಂದ ಈ ಉಸಿರಾಟಕ್ಕೆ

ಸಂಬಂಧಿಸಿದ ವ್ಯಾಯಾಮಗಳು ಪ್ರತಿಯೊಬ್ಬ ವ್ಯಕ್ತಿಯ ಜೀವನಾಧಾರವಾದ ಶಕ್ತಿಯನ್ನು ನಿಯಂತ್ರಿಸುವ ಕಾರ್ಯ ವಿಧಾನವನ್ನು ಪ್ರತಿನಿಧಿಸುತ್ತವೆ.

ಶ್ರೀ ಸ್ವಾಮಿ ಶಿವಾನಂದರು ತಮ್ಮ ಪುಸ್ತಕ 'ದಿ ಸೈನ್ಸ್ ಆಫ್ ಪ್ರಾಣಾಯಾಮ' ದಲ್ಲಿ 'ಚಲಿಸುವ, ಅಥವಾ ಕೆಲಸ ಮಾಡುವ, ಅಥವಾ ಜೀವವಿರುವ ಯಾವುದೇ ವಸ್ತುವು ಪ್ರಾಣದ ಅಭಿವ್ಯಕ್ತ ಭಾವ ಮಾತ್ರ' ಎಂದು ದೃಢಪಡಿಸುತ್ತಾರೆ.

ಉಸಿರಾಟ ಕ್ರಿಯೆಯ ವೈಜ್ಞಾನಿಕ ವಿವರ

ಪ್ಯಾರಾಸಿಂಪಥೆಟಿಕ್ ನರವ್ಯೂಹ ವ್ಯವಸ್ಥೆಯು ಅಪ್ರಜ್ಞಾಪೂರ್ವಕವಾಗಿ (ನಮಗೆ ತಿಳಿಯದಂತೆ ಇರುವ) ರೀತಿಯಲ್ಲಿ ನಮ್ಮ ಎಲ್ಲಾ ಅಂಗಗಳ ಕಾರ್ಯನಿರ್ವಹಣೆಯನ್ನು ನಿಯಂತ್ರಿಸುವ ಜವಾಬ್ದಾರಿಯನ್ನು ಹೊಂದಿದೆ. ನಾವು ಒತ್ತಡ ಮತ್ತು ಆತಂಕದಿಂದ ಮುಕ್ತರಾಗಿದ್ದಾಗ, ನಾವಿರುವ ಸ್ಥಿತಿಗೆ ಸ್ವಯಂಚಾಲಿತ ಸಮತೋಲನಾವಸ್ಥೆ (homeostasis) ಎಂದು ಹೇಳುತ್ತಾರೆ.

ಈ ಸಮತೋಲನಾವಸ್ಥೆಯನ್ನು ಕಳೆದುಕೊಂಡಾಗ ಅದು ನಮ್ಮನ್ನು ಆಲಸ್ಯ, ಉದಾಸೀನತೆ ಅಥವಾ ಖಿನ್ನತೆಯ ಸ್ಥಿತಿಗೂ ಸೆಳೆದುಕೊಂಡು ಹೋಗಬಹುದು. ಯಾವುದೇ ಚಿಕ್ಕಪುಟ್ಟ ಕಾರ್ಯವನ್ನು ನಿರ್ವಹಿಸುವಾಗಲೂ ಸಹ ನಾವು ಆತಂಕ ಮತ್ತು ಒತ್ತಡದಿಂದ ಯಾತನೆ ಅನುಭವಿಸಬಹುದು.

ನಮ್ಮ ಪ್ಯಾರಾಸಿಂಪಥೆಟಿಕ್ ನರವ್ಯೂಹ ವ್ಯವಸ್ಥೆಯು ಸಮತೋಲನದಲ್ಲಿ ಇಲ್ಲದೇ ಇರುವಾಗ ಈ ಸಮಸ್ಯೆಯಿಂದ ಹೊರಬರುವುದು ಸುಲಭವಲ್ಲ. ಸೈದ್ಧಾಂತಿಕವಾಗಿ ನಿಯಂತ್ರಿಸಲಾಗದ ವ್ಯವಸ್ಥೆಯ ಮೇಲೆ ನಾವು ಹೇಗೆ ಮರುನಿಯಂತ್ರಣ ಸಾಧಿಸಬಹುದು?

ಉಸಿರಾಟದ ಕ್ರಿಯೆಯೊಂದೇ ಇದಕ್ಕಿರುವ ಏಕೈಕ ಮಾರ್ಗವಾಗಿದೆ. ಸಾಮಾನ್ಯವಾಗಿ ನಾವು ನಮ್ಮ ಉಸಿರಾಟದ ಬಗ್ಗೆ ಜಾಗೃತರಾಗಿರುವ ಅಗತ್ಯವಿಲ್ಲ, ಆದರೆ ನಾವು ಅದರ ನಿಯಂತ್ರಣದ ಪ್ರಕ್ರಿಯೆಯನ್ನು ಆಯ್ಕೆ ಮಾಡಿಕೊಳ್ಳಬಹುದು.

ನಮ್ಮ ಶ್ವಾಸಕ್ರಿಯೆಯ ನಿಯಂತ್ರಣ ⟶ ಪ್ಯಾರಾಸಿಂಪಥೆಟಿಕ್ ನರವ್ಯೂಹ ವ್ಯವಸ್ಥೆಯ ಮೇಲೆ ಪ್ರಭಾವ ⟶ ಒತ್ತಡ ಅಥವಾ ಅತೀ ಜಾಗರೂಕತೆಯ ನಿಯಂತ್ರಣ (ಉದಾಹರಣೆಗೆ, ನಮ್ಮ ಹೃದಯ ಬಡಿತವನ್ನು ಹೆಚ್ಚಿಸುವುದು ಅಥವಾ ಕಡಿಮೆ ಮಾಡುವುದರಿಂದ).

ನಮ್ಮ ಶ್ವಾಸಕ್ರಿಯೆಯನ್ನು ನಿಯಂತ್ರಿಸಲು ಬಹಳಷ್ಟು ವಿಧಾನಗಳು ಅಥವಾ ವ್ಯಾಯಾಮಗಳಿವೆ. ಯಾವ ಶ್ವಾಸಕ್ರಿಯೆಯ ವ್ಯಾಯಾಮವು ನಿಮಗೆ ಸೂಕ್ತವಾಗಿದೆ?

ನಮ್ಮ ಶ್ವಾಸಕ್ರಿಯೆಯ ವಿಷಯ ಬಂದಾಗ ನಾವು ಸರಿಹೊಂದಿಸಿಕೊಳ್ಳಬೇಕಾದ ನಾಲ್ಕು ಅಂಶಗಳಿವೆ:

1. ಮೂಗಿನ ಮೂಲಕ ಅಥವಾ ಬಾಯಿಯ ಮೂಲಕ ಉಸಿರಾಡುವುದು. ಸಾಮಾನ್ಯವಾಗಿ, ನಾವು ಮೂಗಿನ ಮೂಲಕ ಉಸಿರಾಟದ ಪ್ರಕ್ರಿಯೆ ನಡೆಸಬೇಕು, ಅಥವಾ ಕನಿಷ್ಠ ಮೂಗಿನ ಮೂಲಕ ಶ್ವಾಸವನ್ನು ತೆಗೆದುಕೊಂಡು ಬಾಯಿಯ ಮೂಲಕ ಹೊರಬಿಡಬೇಕು.

2. ಉಸಿರಾಟದ ಕ್ರಿಯೆಯಲ್ಲಿ ನಾವು ಒಳಗೆ ತೆಗೆದುಕೊಳ್ಳುವ ಮತ್ತು ಹೊರಬಿಡುವ ಗಾಳಿಯ ಪ್ರಮಾಣ.

3. ನಾವು ಉಸಿರು ತೆಗೆದುಕೊಳ್ಳುವ ಮತ್ತು ಬಿಡುವ ವಿಧಾನ : ಹೊಟ್ಟೆಯ ಭಾಗದ ತುಂಬುವಿಕೆಗೋ ಅಥವಾ ಎದೆಯ ಭಾಗದ ತುಂಬುವಿಕೆಗೋ ಎಂಬುದು.

4. ನಾವು ಉಸಿರು ತೆಗೆದುಕೊಳ್ಳುವ(ಪೂರಕ), ಉಸಿರು ಹಿಡಿದಿಟ್ಟುಕೊಳ್ಳುವ(ಕುಂಭಕ) ಮತ್ತು ಉಸಿರು ಬಿಡುವ(ರೇಚಕ) ಲಯ.

ಈ ನಾಲ್ಕನೆಯ ಅಂಶ ನಮ್ಮ ಉಸಿರಾಟವನ್ನು ನಿಯಂತ್ರಿಸುವುದಕ್ಕೆ ಮುಖ್ಯವಾದುದು. ಇದನ್ನು ಈ ಕೆಳಗಿನಂತೆ ನಾವು ಊಹಿಸಿಕೊಳ್ಳಬಹುದು:

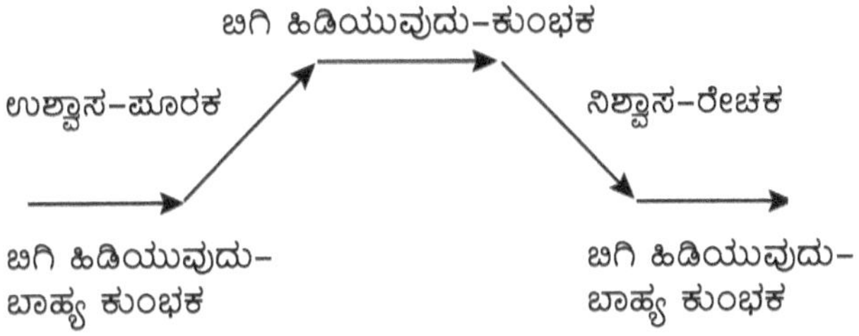

ಉನ್ನತ ಅಥವಾ ನಿರ್ದಿಷ್ಟ ಉಸಿರಾಟದ ಹಂತಗಳು

ನಿಮ್ಮ ಮನಸ್ಥಿತಿಗೆ ಅನುಗುಣವಾಗಿ ಯಾವ ರೀತಿಯ ಉಸಿರಾಟದ ಅಭ್ಯಾಸವನ್ನು ಮಾಡಬೇಕು ಎಂಬುದನ್ನು ಕಂಡುಕೊಳ್ಳಿ:

1. ನೀವು ಎಚ್ಚರಗೊಳ್ಳುವಾಗ ಆಲಸ್ಯ ಮತ್ತು ಶಕ್ತಿಯ ಕೊರತೆ ಅನುಭವಿಸುತ್ತಿದ್ದು, ದಿನವನ್ನು ಚಟುವಟಿಕೆಯಿಂದ ಸಾಗಿಸಬೇಕು ಎಂದಿದ್ದರೆ:

    • ಉಶ್ವಾಸವು ನಿಶ್ವಾಸಕ್ಕಿಂತ ದೀರ್ಘವಾಗಿರಬೇಕು.

2. ನೀವು ಆತಂಕ ಅನುಭವಿಸುತ್ತಿದ್ದಾಗ ಶಾಂತತೆಯನ್ನು ಬಯಸಿದರೆ:

    • ನಿಶ್ವಾಸವು ಉಶ್ವಾಸಕ್ಕಿಂತ ದೀರ್ಘವಾಗಿರಬೇಕು.

3. ನೀವು ಏಕಾಗ್ರಚಿತ್ತರಾಗಲು ಸಾಧ್ಯವಾಗದೆ, ಏನೋ ಒಂದು ರೀತಿಯ ಗೊಂದಲದಲ್ಲಿರುವಂತೆ ಅನ್ನಿಸಿದರೆ:

    • ಉಶ್ವಾಸ ಮತ್ತು ನಿಶ್ವಾಸ ಎರಡೂ ಒಂದೇ ಕಾಲಾವಧಿಯದ್ದಾಗಿರಬೇಕು.

ಹಾ, ಜೀವನದ ಉಸಿರಾಟ

ಭಾರತದಲ್ಲಿ ಮಾತ್ರವಲ್ಲದೆ ಪ್ರಪಂಚದ ಇತರ ಭಾಗಗಳಲ್ಲೂ ಕೂಡ ಉಸಿರಾಟವು ಮಹತ್ವಪೂರ್ಣವೆಂದು ಅರ್ಥೈಸಲಾಗುತ್ತದೆ. ಉದಾಹರಣೆಗೆ, ಹವಾಯಿಯ ಪೂರ್ವಜರ ಸಂಸ್ಕೃತಿಯಲ್ಲಿ,'ಹಾ' ಎಂದು ಕರೆಯಲ್ಪಡುವ, ಉಸಿರನ್ನು ವಿನಿಮಯ ಮಾಡಿಕೊಂಡು

ನಮಸ್ಕರಿಸುವ ಒಂದು ಪದ್ಧತಿ ಇದೆ. ನೀವು ನಮಸ್ಕರಿಸುತ್ತಿರುವ ವ್ಯಕ್ತಿಯೊಂದಿಗೆ ಮೂಗುಗಳನ್ನು ಸ್ಪರ್ಶಿಸಿ, ಅದೇ ಸಮಯದಲ್ಲಿ ಶ್ವಾಸವನ್ನು ಒಳಗೆ ಎಳೆದುಕೊಳ್ಳುವ ಮೂಲಕ ಇದನ್ನು ಮಾಡಲಾಗುತ್ತದೆ. ಜೀವನದ ಉಸಿರನ್ನು ಹಂಚಿಕೊಳ್ಳುವುದು ಸ್ನೇಹವನ್ನು ವ್ಯಕ್ತಪಡಿಸುವ ಅತ್ಯಂತ ಗಾಢವಾದ ಮಾರ್ಗವಾಗಿದೆ. ವಾಯುವು 'ಮನ'/ ಆಧ್ಯಾತ್ಮಿಕ ಶಕ್ತಿಯನ್ನು ಹೊಂದಿದೆ ಎಂದು ನಂಬಲಾಗಿರುವುದರಿಂದ ಹವಾಯಿ ಸಂಸ್ಕೃತಿಯಲ್ಲಿ, ಶ್ವಾಸವನ್ನು ಒಳ್ಳೆಯ ಆರೋಗ್ಯದ ಮುಖ್ಯ ಕೀಲಿಗಳಲ್ಲಿ ಒಂದೆಂದು ಪರಿಗಣಿಸಲಾಗುತ್ತದೆ.

ಸೂರ್ಯ ಭೇದನ

ಪ್ರಾಣಾಯಾಮಗಳಲ್ಲಿ ಎಂಟು ರೀತಿಯ ಶ್ರೇಷ್ಠ ಪ್ರಾಣಾಯಾಮ ಅಭ್ಯಾಸಗಳಿವೆ, ಆದರೆ ಬಹುಶಃ ಸೂರ್ಯ ಭೇದನ ಅಥವಾ ಬಲ ಮೂಗಿನ ಹೊಳ್ಳೆಯ ಮೂಲಕ ಶ್ವಾಸ ತೆಗೆದುಕೊಳ್ಳುವುದು ಅತ್ಯಂತ ಸಾಮಾನ್ಯವಾದ ಪ್ರಾಣಾಯಾಮವಾಗಿದೆ. ಸೂರ್ಯ ಎಂದರೆ 'ಸೂರ್ಯತತ್ವ,' ಮತ್ತು ಭೇದನ ಎಂದರೆ 'ಚುಚ್ಚು' ಅಥವಾ 'ಪ್ರವೇಶಿಸು' ಎಂದು ಅರ್ಥ. ಯೋಗದ ಸಂಪ್ರದಾಯದಲ್ಲಿ, ಬಲ ಮೂಗಿನ ಹೊಳ್ಳೆ ಅಥವಾ ಪಿಂಗಳ ನಾಡಿಯು ದೇಹಕ್ಕೆ ಸೌರ ಶಕ್ತಿಯು ಪ್ರವೇಶಿಸುವ ದ್ವಾರವಾಗಿದೆ. ಇದಕ್ಕೆ ವಿರುದ್ಧವಾಗಿ ಎಡ ಮೂಗಿನ ಹೊಳ್ಳೆ ಅಥವಾ ಇಡಾ ನಾಡಿಯು ಚಂದ್ರ ಶಕ್ತಿಯ ಪ್ರವೇಶದ್ವಾರವಾಗಿದೆ. ಸೌರ ಶಕ್ತಿಯನ್ನು ದೇಹದಲ್ಲಿರುವ ಬಿಸಿಯಾದ ಅಥವಾ ಪುರುಷ ಜೀವಶಕ್ತಿ ಎಂದು ಅರ್ಥೈಸಲಾಗುತ್ತದೆ, ಆದೇ ಚಂದ್ರನ ಶಕ್ತಿಯು ಶಾಂತ ಅಥವಾ ಸ್ತ್ರೀ ಜೀವಶಕ್ತಿಯಾಗಿದೆ. ಸೂರ್ಯ ಭೇದನದ ಅಭ್ಯಾಸವನ್ನು ಶಕ್ತಿದಾಯಕವೆಂದು ಪರಿಗಣಿಸಲಾಗಿದ್ದು, ಬೆಳಗಿನ ಸಮಯದಲ್ಲಿ ಮಾಡಲು ಅತ್ಯುತ್ತಮವಾಗಿದೆ. ಇದು ನಾಭಿಯ ಸುತ್ತಲೂ ಇರುವ ಒಳ ಅಂಗಾಂಗಗಳು ಮತ್ತು ಮೂಲಾಧಾರ ಚಕ್ರವನ್ನು ಉತ್ತೇಜಿಸುವ ಮೂಲಕ ಪ್ರಬಲವಾದ ಕುಂಡಲಿನಿ ಶಕ್ತಿಯನ್ನು ಜಾಗೃತಗೊಳಿಸುತ್ತದೆ.

ದೇಹದಲ್ಲಿ ಪ್ರಾಣವು ಸೌರ ಶಕ್ತಿಯಾಗಿ (ಸೂರ್ಯ) ಬಲ ಮೂಗಿನ ಹೊಳ್ಳೆಯಿಂದ ಪ್ರವೇಶಿಸುತ್ತದೆ (ಭೇದನ).

4. ಸೂರ್ಯ ಭೇದನದ ಕ್ರಮಬದ್ಧ ವಿಧಾನ

1. ನಿಮ್ಮ ಯೋಗ ಮಾಡುವ ಚಾಪೆಯ ಮೇಲೆ ಕಾಲುಗಳನ್ನು ಮಡಚಿಕೊಂಡು, ಕಾಲುಗಳನ್ನು ಜೋಡಿಸದೇ ಸುಖಾಸನದಲ್ಲಿ ಅಥವಾ ಕಮಲದ ಭಂಗಿಯಲ್ಲಿ, ಅಂದರೆ ಪದ್ಮಾಸನದಲ್ಲಿ ಕುಳಿತುಕೊಳ್ಳಿ. ದೇಹದಲ್ಲಿ ಸರಿಯಾದ ರೀತಿಯ ಶಕ್ತಿಯ ಹರಿವಿಗಾಗಿ ನಿಮ್ಮ ಬೆನ್ನುಮೂಳೆ ಮತ್ತು ತಲೆ ನೇರವಾಗಿ ಇರಲಿ.

ವಿಷ್ಣು ಮುದ್ರೆ

2. ಹೆಬ್ಬೆರಳು, ಉಂಗುರದ ಬೆರಳು ಮತ್ತು ಕಿರುಬೆರಳನ್ನು ವಿಸ್ತರಿಸಿ, ಮಧ್ಯದ ಮತ್ತು ತೋರು ಬೆರಳುಗಳನ್ನು ಬಾಗಿಸಿ ನಿಮ್ಮ ಬಲಗೈಯನ್ನು ವಿಷ್ಣು ಮುದ್ರೆಯಲ್ಲಿ ಇರಿಸಿ. ಆ ಕೈಯನ್ನು ನಿಮ್ಮ ಎಡ ಮೂಗಿನ ಹೊಳ್ಳೆಯ ಬಳಿಗೆ ತಂದು ಉಂಗುರದ ಬೆರಳಿನಿಂದ ಮೂಗಿನ ಹೊಳ್ಳೆಯನ್ನು ಮುಚ್ಚಿ.

ಜ್ಞಾನ ಮುದ್ರೆ

3. ನಿಮ್ಮ ಎಡಗೈನ ತೋರು ಬೆರಳಿನ ತುದಿಯು ಹೆಬ್ಬೆರಳಿನ ತುದಿಯನ್ನು ಸ್ಪರ್ಶಿಸಿ ಒಂದು ವೃತ್ತವು ರೂಪುಗೊಳ್ಳುವಂತೆ ಇರಿಸಿಕೊಂಡು ಉಳಿದ ಮೂರು ಬೆರಳುಗಳನ್ನು ವಿಸ್ತರಿಸಿ ಹಿಡಿದು ಜ್ಞಾನ ಮುದ್ರೆಯಲ್ಲಿ ಇರಿಸಿಕೊಳ್ಳಿ.
4. ನಿಮ್ಮ ಎಡ ಮೂಗಿನ ಹೊಳ್ಳೆಯನ್ನು ಬಲಗೈಯಲ್ಲಿ ಮುಚ್ಚಿರುವಂತೆಯೇ, ಬಲ ಮೂಗಿನ ಹೊಳ್ಳೆಯ ಮೂಲಕ ಶ್ವಾಸವನ್ನು ಒಳಗೆ ತೆಗೆದುಕೊಳ್ಳಿ.
5. ನಂತರ ನಿಮ್ಮ ಬಲಗೈ ಹೆಬ್ಬೆರಳಿನಿಂದ ಬಲ ಮೂಗಿನ ಹೊಳ್ಳೆಯನ್ನು ಮುಚ್ಚಿ ಮತ್ತು ನಿಮ್ಮ ಶ್ವಾಸವನ್ನು ಹಿಡಿದುಕೊಳ್ಳಿ.

6. ನಿಮ್ಮ ಎಡ ಮೂಗಿನ ಹೊಳ್ಳೆಯನ್ನು ತೆರೆದು ಶ್ವಾಸವನ್ನು ಹೊರಗೆ ಬಿಡಿ.

7. "ಉಶ್ವಾಸ → ಒಳಗೆ ಹಿಡಿಯುವುದು → ನಿಶ್ವಾಸ", ಈ ರೀತಿ ನಿಮ್ಮ ಸಾಮರ್ಥ್ಯದ ಮಟ್ಟಕ್ಕೆ ಅನುಗುಣವಾಗಿ ಹತ್ತು ಸುತ್ತಿನ ಶ್ವಾಸಕ್ರಿಯೆಯನ್ನು ಮಾಡಿ.

    - ಆರಂಭಿಕ ಮಟ್ಟ : 1:1:1. ಒಂದು ಸೆಕೆಂಡ್ ಸಮಯ ಶ್ವಾಸ ಒಳಗೆ ತೆಗೆದುಕೊಳ್ಳಿ, ಒಂದು ಸೆಕೆಂಡ್ ಶ್ವಾಸ ಹಿಡಿದುಕೊಳ್ಳಿ, ಮತ್ತು ಒಂದು ಸೆಕೆಂಡ್ ಶ್ವಾಸವನ್ನು ಹೊರಗೆ ಬಿಡಿ.
    - ಉನ್ನತ ಮಟ್ಟ : 1:4:2. ಆರಂಭಿಕ ಮಟ್ಟದಲ್ಲಿ ಎರಡು ವಾರಗಳಾದ ನಂತರ ನೀವು ಉನ್ನತ ಮಟ್ಟಕ್ಕೆ ಹೋಗಬಹುದು.

ಉಸಿರಾಟ : ಒಂದು ಸಾಧನ

ಶ್ವಾಸವನ್ನು ಹೊರಗೆ ಬಿಡುವುದಕ್ಕಿಂತ ಹೆಚ್ಚು ಸಮಯ ನೀವು ಶ್ವಾಸವನ್ನು ಒಳಗೆ ತೆಗೆದುಕೊಂಡರೆ, ನೀವು ಸಕ್ರಿಯರಾಗುತ್ತೀರಿ ಎನ್ನುವುದು ಉಸಿರಾಟ ಕ್ರಿಯೆಯ ಒಂದು ಸರಳ ನಿಯಮ. ನಿಮ್ಮ ದೇಹ ಬೆಚ್ಚಗಾಗುತ್ತದೆ ಮತ್ತು ನಿಮ್ಮ ಹೃದಯ ವೇಗವಾಗಿ ಬಡಿಯುತ್ತದೆ. ಈ ರೀತಿಯ ಶ್ವಾಸಕ್ರಿಯೆಯನ್ನು ಕೆಲವೊಮ್ಮೆ ಅಗ್ನಿ ಶ್ವಾಸ ಎಂದು ಕರೆಯಲಾಗುತ್ತದೆ ಮತ್ತು ಇದನ್ನು ಸಾಮಾನ್ಯವಾಗಿ ಬೆಳಗಿನ ಸಮಯದಲ್ಲಿ ಅಭ್ಯಾಸ ಮಾಡಲಾಗುತ್ತದೆ. ಬೆಳಗಿನ ಸಮಯದಲ್ಲಿ ಕಾಫಿ ಕುಡಿದಂತೆ, ಈ ಶ್ವಾಸಕ್ರಿಯೆಯು ನಿಮ್ಮ ರಕ್ತಕ್ಕೆ ಹೆಚ್ಚಿನ ಆಮ್ಲಜನಕವನ್ನು ಕಳುಹಿಸುತ್ತದೆ.

ಮತ್ತೊಂದೆಡೆ, ನೀವು ಉಸಿರನ್ನು ಒಳಗೆ ತೆಗೆದುಕೊಳ್ಳುವುದಕ್ಕಿಂತ ಹೆಚ್ಚು ಸಮಯ ಹೊರಗೆ ಬಿಡುವುದು ನಿಮಗೆ ವಿಶ್ರಾಂತಿಯ ಅನುಭವ ನೀಡುತ್ತದೆ. ಯೋಗಾಭ್ಯಾಸದ ಕೊನೆಯಲ್ಲಿ ನೀವು ಚಾಪೆಯ ಮೇಲೆ ಮಲಗಿದಾಗ ಅಭ್ಯಾಸ ಮಾಡುವ ಉಸಿರಾಟದ ಕ್ರಿಯೆ ಇದಾಗಿದೆ.

ಬಾಕ್ಸ್ ಶ್ವಾಸಕ್ರಿಯೆ ಎಂದು ಕರೆಯಲಾಗುವ ಇನ್ನೊಂದು ಉಸಿರಾಟದ ವಿಧಾನವಿದೆ, ಮತ್ತು ಇದನ್ನು ಸೇನೆಯು ಯುದ್ಧದ ಪರಿಸ್ಥಿತಿಗಳಿಗಾಗಿ ರೂಪಿಸಲಾಗಿದೆ. ಈ ವಿಧಾನದಲ್ಲಿ, ನೀವು ಶ್ವಾಸ ಒಳಗೆ ತೆಗೆದುಕೊಳ್ಳುವ ಸಮಯದ ಪ್ರಮಾಣವು ಶ್ವಾಸ ಹೊರಗೆ ಬಿಡುವ ಸಮಯದ ಪ್ರಮಾಣಕ್ಕೆ ಸಮವಾಗಿರುತ್ತದೆ. ಆತಂಕದಲ್ಲಿರುವವರಿಗೆ ಇದು ವಿಶ್ರಾಂತಿ ನೀಡುವ ಸಾಧನವೂ ಆಗಿದೆ. ಆತಂಕದ ಆಘಾತವನ್ನು ತಪ್ಪಿಸುವಲ್ಲಿ ಇದು ಸೂಕ್ತವಾಗಿದೆ (ಉದಾಹರಣೆಗೆ – ವಿಮಾನ ಪ್ರಯಾಣ).

ಇದನ್ನು ಮಾಡುವುದು ಸುಲಭವಾಗಿದೆ :

1. ನಾಲ್ಕು ಸೆಕೆಂಡುಗಳವರೆಗೆ ಶ್ವಾಸವನ್ನು ಒಳಗೆ ತೆಗೆದುಕೊಳ್ಳಿ.
2. ನಾಲ್ಕು ಸೆಕೆಂಡುಗಳವರೆಗೆ ನಿಮ್ಮ ಶ್ವಾಸವನ್ನು ಹಿಡಿದಿಟ್ಟುಕೊಳ್ಳಿ.
3. ನಾಲ್ಕು ಸೆಕೆಂಡುಗಳವರೆಗೆ ಶ್ವಾಸವನ್ನು ಹೊರಗೆ ಬಿಡಿ.
4. ನಾಲ್ಕು ಸೆಕೆಂಡುಗಳವರೆಗೆ ಶ್ವಾಸವನ್ನು ಹೊರಗೇ ತಡೆ ಹಿಡಿಯಿರಿ.

4(ಉಶ್ವಾಸ):4(ಹಿಡಿದಿಟ್ಟುಕೊಳ್ಳುವುದು):4(ನಿಶ್ವಾಸ):4(ಹಿಡಿದುಕೊಳ್ಳುವುದು), ಇದು ಆತಂಕಗೊಂಡ ಅಥವಾ ದುರ್ಬಲ ಮನಸ್ಸಿನ ಜನರಿಗೆ ಇದು ಸರಿಹೊಂದುತ್ತದೆ. ನೀವು ತಳಮಳಗೊಂಡಾಗ, ಕ್ಷಿಪ್ರವೇಗದಲ್ಲಿ ಉಸಿರಾಡಿ ಅತಿಶ್ವಾಸಕ್ಕೆ ಒಳಗಾಗುತ್ತೀರಿ. ನಿಮ್ಮ ಶಾಂತತೆಯನ್ನು ಉಳಿಸಿಕೊಳ್ಳಲು ಮಾಡಬೇಕಾಗಿರುವುದಕ್ಕೆ ಇದು ವಿರುದ್ಧವಾಗಿರುತ್ತದೆ. ಆದರೆ ಈ ವಿಧಾನವು ಅತಿಶ್ವಾಸವನ್ನು ತಡೆಗಟ್ಟುತ್ತದೆ.

ಶೀತಲಿ ಪ್ರಾಣಾಯಾಮ

ಸೂರ್ಯ ಭೇದನವು ದೇಹವನ್ನು ಸಕ್ರಿಯಗೊಳಿಸುವ ಮತ್ತು ಬೆಚ್ಚಗಾಗಿಸುವ ಶಕ್ತಿದಾಯಕ ಶ್ವಾಸಕ್ರಿಯೆಯಾಗಿದ್ದರೆ, ಶೀತಲಿ ಪ್ರಾಣಾಯಾಮವು ಅದಕ್ಕೆ ವಿರುದ್ಧವಾಗಿದೆ. ಸಂಸ್ಕೃತದಲ್ಲಿ ಶೀತ ಎಂದರೆ 'ತಂಪು' ಎಂದರ್ಥ. ದಿನದ ಕೊನೆಯಲ್ಲಿ ತೀವ್ರ ಆಯಾಸದ ನಂತರ, ದೇಹಕ್ಕೆ ವಿಶ್ರಾಂತಿ ನೀಡಲು ಶೀತಕಾರಕ ಶ್ವಾಸ ಎಂದು ಕರೆಯಲ್ಪಡುವ ಶೀತಲಿಯು ಸೂಕ್ತವಾಗಿದೆ. ಇದರ ನಿಯಮಿತ ಅಭ್ಯಾಸವು ವಿಷಕಾರಿ ಪದಾರ್ಥಗಳು, ಒತ್ತಡ, ಅಧಿಕ ಶಾಖ ಇವುಗಳನ್ನು ಹೊರಹಾಕಿ ದೇಹವನ್ನು ಶುದ್ಧೀಕರಿಸುತ್ತದೆ ಮತ್ತು ನಮ್ಮನ್ನು ಕುಗ್ಗಿಸುವ ಕೋಪದಂತಹ ಭಾವನೆಗಳನ್ನು ನಿರ್ಮೂಲನೆ ಮಾಡುತ್ತದೆ.

ಶೀತಲಿ ಪ್ರಾಣಾಯಾಮದ ಕ್ರಮಬದ್ಧ ವಿಧಾನ

1. ನಿಮ್ಮ ಯೋಗ ಮಾಡುವ ಚಾಪೆಯ ಮೇಲೆ ಕಾಲುಗಳನ್ನು ಮಡಚಿ ಸುಖಾಸನದಲ್ಲಿ ಅಥವಾ ಪದ್ಮಾಸನದಲ್ಲಿ ಕುಳಿತುಕೊಳ್ಳಿ. ನಿಮ್ಮ ತಲೆ ಮತ್ತು ಬೆನ್ನುಮೂಳೆಯು ನೇರವಾಗಿ ಇದೆ ಎಂದು ಖಚಿತಪಡಿಸಿಕೊಳ್ಳಿ. ನೀವು ನಿಮ್ಮ ಕೈಗಳನ್ನು ಜ್ಞಾನ ಮುದ್ರೆಯಲ್ಲಿ ಇಟ್ಟುಕೊಳ್ಳಬಹುದು.
2. ಶೀತಲಿ ಶ್ವಾಸಕ್ರಿಯೆಗೆ ನಿಮ್ಮನ್ನು ನೀವು ಸಿದ್ಧಪಡಿಸಿಕೊಳ್ಳಲು ಮೂರು ಬಾರಿ ತೆರೆದ ಬಾಯಿಯಿಂದ ಆಳವಾಗಿ ಶ್ವಾಸ ತೆಗೆದುಕೊಂಡು ನಿಮ್ಮ ಮೂಗಿನ ಮೂಲಕ ಶ್ವಾಸ ಹೊರಗೆ ಬಿಡಿ.

3. ನಿಮ್ಮ ನಾಲಿಗೆಯನ್ನು ಹೊರಗೆ ಚಾಚಿ ಅದನ್ನು U ಆಕಾರದಲ್ಲಿ ಸುತ್ತಿಕೊಳ್ಳಿ.

4. ನಿಮ್ಮ ಸುತ್ತಿಕೊಂಡ ನಾಲಿಗೆಯ ಮುಖಾಂತರ ಶ್ವಾಸವನ್ನು ಒಳಗೆ ತೆಗೆದುಕೊಳ್ಳಿ (ಉಶ್ವಾಸ) ಮತ್ತು ಉಶ್ವಾಸದ ಕೊನೆಯಲ್ಲಿ, ನಿಮ್ಮ ಗಲ್ಲವನ್ನು ಎಷ್ಟು ಸಾಧ್ಯವೋ ಅಷ್ಟು ಕೆಳಕ್ಕೆ, ನಿಮ್ಮ ಎದೆಯ ಕಡೆಗೆ ಇಳಿಸಿ. ಈ ಗಂಟಲಿನ ತಡೆಯನ್ನು ಜಾಲಂಧರ ಬಂಧ ಎಂದು ಕರೆಯಲಾಗುತ್ತದೆ.

5. ಇದೇ ಸ್ಥಿತಿಯಲ್ಲಿ ಆರರಿಂದ ಎಂಟು ಸೆಕೆಂಡುಗಳವರೆಗೆ ನಿಮ್ಮ ಶ್ವಾಸವನ್ನು ಹಿಡಿದುಕೊಳ್ಳಿ.

6. ನೀವು ಶ್ವಾಸ ಹೊರಗೆ ಬಿಡುವ ಮುನ್ನ, ನಿಮ್ಮ ಗಲ್ಲವನ್ನು ಮೇಲಕ್ಕೆ ಎತ್ತಿ, ನಾಲಿಗೆಯನ್ನು ಹಿಂದಕ್ಕೆ ಎಳೆದುಕೊಂಡು ಬಾಯಿಯನ್ನು ಮುಚ್ಚಿಕೊಳ್ಳಿ. ನಂತರ, ನಿಮ್ಮ ಮೂಗಿನ ಹೊಳ್ಳೆಗಳ ಮೂಲಕ ಸಂಪೂರ್ಣವಾಗಿ ಶ್ವಾಸವನ್ನು ಹೊರಗೆ ಬಿಡಿ (ನಿಶ್ವಾಸ). ಇದು ಶೀತಲಿ ಶ್ವಾಸಕ್ರಿಯೆಯ ಒಂದು ಸುತ್ತನ್ನು ಪೂರ್ಣಗೊಳಿಸುತ್ತದೆ.

ಎರಡು ಅಥವಾ ಮೂರು ನಿಮಿಷಗಳವರೆಗೆ, ಅಥವಾ ನಿಮಗೆ ಆರಾಮ ಅನ್ನಿಸುವವರೆಗೆ ಶೀತಲಿ ಪ್ರಾಣಾಯಾಮವನ್ನು ಅಭ್ಯಾಸ ಮಾಡಿ.

ಪ್ರಾರಂಭದಲ್ಲಿ, ಉಶ್ವಾಸ ಮತ್ತು ನಿಶ್ವಾಸದ ಅನುಪಾತವು 4:6 ಆಗಿರಬೇಕು. ಕೆಲವು ದಿನಗಳ ನಂತರ, ಇದನ್ನು 4:8, 5:10, ಅಥವಾ 6:12 ಕ್ಕೆ ವಿಸ್ತರಿಸಿಕೊಳ್ಳಬಹುದು.

ಯೋಗ ಮತ್ತು ಪ್ರಾಣಾಯಾಮ

ಪ್ರಾಣಾಯಾಮದ ಅಭ್ಯಾಸವು ಹೆಚ್ಚು ಪರಿಣಾಮಕಾರಿಯಾಗಿರಲು, ಯೋಗದ ಭಂಗಿಗಳು ಅಥವಾ ಆಸನಗಳ ಮೂಲಕ ದೇಹವನ್ನು ನಿಯಂತ್ರಿಸುವುದು ಹೇಗೆ ಎಂದು ತಿಳಿದಿರುವುದು ಮುಖ್ಯವಾಗಿದೆ.

ನೀರಿನ ತುಂಬಿದ ಒಂದು ಸೀಸೆಯೊಂದನ್ನು ಕಲ್ಪಿಸಿಕೊಳ್ಳಿ. ಇದರಲ್ಲಿ ನೀರು ಪ್ರಾಣ ಮತ್ತು ಸೀಸೆಯು ಭೌತಿಕ ದೇಹವಾಗಿದೆ. ನೀರು ನಿಶ್ಚಲವಾಗಿ ಇರಬೇಕೆಂದರೆ ಅದು ಸೀಸೆಯ ಸಮತೋಲನವನ್ನು ಅವಲಂಬಿಸಿರುತ್ತದೆ. ಸೀಸೆಯು ಸ್ಥಿರವಾಗಿಲ್ಲದಿದ್ದರೆ, ನೀರು ಕದಲುತ್ತದೆ. ಅದೇ ರೀತಿ, ಭೌತಿಕ ದೇಹವು ಸ್ಥಿರತೆಯ ಹೊರತಾಗಿ ಬರೀ ಪ್ರಾಣಾಯಾಮದ ಮೂಲಕ ಪ್ರಾಣವು ಸ್ಥಿರವಾಗಿರುವುದಿಲ್ಲ. ಆಸನಗಳು ಈ ಸ್ಥಿರತೆಯನ್ನು ಸಾಧಿಸಲು ಭೌತಿಕ ದೇಹಕ್ಕೆ ಸಹಾಯ ಮಾಡುತ್ತವೆ.

ಭೌತಿಕ ಮಟ್ಟದಲ್ಲಿ ನಮ್ಮ ಶಕ್ತಿಯ ಪ್ರವಾಹದ ಮೇಲೆ ಆಧುನಿಕ ಯೋಗವು ಹೇಗೆ ಪ್ರಭಾವ ಬೀರುತ್ತದೆ ಎಂಬುದನ್ನು ನಾವು ಮುಂದಿನ ಅಧ್ಯಾಯದಲ್ಲಿ ಚರ್ಚಿಸೋಣ.

ಯೋಗ

ದೇಹ, ಮನಸ್ಸು ಮತ್ತು ಆತ್ಮವನ್ನು ಒಂದುಗೂಡಿಸುವುದು

ತನ್ನ ಆರಂಭದ ದಿನಗಳಲ್ಲಿ, ಯೋಗವು ಧ್ಯಾನ, ಶ್ವಾಸಕ್ರಿಯೆ ಮತ್ತು ಮಾನಸಿಕ ಕಲ್ಪನೆಯ ಮೇಲೆ ಕೇಂದ್ರೀಕೃತವಾಗಿತ್ತು, ಆದರೆ ಇಂದು ಪಶ್ಚಿಮ ದೇಶಗಳಲ್ಲಿ ಇದು ಅನೇಕ ಆಸನಗಳಿಗೆ ಹೆಸರುವಾಸಿಯಾಗಿದೆ. ಆಸನಗಳು ದೇಹಕ್ಕೆ ನಮ್ಯತೆ ಮತ್ತು ಚೈತನ್ಯವನ್ನು ನೀಡಿ, ದೇಹದಲ್ಲಿ ಶಕ್ತಿಯ ಸಂಚಾರ ಸುಗಮವಾಗಿ ಆಗಲು ಅನುವು ಮಾಡಿಕೊಡುತ್ತವೆ.

ಹಿಂದೂ ಪವಿತ್ರ ಗ್ರಂಥಗಳಾದ ವೇದಗಳಲ್ಲಿ, ವಿಶೇಷವಾಗಿ ಉಪನಿಷತ್ತುಗಳಲ್ಲಿ ನಾವು ಯೋಗದ ಅಡಿಪಾಯಗಳನ್ನು ಕಾಣುತ್ತೇವೆ. ಯೋಗದ ಅಭ್ಯಾಸಗಳ ಮೂಲವು ಐದು ಸಾವಿರ ವರ್ಷಗಳ ಹಿಂದಿನ ಉತ್ತರ ಭಾರತದ ಭಾಗವನ್ನು ಸೂಚಿಸಿದರೂ ಸಹ, ಇದಕ್ಕೆ ಮೀಸಲಾದ ಗ್ರಂಥಗಳನ್ನು ಕ್ರಿ.ಪೂ. 800 ರಿಂದ 500 ರ ನಡುವೆ ಸಂಸ್ಕೃತದಲ್ಲಿ ಬರೆಯಲಾಗಿತ್ತು.

ಇಂದು ಇರುವ ರೀತಿಗೆ ಯೋಗವು ಹೇಗೆ ವಿಕಸನಗೊಂಡಿತು?

ಪಾಶ್ಚಾತ್ಯ ಆವೃತ್ತಿ

ವಿದ್ವಾಂಸ ಮಾರ್ಕ್ ಸಿಂಗಲ್‌ಟನ್ ತನ್ನ 'ಯೋಗ ಬಾಡಿ' (Yoga Body) ಪುಸ್ತಕದಲ್ಲಿ ವಿವರಿಸಿದಂತೆ, ಸ್ಕ್ಯಾಂಡಿನೇವಿಯನ್ ಜಿಮ್ನಾಸ್ಟಿಕ್ಸ್ ಯೋಗವನ್ನು ಶಾಶ್ವತವಾಗಿ ಬದಲಾಯಿಸಿತು.

ಹತ್ತೊಂಬತ್ತನೇ ಶತಮಾನದ ಕೊನೆಯಲ್ಲಿ, ಸ್ವೀಡಿಷ್ ಮತ್ತು ಡ್ಯಾನಿಷ್ ಜಿಮ್ನಾಸ್ಟಿಕ್ಸ್ ಯುರೋಪಿಯನ್ನರ ವ್ಯಾಯಾಮದ ರೀತಿಗೆ ಕ್ರಾಂತಿಯನ್ನೇ ಮಾಡಿತ್ತು, ಅದು ಇಡೀ ಯುರೋಪ್ ಖಂಡದಾದ್ಯಂತ ಮಿಲಿಟರಿ ಶಾಲೆಗಳಲ್ಲಿ ದೈಹಿಕ ತರಬೇತಿಯ ಆಧಾರವಾಗಿಯೂ ಮಾರ್ಪಟ್ಟಿತ್ತು. ಸ್ಕ್ಯಾಂಡಿನೇವಿಯನ್ ಜಿಮ್ನಾಸ್ಟಿಕ್ಸ್‌ನ ಜ್ವರವು ಭಾರತವನ್ನೂ ತಲುಪಿತು, ಮತ್ತು 1920 ರ ಹೊತ್ತಿಗೆ ಇದು ಭಾರತ ದೇಶದಲ್ಲಿ ಅತ್ಯಂತ ಜನಪ್ರಿಯ ವ್ಯಾಯಾಮದ ರೂಪವಾಯಿತು.

ದೇಹದ ಉಪಾಸನೆ ಮತ್ತು ಧ್ಯಾನ ಸಂಪ್ರದಾಯದ ಸಂಯೋಜನೆಯಿಂದಲೇ ನಾವು ಇಂದು ತಿಳಿದಿರುವ ಯೋಗವು ಹೊರಹೊಮ್ಮಿತು.

ಯೋಗ ಗುರು ಸ್ವಾಮಿ ಶಿವಾನಂದರ ಶಿಷ್ಯರಾದ ಸ್ವಾಮಿ ವಿಷ್ಣುದೇವಾನಂದರು ಕೂಡ ಪಶ್ಚಿಮ ದೇಶಗಳಲ್ಲಿ ಯೋಗದ ವಿಸ್ತರಣೆಗೆ ಜವಾಬ್ದಾರರಾಗಿದ್ದರು. 1957 ರಲ್ಲಿ ಕ್ಯಾಲಿಫೋರ್ನಿಯಾಕ್ಕೆ ಬಂದ ಅವರು ಅಮೆರಿಕಾ ಸಂಯುಕ್ತ ಸಂಸ್ಥಾನ, ಕೆನಡಾ, ಯುರೋಪ್ ಮತ್ತು ನ್ಯೂಜಿಲೆಂಡ್‌ಗಳಲ್ಲಿಯೂ ಆಶ್ರಮಗಳು ಮತ್ತು ಯೋಗ ಕೇಂದ್ರಗಳನ್ನು ಸ್ಥಾಪಿಸಿದರು. ಅವರ ಪ್ರಕಾರ, ಯೋಗವು ಈ ಕೆಳಗಿನ ಐದು ಮೂಲಭೂತ ಆಧಾರಸ್ತಂಭಗಳನ್ನು ಒಳಗೊಂಡಿದೆ:

- ಆಸನಗಳು (ದೈಹಿಕ ಭಂಗಿಗಳು)
- ಶ್ವಾಸಕ್ರಿಯೆ (ಪ್ರಾಣಾಯಾಮ)
- ವಿಶ್ರಾಂತಿ (ಶವಾಸನ)
- ಸಸ್ಯಾಹಾರಿ ಆಹಾರ ಪದ್ಧತಿ
- ಧನಾತ್ಮಕ ಚಿಂತನೆ ಮತ್ತು ಧ್ಯಾನ (ವೇದಾಂತ ಮತ್ತು ಧ್ಯಾನ)

ಯೋಗವನ್ನು ಅಭ್ಯಾಸ ಮಾಡುವಾಗ, ನಾವು ನಮ್ಮ ಎಲ್ಲಾ ಗಮನವನ್ನೂ ದೈಹಿಕ ಬಾಗುವಿಕೆಯ ಮೇಲೆ ಮಾತ್ರ ಕೇಂದ್ರೀಕರಿಸಬಾರದು. ಆಂತರಿಕ ಸಮತೋಲನ ಮತ್ತು ಮಾನಸಿಕ ಶಾಂತಿ ಯೋಗದ ಅಂತಿಮ ಗುರಿಯಾಗಿದೆ. ಯೋಗ ಎಂಬ ಪದಕ್ಕೆ ಸಂಸ್ಕೃತದಲ್ಲಿ 'ಸಂಯೋಜನೆ' ಅಥವಾ 'ಸಂಪರ್ಕ' ಎಂಬ ಅರ್ಥವಿದೆ; ದೇಹ, ಮನಸ್ಸು ಮತ್ತು ಆತ್ಮವನ್ನು ಒಂದುಗೂಡಿಸುವುದು ಯೋಗದ ಗುರಿಯಾಗಿದೆ.

ಆಕ್ರೋಯೋಗ

ಹೆಸರೇ ಸೂಚಿಸುವಂತೆ, ಆಕ್ರೋಯೋಗವು ಯೋಗವನ್ನು ಅಕ್ರೋಬ್ಯಾಟಿಕ್ಸ್‌ನೊಂದಿಗೆ ಒಂದುಗೂಡಿಸುತ್ತದೆ. ಇದನ್ನು ಅಮೆರಿಕಾ ಸಂಯುಕ್ತ ಸಂಸ್ಥಾನಗಳು ಮತ್ತು ಕೆನಡಾದಲ್ಲಿ ಇಪ್ಪತ್ತೊಂದನೇ ಶತಮಾನದ ಆರಂಭದಲ್ಲಿ ಅಭಿವೃದ್ಧಿಪಡಿಸಲಾಯಿತು ಎಂದು ಹೇಳುತ್ತಾರಾದರೂ ಭಾರತೀಯ ಯೋಗ ಗುರು ತಿರುಮಲೈ ಕೃಷ್ಣಮಾಚಾರ್ಯರು ಒಬ್ಬ ಚಿಕ್ಕ ಹುಡುಗನೊಂದಿಗೆ 1932 ರಲ್ಲಿಯೇ ಆಕ್ರೋಯೋಗವನ್ನು ಮಾಡುತ್ತಿರುವ ವೀಡಿಯೋ ಇದೆ. ಆಕ್ರೋಯೋಗವನ್ನು ಅಭ್ಯಾಸ ಮಾಡಲು ಯಾವಾಗಲೂ ಇಬ್ಬರು ವ್ಯಕ್ತಿಗಳು ಬೇಕು. ಮೊದಲ ವ್ಯಕ್ತಿಯನ್ನು ಬೇಸ್ ಎಂದು ಕರೆಯುತ್ತಾರೆ, ಮತ್ತು ಅವರ ಪಾತ್ರವು ಫ್ಲೈಯರ್ ಎಂದು ಕರೆಯುವ ಎರಡನೇ ವ್ಯಕ್ತಿಗೆ ಆಧಾರ ಒದಗಿಸುವುದು. ಫ್ಲೈಯರ್ ಅತ್ಯಂತ ಸಂಕೀರ್ಣವಾದ ಆಸನಗಳನ್ನು ಮಾಡುತ್ತಿರುವಾಗ ಬೇಸ್ ಅವನನ್ನು ತಮ್ಮ ಕಾಲುಗಳಿಂದ, ತೋಳುಗಳಿಂದ ಅಥವಾ ಎರಡನ್ನೂ ಬಳಸಿ ಹಿಡಿದುಕೊಳ್ಳುತ್ತಾರೆ.

ಅಧೋಮುಖ ಶ್ವಾನಾಸನದ (ಕೆಳಗೆ ನೋಡುತ್ತಿರುವ ಶ್ವಾನ) ಅಭ್ಯಾಸ

ಕೆಳಗೆ ನೋಡುತ್ತಿರುವ ಶ್ವಾನ ಅಥವಾ ಸಂಸ್ಕೃತದಲ್ಲಿ ಅಧೋಮುಖ ಶ್ವಾನಾಸನ ಎಂದು ಕರೆಯುವ ಈ ಅಸನವು ಅತ್ಯಂತ ಸಾಮಾನ್ಯವಾದ ಮತ್ತು ವ್ಯಾಪಕವಾಗಿ ಅಭ್ಯಾಸ ಮಾಡುವ ಆಸನಗಳಲ್ಲಿ ಒಂದಾಗಿದೆ.

ಬೆನ್ನಿಗೆ ಆಗುವ ಅನೇಕ ಪ್ರಯೋಜನಗಳು ಮತ್ತು ದೇಹದ ಸಾಮಾನ್ಯ ಬಾಗುವಿಕೆಯನ್ನು ಮೀರಿ, ಇದು ಸರಳವಾದ ಆಸನಗಳಲ್ಲಿ ಒಂದಾಗಿದ್ದು, ಯಾವುದೇ ಹಂತದ ಅಭ್ಯಾಸಕ್ಕೆ ಪರಿಪೂರ್ಣವಾಗಿದೆ.

ಈ ಅಸನವನ್ನು ಕೆಲವು ನಿಮಿಷಗಳ ಕಾಲ ಇತರ ಆಸನಗಳೊಂದಿಗೆ ಪರ್ಯಾಯವಾಗಿ ಮಾಡಿದರೆ, ನಿಮ್ಮ ತಲೆಗೆ ಹೆಚ್ಚು ರಕ್ತ ಹರಿಯುವುದು ತಪ್ಪಿ, ಕಾಲುಗಳ ಸ್ನಾಯುಗಳಿಗೆ ವ್ಯಾಯಾಮವಾಗಿ ರಕ್ತದೊತ್ತಡ ಸುಧಾರಿಸುತ್ತದೆ. ನಿಮ್ಮ ಬೆನ್ನುಮೂಳೆಯು ಸಹ ಹಿಗ್ಗಿ, ನಿಮ್ಮ ಭುಜಗಳು, ಸೊಂಟ ಮತ್ತು ಕುತ್ತಿಗೆಯ ಭಾಗಗಳಲ್ಲಿ ನೋವು ಕಡಿಮೆಯಾಗುತ್ತದೆ, ಮತ್ತು ಇದರಿಂದ ನಿಮ್ಮ ಒತ್ತಡದ ಮಟ್ಟವು ತಗ್ಗುತ್ತದೆ.

ಈಗ ಅಧೋಮುಖ ಶ್ವಾನಾಸನವನ್ನು ಅಭ್ಯಾಸ ಮಾಡೋಣ. ಇದು ಸರಳವಾದ ಆಸನಗಳಲ್ಲಿ ಒಂದಾಗಿದ್ದರೂ, ನಮಗೆ ನೋವುಂಟಾಗದಂತೆ ಸರಿಯಾಗಿ ಇದನ್ನು ಮಾಡಲು ಸ್ವಲ್ಪ ಏಕಾಗ್ರತೆಯ ಅವಶ್ಯಕತೆಯಿದೆ:

1. ಮೊದಲಿಗೆ, ನಿಮ್ಮ ಯೋಗದ ಚಾಪೆಯ ಮೇಲೆ ನಾಲ್ಕು ಕಾಲುಗಳ ಮೇಲೆ ನಿಲ್ಲುವ ರೀತಿ ಕೆಳಗೆ ಬಾಗಿ. ನಿಮ್ಮ ಕೈಗಳು ಮತ್ತು ಮೊಣಕಾಲುಗಳು ನೆಲದ ಮೇಲೆ ಇರಲಿ. ಉಸಿರನ್ನು ಒಳಗೆಳೆದುಕೊಳ್ಳಿ.

2. ಸೊಂಟವನ್ನು ಮೇಲಕ್ಕೆ ಎತ್ತಿ, ನಿಮ್ಮ ದೇಹವು ತಲೆಕೆಳಗಾದ 'V' ಆಕಾರ ಪಡೆದುಕೊಳ್ಳುವ ತನಕ ಅದನ್ನು ಹಿಂದಕ್ಕೆ ಎಳೆದುಕೊಳ್ಳಿ, ಉಸಿರನ್ನು ಹೊರಗೆ ಬಿಡಿ.

3. ನಿಮ್ಮ ಕೈಬೆರಳುಗಳನ್ನು ಅಗಲವಾಗಿರಿಸಿಕೊಂಡು ನಿಮ್ಮ ಕೈಗಳನ್ನು ಚಾಪೆಯ ಮೇಲೆ ಒತ್ತುತ್ತಾ ಉಸಿರನ್ನು ಒಳಗೆ ಎಳೆದುಕೊಳ್ಳಿ. ನಿಮ್ಮ ಕೈಗಳು ಸೊಂಟ ಮತ್ತು ಪಾದಗಳೊಂದಿಗೆ ನೇರವಾಗಿವೆಯೇ ಎಂದು ಖಚಿತಪಡಿಸಿಕೊಳ್ಳಿ. ನಿಮ್ಮ ಕೈಗಳು ಭದ್ರವಾದ ಅಡಿಪಾಯದಂತೆ ಇರಬೇಕು, ಮತ್ತು ನಿಮ್ಮ ದೇಹದ ತೂಕವು ನಿಮ್ಮ ಕೈಗಳು ಮತ್ತು ಪಾದಗಳ ನಡುವೆ ಸಮನಾಗಿ ವಿತರಣೆ ಆಗಿರಬೇಕು.

4. ನಿಮ್ಮ ಹಿಮ್ಮಡಿಗಳ ಮೇಲೆ ಗಮನ ಹರಿಸುತ್ತಾ ಉಸಿರನ್ನು ಹೊರಗೆ ಬಿಡಿ. ನಿಮ್ಮ ಪಾದಗಳು ಮಟ್ಟಸವಾಗಿರುವಂತೆ, ಹಿಮ್ಮಡಿಗಳು ಸಂಪೂರ್ಣವಾಗಿ ನೆಲದ ಮೇಲೆ ಇರಬೇಕು. ನೀವು ಪ್ರಾರಂಭಿಕ ಹಂತದಲ್ಲಿದ್ದರೆ, ಇದನ್ನು ಮಾಡುವುದು ಸುಲಭವಲ್ಲ, ಆದ್ದರಿಂದ, ನಿಮ್ಮ ಹಿಮ್ಮಡಿಗಳನ್ನು ಸ್ವಲ್ಪ ಎತ್ತಿ ಇಟ್ಟುಕೊಳ್ಳುವುದು ಅಥವಾ ಮೊಣಕಾಲುಗಳನ್ನು ಸ್ವಲ್ಪ ಬಾಗಿಸುವುದು ಪರವಾಗಿಲ್ಲ. ಪ್ರತಿದಿನವೂ ನಿಮ್ಮ ಹಿಮ್ಮಡಿಗಳನ್ನು ಚಾಪೆಗೆ ಹತ್ತಿರವಾಗಿ ತೆಗೆದುಕೊಂಡು ಹೋಗಲು ಪ್ರಯತ್ನಿಸಬೇಕು. ಲಯಬದ್ಧವಾಗಿ ಉಸಿರಾಡುತ್ತಾ ಈ ಭಂಗಿಯಲ್ಲಿ ನೀವು ಸುಮಾರು ಮೂವತ್ತು ಸೆಕೆಂಡುಗಳ ಕಾಲ ಇರಬಹುದು.

5. ನಂತರ, ನಾಲ್ಕು ಕಾಲುಗಳ ಮೇಲೆ ನಿಲ್ಲುವಂತಹ ಮೂಲ ಭಂಗಿಗೆ ಹಿಂತಿರುಗಲು ನಿಮ್ಮ ಮೊಣಕಾಲುಗಳನ್ನು ಬಗ್ಗಿಸಿ, ದೇಹವನ್ನು ನೆಲದೆಡೆಗೆ ಬಾಗಿಸಿ.

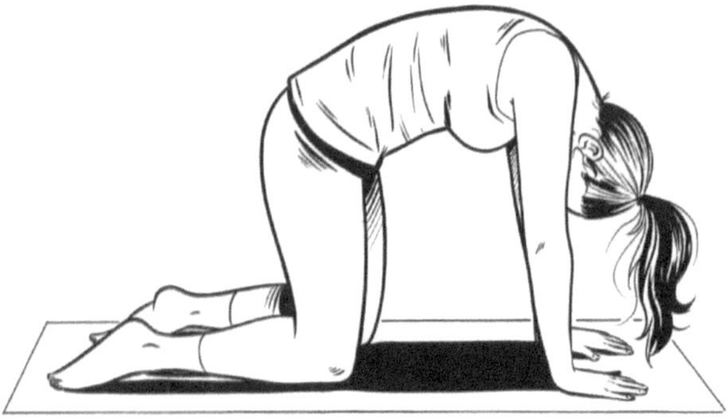

6. ಈಗ ನಿಮ್ಮ ಬೆನ್ನನ್ನು ಬಾಗಿಸಿ ಬೆಕ್ಕಿನ ಭಂಗಿಗೆ ಏಕೀಕರಿಸಿ.

7. ನಿಮ್ಮ ಬೆನ್ನನ್ನು ಸ್ವಲ್ಪ ಕೆಳಕ್ಕೆ ಬಾಗಿಸಿ ಹಸುವಿನ ಭಂಗಿಯಲ್ಲಿ ಮುಂದುವರೆಯಿರಿ. ಕೆಳಕ್ಕೆ ಬಾಗಿದ ಶ್ವಾನದ ಭಂಗಿಗೆ ಹಿಂತಿರುಗಲು ಇದನ್ನು ಪುನರಾವರ್ತಿಸಿ.

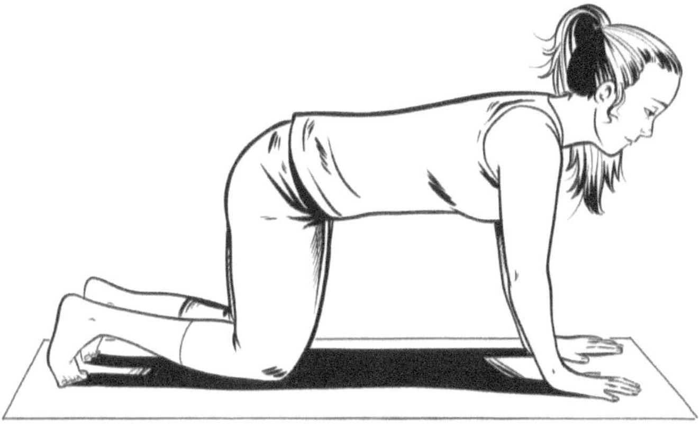

8. ನೀವು ಯೋಚಿಸಿದಂತೆ ಎಷ್ಟು ಬೇಕೋ ಅಷ್ಟು ಬಾರಿ ಇದನ್ನು ಪುನರಾವರ್ತನೆ ಮಾಡಿದ ನಂತರ ನಾಲ್ಕು ಕಾಲಿನ ಭಂಗಿಗೆ ಬಂದು ನೀವು ಆ ಅಸನವನ್ನು ನಿಲ್ಲಿಸಬಹುದು.

9. ಕೊನೆಯದಾಗಿ ನಿಮ್ಮ ಮೊಣಕಾಲುಗಳನ್ನು ಮುಂದಕ್ಕೆ ಮಡಚಿ ಬಾಲಾಸನ ಅಥವಾ ಮಗುವಿನ ಭಂಗಿಗೆ ಬನ್ನಿ. ನಿಮ್ಮ ಹಣೆಯನ್ನು ಚಾಪೆಗೆ ಮುಟ್ಟಿಸಿ ಇದೇ ಭಂಗಿಯಲ್ಲಿ ಸ್ವಲ್ಪ ಸಮಯ ಇರಿ.

ಆಯುರ್ವೇದ

ಪ್ರಾಚೀನ ವೈದ್ಯಶಾಸ್ತ್ರ

ಯೋಗದಂತೆಯೇ ಆಯುರ್ವೇದ ಕೂಡ ಐದು ಸಾವಿರ ವರ್ಷಗಳ ಹಿಂದೆಯೇ ಭಾರತದಲ್ಲಿ ಅಭಿವೃದ್ಧಿ ಹೊಂದಿತ್ತು ಮತ್ತು ಅದರ ಬೇರುಗಳು ವೇದಗಳಲ್ಲಿ ನೆಲೆಗೊಂಡಿತ್ತು. ಭಾರತದ ಸಾಂಪ್ರದಾಯಿಕ ವೈದ್ಯಶಾಸ್ತ್ರ ಪದ್ಧತಿಯು ರೋಗವನ್ನು ತಡೆಗಟ್ಟಲು ನಮ್ಮ ದೇಹದ ಶಕ್ತಿಯನ್ನು ಸಮತೋಲನದಲ್ಲಿ ಇಡುವುದರ ಬಗ್ಗೆ ಗಮನ ಹರಿಸುತ್ತದೆ. ಸಂಸ್ಕೃತದಿಂದ ಅನುವಾದಿಸಿದಾಗ, ಆಯುರ್ ಎನ್ನುವುದರ ಅರ್ಥ 'ಆಯಸ್ಸು' ಮತ್ತು ವೇದ ಎಂದರೆ 'ಜ್ಞಾನ', ಹಾಗಾಗಿ ಆಯುರ್ವೇದ ಎಂದರೆ ಅಕ್ಷರಶಃ 'ಆಯಸ್ಸಿನ ಜ್ಞಾನ' ಅಥವಾ 'ವಿವೇಕ' ಎಂದು ಅರ್ಥ ಕೊಡುತ್ತದೆ.

ಮೂರು ದೋಷಗಳು

ಆಯುರ್ವೇದದ ಪ್ರಕಾರ, ಪ್ರತಿಯೊಬ್ಬ ವ್ಯಕ್ತಿಯೂ ಮೂರು ಬೇರೆಬೇರೆ ರೀತಿಯ ದೋಷಗಳನ್ನು ಹೊಂದಿರುತ್ತಾನೆ - ಅವು ವಾತ, ಕಫ ಮತ್ತು ಪಿತ್ಥ. ಇವನ್ನು ದೇಹದ ದ್ರವಗಳು ಎಂದು ಸಹ ಅನುವಾದಿಸಬಹುದು. ಮೂರರಲ್ಲಿ ಒಂದು ಬೇರೆಯವುಗಳಿಗಿಂತ ಯಾವಾಗಲೂ ಹೆಚ್ಚಾಗಿ ಇರುತ್ತದೆ.

ದೇಹವು ಉತ್ತಮವಾಗಿ ಕೆಲಸ ಮಾಡಲು, ಯಾವ ದೋಷವು ಹೆಚ್ಚು ಪ್ರಬಲವಾಗಿದೆ ಎನ್ನುವ ಆಧಾರದ ಮೇಲೆ ದೇಹಕ್ಕೆ ಬೇರೆಬೇರೆ ರೀತಿಯ ಆಹಾರಗಳು, ದೈಹಿಕ ವ್ಯಾಯಾಮಗಳು ಅಲ್ಲದೇ ಪ್ರತ್ಯೇಕವಾದ ಮಾನಸಿಕ ಪೋಷಣೆಯ ಅಗತ್ಯವೂ ಇರುತ್ತದೆ. 'ದಿ ಆರ್ಟ್ ಆಫ್ ಏಜಿಂಗ್ ಬ್ಯೂಟಿಫುಲ್ಲಿ' (The Art of Ageing Beautifully) ಎಂಬ ತಮ್ಮ ಪುಸ್ತಕದಲ್ಲಿ 'ದೋಷಗಳು ಶಕ್ತಿಯ ಎನ್ನೆಯಗ್ರಾಮ್‌ನಂತಿವೆ" ಎಂದು ಗ್ವಾಡಿ ರೂಯಿಜ್ ಗಿಮೆನೆಜ್ ಅಗಿಲಾರ್ ಅವರು ವಿವರಿಸುತ್ತಾರೆ, ಮತ್ತು ಮುಂದುವರೆದು "ನೀವು ಹಿಂದೂ ವೈದ್ಯರನ್ನು ಅಥವಾ ಚಿಕಿತ್ಸಕರನ್ನು ಭೇಟಿ ಮಾಡಿದರೆ, ಅವರು ನಿಮ್ಮ ಪ್ರಬಲ ದೋಷವನ್ನು ಗುರುತಿಸಿ ಅದರ ಆಧಾರದ ಮೇಲೆ ಸೂಕ್ತವಾದ ಆರೋಗ್ಯ ಮತ್ತು ಆಹಾರ ಮಾರ್ಗಸೂಚಿಗಳನ್ನು ನೀಡುತ್ತಾರೆ" ಎಂದು ತಿಳಿಸುತ್ತಾರೆ.

ಆಯುರ್ವೇದದ ಪ್ರಕಾರ, ದೋಷಗಳು ಪಂಚಭೂತ ತತ್ವಗಳಾದ ಭೂಮಿ, ಜಲ, ವಾಯು, ಅಗ್ನಿ ಮತ್ತು ಆಕಾಶ ಇವುಗಳಿಗೆ ಅನುಗುಣವಾಗಿವೆ.

ವಾತ ದೋಷವು ವಾಯು ಮತ್ತು ಆಕಾಶದಿಂದ ಕೂಡಿದೆ.

ಕಫ ದೋಷವು ಭೂಮಿ ಮತ್ತು ಜಲದಿಂದ ಕೂಡಿದೆ.

ಪಿತ್ತ ದೋಷವು ಅಗ್ನಿ ಮತ್ತು ಜಲದಿಂದ ಕೂಡಿದೆ.

ಪ್ರತಿಯೊಂದು ದೋಷವೂ ಏನು, ಹೇಗೆ ಎಂಬುದನ್ನು ನಾವು ನೋಡೋಣ, ದೋಷಗಳನ್ನು ಅರಿತುಕೊಂಡು ನಮ್ಮ ಅಸಮತೋಲನವನ್ನು ತಪ್ಪಿಸಲು ಅವುಗಳನ್ನು ಹೇಗೆ ಕಾಪಾಡಿಕೊಳ್ಳಬೇಕು ಎಂಬುದನ್ನು ಮುಂದೆ ನಾವು ಕಲಿಯೋಣ. ಸಾಮಾನ್ಯವಾಗಿ, ವಾತವು ತೆಳ್ಳನೆಯ ದೇಹಕ್ಕೆ, ಪಿತ್ತವು ಮಧ್ಯಮ ದೇಹಕ್ಕೆ ಮತ್ತು ಕಫವು ಭಾರಿಯಾದ ದೇಹಕ್ಕೆ ಸಂಬಂಧಿಸಿದ್ದರೂ, ಇದರಲ್ಲಿ ಇನ್ನೂ ಅನೇಕ ಸೂಕ್ಷ್ಮ ಅಂಶಗಳಿವೆ. ಬನ್ನಿ, ಈಗ ಪ್ರತಿಯೊಂದನ್ನೂ ಒಂದೊಂದಾಗಿ ನೋಡೋಣ.

ವಾತ ದೋಷ

ವಾಯು ಮತ್ತು ಆಕಾಶ ಎರಡೂ ಚಲನಾಶಕ್ತಿಗಳು, ಮತ್ತು ದೇಹದಲ್ಲಿ ವಾತವು ಶ್ವಾಸ, ರಕ್ತ ಮತ್ತು ದೈಹಿಕ ತ್ಯಾಜ್ಯ ಚಲಿಸುವಂತೆ ಮಾಡುವ ಶಕ್ತಿಯಾಗಿದೆ. ವಾತ ಪ್ರಕೃತಿಯವರು ಕುತೂಹಲಿಗಳು, ಬುದ್ಧಿವಂತರು ಮತ್ತು ತ್ವರಿತ ಮನಸ್ಸಿನವರಾಗಿದ್ದಾರೆ. ಅವರು ಯಾವಾಗಲೂ ಚಲಿಸುತ್ತಿರುತ್ತಾರೆ ಮತ್ತು ಹೊಸ ವಿಷಯಗಳನ್ನು ಪ್ರಯತ್ನಿಸುವುದನ್ನು ಪ್ರೀತಿಸುತ್ತಾರೆ. ಅವರು ಎಷ್ಟು ಸೃಜನಾತ್ಮಕ ವ್ಯಕ್ತಿತ್ವದವರು ಎಂದರೆ, ಅವರ ಜೀವನೋತ್ಸಾಹವು ಇತರರನ್ನು ಪ್ರೇರೇಪಿಸುತ್ತದೆ. ಅವರು ಒಂದೇ ಮಾರ್ಗವನ್ನು ಅನುಸರಿಸುವುದರಿಂದ ತೃಪ್ತಿ ಹೊಂದದೆ, ಎಲ್ಲಾ ಮಾರ್ಗಗಳನ್ನೂ ಅನುಸರಿಸಲು ಬಯಸುತ್ತಾರೆ ಮತ್ತು ಸಾಮಾನ್ಯವಾಗಿ ಯಶಸ್ವಿಯೂ ಆಗುತ್ತಾರೆ.

ಅವರು ಸಮತೋಲನದಲ್ಲಿ ಇದ್ದರೆ, ಉತ್ಸಾಹಭರಿತರು, ಸೃಜನಶೀಲರು, ಹೊಂದಿಕೊಳ್ಳುವವರು ಮತ್ತು ಮುಂದಾಳತ್ವದ ಶಕ್ತಿಯಿಂದ ಪರಿಪೂರ್ಣರಾಗಿರುತ್ತಾರೆ. ಆದರೂ ಕೂಡ ಅಧಿಕ ವಾತವು ನಿದ್ರಾಹೀನತೆ, ಆತಂಕ ಮತ್ತು ಒತ್ತಡವನ್ನು ನಿಭಾಯಿಸುವ ಕಷ್ಟವನ್ನು ಉಂಟುಮಾಡಬಹುದು. ಅಂತಿಮವಾಗಿ ವಾತ ಪ್ರಕೃತಿಯವರು ತಮ್ಮದಲ್ಲದ ತಪ್ಪುಗಳಿಗೆ ತಮ್ಮನ್ನೇ ದೂಷಿಸಿಕೊಂಡು ದುಃಖತಪ್ತರಾಗಬಹುದು.

ಭೌತಿಕವಾಗಿ, ಅವರು ತೆಳ್ಳಗೆ, ಸಣ್ಣ ಆಕಾರದವರು ಮತ್ತು ಚುರುಕಾಗಿರುತ್ತಾರೆ. ದೇಹದಲ್ಲಿ ಉಂಟಾಗುವ ಅಧಿಕ ವಾತವು ಆಯಾಸ, ನಿಶ್ಶಕ್ತಿ, ಅಧಿಕ ರಕ್ತದೊತ್ತಡ, ಮಲಬದ್ಧತೆ, ತೂಕದಲ್ಲಿ ಇಳಿಕೆ ಅಥವಾ ಜೀರ್ಣಾಂಗ ಸಮಸ್ಯೆಗಳನ್ನು ಉಂಟುಮಾಡಬಹುದು.

ವಾತವು ವಾಯು ಮತ್ತು ಆಕಾಶದ ಸಂಯೋಜನೆಯಾಗಿರುವುದರಿಂದ, ಅಧಿಕವಾದರೆ ಇದು ಮನೆಯ ಒಳಗೆ ಬೀಸಿ ಮನೆಯನ್ನೇ ನಾಶಪಡಿಸುವ ಗಾಳಿಯಂತೆ ಶಕ್ತಿಯ ಚಲನೆಯನ್ನು ಅತಿಯಾಗಿ ಪ್ರಚೋದಿಸಬಹುದು. ನಿಗದಿತ ಆಹಾರದ ದಿನಚರಿಗಳನ್ನು ಅಭ್ಯಾಸ ಮಾಡಿಕೊಂಡು ಧ್ಯಾನ ಮಾಡುವ ಮೂಲಕ ಇದನ್ನು ನಿಧಾನವಾಗಿ ಸರಿಪಡಿಸಬಹುದು.

ವಾತ ಪ್ರಕೃತಿಯ ಆಹಾರ ಪದ್ಧತಿ

ಯಾವಾಗಲೂ ಚಲನೆಯಲ್ಲಿರುವುದು ವಾತ ಪ್ರಕೃತಿ, ಇದರಿಂದ ಈ ಜನರು ಸಾಮಾನ್ಯವಾಗಿ ತಮ್ಮ ಆಹಾರಪದ್ಧತಿಯನ್ನು ನಿರ್ಲಕ್ಷಿಸಲು ಮತ್ತು ಊಟವನ್ನು ಬಿಟ್ಟುಬಿಡಲು ಕಾರಣವಾಗುತ್ತದೆ, ಇದು ಅವರು ತೂಕವನ್ನು ಕಳೆದುಕೊಳ್ಳುವುದಕ್ಕೆ ಕಾರಣವಾಗಿ ತಮ್ಮ ಆರೋಗ್ಯ ಮತ್ತು ಶಕ್ತಿಯನ್ನು ಅಸಮತೋಲನಕ್ಕೆ ತಳ್ಳುವಂತೆ ಮಾಡುತ್ತದೆ.

ವಾತ ಪ್ರಕೃತಿಯವರು ನಿರಂತರ ಚಟುವಟಿಕೆಯ ಮಟ್ಟವನ್ನು ಉಳಿಸಿಕೊಳ್ಳಲು ಮತ್ತು ಸಮತೋಲನವನ್ನು ಕಾಯ್ದುಕೊಳ್ಳಲು ಯಾವಾಗಲೂ ಒಂದೇ ವೇಳಾಪಟ್ಟಿಯಂತೆ, ದಿನಕ್ಕೆ ಮೂರು ಬಾರಿ ಪೌಷ್ಟಿಕ ಆಹಾರವನ್ನು ಸೇವಿಸುವುದು ಅತ್ಯಗತ್ಯವಾಗಿದೆ. ಯಾವ ನಿರ್ದಿಷ್ಟ ಆಹಾರಗಳು ಅವರಿಗೆ ಪ್ರಯೋಜನಕಾರಿ ಎಂಬುದನ್ನು ನೋಡೋಣ.

ಶಿಫಾರಸು ಮಾಡಲಾದ ಆಹಾರಗಳು	ಶಿಫಾರಸು ಮಾಡದ ಆಹಾರಗಳು
ಆರೋಗ್ಯಕರ ಕೊಬ್ಬಿನ ಪದಾರ್ಥಗಳು ಮತ್ತು ಎಣ್ಣೆಗಳು (ತುಪ್ಪ, ಎಕ್ಸ್‌ಟ್ರಾ ವರ್ಜಿನ್ ಆಲಿವ್ ಎಣ್ಣೆ)	ಕಾಳುಗಳು
ಅಕ್ಕಿ, ಗೋಧಿ	ಟೋಫು
ಕಡಿಮೆ ಕೊಬ್ಬಿನ ಹಾಲಿನ ಉತ್ಪನ್ನಗಳು, ಬೆಚ್ಚಗಿನ ಹಾಲು	ಕಚ್ಚಾ, ಒಣಗಿದ ಅಥವಾ ತಣ್ಣನೆಯ ಆಹಾರಗಳು
ಬೀಜಗಳು, ಬೇಯಿಸಿದ ಸೊಪ್ಪುಗಳು, ಬಾಳೆಹಣ್ಣು, ಆವಕಾಡೊ, ತೆಂಗಿನಕಾಯಿಯಂತಹ ಘನ ಹಣ್ಣುಗಳು	ಕಹಿ ಆಹಾರಗಳು
ಓರೆಗಾನೊ, ಏಲಕ್ಕಿ, ತುಳಸಿ, ಥೈಮ್‌ನಂತಹ ಬೆಚ್ಚಗಿನ ಗಿಡಮೂಲಿಕೆಗಳು ಮತ್ತು ಮಸಾಲೆಗಳು	ಕೆಫೀನ್
ಬಿಸಿಯಾದ ಮತ್ತು ಬೇಯಿಸಿದ ಆಹಾರಗಳು	
ಸಿಹಿ ಪದಾರ್ಥಗಳು	

ವಾತ ಪ್ರವೃತ್ತಿಯ ಜನರ ಜೀವನಶೈಲಿ

ವಾತ ಪ್ರಕೃತಿಯವರು ತಮ್ಮ ಆರೋಗ್ಯ ಮತ್ತು ಯೋಗಕ್ಷೇಮವನ್ನು ಕಾಯ್ದುಕೊಳ್ಳುವುದಕ್ಕಾಗಿ ದಿನಚರಿಯ ಅಭ್ಯಾಸಗಳನ್ನು ಚಾಚೂತಪ್ಪದೆ ಅನುಸರಿಸುವುದು ಮತ್ತು ತಮ್ಮ ಸಮತೋಲನ ಜೀವನಶೈಲಿಯನ್ನು ಕಾಯ್ದುಕೊಳ್ಳುವುದು ಅವಶ್ಯಕವಾಗಿದೆ. ಶುಷ್ಕ ಹವಾಮಾನ ಮತ್ತು ಹವಾ ನಿಯಂತ್ರಿತ ವ್ಯವಸ್ಥೆಗಳನ್ನು ತಪ್ಪಿಸಿ, ಛಳಿಗೆ ಒಡ್ಡಿಕೊಳ್ಳದೇ ಸಾಕಷ್ಟು ನಿದ್ರೆ ಮಾಡುವುದು ಸಹ ಮುಖ್ಯವಾಗಿದೆ.

ತಜ್ಞರ ಪ್ರಕಾರ, ಕಠಿಣ ಶಾರೀರಿಕ ಚಟುವಟಿಕೆಗಳಿಂದ ದೂರವಿರುವುದು ಮತ್ತು ಶಾಸ್ತ್ರೀಯ ಸಂಗೀತವನ್ನು ಕೇಳುವುದು ಸಹಾಯಕವಾಗಿರುತ್ತದೆ. ಮನೆಯಲ್ಲಿ ಆರ್ದ್ರೀಕರಣ ಯಂತ್ರವನ್ನು (humidifier) ಇಡುವುದನ್ನು ಸಹ ಶಿಫಾರಸು ಮಾಡಲಾಗುತ್ತದೆ.

ವಾತ ಪ್ರಕೃತಿಯವರು ಸುಲಭವಾಗಿ ಆಯಾಸಗೊಳ್ಳುತ್ತಾರೆ ಮತ್ತು ಇವರು ತೂಕವನ್ನು ಕಳೆದುಕೊಳ್ಳುವ ಸಾಧ್ಯತೆ ಇರುತ್ತದೆ. ಇದು ಹೆಚ್ಚು ದಣಿವಾಗುವ ಕಾರ್ಡಿಯೋ ವ್ಯಾಯಾಮ ಅವರಿಗೆ ಸೂಕ್ತವಾಗದಂತೆ ಮಾಡುತ್ತದೆ. ವಾತ ಪ್ರಕೃತಿಯವರಿಗೆ ಸೂಕ್ತವಾದ ಕ್ರೀಡೆಗಳಲ್ಲಿ ಗಾಲ್ಫ್, ಟೆನಿಸ್, ತೈ–ಚಿ, ಯೋಗ ಮತ್ತು ನೃತ್ಯ, ಜೊತೆಗೆ ಸಮತಟ್ಟಾದ ಪ್ರದೇಶಗಳಲ್ಲಿ ಲಘುವಾದ ವಾಕಿಂಗ್ ಅಥವಾ ಸೈಕ್ಲಿಂಗ್ ಸೇರಿವೆ.

ಕಫ ದೋಷ

ಭೂಮಿ ಮತ್ತು ಜಲ ತತ್ವದಿಂದ ಉತ್ಪತ್ತಿಯಾದ ಕಫವು ಮಣ್ಣಿನಂತೆ ಮೃದುವಾಗಿದ್ದು, ಹೊಂದಿಕೊಳ್ಳುವ ಗುಣ ಹೊಂದಿದೆ. ಇದು ದೇಹದಲ್ಲಿ ಜೀವಕೋಶಗಳು, ಎಲುಬುಗಳು, ಸ್ನಾಯುಗಳು ಮತ್ತು ಕೊಬ್ಬನ್ನು ಒಗ್ಗೂಡಿಸುವ ಶಕ್ತಿಯಾಗಿದೆ.

ಅಧಿಕ ಕಫವು ದೇಹದ ಶಕ್ತಿಯ ಮೇಲೆ ಭಾರವಾಗಬಹುದು. ಚಲನೆ ಮತ್ತು ದ್ರವೀಕರಣ ಸ್ಥಿತಿಯನ್ನು ಖಚಿತಪಡಿಸಲು ಈ ಅಸಮತೋಲನವನ್ನು ಸರಿಪಡಿಸಬೇಕು.

ಕಫ ದೋಷವನ್ನು ಪ್ರಧಾನವಾಗಿ ಹೊಂದಿರುವ ವ್ಯಕ್ತಿಯು ಸಹಾನುಭೂತಿಯುಳ್ಳ ವ್ಯಕ್ತಿಯಾಗಿದ್ದು, ಅವರಿಗೆ ನೀವು ನಿಮ್ಮ ಎಲ್ಲಾ ಸಮಸ್ಯೆಗಳನ್ನು ಹೇಳುತ್ತೀರಿ, ಆದರೆ ಅವರು ತಮ್ಮ ಸ್ವಂತ ಸಮಸ್ಯೆಗಳನ್ನು ತಮ್ಮಲ್ಲಿಯೇ ಇಟ್ಟುಕೊಳ್ಳುತ್ತಾರೆ. ಅವರು ತಮ್ಮ ಭಾವನೆಗಳನ್ನು ವ್ಯಕ್ತಪಡಿಸಲು ಕಷ್ಟಪಡುತ್ತಾರೆ. ಅವರು ಹುಟ್ಟಿನಿಂದಲೇ ಉಪಕಾರಿಗಳು ಮತ್ತು ಜೀವನ ಪರ್ಯಂತ ಸ್ನೇಹಿತರಾಗಿರುತ್ತಾರೆ.

ಕಫ ಪ್ರಕೃತಿಯವರು ಸಂತೋಷ ಪಡುವವರು, ಶಾಂತ ಸ್ವಭಾವದವರು ಮತ್ತು ವಿಚಾರಪರರು ಆಗಿರುತ್ತಾರೆ. ಸಮತೋಲನದಲ್ಲಿದ್ದರೆ ಅವರು ನಿಷ್ಠಾವಂತರು, ನಿಶ್ಚಲ ಮನಸ್ಥಿತಿಯವರು ಮತ್ತು ವಿನೋದಪ್ರಿಯರೂ ಆಗಿರುತ್ತಾರೆ. ಹಾಗಿದ್ದರೂ ಕೂಡ ಕಫದ ಅಧಿಕತೆಯು ಅಸುರಕ್ಷತೆ, ನಂಟು(ಆಸಕ್ತಿ/ಬಾಂಧವ್ಯ) ಮತ್ತು ಖಿನ್ನತೆಯ ಭಾವನೆಗಳನ್ನು ಉಂಟುಮಾಡಬಹುದು.

ಮೂಲತಃ ಕಫ ಪ್ರಕೃತಿಯನ್ನು ಹೊಂದಿರುವ ಜನರು ದೈಹಿಕವಾಗಿ ಬಲಿಷ್ಠರಾಗಿರುತ್ತಾರೆ ಮತ್ತು ತೇವಾಂಶಕ್ಕೆ ಸಂಬಂಧಿಸಿದ ಗುಣಗಳಾದ ಇಬ್ಬನಿಯಂತಹ ಕಣ್ಣುಗಳು, ಆರೋಗ್ಯವಂತ ಎಣ್ಣೆಯುಕ್ತ ಚರ್ಮ ಮತ್ತು ಕೂದಲುಗಳನ್ನು ಹೊಂದಿರುತ್ತಾರೆ. ಅವರು ಸಮತೋಲನದಲ್ಲಿದ್ದರೆ, ಉತ್ತಮ ಜೀರ್ಣಶಕ್ತಿ ಮತ್ತು ಆರೋಗ್ಯಕರ ನಿದ್ರಾ ಕ್ರಮಗಳನ್ನು ಹೊಂದಿರುತ್ತಾರೆ. ಮತ್ತೊಂದೆಡೆ, ಕಫದ ಅಧಿಕತೆಯು ಶ್ವಾಸಕೋಶ ಮತ್ತು ತೂಕದ ಸಮಸ್ಯೆಗಳು, ಶೀತ, ಹೆಚ್ಚುವರಿ ಕಫ, ಮತ್ತು ಥೈರಾಯ್ಡ್ ಗ್ರಂಥಿಗಳ ಸಮಸ್ಯೆಗಳನ್ನು ಉಂಟುಮಾಡಬಹುದು. ದೇಹದ ತುದಿಗಳು ತಣ್ಣಗಿರುವ ಪ್ರವೃತ್ತಿಯನ್ನು ಸಹ ಅವರು ಹೊಂದಿರುತ್ತಾರೆ.

ಕಫ ಪ್ರಕೃತಿಯ ಆಹಾರ ಪದ್ಧತಿ

ಶಿಫಾರಸು ಮಾಡಲಾದ ಆಹಾರಗಳು	ಶಿಫಾರಸು ಮಾಡದ ಆಹಾರಗಳು
ಹಗುರವಾದ ಮತ್ತು ಒಣಗಿದ ಬಿಸಿ ಆಹಾರಗಳು	ಹಾಲಿನ ಉತ್ಪನ್ನಗಳು
ಬಾರ್ಲಿ, ರೈ, ಬಕ್‌ವೀಟ್	ಬೀಜಗಳು
ಒಣಗಿಸಿದ ಹಣ್ಣುಗಳು	ಕಾಳುಗಳು
ಹಣ್ಣುಗಳು ಮತ್ತು ತರಕಾರಿಗಳು	ಕೆಂಪು ಮಾಂಸ (Red meat)
ಖಾರವಾದ ಮಸಾಲೆ ಪದಾರ್ಥಗಳು	ಕೊಬ್ಬುಯುಕ್ತ ಆಹಾರಗಳು
ಎಕ್ಸ್‌ಟ್ರಾ ವರ್ಜಿನ್ ಆಲಿವ್ ಎಣ್ಣೆ, ತುಪ್ಪ	

ಕಫ ಪ್ರಕೃತಿಯ ಜನರ ಜೀವನಶೈಲಿ

ಕಫ ಪ್ರಕೃತಿಯವರಿಗೆ ಅಸಮತೋಲನವನ್ನು ಉಂಟುಮಾಡಬಹುದಾದ ಯಾವುದೇ ಒತ್ತಾಯ ಅಥವಾ ಅನಿರೀಕ್ಷಿತಗಳಿಲ್ಲದ, ಶಾಂತ ಮತ್ತು ಸೌಮ್ಯವಾಗಿರುವ ಊಟವು ತುಂಬಾ ಮುಖ್ಯವಾಗುತ್ತದೆ.

ಕಫ ಪ್ರಕೃತಿಯವರಿಗೆ ಚಲನೆಯ ಅಗತ್ಯವಿರುವುದರಿಂದ, ಏರೋಬಿಕ್ಸ್ ಅಥವಾ ಇತರ ಹೃದಯ ಸಂಬಂಧಿ(ಕಾರ್ಡಿಯೊ) ವ್ಯಾಯಾಮಗಳಂತಹ ಶಕ್ತಿಯುತ ಕಸರತ್ತುಗಳನ್ನು ಶಿಫಾರಸು ಮಾಡಲಾಗಿದೆ.

ಕಫ ಪ್ರಕೃತಿಯವರು ಮಾನಸಿಕವಾಗಿ ನಿಶ್ಚಲರಾಗದೇ ಇರುವುದು ಸಹ ಮುಖ್ಯವಾಗಿದೆ. ಬೌದ್ಧಿಕ ಮಟ್ಟದಲ್ಲಿ ಅವರನ್ನು ಪ್ರಚೋದಿಸುವ ಚಟುವಟಿಕೆಗಳು ಬಹಳ ಪ್ರಯೋಜನಕಾ-ರಿಯಾಗಿವೆ.

ಪ್ರತಿಯೊಬ್ಬರೂ, ವಿಶೇಷವಾಗಿ ಕಫ ಪ್ರವೃತ್ತಿಯವರು, ಶೀತ ಅಥವಾ ಒದ್ದೆಯಾಗಿರುವುದನ್ನು ತಪ್ಪಿಸಿಕೊಂಡು ಬೆಚ್ಚಗಿದ್ದು ಶುಷ್ಕತೆಯನ್ನು ಕಾಪಾಡಿಕೊಳ್ಳಬೇಕು.

ಪಿತ್ತ ದೋಷ

ಅಗ್ನಿ ಮತ್ತು ಜಲವು ಪರಸ್ಪರ ವಿರೋಧಿಸಿ ನಾಶವಾಗಿ ಆವಿಯಾಗುವ ರೀತಿಯಲ್ಲಿಯೇ ಪಿತ್ತವು ಶರೀರದಲ್ಲಿ ರೂಪಾಂತರಗೊಳ್ಳುವ ಶಕ್ತಿಯಾಗಿದೆ. ಈ ದೋಷವು ಪ್ರಧಾನವಾಗಿರುವ ವ್ಯಕ್ತಿಗಳು ಚುರುಕಾಗಿರುತ್ತಾರೆ ಮತ್ತು ಕ್ರೀಡಾಪಟುಗಳ ರೀತಿ ಮೈಕಟ್ಟು ಹಾಗೂ ಅಧಿಕ ಶಕ್ತಿಯನ್ನು ಹೊಂದಿರುತ್ತಾರೆ. ಅವರು ಕಡಿಮೆ ಅವಧಿಯ ಗಾಢ ನಿದ್ರೆ ಮಾಡುತ್ತಾರೆ.

ಪಿತ್ತ ಪ್ರಕೃತಿಯವರು ಉತ್ಸಾಹಭರಿತರಾಗಿದ್ದು, ತೀಕ್ಷ್ಣ ಬುದ್ಧಿವಂತಿಕೆಯನ್ನು ಹೊಂದಿರುತ್ತಾರೆ ಮತ್ತು ತೀವ್ರ ಏಕಾಗ್ರತೆಯ ಸಾಮರ್ಥ್ಯವನ್ನು ಹೊಂದಿರುತ್ತಾರೆ. ಅವರು ಸಮತೋಲನದಲ್ಲಿದ್ದರೆ, ನಿರ್ಣಯಗಳನ್ನು ತೆಗೆದುಕೊಳ್ಳುವುದರಲ್ಲಿ ಅವರು ಉತ್ತಮರಾಗಿರುತ್ತಾರೆ ಮತ್ತು ಶ್ರೇಷ್ಠ ವಾಗ್ಮಿಗಳು ಮತ್ತು ಶಿಕ್ಷಕರಾಗಿರುತ್ತಾರೆ. ಅವರು ಹುಟ್ಟಿನಿಂದಲೇ ನಾಯಕರಾಗಿರಬಹುದು.

ಆದರೆ ಅತಿಯಾದ ಪಿತ್ತವು ಅವರನ್ನು ಎಲ್ಲವುಗಳ ಬಗ್ಗೆಯೂ ವಾದಿಸುವಂತೆ

ಮಾಡುತ್ತದೆ ಮತ್ತು ಸುಲಭವಾಗಿ ಕಿರಿಕಿರಿಗೊಳ್ಳುವಂತೆ ಮಾಡುತ್ತದೆ. ಇದರಿಂದ ಅವರು ನಿಯಂತ್ರಣಾಶೀಲರಾಗಿ ಮತ್ತು ಪಕ್ಷಪಾತಿಗಳಾಗಿ ಬದಲಾಗಬಹುದು.

ದೈಹಿಕವಾಗಿ ಪಿತ್ತ ಪ್ರಕೃತಿಯವರು ಮಧ್ಯಮ ಗಾತ್ರದವರಾಗಿದ್ದು ಉತ್ತಮವಾದ ಸ್ನಾಯು ಸಾಂದ್ರತೆಯನ್ನು ಹೊಂದಿರುತ್ತಾರೆ. ಜೊತೆಗೆ ಅವರು ಬೋಳು ತಲೆ ಅಥವಾ ಕೆಂಪು ಬಣ್ಣದ ಕೂದಲು, ಅತ್ಯುತ್ಸಾಹ, ಬಲವಾದ ಲೈಂಗಿಕ ಬಯಕೆ, ಉಷ್ಣತೆ ಹೊಂದಿದ ದೇಹ ಮತ್ತು ಪ್ರಬಲವಾದ ಹಸಿವು ಮುಂತಾದ ಉಷ್ಣತೆಗೆ ಸಂಬಂಧಿಸಿದ ಗುಣಲಕ್ಷಣಗಳನ್ನು ವ್ಯಕ್ತಪಡಿಸುತ್ತಾರೆ.

ಅವರು ಸಮತೋಲನದಲ್ಲಿದ್ದರೆ, ಅವರಿಗೆ ಅತ್ಯುತ್ತಮ ಜೀರ್ಣಶಕ್ತಿ ಮತ್ತು ಸ್ವಚ್ಛ ಚರ್ಮ ಇರುತ್ತದೆ. ಅಧಿಕ ಪಿತ್ತವು ಉರಿಯೂತ, ಅಜೀರ್ಣ, ಹುಣ್ಣುಗಳು ಮತ್ತು ಬಿರುಕು ಚರ್ಮ ಇವುಗಳನ್ನು ಉಂಟುಮಾಡಬಹುದು.

ಮಾನಸಿಕವಾಗಿ, ಪಿತ್ತ ದೋಷದ ಪ್ರಮುಖ ನ್ಯೂನತೆಯೆಂದರೆ ಅವರು ಸುಲಭವಾಗಿ ಕೆರಳುತ್ತಾರೆ. ಈ ಅಧಿಕವಾದ ಆಂತರಿಕ ಉಷ್ಣತೆ ಅವರಲ್ಲಿ ಮೊಡವೆಗಳು, ಮಚ್ಚೆಗಳು ಅಥವಾ ಚರ್ಮದ ಕಲೆಗಳನ್ನು ಕಾಣಿಸಿಕೊಳ್ಳುವಂತೆ ಮಾಡಬಹುದು. ಅಸಮತೋಲನದ ಸ್ಥಿತಿಯಲ್ಲಿ, ಅವರು ನಿದ್ರಾಹೀನತೆ ಮತ್ತು ಅಜೀರ್ಣದಿಂದ ಬಳಲುತ್ತಾರೆ.

ಅವರ ನೇರಮಾತಿನ ಶೈಲಿಯಿಂದಾಗಿ, ಅವರು ಮಾತನಾಡುವಾಗ ಒರಟರಂತೆ ಕಾಣಿಸಬಹುದು.

ಪಿತ್ತ ಪ್ರಕೃತಿಯ ಆಹಾರ ಪದ್ಧತಿ

ಶಿಫಾರಸು ಮಾಡಲಾದ ಆಹಾರಗಳು	ಶಿಫಾರಸು ಮಾಡದ ಆಹಾರಗಳು
ಗಿಡಮೂಲಿಕೆ ಚಹಾಗಳು (ರೋಸ್ ಹಿಪ್, ಪುದೀನ, ಮತ್ತು ಕ್ಯಾಮೊಮೈಲ್)	ವಿನೆಗರ್
ಧಾನ್ಯಗಳು (ಬೆಳೆ ಕಾಳುಗಳು, ಕಡಲೆ)	ಉಪ್ಪು ಹಾಕಿದ ಬೀಜಗಳು
ಸೂರ್ಯಕಾಂತಿ ಬೀಜಗಳು ಮತ್ತು ಎಣ್ಣೆ	ಮದ್ಯ ಮತ್ತು ಕೆಫೀನ್
ನೀಲಿ ಬೆರ್ರಿಗಳು, ಕರಬೂಜ	ಗಟ್ಟಿಯಾದ ಚೀಸ್
ಕೇಲ್, ಕೊಳ್ಳಿ ಕೋಸು (ಬ್ರಾಕೋಲಿ)	ಟೊಮೇಟೊ, ಬೆಳ್ಳುಳ್ಳಿ, ಮೆಣಸು, ಈರುಳ್ಳಿ
ಜೀರಿಗೆ, ಕೊತ್ತಂಬರಿ, ಸೋಂಪು (ಇವು ಜೀರ್ಣಾಂಗವನ್ನು ತಂಪಾಗಿಸುತ್ತವೆ)	ಹುರಿದ, ಖಾರದ ಆಹಾರಗಳು
ಬಾರ್ಲಿ, ಓಟ್ಸ್	ಒಣಗಿಸಿದ ಮಾಂಸ
ತಾಜಾತನ ನೀಡುವ ಸಿಹಿ ಮತ್ತು ಕಹಿ ಆಹಾರಗಳು	ಉಪ್ಪು, ಹುಳಿ, ಅಥವಾ ಖಾರದ ಆಹಾರಗಳು
	ಹಾಲಿನ ಉತ್ಪನ್ನಗಳು

ಪಿತ್ತ ಪ್ರಕೃತಿಯ ಜನರ ಜೀವನಶೈಲಿ

ಅಧಿಕ ಪಿತ್ತದ ಸಮಸ್ಯೆ ಇರುವ ಜನರು ತಮ್ಮ ಶಕ್ತಿಯನ್ನು ತಂಪಾಗಿಸಲು ಮತ್ತು ಸ್ಥಿರಗೊಳಿಸಲು ದೇಹದ ಶಾಖವನ್ನು ಕಡಿಮೆ ಮಾಡಿಕೊಳ್ಳುವುದು ಅತ್ಯಗತ್ಯವಾಗಿದೆ. ಅವರು ದಿನಕ್ಕೆ ಮೂರು ಬಾರಿ ಊಟ ಮಾಡಬೇಕು ಮತ್ತು ಅತಿಯಾಗಿ ತಿನ್ನುವುದನ್ನು ಅಥವಾ ಊಟದ ನಡುವೆ ಲಘು ಆಹಾರ ತೆಗೆದುಕೊಳ್ಳುವುದನ್ನು ತಪ್ಪಿಸಬೇಕು, ಏಕೆಂದರೆ ಇದು ಅವರ ಆಂತರಿಕ ಅಗ್ನಿ ತತ್ವವನ್ನು ಹೆಚ್ಚಿಸುತ್ತದೆ.

ಪ್ರಾಣಾಯಾಮದ ಅಧ್ಯಾಯದಲ್ಲಿ ನಾವು ಅರಿತುಕೊಂಡ, ಚಿತ್ತಸ್ಥಿತಿಯನ್ನು ತಂಪಾಗಿಸುವ ಶೀತಲೀ ಉಸಿರಾಟವು ಪಿತ್ತ ದೋಷಕ್ಕೆ ವಿಶೇಷವಾಗಿ ಪ್ರಯೋಜನಕಾರಿಯಾಗಿದೆ. ಈಜು, ಧ್ಯಾನ, ಯೋಗ ಮತ್ತು ಪ್ರಕೃತಿಯಲ್ಲಿನ ನಡಿಗೆಯಂತಹ ಚಟುವಟಿಕೆಗಳಿಂದ ಕೂಡ ಇವರು ಪ್ರಯೋಜನ ಪಡೆಯುತ್ತಾರೆ. ಅವರ ಚರ್ಮವು ಸುಲಭವಾಗಿ ಸುಟ್ಟುಹೋಗುವುದರಿಂದ ಅತೀ ಸ್ಪರ್ಧಾತ್ಮಕ ಕ್ರೀಡೆಗಳ ಬಗ್ಗೆ ಮತ್ತು ಬಿಸಿಲಿಗೆ ಒಡ್ಡಿಕೊಳ್ಳುವ ವಿಚಾರದಲ್ಲಿ ಇವರು ಹೆಚ್ಚು ಎಚ್ಚರಿಕೆ ವಹಿಸಬೇಕು.

ಅರಿಶಿಣ : ಬಂಗಾರದಂತಹ ಒಂದು ಮಸಾಲೆ ಪದಾರ್ಥ

ಇಂದಿನ ಕಾಲದ ಭಾರತದ ಯಾತ್ರೆಯಲ್ಲಿ ತಾವು ಕಂಡುಕೊಂಡ ಮಸಾಲೆಗಳ ವೈವಿಧ್ಯತೆಯಿಂದ ಮಾರ್ಕೋ ಪೋಲೋ ಅವರು ಆಶ್ಚರ್ಯಚಕಿತರಾದರು ಮತ್ತು 1280 ರಲ್ಲಿ ಅವರು ತಮ್ಮ ದಿನಚರಿಯಲ್ಲಿ ಅರಿಶಿಣವನ್ನು ಕುರಿತು "ನಿಜವಾದ ಕೇಸರಿಯ ಎಲ್ಲಾ ಗುಣಗಳನ್ನು ಹೊಂದಿದ ಒಂದು ವನಸ್ಪತಿಯಿದೆ, ಜೊತೆಗೆ ಕೇಸರಿಯ ವಾಸನೆ ಮತ್ತು ಬಣ್ಣವನ್ನು ಸಹ ಅದು ಹೊಂದಿದೆ, ಆದರೂ ಅದು ನಿಜವಾಗಿಯೂ ಕೇಸರಿ ಅಲ್ಲ" ಎಂದು ವರ್ಣಿಸಿದ್ದರು.

ಆ ಕಾಲದಲ್ಲಿ, ಅರಿಶಿಣದಿಂದ ಮಾಡಲ್ಪಟ್ಟ ಪುಡಿಯು ಪಶ್ಚಿಮ ದೇಶಗಳಲ್ಲಿ ಪ್ರಾಯಶಃ ಗೊತ್ತಿರಲಿಲ್ಲ. ಇಂದು ಅದು ಪ್ರಪಂಚದಾದ್ಯಂತ ಹರಡಿಕೊಂಡಿದೆ, ಮತ್ತು ಲ್ಯಾಟಿನ್ ಅಮೆ-ರಿಕಾದಲ್ಲಿ ಇದನ್ನು ಬಡವರ ಕೇಸರಿ ಎಂದು ಕರೆಯಲಾಗುತ್ತದೆ.

ಅರಿಶಿಣವು ಶುಂಠಿಯ ಕುಟುಂಬಕ್ಕೆ ಸೇರಿದ ಸಸ್ಯವಾಗಿದೆ. ಇದು ಭಾರತೀಯ ಉಪಖಂಡದ ಬೆಚ್ಚಗಿನ ಪ್ರದೇಶಗಳಲ್ಲಿ ಮತ್ತು ಆಗ್ನೇಯ ಏಷ್ಯಾದಲ್ಲಿ ಬೆಳೆಯುತ್ತದೆ. ಇದರ ಅತ್ಯಂತ ಮೌಲ್ಯಯುತ ಭಾಗವು ಇದರ ಬೇರು, ಇದನ್ನು ಕುದಿಸಿ, ಒಣಗಿಸಿ ನಂತರ ಪುಡಿ ಮಾಡಿ ಬಂಗಾರದಂತಹ ಅರಿಶಿಣ ಪುಡಿಯನ್ನು ಉತ್ಪಾದಿಸುತ್ತಾರೆ. ಅರಿಶಿಣವು ಆರು ಸಾವಿರ ವರ್ಷಗಳ ಹಿಂದೆಯೇ ಬಳಕೆಯಲ್ಲಿತ್ತು ಎಂಬುದಕ್ಕೆ ಪುರಾವೆಗಳಿವೆ ಮತ್ತು ವೇದಗಳ ಕಾಲದಲ್ಲಿ- ಕ್ರಿಸ್ತ ಪೂರ್ವ 1500 ರಿಂದ 500 ವರ್ಷಗಳ ಅವಧಿಯಲ್ಲಿ- ಅದನ್ನು ಅಡುಗೆಯ ವಸ್ತುವಾಗಿ ಮಾತ್ರವಲ್ಲದೆ ಬಟ್ಟೆಗಳಿಗೆ ಬಣ್ಣ ಹಾಕಲು ಮತ್ತು ಧಾರ್ಮಿಕ ಆಚರಣೆಗಳಲ್ಲಿ ಹಾಗೂ ಔಷಧ, ಮೇಕಪ್ ಮತ್ತು ಸೌಂದರ್ಯವರ್ಧಕಗಳಲ್ಲಿ ಬಳಸಲಾಗುತ್ತಿತ್ತು.

ಅರಿಶಿಣದ ಚಿಕಿತ್ಸಕ ಗುಣ

ಆಯುರ್ವೇದ ಚಿಕಿತ್ಸೆಯ ಪ್ರಾರಂಭದಿಂದಲೂ ಅರಿಶಿಣವನ್ನು ಔಷಧಿಯಾಗಿ ಬಳಸಲಾಗುತ್ತಿದೆ. ಇದಕ್ಕೆ ಸಂಪ್ರದಾಯವು ನೀಡಿರುವ ಎಷ್ಟೋ ಗುಣವಿಶೇಷಗಳನ್ನು ಪ್ರಯೋಗಶಾಲೆಗಳು ಪರಿಶೀಲಿಸಲು ಪ್ರಯತ್ನಿಸುತ್ತಿವೆ. ಅರಿಶಿಣದ ಗುಣಗಳ ಬಗ್ಗೆ ಸಾವಿರಾರು ವೈಜ್ಞಾನಿಕ ಲೇಖನಗಳು ಪ್ರಕಟವಾಗಿವೆ.

ಮಲಬದ್ಧತೆ, ಮೂತ್ರಪಿಂಡದ ಕಲ್ಲುಗಳು, ಸಂಧಿವಾತ ನೋವು ಮತ್ತು ಅನಿಯಮಿತ ಮುಟ್ಟಿನ ಚಕ್ರಗಳಂತಹ ವಿವಿಧ ಯಾತನೆಗಳ ಪರಿಹಾರಕ್ಕೆ ಇದರ ಚಿಕಿತ್ಸಕ ಬಳಕೆ ಸೂಕ್ತವೇ ಎಂಬುದನ್ನು ವಿಜ್ಞಾನಿಗಳು ದೃಢೀಕರಿಸಲು ಪ್ರಯತ್ನಿಸುತ್ತಿದ್ದಾರೆ. ಖಚಿತವಾದ ತೀರ್ಮಾನಗಳಿಗೆ ಇನ್ನೂ ತಲುಪಿಲ್ಲವಾದರೂ, ಅರಿಶಿಣವು ಪ್ರಬಲ ಉತ್ಕರ್ಷಣ ನಿರೋಧಕ (ಆಂಟಿಆಕ್ಸಿಡೆಂಟ್) ಮತ್ತು ಉರಿಯೂತ-ವಿರೋಧಿ (ಆಂಟಿಇನ್ಫ್ಲಮೇಟರಿ) ಆಗಿದ್ದು, ಬ್ಯಾಕ್ಟೀರಿಯಾಗಳನ್ನು ಕೊಲ್ಲುವ ಸಾಮರ್ಥ್ಯವನ್ನು ಹೊಂದಿದೆ ಎಂದು ತೋರುತ್ತದೆ.

ಮನೆಯಲ್ಲಿ ತಯಾರಿಸಲಾಗುವ ಅರಿಶಿಣ ಮತ್ತು ಶುಂಠಿಯ ಚಹಾ

ನಮ್ಮ ಪ್ರಯಾಣಗಳಲ್ಲಿ ನಾವು ನಿಯಮಿತವಾಗಿ ಆನಂದಿಸುವ, ಈ ಮನೆಯಲ್ಲಿ ಮಾಡುವ ಚಹಾವನ್ನು ಮಾಡಲು, ನೀವು ಮಾಡಬೇಕಾದುದೇನೆಂದರೆ, ಕೆಳಗೆ ಕೊಟ್ಟಿರುವ ವಸ್ತುಗಳನ್ನು ಬಾಟಲಿಯಲ್ಲಿ ಅಥವಾ ಪಾತ್ರೆಯಲ್ಲಿ ಬೆರೆಸಿ ಅದನ್ನು ಫ್ರಿಡ್ಜ್ ನಲ್ಲಿ ಇಡುವುದು. ಅದನ್ನು ಫ್ರಿಡ್ಜ್ ನಲ್ಲಿ ಒಂದು ದಿನ ಅಲುಗಾಡಿಸದೆ ಇಟ್ಟ ನಂತರ, ಅದು ಕುಡಿಯಲು ಸಿದ್ಧವಾಗುತ್ತದೆ.

- ಎರಡು ಟೀ ಚಮಚ ಅರಿಶಿಣ ಪುಡಿ
- ತುರಿದ ತಾಜಾ ಶುಂಠಿ (ಸುಮಾರು 20 ಗ್ರಾಂ)
- ಒಂದು ಚಿಟಿಕೆ ಕೆಂಪು ಮೆಣಸು ಅಥವಾ ಅಚ್ಚಮೆಣಸಿನ ಪುಡಿ
- ಒಂದು ಚಿಟಿಕೆ ಕರಿ ಮೆಣಸುಕಾಳಿನ ಪುಡಿ
- ಒಂದು ಚಮಚ ಜೇನು
- ಒಂದು ನಿಂಬೆಹಣ್ಣಿನ ರಸ (ಅಥವಾ ಯಾವುದೇ ಇತರ ಸಿಟ್ರಸ್ ಹಣ್ಣಿನ ರಸ)
- 500 ಮಿಲಿಲೀಟರ್ ನೀರು

ಶಿರೋಮರ್ದನ

ಭಾರತೀಯ ವಿಧಾನದಲ್ಲಿ ತಲೆಯ ಮಸಾಜ್

ಹಿಂದಿಯಲ್ಲಿ 'ತಲೆ ಮಸಾಜ್' ಎಂದು ಅರ್ಥ ನೀಡುವ, ಜನಪ್ರಿಯವಾಗಿ 'ಚಂಪಿ' ಎಂದು ಕರೆಯಲ್ಪಡುವ ಶಿರೋಮರ್ದನ (ಚಂಪಿಸಾಜ್) ವನ್ನು ಭಾರತದಲ್ಲಿ ವೈದ್ಯಕೀಯ ಉದ್ದೇಶಗಳಿಗಾಗಿ, ವಿಶ್ರಾಂತಿಗಾಗಿ ಮತ್ತು ದೇಹದ ಶಕ್ತಿಯನ್ನು ಸಾಮರಸ್ಯಗೊಳಿಸುವುದಕ್ಕಾಗಿ ಸಾವಿರಕ್ಕೂ ಹೆಚ್ಚು ವರ್ಷಗಳಿಂದ ಬಳಸಲಾಗುತ್ತಿದೆ. ಇದರ ಮೂಲ ಬೇರು ಆಯುರ್ವೇದದಲ್ಲಿ ಸ್ಥಿತವಾಗಿದೆ, ಹಾಗೆಯೇ ದೇಹದ ಶಕ್ತಿಯನ್ನು ಸಮತೋಲನಗೊಳಿಸುವ ಮೂಲಕ ಮನಸ್ಸು, ದೇಹ ಮತ್ತು ಆತ್ಮವನ್ನು ಒಂದುಗೂಡಿಸಲು ಇದು ಸಹಾಯ ಮಾಡುತ್ತದೆ.

ಶಿರೋಮರ್ದನ ತಂತ್ರವು ಆರಂಭದಲ್ಲಿ ತಲೆಯ ಚರ್ಮ ಮತ್ತು ಕೂದಲಿನ ಮಸಾಜ್ ಮಾಡುವುದಕ್ಕೆ ಸೀಮಿತವಾಗಿತ್ತು, ಆದರೆ ನಂತರ ಅದು ಭುಜಗಳು, ಕುತ್ತಿಗೆ ಮತ್ತು ಮುಖದ ಮಸಾಜನ್ನು ಒಳಗೊಂಡು ವಿಕಸನಗೊಂಡಿದೆ. 1970 ರ ದಶಕದ ಆರಂಭದಲ್ಲಿ ಹಸ್ತ ಚಿಕಿತ್ಸಕ ನರೇಂದ್ರ ಮೆಹ್ತಾ ಅವರು ಫಿಸಿಯೋಥೆರಪಿ ಅಧ್ಯಯನ ನಡೆಸಲು ಇಂಗ್ಲೆಂಡ್‌ಗೆ ಪ್ರಯಾಣಿಸಿದ ಸಂದರ್ಭದಲ್ಲಿ ಈ ಪುರಾತನ ಕಲೆಯನ್ನು ಪ್ರಚಾರ ಮಾಡಲು ಪ್ರಾರಂಭಿಸಿದಾಗ ಈ ಬದಲಾವಣೆಯು ಸಂಭವಿಸಿತು.

ಅಂಧ ವ್ಯಕ್ತಿಯ ಅದ್ಭುತ ಕೈಗಳು

ನರೇಂದ್ರ ಮೆಹ್ತಾ ಒಂದು ವರ್ಷದ ಮಗುವಾಗಿದ್ದಾಗಿನಿಂದಲೇ ಅಂಧರಾಗಿದ್ದರು, ಇದು ಅವರಿಗೆ ಹೆಚ್ಚಿನ ಸ್ಪರ್ಶ ಶಕ್ತಿಯನ್ನು ನೀಡಿತು. ಅವರನ್ನು ಉತ್ಸಾಹದಿಂದ ಸ್ವಾಗತಿಸಿದ 'ಯುನೈಟೆಡ್ ಕಿಂಗ್‌ಡಂ'ನಲ್ಲಿ ಅವರು ಶಿರೋಮರ್ದನದ ಪ್ರಚಾರದಲ್ಲಿ ಮುಂಚೂಣಿಯಲ್ಲಿ ನಿಂತವರು ಮತ್ತು ಇಂದು ನಮಗೆ ತಿಳಿದಿರುವ ಭಾರತೀಯ ಶಿರೋಮರ್ದನ ವಿಧಾನವನ್ನು ಮೊದಲು ಪ್ರಾರಂಭ ಮಾಡಿದವರು.

ಅವರ ನಿಧನದ ನಂತರ, ಅವರ ಪತ್ನಿ ಕುಂದನ್ ಮೆಹ್ತಾ ಮತ್ತು ಅಳಿಯ ಮೋಸೆಸ್ ಚುಂಡಿ ಅವರು, ಇಂದಿಗೂ ಲಂಡನ್‌ನಲ್ಲಿರುವ, ಜಗತ್ತಿನ

ಮೂಲೆ ಮೂಲೆಗಳಿಂದ ಬರುವ ವಿದ್ಯಾರ್ಥಿಗಳಿಗೆ ತರಬೇತಿ ನೀಡುತ್ತಿರುವುದನ್ನು ಮುಂದುವರೆಸುತ್ತಿರುವ, ಅವರ ಕೇಂದ್ರದ ಜವಾಬ್ದಾರಿಯನ್ನು ಹೊತ್ತುಕೊಂಡಿದ್ದಾರೆ.

ತಾಯಿಯ ಮಸಾಜ್

ತಮ್ಮ ಮಗಳ ತಲೆ ಕೂದಲಿಗೆ ಪೋಷಣೆ ಮತ್ತು ಚೈತನ್ಯ ನೀಡಲು ಬಾದಾಮಿ ಎಣ್ಣೆ, ತೆಂಗಿನ ಎಣ್ಣೆ ಅಥವಾ ಆಲಿವ್ ಎಣ್ಣೆಯಿಂದ ಮಸಾಜ್ ಮಾಡುವ ತಾಯಂದಿರಿಂದ ಈ ತಂತ್ರವು ಮೊದಲು ಪ್ರಾರಂಭವಾಯಿತು. ಕೂದಲನ್ನು ಪುನರುಜ್ಜೀವನಗೊಳಿಸುವ ಜೊತೆಗೆ ಕಾಲಾಂತರದಲ್ಲಿ ಇದು ಅನೇಕ ಇತರ ಪ್ರಯೋಜನಗಳನ್ನು ತಂದುಕೊಟ್ಟಿತು.

ಇಂದಿಗೂ ಬಹುತೇಕ ಭಾರತೀಯ ಮಕ್ಕಳು ತಮ್ಮ ಆರೋಗ್ಯ ಕಾಪಾಡಿಕೊಳ್ಳಲು ದೈನಂದಿನ ತಲೆ ಮಸಾಜ್ ಗಳನ್ನು ಪಡೆಯುತ್ತಾರೆ.

ಭಾರತೀಯ ಕ್ಷೌರಿಕರು ಈ ಅಭ್ಯಾಸವನ್ನು ಕೈಗೆತ್ತಿಕೊಂಡು, ತಮ್ಮ ಗ್ರಾಹಕರ ತಲೆಗೆ ಯಾವಾಗಲೂ ಮಸಾಜ್ ಮಾಡುತ್ತಾರೆ. ಈಗ ಅದು ಜಗತ್ತಿನೆಲ್ಲೆಡೆ ಇರುವ ಸಲೂನ್ ಗಳಿಗೆ ಹರಡಿಕೊಂಡಿದೆ.

ಸಲೂನ್ ನಲ್ಲಿ ಯಾವಾಗಲಾದರೂ ನಿಮ್ಮ ಕೂದಲನ್ನು ತೊಳೆಸಿಕೊಳ್ಳುವಾಗ ನೀವು ನೆತ್ತಿಯ ಮಸಾಜ್ ಮಾಡಿಸಿಕೊಂಡಿದ್ದರೆ, ಇದು ವಿಶ್ವದ ಅತ್ಯಂತ ಆಹ್ಲಾದಕರ ಭಾವನೆಗಳಲ್ಲಿ ಒಂದಾಗಿದೆ ಎಂದು ನಿಮಗೆ ತಿಳಿದಿರುತ್ತದೆ, ಏಕೆಂದರೆ ಇದು ಒತ್ತಡಕ್ಕೆ ಒಳಗಾಗುವ ದೇಹದ ಭಾಗಗಳಾದ ಬೆನ್ನಿನ ಮೇಲ್ಭಾಗ, ಭುಜ, ಕುತ್ತಿಗೆ, ತಲೆ ಮತ್ತು ಮುಖವನ್ನು ಹೆಚ್ಚು ಸಡಿಲಗೊಳಿಸುತ್ತದೆ.

ಜೊತೆಗೆ, ದೇಹದಲ್ಲಿರುವ ಎಲ್ಲಾ ಸ್ನಾಯುಗಳನ್ನೂ ಸಡಿಲಗೊಳಿಸುತ್ತದೆ, ಒಂದು ರೀತಿಯ ಕಪಾಲ ಪ್ರತಿಫಲಿತ ಚಿಕಿತ್ಸೆಯಂತೆ ತಲೆಯಿಂದ ಪ್ರಾರಂಭವಾಗಿ ಇಡೀ ದೇಹಕ್ಕೆ ಹಿತಕರ ಭಾವನೆಯನ್ನು ನೀಡುತ್ತದೆ.

ವಾಸ್ತವವಾಗಿ, ಚಂಪಿಯು ತಲೆಬುರುಡೆಯ ಮೇಲಿನ ಒತ್ತಡದ ಬಿಂದುಗಳ ಮೂಲಕ ದೇಹದ ವಿವಿಧ ಭಾಗಗಳಲ್ಲಿ ಗುಣಪಡಿಸುವಿಕೆಯನ್ನು ಉತ್ತೇಜಿಸುತ್ತದೆ. ಸರಿಯಾದ ಜಾಗಕ್ಕೆ ಮಾಡುವ ಮಸಾಜ್, ಒತ್ತಡದಿಂದ ಉಂಟಾಗುವ ನೋವನ್ನು ನಿವಾರಿಸಬಲ್ಲದು ಮತ್ತು ಆಯಾಸದ ಚಿಹ್ನೆಗಳನ್ನು ಕಡಿಮೆ ಮಾಡಬಲ್ಲದು.

ಸಾಮಾನ್ಯ ಪ್ರಯೋಜನಗಳು

- ಸ್ನಾಯುಗಳು ಸಡಿಲಗೊಳ್ಳುತ್ತವೆ
- ಕುತ್ತಿಗೆ ಮತ್ತು ಭುಜಗಳಲ್ಲಿನ ದೀರ್ಘಕಾಲದ ಬಿಗಿತವನ್ನು ಕಡಿಮೆ ಮಾಡುತ್ತದೆ
- ಲಿಂಫಾಟಿಕ್ ವ್ಯವಸ್ಥೆಯನ್ನು ಪ್ರಚೋದಿಸುತ್ತದೆ ಮತ್ತು ಸುಧಾರಿಸುತ್ತದೆ
- ರಕ್ತ ಪರಿಚಲನೆಯನ್ನು ಸುಧಾರಿಸಿ, ಮಿದುಳಿಗೆ ಹೆಚ್ಚಿನ ಆಮ್ಲಜನಕವನ್ನು ತಂದುಕೊಡುತ್ತದೆ

- ಕೀಲುಗಳ ಚಲನೆ ಮತ್ತು ನಮ್ಯತೆಯನ್ನು ಪುನಃ ಮೊದಲಿನಂತೆ ಮಾಡುತ್ತದೆ
- ಒತ್ತಡದ ತಲೆನೋವು, ದೃಷ್ಟಿಯ ಒತ್ತಡ, ಕಿವಿ ನೋವು, ದವಡೆಗಳ ನೋವು ಮತ್ತು ನಿದ್ರಾಹೀನತೆ ಇವುಗಳನ್ನು ನಿವಾರಿಸುತ್ತದೆ.
- ಕೂದಲಿನ ಬೆಳವಣಿಗೆಯನ್ನು ಪ್ರಚೋದಿಸುತ್ತದೆ
- ದೇಹದ ಆಯಾಸ ಪರಿಹರಿಸಿ ನಿದ್ರೆಯ ಗುಣಮಟ್ಟವನ್ನು ಹೆಚ್ಚಿಸುತ್ತದೆ.

ಮಾನಸಿಕ ಪ್ರಯೋಜನಗಳು

- ಶಾಂತತೆ, ಸಮಾಧಾನ ಮತ್ತು ನೆಮ್ಮದಿ
- ಕಡಿಮೆಯಾದ ಆತಂಕ
- ಹೆಚ್ಚಿನ ಮಟ್ಟದ ಏಕಾಗ್ರತೆ
- ಹೆಚ್ಚು ಸ್ಪಷ್ಟ ಮತ್ತು ತೀಕ್ಷ್ಣವಾದ ಮನಸ್ಸು
- ಮಾನಸಿಕ ಆಯಾಸ, ಆತಂಕ ಮತ್ತು ಒತ್ತಡದಿಂದ ಪರಿಹಾರ

ಸೂಕ್ಷ್ಮ ಪ್ರಯೋಜನಗಳು

- ದೇಹದಲ್ಲಿ ಶಕ್ತಿಯನ್ನು ಸಮತೋಲನಗೊಳಿಸುತ್ತದೆ
- ನಿಂತುಹೋದ ಅಥವಾ ಜಡವಾದ ಶಕ್ತಿಯನ್ನು ಮುಕ್ತಗೊಳಿಸುತ್ತದೆ
- ಸಾಮಾನ್ಯ ಶಕ್ತಿ ಚಿಕಿತ್ಸೆಯ ಗುಣವನ್ನು ಒದಗಿಸುತ್ತದೆ.

ಭಾರತೀಯ ಪದ್ಧತಿಯ ಶಿರೋಮರ್ದನ ಮಾಡುವ ವಿಧಾನ

ಭಾರತೀಯ ಪದ್ಧತಿಯ ಶಿರೋಮರ್ದನ (ತಲೆಯ ಮಸಾಜ್) ನೀಡುವ ಪ್ರಕ್ರಿಯೆಯು ಸರಳವಾಗಿದ್ದು, ಇದನ್ನು ಯಾರು ಬೇಕಾದರೂ ಕಲಿತುಕೊಳ್ಳಬಹುದು. ನಿಮಗೆ ನೀವೇ ಮಸಾಜ್ ಮಾಡಿಕೊಳ್ಳಬಹುದಾದರೂ, ನಿಮ್ಮ ಸಂಗಾತಿ ಅಥವಾ ಗೆಳೆಯರೊಂದಿಗೆ ಒಬ್ಬ-ರಿಗೊಬ್ಬರು ಸರದಿಯಂತೆ ಬದಲಿಸಿಕೊಳ್ಳುವುದು ಹೆಚ್ಚು ಪರಿಣಾಮಕಾರಿ, ಇದರಿಂದಾಗಿ ಮಸಾಜ್ ಪಡೆಯುವ ವ್ಯಕ್ತಿಯು ಸಂಪೂರ್ಣವಾಗಿ ವಿಶ್ರಾಂತ ಸ್ಥಿತಿಯಲ್ಲಿ ಇರಬಹುದು.

ಯಾರಾದರೊಬ್ಬರ ಮೇಲೆ ಚಂಪಿ ಅಭ್ಯಾಸ ಮಾಡುವುದು ಹೇಗೆ ಎಂದು ತಿಳಿದುಕೊಳ್ಳೋಣ.

1. ಮಸಾಜ್ ಮಾಡಿಸಿಕೊಳ್ಳುವ ವ್ಯಕ್ತಿಯು ಭುಜಗಳನ್ನು ನೇರವಾಗಿಟ್ಟುಕೊಂಡು, ಒತ್ತಡವಿಲ್ಲದೆ ಆರಾಮವಾಗಿ ಕುಳಿತಿರಬೇಕು.

2. ನಿಮ್ಮ ಕೈಗಳನ್ನು ಕುತ್ತಿಗೆಯ ಹಿಂಭಾಗದಲ್ಲಿ ಇರಿಸಿ. ಮಸಾಜ್ ಮಾಡಿಸಿಕೊಳ್ಳುವವರು ವಿಶ್ರಾಂತಿ ಪಡೆಯುವಾಗ ಕೈಗಳನ್ನು ಅಲ್ಲಿಯೇ ವಿಶ್ರಾಂತ ಸ್ಥಿತಿಯಲ್ಲಿರಲು ಬಿಡಿ.

3. ಮಸಾಜ್ ಪ್ರಾರಂಭಿಸಲು, ತಲೆಬುರುಡೆಯ ಅಡಿಯಲ್ಲಿ ನಿಮ್ಮ ಬೆರಳುಗಳಿಂದ ಲಘುವಾಗಿ ಒತ್ತಡವನ್ನು ಹಾಕಿ. ತಲೆಯನ್ನು ಮೆಲ್ಲಗೆ ಆಚೀಚೆ ತಿರುಗಿಸಿ.

4. ನಂತರ, ಎರಡೂ ಕೈ ಬೆರಳುಗಳಿಂದ ತಲೆಯ ಚರ್ಮದ ಮೇಲೆ ಉದ್ದವಾಗಿ ಗೆರೆ ಎಳೆದಂತೆ ತಿಕ್ಕಿರಿ. ಶಿರೋಮರ್ದನವು ತಲೆಬುರುಡೆಯ ಅಡಿಯಲ್ಲಿ ಪ್ರಾರಂಭವಾಗಿ ಕಿವಿಗಳ ಹಿಂಭಾಗಕ್ಕೆ ಮುಂದುವರಿಯುತ್ತದೆ. ವೃತ್ತಾಕಾರದ ಚಲನೆಗಳೊಂದಿಗೆ ತಲೆಗೆ ಮಸಾಜ್ ಮಾಡುವುದನ್ನು ಮುಂದುವರಿಸಿ.

5. ಹೆಚ್ಚಿನ ಜನರು ಕಣ್ಣಿನ ಮೂಲೆಯ ಕೊನೆಯ ಭಾಗ ಮತ್ತು ಕಿವಿಯ ನಡುವಿನ ಭಾಗವನ್ನು ಕಪೋಲ ಎಂದು ಭಾವಿಸುತ್ತಾರೆ, ಆದರೆ ವಾಸ್ತವವಾಗಿ ಇದು ಕಿವಿಯ ಮೇಲಿನ ಹಣೆಯ ಭಾಗ. ಈ ಸಂಪೂರ್ಣ ಜಾಗವನ್ನು ಪ್ರದಾಕ್ಷಿಣಾಕಾರದಲ್ಲಿ (ಗಡಿಯಾರದ ಚಲನೆಯಂತೆ) ಮಸಾಜ್ ಮಾಡಿ, ಆಳವಾದ, ನಿಧಾನವಾದ ಗೆರೆಗಳಂತೆ ತೀಡಿರಿ.

6. ಕೂದಲಿನೊಳಗೆ ಬೆರಳಾಡಿಸುತ್ತಾ ಬೆರಳುಗಳ ತುದಿಗಳಿಂದ ಅದನ್ನು ಬಾಚಿ, ನಂತರ ತಲೆಬುರುಡೆಯ ಅಡಿಯಿಂದ ನೆತ್ತಿಯವರೆಗೆ ನಿಮ್ಮ ಅಂಗೈಗಳಿಂದ ತಲೆಯನ್ನು ಮೆಲ್ಲಗೆ ತಟ್ಟಿರಿ.

7. ವ್ಯಕ್ತಿಯ ಕುತ್ತಿಗೆಯ ಬಲಭಾಗದಲ್ಲಿ ನಿಮ್ಮ ಮುಂದೋಳನ್ನು ಇರಿಸಿ ಕೆಳಮುಖವಾಗಿ ಒತ್ತಿ. ಸುಮಾರು ಮೂರು ಸೆಕೆಂಡುಗಳ ನಂತರ, ಬಲ ಭುಜವನ್ನು ತಲುಪುವವರೆಗೆ ಕುತ್ತಿಗೆಯ ಬೆನ್ನುಹುರಿಯಿಂದ ನಿಮ್ಮ ಮುಂದೋಳನ್ನು ಕೆಳಕ್ಕೆ ಜಾರಿಸಿ.

8. ಅದೇ ರೀತಿ ಎಡಭಾಗದಲ್ಲಿ ಮಾಡಿ. ಮಸಾಜ್‌ನ ಈ ಭಾಗವು ಕುತ್ತಿಗೆಯ ಬೆನ್ನುಹುರಿಯಲ್ಲಿನ ಒತ್ತಡವನ್ನು ನಿವಾರಿಸುತ್ತದೆ, ಇದು ಸಂಗ್ರಹಗೊಂಡ ಒತ್ತಡವನ್ನು ಕಡಿಮೆ ಮಾಡಲು ಅತ್ಯುತ್ತಮವಾಗಿದೆ.

ತಂತ್ರ

ಪವಿತ್ರವಾದ ಮುಖಾಮುಖಿ

ಇತ್ತೀಚೆಗೆ ಲಭ್ಯವಿರುವ ಪ್ರಾಚೀನ ತಾಂತ್ರಿಕ ಗ್ರಂಥಗಳು ಕ್ರಿ.ಶ. 300 ರಿಂದ 400ರ ನಡುವಿನ ಅವಧಿಗೆ ಸೇರಿದ್ದು, ಭಾರತದಲ್ಲಿ ಹಿಂದೂ ಮತ್ತು ಬೌದ್ಧ ಪರಂಪರೆಯ ಅಡಿಯಲ್ಲಿ ಬರೆಯಲ್ಪಟ್ಟವು. ಅವು ಏಕತೆ ಮತ್ತು ದೈವಿಕ ಪ್ರೀತಿಯ ಕುರಿತ ಕಾವ್ಯಾತ್ಮಕ ರೂಪವಾಗಿದ್ದು, ಪುರುಷತ್ವ ಮತ್ತು ಸ್ತ್ರೀತ್ವದ ಪವಿತ್ರ ಸಂಯೋಗದ ಮೇಲೆ ವಿಶೇಷ ಮಹತ್ವ ಹೊಂದಿದ್ದವು.

ಸಂಸ್ಕೃತದಲ್ಲಿ, ತಂತ್ರ ಎಂಬ ಪದಕ್ಕೆ 'ಬಲೆ,' 'ನೇಯ್ಗೆ,' ಅಥವಾ 'ಹೆಣೆದುಕಟ್ಟಿದ' ಎಂಬ ಅರ್ಥಗಳಿವೆ. ತಂತ್ರವನ್ನು ಅನಿಯಂತ್ರಿತ ಅಥವಾ ನಿರ್ದಾಕ್ಷಿಣ್ಯ ಲೈಂಗಿಕ ಅನುಭವಗಳೊಂದಿಗೆ ಬೆಸೆಯುವುದು ಒಂದು ಸಾಮಾನ್ಯವಾದ ತಪ್ಪು, ವಾಸ್ತವದಲ್ಲಿ ಅದು ಲೈಂಗಿಕತೆ, ಆಧ್ಯಾತ್ಮಿಕತೆ ಮತ್ತು ಸಾವಧಾನತೆ ಅಥವಾ ಸಂಪೂರ್ಣ ಗಮನದ ಸಂಯೋಜನೆಯಾಗಿದೆ.

ಖಜುರಾಹೋ ದೇವಾಲಯಗಳು

1986 ರಲ್ಲಿ ಯುನೆಸ್ಕೋ ವಿಶ್ವ ಪರಂಪರೆಯ ತಾಣಗಳ ಪಟ್ಟಿಯಲ್ಲಿ ಸ್ಥಾನ ಪಡೆದ ಸ್ಮಾರಕಗಳ ಸಮೂಹ ಖಜುರಾಹೊ, ಮಧ್ಯ ಭಾರತದ ಮಧ್ಯಪ್ರದೇಶದ ಛತರ್‌ಪುರ್ ಜಿಲ್ಲೆಯಲ್ಲಿ ಇದೆ. ಹನ್ನೆರಡನೇ ಶತಮಾನಕ್ಕೂ ಮೊದಲು ನಿರ್ಮಿಸಲಾದ ಎಂಭತ್ತೈದು ಹಿಂದೂ ದೇವಾಲಯಗಳಲ್ಲಿ ಸುಮಾರು ಇಪ್ಪತ್ತು ಮಾತ್ರ ಇಂದಿಗೂ ಉಳಿದುಕೊಂಡಿವೆ. ಉಳಿದಿರುವ ಈ ದೇವಾಲಯಗಳಲ್ಲಿ ಬಹಳಷ್ಟು ದೇವಾಲಯಗಳು ಶಿವ ಮತ್ತು ವಿಷ್ಣುವಿಗೆ ಸಮರ್ಪಿತವಾದವುಗಳಾಗಿವೆ.

ತಂತ್ರವು ಜನ್ಮ ತಾಳಿದ ಸ್ಥಳಗಳಲ್ಲಿ ಖಜುರಾಹೊ ಸಹ ಒಂದು. ಅದರ ದೇವಾಲಯಗಳ ಗೋಡೆಗಳು ಇದಕ್ಕೆ ಸಾಕ್ಷಿಯಾಗಿವೆ ಮತ್ತು ಅಲ್ಲಿರುವ ಮುಚ್ಚುಮರೆಯಿಲ್ಲದ ಕಾಮಪ್ರಚೋದಕ ಶಿಲ್ಪಕಲೆಗಳು ಪ್ರತಿ ವರ್ಷ ಸಾವಿರಾರು ಪ್ರವಾಸಿಗರನ್ನು ಆಕರ್ಷಿಸುತ್ತವೆ.

ಗೋಡೆಯ ಮೇಲಿನ ಶಿಲ್ಪಕಲೆಯ ಶೇಕಡಾ 90 ರಷ್ಟು ಆ ಕಾಲದ ಭಾರತೀಯ ಸಮಾಜದ ಸಾಂಕೇತಿಕ ಮೌಲ್ಯಗಳು ಮತ್ತು ದೈನಂದಿನ ದೃಶ್ಯಗಳನ್ನು ಪ್ರತಿನಿಧಿಸಿದರೆ, ಉಳಿದ ಶೇಕಡಾ 10 ಇಂದ್ರಿಯ ಸುಖದ ಮತ್ತು ಕಾಮಪ್ರಚೋದಕ ರೀತಿಯದ್ದಾಗಿದೆ. ಅವು ಏನನ್ನು

ತಿಳಿಸುವ ಉದ್ದೇಶ ಹೊಂದಿದೆ ಎಂಬುದರ ಬಗ್ಗೆ ಇಂದಿಗೂ ಯಾವುದೇ ರೀತಿಯ ಒಮ್ಮತವಿಲ್ಲ.

ಕೆಲವರಿಗೆ, ಅವು ಲೈಂಗಿಕ ಚಟುವಟಿಕೆಯ ಮೂಲಕ ಒಬ್ಬರಿಗೊಬ್ಬರು ಸಂಪರ್ಕಗೊಂಡಿರುವ ದೇವತೆಗಳಾದರೆ, ಇತರರಿಗೆ ಇವು ಶಿಲ್ಪಕಲೆಗಳ ತಂತ್ರಕ್ಕೆ ಒಂದು ಪದ್ಯವಾಗಿದೆ, ಮತ್ತು ಈ ಆಕೃತಿಗಳು ನಿರ್ದಿಷ್ಟವಾಗಿ ಯಾರನ್ನೂ ಪ್ರತಿನಿಧಿಸುವುದಿಲ್ಲ, ಬದಲಿಗೆ ಸರಳವಾಗಿ ಪ್ರೇರಣೆ ನೀಡುವ ರೀತಿ ಸೂಚಿಸುತ್ತದೆ. ಹಲವಾರು ಭಂಗಿಗಳು ಬಹಳ ಜನಪ್ರಿಯ ಮತ್ತು ಭಾರತೀಯ ಸಂಪ್ರದಾಯದಲ್ಲಿ ಅತ್ಯಂತ ಮುಖ್ಯವಾದ ಒಂದು ಗ್ರಂಥವಾದ ಕಾಮಸೂತ್ರದ ಆಧಾರದಿಂದ ಬರೆಯಲ್ಪಟ್ಟಿರುವಂತೆ ತೋರುತ್ತವೆ.

ಸಂಕೀರ್ಣವಾಗಿ ಕೆತ್ತಿದ ಈ ಪ್ರತಿಮೆಗಳಲ್ಲಿ, ಎಲ್ಲಾ ಮನೋಧರ್ಮದ ಲೈಂಗಿಕ ಒಲವುಗಳನ್ನು ಹೊಂದಿರುವ ಜನರ ನಡುವಿನ ಸ್ಪಷ್ಟ ಲೈಂಗಿಕ ಕ್ರಿಯೆಗಳನ್ನು ನೋಡಬಹುದು.

ನಿಷೇಧರಹಿತ / ಮುಕ್ತ ಲೈಂಗಿಕತೆ

ಕ್ರಿಶ್ಚಿಯನ್ ಅಥವಾ ಇಸ್ಲಾಂ ಧರ್ಮಗಳಿಂದ ಪ್ರಭಾವಿತವಾಗಿರದಿದ್ದ ಹತ್ತನೆಯ ಶತಮಾನದ ಭಾರತೀಯ ಸಮಾಜದಲ್ಲಿ ಲೈಂಗಿಕ ಸಂಬಂಧಗಳನ್ನು ಕೇವಲ ದೈನಂದಿನ ಜೀವನದ ಒಂದು ಅಭಿವ್ಯಕ್ತಿಯಾಗಿ ನೋಡಲಾಗುತ್ತಿತ್ತು. ಇಂದು ನಮಗೆ ಆಘಾತಕಾರಿ ಎಂದು ಕಂಡುಬರುವ ಶಿಲ್ಪಗಳು ಅವರಿಗೆ ಫಲವತ್ತತೆಗೆ ಸಂಬಂಧಿಸಿದ ಸರಳವಾದ ನೈಸರ್ಗಿಕ ಕ್ರಿಯೆಗಳ ಪ್ರಾತಿನಿಧ್ಯದಂತೆ ತೋರಿರಬಹುದು.

ಭೌತಿಕತೆ ಮತ್ತು ಆಧ್ಯಾತ್ಮಿಕತೆಯನ್ನು ಒಟ್ಟಿಗೆ ಬೆಸೆಯುವುದು

ಹನ್ನೊಂದನೆಯ ಮತ್ತು ಹನ್ನೆರಡನೆಯ ಶತಮಾನಗಳಲ್ಲಿ ಭಾರತದಲ್ಲಿ ತಂತ್ರವು ಅತ್ಯಂತ ಜನಪ್ರಿಯವಾಗಿ ಉತ್ತುಂಗವನ್ನು ತಲುಪಿತು. ಲೌಕಿಕವನ್ನು ತ್ಯಜಿಸುವ ಮತ್ತು ಕಠಿಣ ತಪಸ್ಸನ್ನು ಆಚರಿಸುವ ಮೂಲಕ ಮಾತ್ರ ಮೋಕ್ಷವನ್ನು ಸಾಧಿಸಬಹುದು ಎಂಬ ಕಲ್ಪನೆಗೆ ಪ್ರತಿಯಾಗಿ ತಾಂತ್ರಿಕ ಯೋಗಿಗಳು ಮಾನವನ ದುಃಖವು ಅಗಲಿಕೆಯ ತಪ್ಪು ಕಲ್ಪನೆಯಿಂದ ಉಂಟಾಗುತ್ತದೆ ಎಂದು ಪ್ರತಿಪಾದಿಸಿ, ಇಂದ್ರಿಯಾನುಭವಗಳ ಆಚರಣೆಯ ಮೂಲಕ ದೇಹಾತೀತ ಅನುಭವದತ್ತ ಸಾಗಬಹುದು ಎಂದು ವಾದಿಸಿದರು.

ಮೆನ್ಸ್ ಸಾನ ಇನ್ ಕಾರ್ಪೋರೆ ಸಾನೋ—ಆರೋಗ್ಯವಾದ ಶರೀರದಲ್ಲಿ ಆರೋಗ್ಯವಾದ ಮನಸ್ಸು— ಇದು ಅವರ ಸುಲಭದ ಘೋಷವಾಕ್ಯ ಆಗಿದ್ದಿತೇನೋ.

ಆತ್ಮದ ಸ್ಥಾನದಿಂದ ದೇಹವನ್ನು ಗೌರವಿಸಿ, ಇಂದ್ರಿಯಗೋಚರ ಅನುಭವವನ್ನು ಸಾಧಿಸುವುದು ತಂತ್ರದ ಉದ್ದೇಶವಾಗಿದ್ದಿತು. ತಾಂತ್ರಿಕ ಲೈಂಗಿಕತೆಯು ಅನ್ಯೋನ್ಯತೆಯ ಅನುಭವವನ್ನು ಬಲಪಡಿಸಲು ಭೌತಿಕವಾದುದನ್ನು ಆಧ್ಯಾತ್ಮಿಕದೊಂದಿಗೆ 'ಒಟ್ಟಿಗೆ ಬೆಸೆಯಲು' ಪ್ರಯತ್ನಿಸುತ್ತದೆ. ಹೆಚ್ಚಾಗಿ ತಂತ್ರವನ್ನು ಜೋಡಿಗಳಾಗಿ ಅಭ್ಯಾಸ ಮಾಡಲಾಗುತ್ತದೆಯಾದರೂ, ಇದನ್ನು ಏಕಾಂಗಿಯಾಗಿಯೂ ಅನುಭವಿಸಬಹುದು.

ತಂತ್ರದ ಅಭ್ಯಾಸವು ನಿಧಾನವಾದ ಮತ್ತು ಆತುರವಿಲ್ಲದ, ತಾಳ್ಮೆಯೆಂಬ ಅತ್ಯಗತ್ಯ ಅಂಶದ ಜೊತೆಗೆ ಕೂಡಿದ ದೀರ್ಘ ಅವಧಿಯ ಕ್ರಿಯೆಯಾಗಿದೆ. ನಿಮ್ಮ ಸಂಗಾತಿಯೊಂದಿಗೆ ಅಥವಾ ನಿಮ್ಮೊಂದಿಗೆ ನೀವೇ ಉತ್ಕಟವಾದ, ಆದರೆ ಜಾಗೃತ ಸಂಪರ್ಕವನ್ನು ಸಾಧಿಸುವುದು ಇದರ ಉದ್ದೇಶವಾಗಿದೆ. ಇದನ್ನು ಸಾಧಿಸುವ ಸಲುವಾಗಿ ಲೈಂಗಿಕ ಶಕ್ತಿಯನ್ನು ಸಕ್ರಿಯಗೊಳಿಸಲು ಶ್ವಾಸಕ್ರಿಯೆಯ ಕೌಶಲ್ಯಗಳು, ಧ್ವನಿಗಳು, ಚಲನೆಗಳು ಮತ್ತು ಧ್ಯಾನವನ್ನು ಬಳಸಲಾಗುತ್ತದೆ.

ಜನಪ್ರಿಯ ನಂಬಿಕೆಗೆ ವಿರುದ್ಧವಾಗಿ, ಜನನೇಂದ್ರಿಯ ಸಂಪರ್ಕ ಅಥವಾ ಲೈಂಗಿಕ ಸಂಭೋಗವು ತಾಂತ್ರಿಕ ಲೈಂಗಿಕತೆಯ ಭಾಗವಾಗಿರಬೇಕಾಗಿಲ್ಲ. ಬದಲಾಗಿ, ಇಂದ್ರಿಯಗೋಚರತೆ ಮತ್ತು ಪೂರ್ಣ ಗಮನವನ್ನು ಸಾಧ್ಯವಾದಷ್ಟು ಹೆಚ್ಚು ಕಾಲ ಆನಂದಿಸಲು ಅಭ್ಯಾಸಕಾರರು ಇದನ್ನು ಮುಂದೂಡಲು ಪ್ರಯತ್ನಿಸುತ್ತಾರೆ.

ಜೋಡಿಯಾಗಿ ತಂತ್ರವನ್ನು ಅಭ್ಯಾಸ ಮಾಡಲು ಮೂರು ಪ್ರಮುಖ ವ್ಯಾಯಾಮಗಳನ್ನು ನೋಡೋಣ:

1. ಕಣ್ಣುಗಳ ಸಂಪರ್ಕ

ನಿಮ್ಮ ಸಂಗಾತಿಯೊಂದಿಗೆ ತಂತ್ರದ ಪ್ರಪಂಚವನ್ನು ಅನ್ವೇಷಿಸುವ ಉತ್ತಮ ಮಾರ್ಗವೆಂದರೆ ನಿಮ್ಮ ಕಣ್ಣಿನ ಸಂಪರ್ಕವನ್ನು ಬಲಪಡಿಸಿಕೊಳ್ಳುವುದು. ಆಳವಾದ ಉಸಿರಾಟದ ಜೊತೆಗೆ ಒಬ್ಬರ ಕಣ್ಣುಗಳನ್ನು ಮತ್ತೊಬ್ಬರು ಆಳವಾಗಿ ನೋಡುವುದು, ಸಂಪರ್ಕ ಸಾಧಿಸಲು ನಿಮಗೆ ಸಹಾಯ ಮಾಡುವುದರ ಜೊತೆಗೆ ಅದೇ ಸಮಯದಲ್ಲಿ ನಿಮ್ಮ ಲೈಂಗಿಕ ಶಕ್ತಿಯನ್ನು ಪ್ರೇರೇಪಿಸುತ್ತದೆ.

1. ಹಿತವಾದ, ಶಾಂತವಾದ ಸ್ಥಳದಲ್ಲಿ ನಿಮ್ಮಿಬ್ಬರಿಗೂ ಆರಾಮದಾಯಕವಾದ ಸ್ಥಿತಿಯಲ್ಲಿ ನಿಮ್ಮ ಸಂಗಾತಿಯೊಂದಿಗೆ ಮುಖಾಮುಖಿಯಾಗಿ ಕುಳಿತುಕೊಳ್ಳಿ. ನೀವು ಹಾಸಿಗೆಯ ಮೇಲೆ ಕಾಲುಗಳನ್ನು ಮಡಚಿ ಕುಳಿತುಕೊಳ್ಳಬಹುದು, ಅಥವಾ ಎರಡು ಕುರ್ಚಿಗಳಲ್ಲಿ ಎದುರು ಬದುರಾಗಿ ಕೂಡ ಕುಳಿತುಕೊಳ್ಳಬಹುದು. ಈ ಮೊದಲನೆಯ ಪ್ರಯೋಗವನ್ನು ಸಂಪೂರ್ಣ ಬಟ್ಟೆ ಧರಿಸಿಯೇ ಮಾಡಬಹುದು.

2. ನಿಮ್ಮ ಸಂಗಾತಿಯು ನಿಮ್ಮನ್ನು ದೃಷ್ಟಿಸಿ ನೋಡುವಾಗ ನೀವು ಅವರ ಕಣ್ಣುಗಳಲ್ಲಿ ನೇರವಾಗಿ ದೃಷ್ಟಿ ಇಡುವುದರಿಂದ ಪ್ರಾರಂಭಿಸಿ. ಅವರ ಆತ್ಮದ ನಿಜವಾದ ಬಾಗಿಲುಗಳು ಎಂಬಂತೆ ಅವರ ನೇತ್ರಪಟಲಗಳಲ್ಲಿ ಮುಳುಗಿಹೋಗಿ.

3. ನಿಧಾನವಾಗಿ, ಆಳವಾಗಿ ಮತ್ತು ಪ್ರಜ್ಞಾಪೂರ್ವಕವಾಗಿ ಉಸಿರಾಡಿ, ನಿಮ್ಮ ಮೂಗಿನ ಮೂಲಕ ಉಸಿರನ್ನು ಒಳಗೆಳೆದುಕೊಳ್ಳುತ್ತಾ ಮತ್ತು ಹೊರಗೆ ಬಿಡುತ್ತಾ ನಿಮ್ಮ ಸಂಗಾತಿಯ ಉಸಿರಿನೊಂದಿಗೆ ನಿಮ್ಮ ಉಸಿರನ್ನು ಸಮೀಕರಿಸಲು ಪ್ರಯತ್ನಿಸಿ. ನೀವು ಒಂದೇ ಸಮಯದಲ್ಲಿ ಒಟ್ಟಿಗೆ ಉಸಿರಾಡುವವರೆಗೆ ನಿಮ್ಮ ಮುಂದಿರುವ ವ್ಯಕ್ತಿಯೊಂದಿಗೆ ಸಂಪರ್ಕ ಸಾಧಿಸುವುದು ಇದರ ಗುರಿ.

4. ಕಣ್ಣಿನ ಸಂಪರ್ಕವನ್ನು ಕಾಪಾಡಿಕೊಂಡು ಇದೇ ರೀತಿ ಕೆಲವು ನಿಮಿಷಗಳ ಕಾಲ ಮುಂದುವರಿಸಿ. ಅದೇ ಸಮಯದಲ್ಲಿ, ನಿಮ್ಮೊಳಗೆ, ವಿಶೇಷವಾಗಿ ನಿಮ್ಮ ಹೊಕ್ಕುಳ ಸುತ್ತ ಮತ್ತು ಅದಕ್ಕೆ ಸ್ವಲ್ಪ ಕೆಳಗೆ ಜಾಗೃತಗೊಂಡ ಭಾವನೆಯ ಮೇಲೆ ಗಮನ ಕೇಂದ್ರೀಕರಿಸಿ.

ತಂತ್ರದ ಪ್ರಕಾರ, ಕುಂಡಲಿನಿ ಶಕ್ತಿ ಇಲ್ಲಿಂದಲೇ ಬರುತ್ತದೆ. ಈ ಶಕ್ತಿಯು ಬಿಸಿಯಾಗುತ್ತದೆ ಮತ್ತು ಹೊಕ್ಕುಳಿನಿಂದ ಮೇಲಕ್ಕೆ ತಲೆಯ ಕಡೆಗೆ ಏರುತ್ತಾ, ದೇಹದ ಮೇಲಿನ ಭಾಗವನ್ನು ಉಷ್ಣತೆ, ಇಂದ್ರಿಯಗೋಚರತೆ ಮತ್ತು ಶಕ್ತಿಯಿಂದ ತುಂಬಿಸುತ್ತದೆ.

5. ಇದು ನಿಮ್ಮ ಅನುಭವಕ್ಕೆ ಬಂದ ನಂತರ, ಸತತವಾಗಿ ಕಣ್ಣಿನ ಸಂಪರ್ಕವನ್ನು ಕಾಯ್ದುಕೊಂಡು ಮತ್ತು ನಿಮ್ಮ ಉಸಿರಾಟವನ್ನು ಸಮೀಕರಿಸಿ ಇಟ್ಟುಕೊಂಡು, ನಿಮಗೆ ಇಷ್ಟವಾಗುವ ರೀತಿಯಲ್ಲಿ ಬಟ್ಟೆಗಳನ್ನು ತೆಗೆಯಲು ಮತ್ತು/ಅಥವಾ ನಿಮ್ಮ ಸಂಗಾತಿಯನ್ನು ಸ್ಪರ್ಶಿಸಲು ಪ್ರಾರಂಭಿಸಬಹುದು. ನಿಮ್ಮ ಸಂಗಾತಿಯನ್ನು ನೇವ-ರಿಸುತ್ತಾ ಈ ಪೂರ್ಣ ಗಮನದ ಹಂತದಿಂದ ಅವರನ್ನು ಮರುಅನ್ವೇಷಣೆ ಮಾಡಿ.

ಈ ವ್ಯಾಯಾಮವು ಉತ್ತೇಜಿಸುವ ಉನ್ನತ ಪ್ರಜ್ಞೆಯ ಸ್ಥಿತಿಯಲ್ಲಿ ಉದ್ಭವಿಸುವ ಎಲ್ಲಾ ಹೊಸ ಸಂವೇದನೆಗಳನ್ನೂ ಮತ್ತು ಹಂಚಿಕೊಂಡ ಕ್ಷಣಗಳನ್ನು ಆನಂದಿಸಿ.

2.ಪ್ರಜ್ಞಾಪೂರ್ವಕ ಇಂದ್ರಿಯಸುಖ

ಮುಂದಿನ ಅಧ್ಯಾಯದಲ್ಲಿ ನಾವು ನೋಡುವ ಜಾಗೃತ ಮನಸ್ಥಿತಿಯು ತಂತ್ರವನ್ನು ಅಭ್ಯಾಸ ಮಾಡಲು ಅವಶ್ಯಕವಾಗಿದೆ. ತಾಂತ್ರಿಕ ಸಂಭೋಗದ ಸಮಯದಲ್ಲಿ ನಿಮ್ಮ ಸಂಗಾತಿಯ ಬಗ್ಗೆ ಪೂರ್ಣ ಗಮನ ಹರಿಸುವುದು ಅತ್ಯಗತ್ಯವಾಗಿದೆ.

ಟೈಮರ್ ಬಳಸಿಕೊಂಡು ಇಂದ್ರಿಯಸುಖವನ್ನು ಪ್ರಬಲಗೊಳಿಸಲು ಒಂದು ಉತ್ತಮ ಪ್ರಜ್ಞಾಪೂರ್ವಕ ವ್ಯಾಯಾಮವನ್ನು ಮಾಡಬಹುದು.

• ನಿಮ್ಮ ಸಂಗಾತಿಯನ್ನು ಸಂಪೂರ್ಣ ಏಕಾಗ್ರತೆಯಿಂದ ಸ್ಪರ್ಶಿಸಲು ನಿಖರವಾಗಿ ಐದು ನಿಮಿಷಗಳಿಗೆ ಟೈಮರ್ ಅನ್ನು ಹೊಂದಿಸಿ. ನೀವು ಮಾಡುವ ಎಲ್ಲವನ್ನೂ ಅತ್ಯಧಿಕ ವಿಸ್ಮಯದಿಂದ ಮಾಡಬೇಕು, ನೀವು ನೋಡುವ ಎಲ್ಲವನ್ನೂ ಮೊದಲ ಬಾರಿಗೆ ನೋಡುತ್ತಿರುವಂತೆ ಆನಂದಿಸಬೇಕು. ನಿಮ್ಮ ಸಂಗಾತಿಯೊಂದಿಗಿನ ಅನ್ಯೋನ್ಯತೆಯ ಅವಕಾಶಕ್ಕಾಗಿ ಕೃತಜ್ಞರಾಗಿರಿ ಮತ್ತು ನೀವು ಅವರನ್ನು ಸ್ಪರ್ಶಿಸುವಾಗ ಪ್ರತಿಯೊಂದು ಸೂಕ್ಷ್ಮ ವಿಷಯಗಳ ಮೇಲೆ ಗಮನ ಹರಿಸಿ.

• ಐದು ನಿಮಿಷಗಳ ನಂತರ, ನಿಮ್ಮ ಪಾತ್ರಗಳನ್ನು ಬದಲಾಯಿಸಿ. ಈಗ ನಿಮ್ಮ ಮುಖ, ತಲೆ, ತೋಳುಗಳು ಮತ್ತು ಕಾಲುಗಳನ್ನು ಸ್ಪರ್ಶಿಸುವುದು ನಿಮ್ಮ ಸಂಗಾತಿಯ ಸರದಿ, ನೀವು ನಿಮ್ಮ ಕಣ್ಣುಗಳನ್ನು ತೆರೆದುಕೊಂಡು ಪ್ರತಿಯೊಂದು ಮುದ್ದಾಟವನ್ನು ಉತ್ಕಟವಾಗಿ ಅನುಭವಿಸಿ.

ಸ್ಪರ್ಶಿಸುವಾಗ ಅಥವಾ ಸ್ಪರ್ಶಿಸಲ್ಪಡುವಾಗ ಸಂಪೂರ್ಣವಾಗಿ ವಾಸ್ತವತೆಯಲ್ಲಿರುವುದು ಈ ಇಂದ್ರಿಯಸುಖದ ಅರಿವಿನ ವ್ಯಾಯಾಮದ ಗುರಿಯಾಗಿದೆ. ಇಲ್ಲಿ ಮತ್ತು ಈ ಕ್ಷಣದಲ್ಲಿ ಇರುವುದು ನಿಮ್ಮ ಸ್ವಂತ ಸಂವೇದನೆಗಳನ್ನು ಹೆಚ್ಚಿಸುವುದರ ಜೊತೆಗೆ ಹಂಚಿಕೊಂಡಿರುವ ಕ್ಷಣಕ್ಕಿಂತ ಹೆಚ್ಚು ಮುಖ್ಯವಾದುದು ಬೇರೇನೂ ಇಲ್ಲ ಎಂದು ನೀವು ನಿಮ್ಮ ಸಂಗಾತಿಗೆ ಮನವ-ರಿಕೆ ಮಾಡುತ್ತಿರುವುದರಿಂದ ಇದು ನಿಮ್ಮ ಸಂಗಾತಿಯ ಸಂವೇದನೆಗಳನ್ನು ಅವರ ದೇಹದಲ್ಲಿ ಶಕ್ತಿಯುತಗೊಳಿಸುತ್ತದೆ.

3. ನಿಧಾನಗತಿಯ ಕಲೆ

ಇತರ ವಿಷಯಗಳ ಜೊತೆಗೆ, ತಂತ್ರವು ತಾಳ್ಮೆ ಮತ್ತು ನಿಧಾನಗತಿಯ ಸಮಾನಾರ್ಥಕವಾಗಿದೆ. ಜೀವನವು ಒಂದು ಪ್ರಯಾಣವಾಗಿದೆಯೇ ಹೊರತು ಅದು ಗಮ್ಯಸ್ಥಾನವಲ್ಲ. ಅಲ್ಲಿ ಯಾವುದೇ ಆತುರವಿಲ್ಲ, ಮತ್ತು ಯಾರೂ ತಮ್ಮನ್ನು ಬಲವಂತಪಡಿಸಿಕೊಳ್ಳಬಾರದು. ತಾಂತ್ರಿಕ ಸಂಭೋಗವನ್ನು ಅಭ್ಯಾಸ ಮಾಡುವ ದಂಪತಿಗಳು ಲೈಂಗಿಕ ಪರಾಕಾಷ್ಠೆಯನ್ನು ಸಾಧ್ಯವಾದಷ್ಟೂ ವಿಳಂಬಗೊಳಿಸಲು ಪ್ರಯತ್ನಿಸುತ್ತಾ, ಶಾಂತತೆ ಮತ್ತು ಉಪಸ್ಥಿತಿಯ ಸ್ಥಿತಿಯಲ್ಲಿ ಇಂದ್ರಿಯಸುಖವನ್ನು ಅನುಭವಿಸುತ್ತಾರೆ.

• ನಿಮ್ಮ ಸಂಗಾತಿಯೊಂದಿಗೆ ಸಂಭೋಗಿಸುವಾಗ, ಚಲನೆಗಳನ್ನು ನಿಧಾನ ಮತ್ತು ಲಯಬದ್ಧವಾಗಿಸಲು ಪ್ರಯತ್ನಿಸಿ. ಬೇರೇನನ್ನೂ ಯೋಚಿಸದೆ ನಿಮ್ಮ ಸಂಗಾತಿಯೊಂದಿಗಿನ ಸಂಪರ್ಕವನ್ನು ಆನಂದಿಸಿ.

ಸಮಯವು ನಿಮ್ಮನ್ನು ನಿಯಂತ್ರಿಸುವ ಬದಲು ನೀವು ಮತ್ತು ನಿಮ್ಮ ಸಂಗಾತಿಯು ಸಮಯದ ಮೇಲೆ ನಿಯಂತ್ರಣ ಹೊಂದಿರಬೇಕು. ಸಮಯವು ಸಾಪೇಕ್ಷ / ತುಲನಾತ್ಮಕವಾಗಿದೆ ಎಂದು ಐನ್‌ಸ್ಟೈನ್ ತೋರಿಸಿದ್ದರು, ಬಹುಶಃ ತಂತ್ರವು ಅದನ್ನು ನೀವೇ ಅನುಭವಿಸುವ ಒಂದು ಅವಕಾಶವಾಗಿದೆ.

ಧ್ಯಾನ
ಜಾಗೃತ ಮನಸ್ಥಿತಿಯ ಮೂಲ

ಮನಸ್ಸಿನ ಕಾರ್ಯವಿಧಾನಗಳನ್ನು ಅರಿತುಕೊಂಡಿರುವವರಿಗೆ ಸಂತೋಷವು ವಸ್ತುಗಳಲ್ಲಿ ಅಥವಾ ಬಾಹ್ಯ ಸನ್ನಿವೇಶಗಳಲ್ಲಿ ಇರುವುದಿಲ್ಲ, ಬದಲಾಗಿ ನಮ್ಮ ಆಂತರಿಕ ಮಸೂರದ ಸ್ಪಷ್ಟತೆಯಲ್ಲಿ ಇರುತ್ತದೆ ಎಂದು ತಿಳಿದಿರುತ್ತದೆ.

ನೋವು ಮತ್ತು ಸಿಟ್ಟಿನಿಂದ ಭೂತ ಕಾಲದ ಘಟನೆಗಳನ್ನೂ, ಭಯ ಮತ್ತು ಆತಂಕದಿಂದ ಭವಿಷ್ಯತ್ತನ್ನೂ ನೋಡುವ ಪೂರ್ವಾಗ್ರಹ ಪೀಡಿತವಾದ ಮತ್ತು ಪೂರ್ವಕಲ್ಪಿತ ಅಭಿಪ್ರಾಯಗಳಿಂದ ತುಂಬಿದ ಮನಸ್ಸು, ಇಲ್ಲಿನ ಮತ್ತು ಈಗಿನ ಸಂತೋಷವನ್ನು ಅನುಭವಿಸಲು ನಮಗೆ ಅವಕಾಶ ನೀಡುವುದಿಲ್ಲ.

ಅದೃಷ್ಟವಶಾತ್ ಈ ಎಲ್ಲಾ ಮಾನಸಿಕ ಗೊಂದಲಗಳಿಂದ ತಮ್ಮನ್ನು ಮುಕ್ತಗೊಳಿಸಿಕೊಳ್ಳಲು, ಮನುಷ್ಯನ ಬಳಿ ಪ್ರಪಂಚವನ್ನು ಗ್ರಹಿಸುವ ಮಸೂರವನ್ನು ಮಬ್ಬು ಕಟ್ಟಿಸುವ ಅಶುದ್ಧತೆಗಳನ್ನು ಹೋಗಲಾಡಿಸುವಂತಹ ಶುದ್ಧೀಕರಣಗೊಳಿಸುವ ದ್ರವ ಅಥವಾ ದ್ರಾವಕದಂತಹ ಒಂದು ಸಾಧನವಿದೆ. ಈ ಸಾಧನವನ್ನು ಭಾರತದಲ್ಲಿ ಸಾವಿರಾರು ವರ್ಷಗಳಿಂದ ಅಸಂಖ್ಯಾತ ಆಧ್ಯಾತ್ಮಿಕ ಸಂಪ್ರದಾಯಗಳಲ್ಲಿ ಅಭ್ಯಾಸ ಮಾಡಲಾಗುತ್ತಿದ್ದು ಅದನ್ನೇ 'ಧ್ಯಾನ' ಎಂದು ಕರೆಯುತ್ತಾರೆ.

ಮೂರು ಅಥವಾ ನಾಲ್ಕು ದಶಕಗಳ ಹಿಂದೆ, ಪಾಶ್ಚಿಮಾತ್ಯ ದೇಶಗಳಲ್ಲಿ, ಪ್ರಪಂಚದಾದ್ಯಂತ ಸಾವಿರಾರು ನಗರಗಳಲ್ಲಿ ಕೇಂದ್ರಗಳನ್ನು ಹೊಂದಿದ ಜಪಾನಿನ ಬೌದ್ಧ ಧರ್ಮದ ಶಾಖೆಯಾದ 'ಜೆನ್'ನೊಂದಿಗೆ ಧ್ಯಾನವನ್ನು ಬೆಸೆಯಲಾಗಿತ್ತು. ಮನಸ್ಸನ್ನು ಶಾಂತಗೊಳಿಸಲು ಗೋಡೆಯ ಮುಂದೆ ಕುಳಿತುಕೊಳ್ಳುವುದು ಒಂದು ಹೊಸ ನಮೂನೆಯ (ಫ್ಯಾಷನ್) ಅಭ್ಯಾಸವಾಗಿ ಮಾರ್ಪಟ್ಟು, ಜಾನ್‌ವಿಲ್ಲೆಮ್ ವಾನ್ ಡಿ ವೆಟೆರಿಂಗ್ ಅವರ 'ದಿ ಎಂಪ್ಟಿ ಮಿರರ್' ನಂತಹ ಕೃತಿಗೆ ಮತ್ತು ಜರ್ಮನ್ ನಿರ್ದೇಶಕ ಡೋರಿಸ್ ಡೊರಿ ಅವರ 'ಎನ್‌ಲೈಟನ್‌ಮೆಂಟ್ ಗ್ಯಾರಂಟೀಡ್' ನಂತಹ ಚಲನಚಿತ್ರಗಳ ಹುಟ್ಟಿಗೆ ಕಾರಣವಾಯಿತು.

ಜೆನ್ ಎನ್ನುವುದು 1990 ರ ದಶಕದಲ್ಲಿ ಆರಂಭವಾಗಿದ್ದರೂ ಸಹ, ಜಾಗೃತ ಮನಸ್ಥಿತಿಯ ಜನಪ್ರಿಯತೆಯನ್ನು ಅದು ಮೀರಿಸಿತು. ಆದರೆ, ಮೂಲಭೂತವಾಗಿ ಇವೆರಡೂ

ಒಂದೇ ವಿಷಯವಾಗಿದೆ. ಅದೇನೆಂದರೆ, ನಿಮ್ಮ ಮನಸ್ಸನ್ನು ದುಃಖದಿಂದ ಮುಕ್ತಗೊಳಿಸಲು ಅದರೊಂದಿಗೆ ಕುಳಿತುಕೊಳ್ಳುವುದಾಗಿದೆ.

ಜೋನ್ ಕಬಾಟ್-ಜಿನ್‌ನ ಕರ್ಮದ ಧ್ಯೇಯ

ಅಣು ಜೀವಶಾಸ್ತ್ರದಲ್ಲಿ (Molecular Biology) ಡಾಕ್ಟರೇಟ್ ಪದವಿ ಪಡೆದಿರುವ ನ್ಯೂಯಾರ್ಕ್ ನ ಮೂಲನಿವಾಸಿ ಜೋನ್ ಕಬಾಟ್-ಜಿನ್ ಜಾಗೃತ ಮನಸ್ಥಿತಿಯ ಉನ್ನತಿಗೆ ಕಾರಣರಾಗಿದ್ದಾರೆ. ಜಾತ್ಯಾತೀತ ಮತ್ತು ವ್ಯಾಪಾರೀ ಪ್ರಪಂಚದಲ್ಲಿಯೂ ಸಹ ಧ್ಯಾನ ತಂತ್ರಗಳು ಬೇರೂರಿರುವ ಕಾರಣಕ್ಕೆ ಅವರಿಗೆ ಧನ್ಯವಾದಗಳನ್ನು ತಿಳಿಸಲೇ ಬೇಕು.

ವಿಯೆಟ್ನಾಮ್ ಯುದ್ಧದ ವಿರುದ್ಧ ಪ್ರತಿಭಟನೆ ನಡೆಸುತ್ತಾ ತನ್ನ ಯೌವನವನ್ನು ಕಳೆದ ನಂತರ, ಆ ದಿನಗಳಲ್ಲಿ ಅವರು ತಮ್ಮ ಕರ್ಮ ಸಂಬಂಧಿತ ಧ್ಯೇಯ ಎಂದು ಕರೆದುಕೊಂಡ, ತಮ್ಮ ಜೀವನದ ಉದ್ದೇಶ, ತಮ್ಮ ಪುರುಷಾರ್ಥವನ್ನು ಹುಡುಕಲು ಪ್ರಾರಂಭಿಸಿದರು. ಅದಕ್ಕಾಗಿ ಕಬಾಟ್-ಜಿನ್, ತಾನು ವಿದ್ಯಾರ್ಥಿಯಾಗಿದ್ದ ಎಂ.ಐ.ಟಿ.ಯಲ್ಲಿ ಉಪನ್ಯಾಸ ನೀಡಿದ್ದ ಫಿಲಿಪ್ ಕಾಪ್ಲೋ ಎಂಬ ಬೌದ್ಧ ಧರ್ಮ ಪ್ರಚಾರಕನಿಂದ ಧ್ಯಾನದ ತರಬೇತಿ ಪಡೆದರು. ಆನಂತರ ಅವರು ಥಿಚ್ ನಾತ್ ಹಾನ್ ಮತ್ತು ಕೊರಿಯನ್ ಜೆನ್ ಗುರು ಸೇಉಂಗ್‌ಸಾನ್‌ರಂತಹ ಬೌದ್ಧ ಶಿಕ್ಷಕರೊಂದಿಗೆ ತಮ್ಮ ಧ್ಯಾನದ ಅಭ್ಯಾಸವನ್ನು ತೀವ್ರಗೊಳಿಸಿದರು.

ಧ್ಯಾನದ ಪ್ರಯೋಜನಗಳನ್ನು ವೈದ್ಯಕೀಯ ಕ್ಷೇತ್ರಕ್ಕೆ ತರಲು ಆಸಕ್ತಿ ಹೊಂದಿದ್ದ ಕಬಾಟ್-ಜಿನ್ 1979ರಲ್ಲಿ ಒತ್ತಡ ಕಡಿಮೆಗೊಳಿಸುವ 'ಸ್ಟ್ರೆಸ್ ರಿಡಕ್ಷನ್ ಕ್ಲಿನಿಕ್' ಅನ್ನು ಸ್ಥಾಪಿಸಿ, ಅಲ್ಲಿ ತಮ್ಮ ಆಧ್ಯಾತ್ಮಿಕ ಅಭ್ಯಾಸದಲ್ಲಿ ತಾವು ಕಲಿತದ್ದನ್ನು, ಬೌದ್ಧ ಸಂಪ್ರದಾಯದಿಂದ ಬೇರ್ಪಡಿಸಿ, ಅನ್ವಯಿಸಲು ಅವರು ಪ್ರಾರಂಭಿಸಿದರು. ಪ್ರಸಿದ್ಧವಾದ, ವೈಜ್ಞಾನಿಕ ಆಧಾರವನ್ನು ಹೊಂದಿದ, ಜಾಗೃತ ಮನಸ್ಥಿತಿಯ ಆಧಾರದ ಮೇಲೆ ಅವಲಂಬಿತವಾದ ಒತ್ತಡ ಕಡಿಮೆಗೊಳಿಸುವ ಮೈಂಡ್‌ಫುಲ್‌ನೆಸ್-ಬೇಸ್ಡ್ ಸ್ಟ್ರೆಸ್ ರಿಡಕ್ಷನ್ (ಎಂ.ಬಿ.ಎಸ್.ಆರ್.) ಕಾರ್ಯಕ್ರಮವನ್ನು ರಚಿಸಿ ಆಚರಣೆಗೆ ತಂದರು. ಜಾಗೃತ ಮನಸ್ಥಿತಿಯ ಅಭ್ಯಾಸವನ್ನು ವಿವರವಾಗಿ ತಿಳಿಸುವ 'ಫುಲ್ ಕ್ಯಾಟಾಸ್ಟ್ರಾಫಿ ಲಿವಿಂಗ್' ಎನ್ನುವ ತಮ್ಮ ಪುಸ್ತಕದಿಂದ ಬಹಳ ಪ್ರಭಾವ ಬೀರಲು ಪ್ರಾರಂಭಿಸಿದರು.

ಕಬಾಟ್-ಜಿನ್ ತಮ್ಮ ಕರ್ಮ ಸಂಬಂಧಿತ ಧ್ಯೇಯವನ್ನು ಕಂಡುಕೊಂಡಿದ್ದರು.

ಈಗ ನಾವು ಮೂರು ಧ್ಯಾನಗಳನ್ನು ನೋಡೋಣ, ಅವುಗಳಲ್ಲಿ ಎರಡು ಭಾರತೀಯ ಬೇರುಗಳನ್ನು ಹೊಂದಿವೆ.

ಕೀರ್ತನೆ, ಪಠಣ ಧ್ಯಾನ

ಕೀರ್ತನೆ, ಅಥವಾ ಮಂತ್ರಗಳ ಪಠಣವು ಚಲನೆಯೊಂದಿಗೆ ಗಟ್ಟಿಯಾಗಿ ಮಾಡುವ ಒಂದು ರೀತಿಯ ಧ್ಯಾನವಾಗಿದೆ. ಸಂಪೂರ್ಣ ಮೌನವಾಗಿ ಗಮನಹರಿಸುವುದು ಅಥ-ವಾ ಜೆನ್‌ನ ಕಠಿಣತೆ–ಇವುಗಳಿಂದ ದೂರವಾಗಿರುವ ರೀತಿ ಇದರಲ್ಲಿ ಭಾಗವಹಿಸುವವರು ವಾದ್ಯಗಳು, ಧ್ವನಿಗಳು, ಚಪ್ಪಾಳೆ ಮತ್ತು ನೃತ್ಯಗಳು ಎಲ್ಲವನ್ನೂ ಒಟ್ಟಿಗೆ ಬೆರೆಸುತ್ತಾರೆ. ಕೀರ್ತನೆಯು ಗುಂಪಿನಲ್ಲಿ ಅಭ್ಯಾಸ ಮಾಡಲು ಸೂಕ್ತವಾದರೂ, ಆನ್‌ಲೈನ್ ಸೆಷನ್‌ನಲ್ಲಿ ಅದನ್ನು ಕೇಳುತ್ತಾ ಅಥವಾ ನೋಡುತ್ತಾ ಮನೆಯಲ್ಲಿಯೂ ಸಹ ಈ ಧ್ಯಾನವನ್ನು ಮಾಡುವುದು ಸಾಧ್ಯವಾಗುತ್ತದೆ.

ಭಾರತದ ಆಶ್ರಮಗಳಲ್ಲಿ ಮಂತ್ರಗಳ ಜಪವು ಬಹಳ ಸಾಮಾನ್ಯವಾಗಿದೆ. ಸಮಾರಂಭದ ಮುಖ್ಯಸ್ಥನು ಧ್ಯಾನವನ್ನು ನಿರ್ದೇಶಿಸುತ್ತಾ, ಇತರರ ಪ್ರಶ್ನೆಗಳಿಗೆ ಉತ್ತರಿಸುವ ರೀತಿಯಲ್ಲಿ ಮಂತ್ರಗಳನ್ನು ಜಪಿಸುತ್ತಾನೆ.

ಸಂಗೀತದ ತಾಳಕ್ಕೆ ನಿಮ್ಮ ದೇಹದ ಚಲನೆ, ಕಣ್ಣುಗಳನ್ನು ಮುಚ್ಚುವುದು, ಅಳುವುದು, ನಿಮ್ಮ ಕೈಗಳಿಂದ ಎದೆಯನ್ನು ಬಡಿದುಕೊಳ್ಳುವುದು –ಇದೆಲ್ಲಕ್ಕೂ ಕೀರ್ತನೆಯಲ್ಲಿ ಅನುಮತಿ ಇದೆ. ವಾಸ್ತವವಾಗಿ, ಈ ಸಕ್ರಿಯ ಧ್ಯಾನವು, ಪಠಿಸುತ್ತಿರುವ ಮಂತ್ರದ ಆಶೀರ್ವಾದಗಳನ್ನು ಪಡೆದುಕೊಳ್ಳುತ್ತಿರುವಾಗ ಅನಿಯಂತ್ರಿತ ದೈಹಿಕ ಅಭಿವ್ಯಕ್ತಿಯನ್ನು ಪ್ರೋತ್ಸಾಹಿಸಿ, ಸಂಪೂರ್ಣ ದೇಹದ ಶಕ್ತಿಯನ್ನು ಮುಕ್ತಗೊಳಿಸುತ್ತದೆ.

'ಓಂ ನಮಃ ಶಿವಾಯ' ಎಂಬುದು ಕೀರ್ತನೆಯಲ್ಲಿ ಸಾಮಾನ್ಯವಾಗಿ ಬಳಸಲಾಗುವ ಮಂತ್ರವಾಗಿದೆ. ಇದು ಹಿಂದೂ ಧರ್ಮದಲ್ಲಿ ಅತ್ಯಂತ ಪ್ರಸಿದ್ಧವಾದ ಮತ್ತು ಶೈವಧರ್ಮದಲ್ಲಿ ಅತ್ಯಂತ ಪ್ರಮುಖವಾದ ಮಂತ್ರಗಳಲ್ಲಿ ಒಂದಾಗಿದೆ. ಇದರ ಅಕ್ಷರಶಃ ಅರ್ಥ 'ಶಿವನ ಆರಾಧನೆ' ಎಂಬುದಾಗಿದೆ.

ಈ ಧ್ಯಾನವು ನಿಮ್ಮನ್ನು ಶಾಂತಗೊಳಿಸುವುದಕ್ಕಿಂತ ಹೆಚ್ಚಾಗಿ, ನಿಮ್ಮ ಮನಸ್ಥಿತಿ ಮತ್ತು ಶಕ್ತಿಯ ಮಟ್ಟವನ್ನು ಸಂಪೂರ್ಣವಾಗಿ ಹೆಚ್ಚಿಸಲು ಸೂಕ್ತವಾಗಿದೆ. ದಿನವಿಡೀ ಕೆಲಸದ ನಂತರ ನಿಮ್ಮ ದೇಹದಲ್ಲಿನ ಒತ್ತಡವನ್ನು ಇದು ಹೋಗಲಾಡಿಸುತ್ತದೆಯಾದರೂ, ಯೂಟ್ಯೂಬ್‌ನಲ್ಲಿ ಕೀರ್ತನೆಯ ಕಾರ್ಯಕ್ರಮದೊಂದಿಗೆ ನಿಮ್ಮ ದಿನವನ್ನು ಪ್ರಾರಂಭಿಸುವುದು ಅದ್ಭುತ ಕಲ್ಪನೆಯಾಗಿದೆ.

ಕಲ್ಪನೆಯೊಂದಿಗೆ ಧ್ಯಾನ

ಟಿಬೆಟಿನ ಬೌದ್ಧಧರ್ಮವು ಕಲ್ಪನೆಯ ಅಭ್ಯಾಸಗಳನ್ನು ಒಳಗೊಂಡಿದ್ದು, ಇದರ ಪ್ರಕಾರ ಧ್ಯಾನ ಮಾಡುವವರು ತಮ್ಮನ್ನು ಮತ್ತು ಇತರರನ್ನು ದಯಾಪರ ಜೀವಿಗಳಂತೆ ಕಲ್ಪಿಸಿಕೊಳ್ಳುವ ಮೂಲಕ ಕರುಣೆ ಮತ್ತು ಸದ್ಭಾವನೆಯಂತಹ ಧನಾತ್ಮಕ ಗುಣಗಳನ್ನು ಬೆಳೆಸಿಕೊಳ್ಳಲು ಪ್ರಯತ್ನಿಸುತ್ತಾರೆ.

ಸಿದ್ಧಾರ್ಥ ಗೌತಮರ ತಿಳುವಳಿಕೆ ಮತ್ತು ಪ್ರೀತಿಯ ಉಪಸ್ಥಿತಿಯ ಮೇಲೆ ಕೇಂದ್ರೀಕೃತವಾದ ಈ ರೀತಿಯ ಅಭ್ಯಾಸಕ್ಕೆ ನಿಮ್ಮನ್ನು ಪರಿಚಯಿಸಿಕೊಳ್ಳಲು ನೀವು ಬುದ್ಧನ ಮೂರ್ತಿಯನ್ನು ಧ್ಯಾನಕ್ಕೆ ಬೆಂಬಲವಾಗಿ ಬಳಸಿಕೊಳ್ಳಬಹುದು. ಇದನ್ನು ನಾವು ನಿಮಗೆ ಹಂತ ಹಂತವಾಗಿ ತಿಳಿಸಿಕೊಡುತ್ತೇವೆ.

1. ನಿಮ್ಮ ಕಾಲುಗಳನ್ನು ಮಡಚಿಕೊಂಡು ಆರಾಮದಾಯಕ ಸ್ಥಿತಿಯಲ್ಲಿ, ಅಥವಾ ನಿಮಗೆ ಸಾಧ್ಯವಾದರೆ ಪದ್ಮಾಸನದಲ್ಲಿ ಕುಳಿತುಕೊಳ್ಳಿ. ನಿಮಗೆ ಬೆನ್ನಿನ ಸಮಸ್ಯೆಗಳಿದ್ದರೆ, ಕುರ್ಚಿಯಲ್ಲಿ ಕುಳಿತುಕೊಳ್ಳಬಹುದು.

2. ನಿಮ್ಮ ಕಣ್ಣುಗಳನ್ನು ಮುಚ್ಚಿಕೊಂಡು, ಬುದ್ಧನು ಚಿನ್ನದ ಬೆಳಕನ್ನು ಹೊರಸೂಸುತ್ತಾ ನಿಮ್ಮ ಮುಂದೆ ತೇಲುತ್ತಿದ್ದಾನೆ ಎಂದು ಕಲ್ಪಿಸಿಕೊಳ್ಳಿ. ಆ ಬೆಳಕು ಬೆಚ್ಚಗೆ ಪ್ರೀತಿಯಿಂದ ಕೂಡಿದ್ದಾಗಿದ್ದು, ನಿಮ್ಮನ್ನು ತಲುಪಿದಾಗ ಕರುಣೆ, ಸದ್ಗುಣ ಮತ್ತು ಆರೋಗ್ಯದಿಂದ ನಿಮ್ಮನ್ನು ಅದು ತುಂಬಿಸುತ್ತದೆ. ಬ್ರಹ್ಮಾಂಡದ ಪ್ರೀತಿಯು ನಿಮ್ಮ ಸಹಸ್ರಾರದ ಮೂಲಕ ನಿಮ್ಮ ಮೂರನೇ ಕಣ್ಣು ಮತ್ತು ದೇಹದ ಚರ್ಮದ ಎಲ್ಲಾ ರಂಧ್ರಗಳ ಮೂಲಕ ಯಾವ ರೀತಿ ಪ್ರವೇಶಿಸುತ್ತಿದೆ ಎಂಬುದನ್ನು ಅನುಭವಿಸಿ.

3. ಈ ದಿವ್ಯ ಶಕ್ತಿಯು ನಿಮ್ಮೊಳಗೆ ಪ್ರವಹಿಸುತ್ತಿರುವಾಗ, ನಿಮ್ಮ ದೇಹದಲ್ಲಿ ಸೇರಿಕೊಂಡಿರುವ ಋಣಾತ್ಮಕ ಶಕ್ತಿಗಳಿಗೆ ಯಾವುದೇ ರೀತಿಯ ಸ್ಥಾನವಿಲ್ಲದಿರುವುದರಿಂದ ಅವು ಕಪ್ಪು ಅಥವಾ ಬೂದು ಹೊಗೆಯ ರೂಪದಲ್ಲಿ ನಿಮ್ಮ ಪಾದಗಳಿಗೆ ಹರಿದು ನಿಮ್ಮ ದೇಹವನ್ನು ಬಿಟ್ಟು ಹೋಗುತ್ತಿವೆ ಮತ್ತು ಅವುಗಳನ್ನು ಹೀರಿಕೊಂಡು ಪರಿವರ್ತಿಸುವ ಭೂಮಾತೆಯ ಭಾಗವಾಗುತ್ತಿವೆ ಎಂದು ಕಲ್ಪಿಸಿಕೊಳ್ಳಿ.

4. ಬುದ್ಧನ ಕರುಣಾಮಯ ಬೆಳಕು ನಿಮ್ಮೊಳಗೆ ಸಂಪೂರ್ಣವಾಗಿ ತುಂಬಿಕೊಂಡು, ನಿಮ್ಮೊಳಗಿದ್ದ ಕತ್ತಲನ್ನು ಸಂಪೂರ್ಣ ಹೋಗಲಾಡಿಸಿದೆ ಎಂದು ನಿಮಗೆ ಭಾಸವಾಗುವವರೆಗೆ ಧ್ಯಾನವನ್ನು ಮುಂದುವರಿಸಿ. ಈ ಪುನರುಜ್ಜೀವಕ ಧ್ಯಾನವು ನಿಮ್ಮ ನೈಸರ್ಗಿಕ ಪೂರ್ಣತೆ ಮತ್ತು ಯೋಗಕ್ಷೇಮವನ್ನು ಪುನಃ ಸ್ಥಾಪಿಸುತ್ತದೆ.

ನಿಮ್ಮೊಂದಿಗೆ ನಿಮ್ಮ ಕನಿಷ್ಠ ಒಪ್ಪಂದ

ಒಟ್ಟಿಗೆ ಪಯಣಿಸಿದ ಏಷ್ಯಾದ ಒಂದು ಪ್ರವಾಸದಲ್ಲಿ ಈ ಪುಸ್ತಕದ ಲೇಖಕರು ಪ್ರತಿ ರಾತ್ರಿ ಮಲಗುವ ಮುಂಚೆ ಕರುಣಾ ಧ್ಯಾನವನ್ನು ಮಾಡುವ ಅಭ್ಯಾಸವನ್ನು ಮಾಡಿಕೊಂಡರು. ತಾವು ಬದುಕಲು ಬಯಸುವ ಜೀವನದತ್ತ ಹೊರಡುವ ಪ್ರಾರಂಭದ ಒಂದು ಬಿಂದುವನ್ನು ನಿಗದಿಪಡಿಸುವ ಮಾರ್ಗದಂತೆ ಇದು ಬಹಳ ಸಹಾಯಕಾರಿಯಾಗಿತ್ತು.

ಕೇವಲ ಒಂದು ಮೇಣದ ಬತ್ತಿಯ ಬೆಳಕಿನಿಂದ ದೇಹ ಮತ್ತು ಮನಸ್ಸನ್ನು ಶಾಂತಗೊಳಿಸಲು ನಾವು 'ಓಂ ಮಣಿ ಪದ್ಮೇ ಹಂ' ಎಂಬ ಮಂತ್ರವನ್ನು ಸತತವಾಗಿ ಜಪಿಸಿದೆವು. ನಮ್ಮ ಮನಸ್ಸು ಪ್ರಶಾಂತ ಸರೋವರವನ್ನು ಹೋಲುತ್ತದೆ ಎಂದು ಅಂತಿಮವಾಗಿ ನಮಗೆ ಭಾಸವಾದಾಗ ನಮ್ಮಲ್ಲಿ ಒಬ್ಬರು "ನಾನು ಇತರರನ್ನು ಸಂತೋಷಪಡಿಸಲು ಸಮರ್ಥನಾಗಿಲ್ಲದಿದ್ದರೂ ನನ್ನ ಕ್ರಿಯೆಗಳು ಅವರ ಸಂತೋಷಕ್ಕೆ ಅಡ್ಡಿಯಾಗದಿರಲಿ" ಎನ್ನುವ ಈ ಆಸೆಯನ್ನು ಗಟ್ಟಿಯಾಗಿ ಹೇಳುತ್ತಿದ್ದೆವು

ಪ್ರತೀ ರಾತ್ರಿಯೂ ಈ ಕನಿಷ್ಠ ಒಪ್ಪಂದವನ್ನು ಗಟ್ಟಿಯಾಗಿ ಹೇಳುವುದು ನಮ್ಮ ಅಪೂರ್ಣ ಜೀವನದಲ್ಲಿ ಒಂದು ಪ್ರಮುಖ ದಿಕ್ಸೂಚಿಯಾಗಿದೆ.

ಧ್ಯಾನದ ಮೂಲಕ ನಿಮ್ಮ ದೇಹವನ್ನು ಅನ್ವೇಷಿಸಿ

ಈ ಅಧ್ಯಾಯದ ಮೂರನೇ ಕಾರ್ಯವಿಧಾನವು ನಾವು ಈಗಾಗಲೇ ಚರ್ಚಿಸಿದ ಜಾಗೃತ ಮಹಸ್ಥಿತಿಯ ಪ್ರತಿಯೊಂದು ಅಭ್ಯಾಸದ ಮೂಲಭೂತ ಅಂಶವಾಗಿದೆ. ಪರದೆಯ ಭಾಗವಾಗಿ ಮತ್ತು ಮಿತಿಮೀರಿದ ಮಾಹಿತಿಯ ಹೊರೆಯ ಅನುಭವದಿಂದ ನಮ್ಮ ಸಂಪರ್ಕವನ್ನು ಕಡಿದುಕೊಂಡಿರುವ ನಾವು, ಹಿಂತಿರುಗಿ ಮತ್ತೆ ವಾಸ್ತವಕ್ಕೆ ಮರಳಲು ದೇಹವನ್ನು ಸ್ಕ್ಯಾನ್ ಮಾಡುವುದು ಒಂದು ಅತ್ಯುತ್ತಮ ಮಾರ್ಗವಾಗಿದೆ.

ನಿಮ್ಮ ಗಮನವನ್ನು ನಿಮ್ಮೆಡೆಗೇ ಹೊರಳಿಸಿ, ದೈಹಿಕ ಮಟ್ಟದಲ್ಲಿ ನಿಮಗೇನಾಗುತ್ತಿದೆ ಎನ್ನುವುದರ ಕಡೆಗೆ ತಿರುಗಿಸುವುದೇ ಈ ಧ್ಯಾನದ ಉದ್ದೇಶವಾಗಿದೆ. ನಿಮ್ಮ ದೇಹದಲ್ಲಿ ಅನುಭವವಾಗುವ ಸಂವೇದನೆಗಳ ಮೇಲೆ ಗಮನವನ್ನು ಕೇಂದ್ರೀಕರಿಸುವುದು ನಿಮ್ಮ ಮನಸ್ಸನ್ನು ಸ್ಥಿರಗೊಳಿಸಲು ಮತ್ತು ಅದು ಗೊತ್ತುಗುರಿ ಇಲ್ಲದೇ ಅಲೆದಾಡುವುದನ್ನು ತಡೆಗಟ್ಟಲು ಒಂದು ಉತ್ತಮ ಮಾರ್ಗವಾಗಿದೆ. ಬನ್ನಿ, ಇದನ್ನು ಅಭ್ಯಾಸ ಮಾಡೋಣ.

1. ನಿಮ್ಮ ಬೆನ್ನನ್ನು ನೇರವಾಗಿ ಮತ್ತು ನಿಮ್ಮ ಭುಜಗಳನ್ನು ಸಡಿಲವಾಗಿ ಇಟ್ಟುಕೊಂಡು ನಿಮ್ಮ ಪಾದಗಳು ನೆಲದ ಮೇಲೆ ಸಮತಟ್ಟಾಗಿರುವಂತೆ ಕುರ್ಚಿಯಲ್ಲಿ ಕುಳಿತುಕೊಳ್ಳಿ. ನಿಮ್ಮ ಕಾಲುಗಳ ಮೊಣಕಾಲು ತೊಂಬತ್ತು ಡಿಗ್ರಿ ಕೋನ ಉಂಟುಮಾಡುವಂತೆ ಬಾಗಿರಬೇಕು. ಪರ್ಯಾಯವಾಗಿ, ನಿಮ್ಮ ಬೆನ್ನಿನ ಮೇಲೆ ಮಲಗಿ ಶವಾಸನದ ಸ್ಥಿತಿಯಲ್ಲಿ ಕೂಡ ಈ ಧ್ಯಾನವನ್ನು ಮಾಡಬಹುದು, ಆದರೆ ನಿದ್ರೆಗೆ ಜಾರದಂತೆ ಎಚ್ಚರ ವಹಿಸಬೇಕು.

2. ನಿಧಾನವಾಗಿ ಮತ್ತು ಆಳವಾಗಿ ಉಸಿರನ್ನು ಒಳಗೆಳೆದುಕೊಂಡು ನಿಮ್ಮ ಎಡ ಪಾದದ ಬೆರಳುಗಳ ಮೇಲೆ ನಿಮ್ಮ ಎಲ್ಲಾ ಗಮನವನ್ನು ಕೇಂದ್ರೀಕರಿಸಿ. ಅವು ಆರಾಮದಾಯಕವಾಗಿವೆಯೇ? ಒಟ್ಟಿಗೆ ಹಿಸುಕಿಕೊಂಡಂತೆ ಇವೆಯೇ? ಅವು ತಣ್ಣಗಿವೆಯೇ? ಬಿಸಿಯಾಗಿವೆಯೇ? ಅವು ಬೆವರುತ್ತಿವೆಯೇ? ಒಣಗಿವೆಯೇ? ಎನ್ನುವುದನ್ನು ಪರೀಕ್ಷಿಸಿಕೊಳ್ಳಿ, ನಿಮ್ಮ ಕಿರುಬೆರಳಿನಿಂದ ಪ್ರಾರಂಭಿಸಿ ನಿಮ್ಮ ಹೆಬ್ಬೆರಳಿನವರೆಗೆ ಒಂದೊಂದೇ ಬೆರಳಿನ ಮೂಲಕ ಸಾಗಿ, ನಿಮ್ಮ ಪಾದದ ಅಂಗಾಲಿನ ಭಾಗ, ಹಿಮ್ಮಡಿ, ಮುಂಗಾಲು, ಮೀನಖಂಡ, ಮೊಣಕಾಲು ಮತ್ತು ತೊಡೆಯ ಕಡೆಗೆ ನಿಮ್ಮ ಗಮನ ಕೇಂದ್ರೀಕರಿಸಿಕೊಂಡು ಮುಂದುವರಿಸಿ.

3. ಇದೇ ಪ್ರಯೋಗವನ್ನು ನಿಮ್ಮ ಬಲಕಾಲಿನಲ್ಲಿ ಕೂಡ ಪುನರಾವರ್ತಿಸಿ.

4. ನೀವು ನಿಮ್ಮ ಪರಿವೀಕ್ಷಣೆಯಲ್ಲಿ ಸೊಂಟದ ಭಾಗಕ್ಕೆ ತಲುಪಿದಾಗ, ನಿಮ್ಮ ಒಳತೊಡೆಗಳು ಮತ್ತು ಪೃಷ್ಠದ ಮೇಲೆ ಗಮನವನ್ನು ಕೇಂದ್ರೀಕರಿಸಿದ ನಂತರ ನಿಮ್ಮ ಹೊಕ್ಕುಳ ಸುತ್ತಮುತ್ತಲಿನ ಭಾಗಕ್ಕೆ ಹೋಗಿ. ಕೇವಲ ಸಂಪೂರ್ಣ ಗಮನದ ಅಭ್ಯಾಸಕ್ಕಾಗಿ ಮಾತ್ರ ಧ್ಯಾನವನ್ನು ಸೀಮಿತಗೊಳಿಸಿಕೊಳ್ಳದೆ, ನಿಮ್ಮ ದೇಹದ ಮೇಲ್ಭಾಗಕ್ಕೆ ಪಯಣಿಸುತ್ತಿದ್ದಂತೆ, ನಿಮ್ಮ ಸ್ನಾಯುಗಳನ್ನು ಸಡಿಲಗೊಳಿಸಿ, ಅದನ್ನು ನಿಮ್ಮ ಶಾರೀರಿಕ ಮತ್ತು ಭಾವನಾತ್ಮಕ ವಿಶ್ರಾಂತಿಯನ್ನಾಗಿ ಮಾಡಿಕೊಳ್ಳಿ.

5. ಎದೆಯ ಭಾಗದ ನಂತರ, ಬೆನ್ನಿನ ಮೇಲೆ ಗಮನ ಕೇಂದ್ರೀಕರಿಸಿ, ನಂತರ ಎಡ ಭುಜದಿಂದ ಬೆರಳ ತುದಿಗಳವರೆಗೆ ಕೆಳಮುಖವಾಗಿ ಸ್ಕ್ಯಾನ್ ಮಾಡಿ, ನಂತರ ಬಲಗೈಯೊಡನೆ ಅದೇ ರೀತಿ ಮಾಡಿ.

6. ಕೊನೆಯಲ್ಲಿ, ನಿಮ್ಮ ಕುತ್ತಿಗೆಯ ಹಿಂಭಾಗ, ತಲೆ ಮತ್ತು ಮುಖದ ಎಲ್ಲಾ ಸ್ನಾಯುಗಳ ಮೇಲೆ ಗಮನ ಕೇಂದ್ರೀಕರಿಸಿ.

ಗಮನಿಸಿ: ಯಾವುದೋ ಒಂದು ಹಂತದಲ್ಲಿ ನಿಮ್ಮ ಮನಸ್ಸು ಅಲೆದಾಡುವುದು ಸಾಮಾನ್ಯವಾದ ವಿದ್ಯಮಾನ, ಮತ್ತು ಅದಕ್ಕಾಗಿ ನಿಮ್ಮನ್ನು ನೀವೇ ದೂಷಿಸಿಕೊಳ್ಳಬಾರದು. ಹಾಗಾಗುತ್ತಿದೆ ಎಂಬ ಭಾವನೆ ನಿಮಗೆ ಬರುತ್ತಿದ್ದಂತೆ, ಪ್ರೀತಿಯಿಂದ ನಿಮ್ಮ ಗಮನವನ್ನು ಧ್ಯಾನಕ್ಕೆ ಹಿಂತಿರುಗಿಸಿ ಮತ್ತು ಅಭ್ಯಾಸವನ್ನು ಮುಂದುವರಿಸಿ. ಮನಸ್ಸು ಯಾವಾಗ ಸೆಳೆತಕ್ಕೆ ಒಳಗಾಗುತ್ತದೆ ಎಂಬುದರ ಬಗ್ಗೆ ಅರಿವಿರುವುದೇ ಅದನ್ನು ನಿಯಂತ್ರಿಸುವ ನಿಟ್ಟಿನಲ್ಲಿ ಮೊದಲ ಹೆಜ್ಜೆಯಾಗಿದೆ.

ಹಿನ್ನುಡಿ

ಅತ್ಯುತ್ತಮ ಆತ್ಮಗಳು ಮೋಡಗಳಿದ್ದಂತೆ

ನಾವು ಈ ಪುಸ್ತಕವನ್ನು ಪೂರ್ಣಗೊಳಿಸುತ್ತಿರುವಾಗ, ಹರಿಪ್ರಸಾದ್ ಚೌರಾಸಿಯಾರವರ 'ಶಿವಾಂಜಲಿ ರಾಗ'ವು ನಮ್ಮ ಸ್ಟೀರಿಯೊದಲ್ಲಿ ಕೇಳಿಬರುತ್ತಿದೆ. ಈ ಭಾರತೀಯ ಕೊಳಲು ವಿದ್ವಾಂಸರ ಮೇಲಿನ ನಮಗಿರುವ ಅಭಿರುಚಿಯನ್ನು ನಾವು ಬಹಳ ಸಮಯದಿಂದ ಹಂಚಿಕೊಂಡಿದ್ದೇವೆ. ಅವರ ಸಂಗೀತವು ನಮ್ಮನ್ನು ಬೇರೊಂದು ಆಯಾಮಕ್ಕೆ ಸೆಳೆದೊಯ್ಯುತ್ತದೆ, ಅಲ್ಲಿ ದೈವೀಕ ಮತ್ತು ಮಾನವೀಯ ಅಂಶಗಳು ಖಜುರಾಹೋದ ಶಿಲ್ಪಕೃತಿಗಳಂತೆ ನೃತ್ಯ ಮಾಡುತ್ತಾ ಸಂಯೋಜನೆಗೊಳ್ಳುತ್ತವೆ.

ಸಂಸ್ಕೃತದಲ್ಲಿ ರಾಗ ಎಂದರೆ 'ವರ್ಣ/ಬಣ್ಣ' ಎಂಬ ಅರ್ಥವಿದೆ, ಜೊತೆಗೆ 'ಮನಃಸ್ಥಿತಿ' ಎಂಬ ಅರ್ಥವೂ ಇದೆ. ಚೌರಾಸಿಯಾರವರ ಈ ನವಿರಾದ ಕೃತಿಯು ನಮ್ಮಲ್ಲಿ ನಿಸ್ಸಂದೇಹವಾಗಿ ಪ್ರಸನ್ನತೆಯನ್ನು ಹೊರಹೊಮ್ಮಿಸುತ್ತದೆ.

ನಾವು ಪ್ರವಾಸ ಮಾಡಲು ಸಾಧ್ಯವಾಗುವವರೆಗೆ ಯಾವಾಗಲೂ ಭಾರತವು ಮೊದಲು ರುಡ್ಯಾರ್ಡ್ ಕಿಪ್ಲಿಂಗ್‌ನ ಕಥೆಗಳಿಂದ, ಆನಂತರ ಪವಿತ್ರ ಸಂತರು ಮತ್ತು ಗುರುಗಳ ಕಥೆಗಳಿಂದ ಪೋಷಿಸಲ್ಪಟ್ಟ ಒಂದು ಮರುಭೂಮಿಯಲ್ಲಿರುವ ಓಯಸಿಸ್‌ನಂತೆ ನಮ್ಮ ಕಲ್ಪನೆಯಲ್ಲಿ ಇದ್ದಿತು ಮತ್ತು ಪ್ರವಾಸದ ನಂತರ ನಮ್ಮ ವಿಸ್ಮಯವು ಅನೇಕ ಪಟ್ಟು ಹೆಚ್ಚಾಯಿತು.

ಭಾರತದ ಸಾರವು ಅಸ್ತಿತ್ವದಲ್ಲಿರುವವರೆಗೂ ಮಾನವರಿಗೆ ಲೌಕಿಕ ವ್ಯವಹಾರಗಳ ಪ್ರಪಂಚವನ್ನು ಮೀರಿದ ಒಂದು ಭರವಸೆಯಿದೆ.

ಭೂಖಂಡದ ಈ ಪ್ರಕಾಶಮಾನವಾದ ಭಾಗದಲ್ಲಿ, ಸುಮಾರು ಐದನೇ ಶತಮಾನದಲ್ಲಿ ಕಾಳಿದಾಸ ಎಂಬ ಹೆಸರಿನ ಒಬ್ಬ ಕವಿ ಮತ್ತು ನಾಟಕಕಾರನಿದ್ದ. ಸೃಷ್ಟಿ, ಬದಲಾವಣೆ, ವಿನಾಶ, ಮರಣ ಮತ್ತು ಕಾಲದ ಅಧಿದೇವತೆಯಾದ ಕಾಳಿಯ ಸೇವಕ ಎಂದು ಇವನ ಹೆಸರಿಗೆ ಅರ್ಥ.

ಈ ಮಹಾಕವಿಯಿಂದ ಹೊರಹೊಮ್ಮಿದ ಮತ್ತು ಯಾವಾಗಲೂ ನಮ್ಮನ್ನು ಮರುಳು ಮಾಡುವ ಒಂದು ಸಾಲಿನೊಂದಿಗೆ ನಾವು ಈ ಕೃತಿಯನ್ನು ಮುಕ್ತಾಯಗೊಳಿಸಲು ಬಯಸುತ್ತೇವೆ: 'ಮಹಾತ್ಮರು ಮೇಘಗಳಂತೆ; ಅವರು ಸುರಿಯುವ ಸಲುವಾಗಿಯೇ ಕೂಡಿಕೊಳ್ಳುತ್ತಾರೆ'.

ಅಧ್ಯಾತ್ಮದ ತೊಟ್ಟಿಲಾದ ಭಾರತಕ್ಕೆ ಇದು ಎಂತಹ ಸುಂದರವಾದ ಸಂಕ್ಷಿಪ್ತ ವಿವರಣೆ ಅಲ್ಲವೇ? ನಾವು ಭವಿಷ್ಯದತ್ತ ನೋಡುತ್ತಿರುವ ಸಮಯದಲ್ಲಿ, ಭಾರತದಲ್ಲಿ ಯಶಸ್ವಿಯಾಗಿ ಪರೀಕ್ಷಿಸಲ್ಪಟ್ಟ ಈ ಸಂತೋಷದ ಮಾರ್ಗವು ನಿಮ್ಮ ಜೀವನದ ಪ್ರತಿ ದಿನವನ್ನೂ ಪ್ರೇರೇಪಿಸಲಿ ಎಂದು ಆಶಿಸುತ್ತೇವೆ.

ಆನಂದಕ್ಕಾಗಿ ಹತ್ತು ಭಾರತೀಯ ಸೂತ್ರಗಳು

ವಿದಾಯ ಹೇಳುವುದಕ್ಕೂ ಮೊದಲು, ಈ ಪುಸ್ತಕದ ಮೂಲಕ ನಾವು ಅರಿತುಕೊಂಡ ಸನಾತನ ಜ್ಞಾನವನ್ನು ನೆನಪಿನಲ್ಲಿಟ್ಟುಕೊಳ್ಳಲು ಹತ್ತು ಸೂತ್ರಗಳನ್ನು ಸ್ಮರಣಿಕೆಯಾಗಿ ನಮ್ಮೊಂದಿಗೆ ತೆಗೆದುಕೊಂಡು ಹೋಗೋಣ.

1. **ನಾಲ್ಕು ಪುರುಷಾರ್ಥಗಳಿಗೆ ಅನುಸಾರವಾಗಿ ಜೀವಿಸಿ.** ಸಂದೇಹದಲ್ಲಿದ್ದಾಗ, ತೊಂದರೆಯ ಸಮಯದಲ್ಲಿ ಅಥವಾ ನೀವು ಕಳೆದುಹೋದಂತೆ ಅನ್ನಿಸಿದಾಗ, ಮಾನವನ ಜೀವನದ ನಾಲ್ಕು ಗುರಿಗಳು ಅಂದರೆ ಪುರುಷಾರ್ಥಗಳ ದೃಷ್ಟಿಯಿಂದ ನಿಮ್ಮ ಜೀವನಶೈಲಿಯನ್ನು ಮರುಪರಿಶೀಲಿಸಲು ಹಿಂದಕ್ಕೆ ಬನ್ನಿ: ನಿಮ್ಮ ಜನರಿಗಾಗಿ ನೀವು ಫಲಾಪೇಕ್ಷೆಯಿಲ್ಲದೆ ಸರಿಯಾದ ಕೆಲಸಗಳನ್ನು ಮಾಡುತ್ತಿದ್ದೀರಾ (ಧರ್ಮ)? ನೀವು ನಿಮ್ಮ ಸಮಯವನ್ನು ಆನಂದಿಸುತ್ತಾ ಪ್ರಕೃತಿಯ ಸೌಂದರ್ಯವನ್ನು ಆರಾಧಿಸುತ್ತಿದ್ದೀರಾ (ಕಾಮ)? ಐಶ್ವರ್ಯ ಮತ್ತು ಸಮೃದ್ಧಿಯನ್ನು ಗಳಿಸುತ್ತಿದ್ದೀರಾ (ಅರ್ಥ)? ನಿಮ್ಮನ್ನು ನೀವು ಚೆನ್ನಾಗಿ ಅರಿತುಕೊಂಡು ಆತ್ಮಸಾಕ್ಷಾತ್ಕಾರದ ಹಾದಿಯ ಕಡೆಗೆ ಮುಂದುವರಿಯುತ್ತಿದ್ದೀರಾ (ಮೋಕ್ಷ)?

2. **ತಿಳಿದುಕೊಂಡಿರುವವರಿಂದ ಕಲಿಯಿರಿ.** ಅದು, ಒಬ್ಬ ಶಿಕ್ಷಕ, ಒಬ್ಬ ಗುರು, ಒಂದು ಪುಸ್ತಕ ಅಥವಾ ನಿಮ್ಮನ್ನು ಪ್ರೇರೇಪಿಸುವ ಮತ್ತು ನಿಮ್ಮನ್ನು ನೀವೇ ಮೀರಿಸುವಂತೆ ಮಾಡುವ ಯಾರಾದರೂ ಅಥವಾ ಯಾವುದಾದರೂ ಆಗಿರಬಹುದು. ಮಾನವ-ರಿಗೆ ಪ್ರಾರಂಭವಿರಬಹುದು, ಆದರೆ ಅಂತ್ಯವಿಲ್ಲ. ನೀವು ನಿಮ್ಮ ದೃಷ್ಟಿಯನ್ನು ಎಲ್ಲಿ ಇಡುತ್ತೀರೋ ಅದು ನಿಮ್ಮ ಕ್ಷಿತಿಜವಿರುತ್ತದೆ.

3. **ನಿಮಗೆ ಅವಶ್ಯಕತೆಯಿಲ್ಲದ ಎಲ್ಲವನ್ನೂ ಬಿಟ್ಟುಬಿಡಿ.** ಸಾಧುಗಳ ಉದಾಹರಣೆಯನ್ನು ಅನುಸರಿಸಿ ನೀವು ಕಳೆದುಕೊಳ್ಳಬಹುದಾದ ಯಾವುದೇ ಮುಖ್ಯವಾದ ವಸ್ತು ಇಲ್ಲ ಎಂದು ತಿಳಿದುಕೊಂಡು ಹಗುರವಾಗಿ ಪ್ರಯಾಣಿಸಲು ಧೈರ್ಯ ಮಾಡಿ. ನೀವು ಎಲ್ಲಿಗೇ ಹೋದರೂ, ನಿಮ್ಮೊಂದಿಗೆ ನೀವು ಇದ್ದೇ ಇರುತ್ತೀರಿ. ಇದಕ್ಕಿಂತ ಹೆಚ್ಚಿನದು ಬೇರೇನು ಬೇಕಾಗಬಹುದು?

4. **ನಿಮ್ಮದೇ ಆದ ಆಶ್ರಮವನ್ನು ಸೃಷ್ಟಿಸಿಕೊಳ್ಳಿ.** ವಿಶೇಷವಾಗಿ ಕ್ಲಿಷ್ಟ ಪರಿಸ್ಥಿತಿಗಳಲ್ಲಿ ಮತ್ತು ಭರವಸೆ ಕ್ಷೀಣಿಸಿದಾಗ ನಿಮ್ಮನ್ನು ಶಕ್ತಿಯುತಗೊಳಿಸಲು ನಿಮ್ಮ ಜೀವನದ ಯೋಜನೆಗೆ ಒಂದು ಅಂತರಂಗ ವಲಯದ ಅವಶ್ಯಕತೆಯಿದೆ. ನಿಮ್ಮ ಸಹಪ್ರಯಾಣಿಕರನ್ನು ಉತ್ತಮವಾಗಿ ಆಯ್ಕೆ ಮಾಡಿಕೊಳ್ಳಿ.

5. **ಜಾಗೃತರಾಗಿ ಜೀವಿಸಿ**. ಧ್ಯಾನದ ಮೂಲಕವಾಗಲಿ, ಯೋಗ ಅಥವಾ ಹರಿವಿನ ಮೂಲಕವಾಗಲಿ, ನೀವು ಮಾಡುತ್ತಿರುವ ಯಾವುದೇ ಕೆಲಸದಲ್ಲಿ ಸಂಪೂರ್ಣವಾಗಿ ಜೀವಿಸಿ. ಗಮನಭಂಗಗೊಳಿಸುವ, ಗೊಂದಲಮಯ ಅಂಶಗಳನ್ನು ನಿರ್ಮೂಲನ ಮಾಡಿ. ಸಂಪೂರ್ಣ ವಿಶ್ವವನ್ನು ಒಳಗೊಂಡಿರುವ ಒಂದೇ ಒಂದು ತತ್ವದೊಂದಿಗೆ ಸಂಪೂರ್ಣವಾಗಿ ಹಾಜರಿರಲು ಧೈರ್ಯ ಮಾಡಿ.

6. **ನಿಮ್ಮನ್ನು ನೀವು ತಿಳಿದುಕೊಳ್ಳಿ**. ಅಕ್ಷೀಯ ಯುಗದ ಗ್ರೀಕರು ಮತ್ತು ಪ್ರತೀ ಯುಗದ ಭಾರತೀಯ ಜ್ಞಾನಿಗಳು ಇದನ್ನೇ ಹೇಳಿದ್ದಾರೆ. ನಾನು ಯಾರು? ನಾಲ್ಕನೇ ಪುರುಷಾಥ-ರ್ವನ್ನು (ಮೋಕ್ಷ) ಬೆಳೆಸಿಕೊಳ್ಳಲು ರಮಣ ಮಹರ್ಷಿಯು ತಮ್ಮ ಶಿಷ್ಯರಿಗೆ ತಮ್ಮನ್ನು ತಾವೇ ಹೀಗೆ ಕೇಳಿಕೊಳ್ಳುವಂತೆ ಮಾಡಿದರು. ಸ್ವಯಂ ಪರಿಶೋಧನೆ ಮಾಡಿಕೊಳ್ಳಲು ನೀವು ಸಾಕಷ್ಟು ಧೈರ್ಯಶಾಲಿಯಾಗಿದ್ದೀರಾ?

7. **ದುಷ್ಚಕ್ರಗಳಿಗೆ ಅಂತ್ಯ ಹಾಡಿ**. ಮೊದಲ ಪುರುಷಾರ್ಥವನ್ನು (ಧರ್ಮ) ಬೆಳೆಸಿಕೊಳ್ಳುವುದು ನಿಮ್ಮನ್ನು ಹಿಂದಕ್ಕೆ ಎಳೆಯುವ ನಿಮ್ಮಿಂದ ಸಂಭವಿಸಬಹುದಾದಂತಹ ತಪ್ಪುಗಳು ಪುನರಾವರ್ತನೆಯಾಗದಂತೆ ತಡೆಯುತ್ತದೆ. ಸರಿಯಾಗಿರುವುದನ್ನು ಮಾಡಿ ಮತ್ತು ನಿಮ್ಮೊಂದಿಗೆ ಮತ್ತು ವಿಶ್ವದೊಂದಿಗೆ ಉದಾರತೆಯಿಂದ ಬದುಕಿರಿ, ಒಳ್ಳೆಯ ಕರ್ಮವು ನಿಮ್ಮ ಜೀವನವನ್ನು ಬೆಳಕಿನಿಂದ ತುಂಬಿಸುತ್ತದೆ.

8. **ಉಸಿರಾಡಿ!** ನಿಮ್ಮ ಶಕ್ತಿ, ಶಾಂತತೆ, ಜೊತೆಗೆ ಆನಂದಿಸಲು ನಿಮಗೆ ಸಿಕ್ಕಿರುವ ದಿನಗಳು, ಇವೆಲ್ಲವೂ ನಿಮ್ಮ ಶ್ವಾಸಕೋಶಗಳಿಗೆ ಪ್ರವೇಶಿಸುವ ಮತ್ತು ಹೊರಬರುವ ಗಾಳಿಯ ಮೇಲೆ ಅವಲಂಬಿತವಾಗಿದೆ. ಪ್ರಾಣಾಯಾಮವನ್ನು ಅಭ್ಯಾಸ ಮಾಡಿ. ನಿಮ್ಮ ಜೀವನವು ಅಕ್ಷರಶಃ ಅದರ ಮೇಲೆಯೇ ಅವಲಂಬಿತವಾಗಿದೆ!

9. **ನಿಮ್ಮ ದೇಹ, ಮನಸ್ಸು ಮತ್ತು ಆತ್ಮವನ್ನು ಪೋಷಿಸಿ**. ಇವೆಲ್ಲವೂ ಅನ್ಯೋನ್ಯವಾದ ಸಂಬಂಧ ಹೊಂದಿವೆ, ಆದ್ದರಿಂದ ಇವುಗಳಲ್ಲಿ ಯಾವುದನ್ನೂ ನಿರ್ಲಕ್ಷಿಸಬಾರದು. ಆಯುರ್ವೇದದಿಂದ ನಿಮ್ಮನ್ನು ಪೋಷಿಸಿಕೊಳ್ಳಿ, ತಂತ್ರ ಮತ್ತು ಯೋಗವನ್ನು ಅಭ್ಯಾಸ ಮಾಡಿ, ನಿಮ್ಮ ಮನಸ್ಸನ್ನು ಶಾಂತಗೊಳಿಸಿ, ಮತ್ತು ಸ್ವರ್ಗಕ್ಕೆ ಹೋಗುವ ದಾರಿಯಲ್ಲಿ ಮುನ್ನಡೆಯಿರಿ.

10. **ಈ ಕ್ಷಣದಲ್ಲಿ ಬದುಕಿ**. ನಾವು ನಮ್ಮ ಸಮಯದ ಶೇಕಡಾ ಎಂಬತ್ತು ಭಾಗವನ್ನು ಭೂತಕಾಲ ಮತ್ತು ಭವಿಷ್ಯದ ಬಗ್ಗೆ ಯೋಚಿಸುವುದರಲ್ಲಿ ಕಳೆಯುತ್ತೇವೆ. ಸಂತೋಷದ ನೆಲೆಯಾಗಿರುವ ವರ್ತಮಾನದಲ್ಲಿ ನಿಮ್ಮ ಶಕ್ತಿಯನ್ನು ಹೂಡಿಕೆ ಮಾಡಿ.

ಅಸಾಧ್ಯವೆಂದು ತೋರುವುದರಲ್ಲಿ ನಂಬಿಕೆ ಇಡೋಣ ಮತ್ತು ನಮ್ಮ ಜೀವನವನ್ನು ಪ್ರತಿಯೊಬ್ಬರೂ ಅತ್ಯುತ್ತಮವಾಗಿ ಅರಳಬಹುದಾದ ಒಂದು ತೋಟವನ್ನಾಗಿ ಮಾಡಿಕೊಳ್ಳೋಣ.

ನಿಮ್ಮ ಸಂತೋಷಕ್ಕಾಗಿ ನಮ್ಮ ಎಲ್ಲಾ ಶುಭಾಶಯಗಳು, ನಮ್ಮೊಂದಿಗೆ ಈ ಪ್ರಯಾಣದಲ್ಲಿ ಜೊತೆಗೂಡಿದ್ದಕ್ಕೆ ಧನ್ಯವಾದಗಳು.

– ಹೆಕ್ಟರ್ ಗಾರ್ಸಿಯಾ ಮತ್ತು ಫ್ರಾನ್ಸೆಸ್ಕ್ ಮಿರಾಯೆಸ್

ಕೃತಜ್ಞತೆಗಳು

- ಈ ಸುಂದರವಾದ ಸಾಹಸದಲ್ಲಿ ನಮ್ಮೊಂದಿಗೆ ಮುಂದುವರೆಯುತ್ತಿರುವ, ಸ್ಪೇನ್‌ನಲ್ಲಿರುವ ಈ ಪುಸ್ತಕದ ಮೂಲ ಪ್ರಕಾಶಕರಾದ ಮಾರ್ತಾ ಸೆವಿಲ್ಲಾ ಮತ್ತು ಯುರಾನೊ ಕುಟುಂಬಕ್ಕೆ.
- ನಮ್ಮ ಕೃತಿಗಳನ್ನು ಅರುವತ್ತೈದಕ್ಕಿಂತ ಹೆಚ್ಚು ಭಾಷೆಗಳಿಗೆ ತಲುಪಿಸಿದ ನಮ್ಮ ಏಜೆಂಟ್ ಸಾಂಡ್ರಾ ಬ್ರೂನಾ ಅವರಿಗೆ.
- ಪ್ರಪಂಚದಾದ್ಯಂತ ಇರುವ ನಮ್ಮ ಪ್ರಕಾಶಕರಿಗೆ – ನಿಮ್ಮ ಕೆಲಸದಲ್ಲಿ ನೀವು ತೋರುವ ಉತ್ಸಾಹ ಮತ್ತು ಕಾಳಜಿಗಾಗಿ.
- ಜಪಾನಿನ 'ದೀರ್ಘಾಯುಷ್ಯದ ಗ್ರಾಮ'ವಾದ ಓಗಿಮಿಗೆ ಭೇಟಿ ನೀಡಲು ನಮ್ಮನ್ನು ಪ್ರೋತ್ಸಾಹಿಸಿದ ಯೋಶಿಯಾಕಿ ಅವರಿಗೆ, ಅಂದಿನಿಂದ ನಾವು ಮಾಡಿದ ಎಲ್ಲದಕ್ಕೂ ಇದು ಆಧಾರವಾಗಿದೆ.
- ಪ್ರಪಂಚದಾದ್ಯಂತ ಇರುವ ನಮ್ಮ ಓದುಗರಿಗೆ, ವಿಶೇಷವಾಗಿ ಭಾರತದ ಓದುಗರಿಗೆ. ಕಳೆದ ಕೆಲವು ವರ್ಷಗಳಲ್ಲಿ ನಿಮ್ಮಿಂದ ನಾವು ಅಪಾರವಾದ ಪ್ರೀತಿಯನ್ನು ಪಡೆದುಕೊಂಡಿದ್ದೇವೆ ಮತ್ತು ಈ ಹೊಸ ಪುಸ್ತಕವನ್ನು ನಿಮಗೆ ಅರ್ಪಿಸಲು ಬಯಸುತ್ತೇವೆ.
- ತಮ್ಮ ಅಭಿರುಚಿಗಳನ್ನು ಬೆಳೆಸಿಕೊಂಡು ತಮ್ಮ ಹಾಗೂ ಇತರರ ಆಂತರಿಕ ಮತ್ತು ಬಾಹ್ಯ ಆರೋಗ್ಯವನ್ನು ಪಾಲಿಸುವ ಪ್ರತಿಯೊಬ್ಬರಿಗೆ.

ನಿಮ್ಮೆಲ್ಲರಿಗೂ ಧನ್ಯವಾದಗಳು!

ಪರಿಶಿಷ್ಟ

ಕೃತಿಕಾರರ ಕುರಿತು

ಹೆಕ್ಟರ್ ಗಾರ್ಸಿಯಾ ಅವರು ಹುಟ್ಟಿದ್ದು ಸ್ಪೇನ್‌ನಲ್ಲಿ, ಆದರೆ ಜಪಾನ್‌ನಲ್ಲಿ ಹದಿನೈದು ವರ್ಷಗಳ ಕಾಲ ನೆಲೆಸಿದ್ದರು. ಅವರು ಒಬ್ಬ ತರಬೇತಿ ಪಡೆದ ಇಂಜಿನಿಯರ್ ಆಗಿದ್ದಾರೆ. ಜಪಾನಿಗೆ ಹೋಗುವುದಕ್ಕೂ ಮುನ್ನ ಸ್ವಿಟ್ಜರ್‌ಲ್ಯಾಂಡ್‌ನ CERN ನಲ್ಲಿ ಕೆಲಸ ಮಾಡಿದರು. ಅವರು ಜಪಾನಿನ ಟೋಕಿಯೋದಲ್ಲಿರುವ ಅಮೆರಿಕಾದ ಒಂದು ಬಹುರಾಷ್ಟ್ರೀಯ ಸಂಸ್ಥೆಯ ಕಚೇರಿಯಲ್ಲಿ ಕೆಲಸ ಮಾಡಿ ತಮ್ಮ ಜೀವನ ನಡೆಸುತ್ತಿದ್ದರು. ಹಲವಾರು ಪ್ರಶಸ್ತಿಗಳನ್ನು ಗಳಿಸಿಕೊಂಡು, ಅತೀ ಹೆಚ್ಚು ಮಾರಾಟವಾದ 'ಏ ಗೀಕ್ ಇನ್ ಜಪಾನ್' ಪುಸ್ತಕದ ರಚನೆಗೆ ಕಾರಣವಾದ, ಹದಿನಾರು ವರ್ಷಗಳಿಂದ ಬ್ಲಾಗ್ ಶ್ರೇಣಿಯ ಮಾನದಂಡ ಎಂದು ಹೆಸರು ಮಾಡಿರುವ www.kirainet.com ಎಂಬ ಬ್ಲಾಗ್ ಅನ್ನು ಅವರು ಬರೆಯುತ್ತಾರೆ.

ಫ್ರಾನ್ಸಿಸ್ಕ್ ಮಿರಾಯೆಸ್ ಅವರು ಹಲವಾರು ಯಶಸ್ವೀ ಪುಸ್ತಕಗಳನ್ನು ಬರೆದ ಹಾಗೂ ಅನೇಕ ಪ್ರಶಸ್ತಿಗಳನ್ನು ಗಳಿಸಿಕೊಂಡ ಸುಪ್ರಸಿದ್ಧ ಲೇಖಕರು. ಬಾರ್ಸೆಲೋನಾದಲ್ಲಿ ಜನಿಸಿದ ಇವರು ಜರ್ಮನ್ ಫಿಲೋಲಜಿಯಲ್ಲಿ ಪದವಿ ಪಡೆದಿದ್ದಾರೆ. ಜೊತೆಗೆ ಸಂಪಾದಕ, ಪತ್ರಿಕೋದ್ಯಮಿ ಮತ್ತು ಕಲೆ ಚಿಕಿತ್ಸಕರಾಗಿ ಕೆಲಸ ಮಾಡಿದ್ದಾರೆ. ಇತ್ತೀಚಿನ ದಿನಗಳಲ್ಲಿ ಮನಃಶಾಸ್ತ್ರ ಮತ್ತು ಅಧ್ಯಾತ್ಮದ ಬಗ್ಗೆ ಬೇರೆ ಬೇರೆ ಮಾಧ್ಯಮಗಳಲ್ಲಿ ಜಗತ್ತಿನಾದ್ಯಂತ ಉಪನ್ಯಾಸ ನೀಡುತ್ತಾರೆ. ಅವರ ಪುಸ್ತಕಗಳು ಪ್ರಪಂಚದಾದ್ಯಂತ ಪ್ರಕಟಣೆಗೊಂಡಿವೆ. ಅವರ *amor en minúscula (Love in Lowercase)* ಕಾದಂಬರಿಯು ಇಪ್ಪತ್ತೇಳು ಭಾಷೆಗಳಿಗೆ ಅನುವಾದಗೊಂಡಿದೆ.

ಇವರಿಬ್ಬರೂ ಕೂಡಿ *Ikigai: The Japanese Secret to a Long and Happy Life* ಎಂಬ ಪುಸ್ತಕವನ್ನು ಬರೆದಿದ್ದಾರೆ. ಇದು ಐವತ್ತಾರು ಭಾಷೆಗಳಿಗೆ ಅನುವಾದಗೊಂಡು ಯು.ಕೆ, ಯು.ಎಸ್.ಎ, ಹಾಲೆಂಡ್, ಭಾರತ ಮತ್ತು ಟರ್ಕಿ ದೇಶಗಳಲ್ಲಿ ಸುಮಾರು ಎರಡು ಮಿಲಿಯನ್ ಪ್ರತಿಗಳು ಮಾರಾಟವಾಗಿ ಈ ದೇಶಗಳಲ್ಲಿ ಅತೀ ಹೆಚ್ಚು ಮಾರಾಟವಾಗುವ ಪುಸ್ತಕಗಳ ಪಟ್ಟಿಯಲ್ಲಿ ಅಗ್ರಸ್ಥಾನ ಪಡೆದಿದೆ. ಹಾಗೆಯೇ, ಇವರಿಬ್ಬರೂ *The Ikigai Journey, Forest Bathing: The Rejuvenating Practice of Shinrin Yoku*, ಮತ್ತು *The Book of Ichigo Ichie* ಪುಸ್ತಕಗಳ ಲೇಖಕರೂ ಆಗಿದ್ದಾರೆ.

ವಾವ್ (WOW) ಪ್ರಕಾಶನದ ಇತರ ಕನ್ನಡ ಪುಸ್ತಕಗಳು

೧. ಇಕಿಗಾಯ್ - ದೀರ್ಘ ಹಾಗು ಸಂತಸಭರಿತ ಜೀವನಕ್ಕೆ ಜಪಾನಿಯರ ಗುಟ್ಟು
೨. ಬದುಕಿನ ಅರ್ಥದ ಹುಡುಕಾಟದಲ್ಲಿ ಮನುಷ್ಯ
೩. ವಿಚಾರ ನಿಯಮ - ದಿ ಪಾವರ್ ಆಫ್ ಹ್ಯಾಪ್ಪಿ ಥಾಟ್ಸ್
೪. ಸ್ವಸಂವಾದ-ಒಂದು ಜಾದು : ನಿಮ್ಮ ರಿಮೋಟ್ ಕಂಟ್ರೋಲನ್ನು ಹೇಗೆ ಪಡೆದುಕೊಳ್ಳುವುದು
೫. ಸ್ವಯಂ ಜೊತೆ ಸಮರ - ಹರ್ಕ್ಯುಲಿಸ್‌ನ ಆಂತರಿಕ ಶೋಧ
೬. ಸಂಪೂರ್ಣ ಲಕ್ಷ್ಯ - ಸಂಪೂರ್ಣ ವಿಕಾಸವನ್ನು ಹೇಗೆ ಕೈಗೊಳ್ಳುವುದು
೭. ಸ್ವೀಕಾರದ ಜಾದು - ತ್ವರಿತ ಆನಂದವನ್ನು ಪಡೆಯುವುದು ಹೇಗೆ
೮. ಮೃತ್ಯು ನಂತರದ ಜೀವನ - ಮಹಾಜೀವನ
೯. ಜಾಗೃತಿ ಮೂಡಿಸುವ ಉತ್ತರಗಳು - ಜೀವನದ ೧೧೧ ಜಿಜ್ಞಾಸೆಗಳ ಪರಿಹಾರ
೧೦. ಆಲಸ್ಯದಿಂದ ಮುಕ್ತಿಗೆ ೧೪ ಹೆಜ್ಜೆಗಳು
೧೧. ಕ್ಷಮೆಯ ಜಾದು- ಮನದಲ್ಲಿಯೇ ಕ್ಷಮೆಯಾಚಿಸಿ ಎಲ್ಲ ದುಃಖಗಳಿಂದ ಮುಕ್ತಿ ಪಡೆಯುವುದು ಹೇಗೆ
೧೨. ಅಭ್ಯಾಸ ಬಲ
೧೩. ದ ಮ್ಯಾಜಿಕ್ ಆಫ್ ಗಾಡ್ ಬ್ಲೆಸ್ ಯು
೧೪. ಭಾವನೆಗಳ ಮೇಲೆ ವಿಜಯ- ಭಾವನಾತ್ಮಕ ಪರಿಪಕ್ವತೆಯನ್ನು ಬೆಳೆಸಿಕೊಳ್ಳುವುದು ಹೀಗೆ.
೧೫. ಇಚಿಗೊ ಇಚಿಯೆ- ಪ್ರತಿಯೊಂದು ಕ್ಷಣವನ್ನು ಜೀವಂತವಾಗಿಸುವ ಜಪಾನಿಯರ ಕಲೆ
೧೬. ವಾಬಿ ಸಾಬಿ - ಅಪರಿಪೂರ್ಣತೆಯಲ್ಲಿನ ವಿವೇಕ
೧೭. ಕಾನ್ಸಂಟ್ರೇಶನ್ - ಏಕಾಗ್ರ ಮನಸ್ಸಿನ ಚಮತ್ಕಾರ
೧೮. ಜನ್ಮಜನ್ಮಾಂತರದ ಪಾಠಗಳು ಮತ್ತು ಸ್ಮೃತಿಗಳ ಉಪಚಾರ
೧೯. ಸ್ವಾಸ್ಥ್ಯಕ್ಕಾಗಿ ವಿಚಾರ ನಿಯಮಗಳು
೨೦. ಇಕಿಗಾಯ್ ಹದಿಹರೆಯದವರಿಗಾಗಿ

ತೇಜಜ್ಞಾನ ಫೌಂಡೇಶನ್ ಮೂಲಕ ಪ್ರಸ್ತುತ ಸೋಶಿಯಲ್ ಮೀಡಿಯಾ

You Tube ಮುಖಾಂತರ ಪ್ರಾರ್ಥನೆ:

Good Morning Prayer: 6.15am-6.25am IST

Dhyan Prarthana Beej

3.30pm-3.45pm & 9pm-9.15pm IST

You Tube ಮುಖಾಂತರ ಸರ್‌ಶ್ರೀಯವರ ಪ್ರವಚನಗಳ ಲಾಭವನ್ನು ಪಡೆಯಲು ಇಂದೇ ಯೂ ಟ್ಯೂಬ್ ಚೆನಲ್‌ಗಳಿಗೆ ಶಬ್ಸ್ಕ್ರಯಿಬ್ ಮಾಡಿ

YouTube **channels**

1. Happy Thoughts -Param Gyan(Hindi)
2. Happy Thoughts -Tejgyan(Hindi)
3. Sirshree - Tejgyan(Hindi)
4. Happy Thoughts-Sirshree (English)
5. Youth Win Energy-Happy Thoughts(Hindi)
6. Youth Win Energy-Happy Thoughts(English)

Happy Thoughts App

Contact No. : 9921008060/75

For Android

For Apple

Discover self-learning, personal development, and guided programs at your fingertips.

Guided Meditations, Tejgyan Bhajans, Guided Programs, Daily Inspirations, Track Progress, Upcoming Shivirs, Annual Subscription.

Download the Happy Thoughts App today and embark on a journey of self-discovery, inner peace, and personal growth.

Follow Us

Facebook -hindi

Instagram -hindi

LinkedIn

Pinterest

Twitter

Join our Whatsapp Channel for updates
Happy thoughts - Tejgyan

Instagram- English

E-mail - mail@tejgyan.com

ತೇಜಜ್ಞಾನ ಫೌಂಡೇಷನ್ – ಮುಖ್ಯ ಶಾಖೆಗಳು

ಪುಣೆ (ರೆಜಿಸ್ಟರ್ಡ್ ಆಫೀಸ್): ವಿಕ್ರಾಂತ ಕಾಂಪ್ಲೆಕ್ಸ್, ತಪೋವನ ಮಂದಿರದ ಹತ್ತಿರ, ಪಿಂಪರಿ, ಪುಣೆ–411017. ದೂರವಾಣಿ–020–27411240, 27412576

ಮನನ ಆಶ್ರಮ: ಸರ್ವೆ ನಂ.43, ಸನಸ್ ನಗರ, ನಾಂದೋಶಿ ಹಳ್ಳಿ, ಕಿರ್ಕಿಟವಾಡಿ ತಿರುವು, ತಾಲೂಕ–ಹವೇಲಿ, ಜಿಲ್ಲೆ–ಪುಣೆ–411024. ದೂರವಾಣಿ: 09921008060

ಮಹಾಆಸಮಾನಿ ಪರಮ ಜ್ಞಾನ

ಶಿಬಿರದ ಪರಿಚಯ ಮತ್ತು ಲಾಭಗಳು(ನಿವಾಸಿ)

Self Development to Self Realization
Towards Self Stabilization

ನೀವು ಉಚ್ಚತಮ ಆನಂದವನ್ನು ಪಡೆಯಬಯಸುವಿರೆ? ಯಾವುದೇ ಕಾರಣದ ಮೇಲೆ ಅವಲಂಬಿತವಾಗಿರದ, ಸಮಯದೊಂದಿಗೆ ಹೆಚ್ಚುತ್ತಲೇ ಹೋಗುವ ಆ ಆನಂದ, ಅದು ನಿಮ್ಮದಾಗಬೇಕೆ? ನೀವು ಇದೇ ಜೀವನದಲ್ಲಿ ಪ್ರೇಮ, ವಿಶ್ವಾಸ, ಶಾಂತಿ, ಸಮೃದ್ಧಿ ಪರಮ ಸಂತುಷ್ಟಿ ಪಡೆಯಬಯಸುವಿರೆ? ನೀವು ಶಾರೀರಿಕ, ಮಾನಸಿಕ, ಆರ್ಥಿಕ, ಸಾಮಾಜಿಕ ಹಾಗು ಆಧ್ಯಾತ್ಮಿಕ ಸ್ತರಗಳಲ್ಲಿ ಸಫಲರಾಗಬೇಕೆನ್ನುವಿರೆ? ನೀವು 'ನಾನು ಯಾರು' ಈ ಪ್ರಶ್ನೆಯ ಉತ್ತರವನ್ನು ಅನುಭವದಿಂದ ಪಡೆಯಬಯಸುವಿರೆ?

ಒಂದುವೇಳೆ ನಿಮ್ಮಲ್ಲಿ ಈ ಎಲ್ಲ ಪ್ರಶ್ನೆಗಳ ಉತ್ತರವನ್ನು ಪಡೆಯುವ ಮತ್ತು 'ಅಂತಿಮ ಸತ್ಯ'ವನ್ನು ಪಡೆಯಬೇಕೆಂಬ ತೀವ್ರ ಹಂಬಲವಿದ್ದರೆ ತೇಜಜ್ಞಾನ ಫೌಂಡೇಶನ್ ಮುಖಾಂತರ ಆಯೋಜಿಸಲಾದ 'ಮಹಾಆಸಮಾನಿ ಶಿಬಿರ್'ನಲ್ಲಿ ನಿಮಗೆ ಸ್ವಾಗತವಿದೆ. ಈ ಶಿಬಿರ ಪೂರ್ಣತಃ ಸರಶ್ರೀಯವರ ಶಿಕ್ಷಣವನ್ನು ಆಧರಿಸಿದೆ.

ಮಹಾಆಸಮಾನಿ ಪರಮಜ್ಞಾನ ಶಿಬಿರದ ಉದ್ದೇಶ:

ಈ ಶಿಬಿರಿನ ಉದ್ದೇಶವೇನೆಂದರೆ, 'ವಿಶ್ವದ ಪ್ರತಿಯೊಬ್ಬ ಮನುಷ್ಯ ನಾನು ಯಾರು? ಈ ಪ್ರಶ್ನೆಯ ಉತ್ತರವನ್ನು ಅರಿತು ಸರ್ವೋಚ್ಚ ಆನಂದದಲ್ಲಿ ಸ್ಥಾಪಿತವಾಗಲಿ ಎಂದು. ಅವನಿಗೆ ಪ್ರತಿಕ್ಷಣ ವರ್ತಮಾನದಲ್ಲಿ ಇರುವ ಕಲೆಯನ್ನು ತಿಳಿಹೇಳುವ ಜ್ಞಾನವು ಲಭಿಸಲಿ. ಭೂತಕಾಲದ ಭಾರ ಹಾಗೂ ಭವಿಷ್ಯದ ಚಿಂತೆ ಇವೆರಡರಿಂದಲೂ ಅವನು ಮುಕ್ತಿಯನ್ನು ಪಡೆಯಲಿ. ಪ್ರತಿಯೊಬ್ಬ ಮನುಷ್ಯನ ಜೀವನದಲ್ಲಿ ಸ್ಥಿರವಾದ ಖುಷಿ, ಸರಿಯಾದ ತಿಳುವಳಿಕೆ ಮತ್ತು ಸಮಸ್ಯೆಗಳನ್ನು ಕರಗಿಸುವ/ವಿಲೀನಗೊಳಿಸುವ ಕಲೆಯು ಬರಲಿ. ಮನುಷ್ಯ ಜೀವನದ ಉದ್ದೇಶ ಪೂರ್ಣಗೊಳ್ಳಲಿ. ನಾನು ಯಾರು? ನಾನು ಇಲ್ಲಿ ಏಕಿದ್ದೇನೆ? ಮೋಕ್ಷವೆಂದರೇನು? ಮೋಕ್ಷವು ಇದೇ ಜನ್ಮದಲ್ಲಿ ಪ್ರಾಪ್ತವಾಗಬಹುದೇ? ಈ ಪ್ರಶ್ನೆಗಳು ನಿಮ್ಮಲ್ಲಿದ್ದರೆ ಬನ್ನಿ ಮಹಾಆಸಮಾನಿ ಪರಮಜ್ಞಾನ ಶಿಬಿರ ಇದರ ಉತ್ತರವಾಗಿದೆ.

www.ingramcontent.com/pod-product-compliance
Lightning Source LLC
Chambersburg PA
CBHW031326230926
51848CB00001B/115

* 9 7 8 8 1 9 9 9 0 0 4 7 9 *